फरासि प्रेमिक

(फ्रेंच प्रेमिक)

मूळ बंगाली लेखिका

तसलिमा नासरीन

अनुवाद

सुप्रिया वकील

मेहता पब्लिशिंग हाऊस

FARASI PREMIK by Taslima Nasreen

Originally Published in Bengali by Ananda Publisher Pvt. Ltd.
Translated in Marathi Language by Supriya Vakil

फरासि प्रेमिक : तसलिमा नासरीन

अनुवाद : सुप्रिया वकील
१०२, यशोवर्धन अपार्टमेंट, ६५३ ई, शाहूपुरी ३री गल्ली,
कोल्हापूर - ४१६००१. ✆ ०२३१-२६५८२८५

प्रकाशक : सुनील अनिल मेहता, मेहता पब्लिशिंग हाऊस,
१९४१, सदाशिव पेठ, माडीवाले कॉलनी, पुणे - ४११ ०३०.

अक्षरजुळणी : एच.एम. टाइपसेटर्स, ११२०, सदाशिव पेठ, पुणे - ४११०३०.

मुद्रक : स्पेक्ट्रम ऑफसेट,
डी-२/४, सत्यम इस्टेट, सीडीएसएसच्या मागे,
एरंडवणे, पुणे - ४११ ००४.

मुखपृष्ठ : चंद्रमोहन कुलकर्णी

प्रकाशनकाल : एप्रिल, २००४ / पुनर्मुद्रण : एप्रिल, २०११

किंमत : ₹ २५०/-

ISBN 81-7766-452-2

डमडम ते शार्ल द गॉल

ती मुलगी विमानातून बाहेर आली. फुटल्या ओठांच्या त्या मुलीच्या अंगावर लाल रेशमी साडी होती. कानांत, नाकात, हातांत सोन्याचे दागिने ल्यालेली ती गोऱ्या लोकांकडं निरखून पाहात होती. सरकत्या जिन्याशी अडखळत, गप्पा-गोंगाटाचे आवाज कापत ती हलत्याबोलत्या गर्दीच्या दिशेनं निघाली होती. ही सगळी गर्दी एका बिंदूपाशी थांबत होती. कुणी न सांगता, आपोआपच या माणसांची एक भलीमोठी रांग तयार होत होती. एखाद्या महाप्रचंड अजगरासारखी.... आणि थोडीशी...रेशनच्या दुकानात नगण्य किमतीत तोंडावर फेकले जाणारे तांदूळ घ्यायला जमलेल्या रांगेसारखीसुद्धा. त्या अजगराच्या शेपटीकडं दुर्लक्ष करीत ती मुलगी अजगराच्या मध्यापर्यंत जायचा दबकतच प्रयत्न करत होती. पण तिथल्या बाकीच्या माणसांनी तिला खडसावलं, ए, लाल साडीवाले, मागं जा. सर्वांत शेवटी. सुकट ओठांवरून जीभ फिरवून ती मुलगी रांगेच्या टोकाशी पोचली. सर्वांत शेवटी....ढोक नंबर...दरिद्री. अजगर प्रचंड वेगात पुढं सरकत होता. फक्त त्याचं शेपूट तेवढं काट्याकुट्यात अडकून राहिलं होतं.

कपाळावरचं कुंकू पुसट झालेली आणि भांगात कुंकू भरलेली ती मुलगी एका कृष्णवर्णीय आणि एका गोऱ्या माणसाच्या आमनेसामने आली. त्या काळ्या माणसाकडं दुर्लक्ष करून ती गोऱ्याच्या दिशेने वळली, काळ्या अंधाऱ्या अमावास्येला टाळून शुभ्र चमचमत्या टिपूर चांदण्याकडं.

त्या काळ्या माणसानं हाक दिली, 'एऽइकडं ये.'

पण ते ऐकूनसुद्धा लाल साडी चेहऱ्यावर खास हास्य आणून गोऱ्या माणसापुढंच उभी राहिली. तिला खरं तर दुर्गामाता म्हणूनच ओळखायला पाहिजे होतं, नाही का? पण या गोऱ्यांना देवता-बिवतांची कुठली पर्वा आलीय? त्यानं मानसुद्धा वर करून न बघता त्या काळ्या माणसाकडं बोट दाखवलं. लाल साडीची दखल घेतली गेली नाही. डाव्या दिशेला दोन पावलांवर तो काळा माणूस उभा होता, पण तेवढी दोन पावलं तिला टाकावीशी वाटत नव्हती.

काळ्या माणसाच्या वरच्या ओळीतल्या दातांचं फावडं पुढं आलेलं होतं. त्या मुलीला मानसिक यातना झाल्या.

"पासपोर्ट", फावड्याच्या भुयारातून धीरगंभीर आवाज आला.

रांगेच्या सुरवातीच्या, मध्यातल्या लोकांचं पाहून त्या मुलीनंही निळ्या

रंगाचा पासपोर्ट हातातच धरला होता. फावड्यानं भक्ष्यावर झडप घालावी, तसा त्यानं तो पासपोर्ट झडप घालून घेतला. जणू एक भारतीय उंदीर काळ्या गरुडाच्या नख्यांच्या विळख्यात सापडला होता. फावड्याला जणू खजिनाच गवसला होता. तिला त्याच्या चेहऱ्यावर भक्ष्य गवसल्याचा आनंद दिसला.

"तिकिट?"

या खेपेला मात्र तिनं टंगळमंगळ न करता त्या काळ्याच्या हातात दोन पानी तिकिट दिलं. डमडम ते शार्ल द गॉल ते पुन्हा डमडम....२२ फेब्रुवारी ते २१ मार्च १९९९.

'माऊस' स्कॅनिंग मशीनमधून फिरला. एकदा...दोनदा....तीनदा.

धीरगंभीर आवाजानं प्रश्न केला, "तू इथं कशाला आली आहेस?"

पापुद्रे निघालेले ओठ हलले, "नवऱ्याकडं."

धीरगंभीर आवाज पुन्हा म्हणाला, "तू कुठल्या हॉटेलमध्ये राहणार आहेस?"

हॉटेल! लाल साडी वडिलांच्या 'हॉटेल'मधून नवऱ्याच्या 'हॉटेल'वर आली होती. आयुष्य सरणार ते याच दरम्यान...हे हॉटेल ते, ते हॉटेल.

"पत्ता काय?" पुन्हा खर्जातला प्रश्न आला.

त्यावर तिनं त्याच्या हातात एक छोटा चौकोनी कागद सरकवला.

त्यावर लिहिलं होतं : ११२, ऱ्यू द्यू फूबी सान्दानी पॅरिस ७५०१०

"तुझ्याकडे किती पैसे आहेत?" गंभीर स्वर पुन्हा घुमला.

दोनशे डॉलर त्याच्या हातात पडले.

"आणखी काही?"

तिनं तत्परतेनं आपल्याजवळच्या पिशवीत हात घातला. पिशवीच्या तळापर्यंत शोध घेण्यासाठी चाचपल्यानंतर तिच्या हाताला काही वाळकी फुलं, दोन बटणं, शेंगदाण्याचं टरफल, खाऊन अर्धवट उरलेलं एक संत्रं लागलं आणि बाराशे पंचवीस रुपये रोख.

दोन बोटांनी आपल्या सुरवंटी भुवया सावकाशीनं खाजवत फावड्यानं प्रश्न केला, "हे काय?"

उसासा सोडत ती म्हणाली, "हे पैसे आहेत."

"पैसे?"

"होय, पैसे. भारतातलं चलन." तिनं करारी आवाजात सांगितलं.

फावड्यानं याआधी कधी 'असले' पैसे पाहिले नव्हते. तितक्यात त्या गोऱ्याची नजर त्या पैशावर पडली. अचानक कुणीतरी बचकभर गू त्याच्या समोर आणून ठेवला असावा, तसं त्यानं नाक मुरडलं. त्या मुलीच्या मागं रांगेचा नवा अजगर वाढत होता. मिनिटामिनिटाला वाढत होता, अस्वस्थपणे फूत्कारत

होता. ही लाल पीडा वाटेत उभी नसती तर, ते इथून केव्हाच 'पार' झाले असते. आपण उपद्रव झालोय असं त्या मुलीलासुद्धा वाटू लागलं होतं.

त्या गोऱ्यानं हनुवटीला झटका देत, आपलं गोरं बोट नाचवत त्या मुलीला फर्मावलं, ''ए, लाल साडी, त्या कोपऱ्यात जाऊन थांब.''

पीडा कोपऱ्यात फेकली गेली.

नवा अजगर चपळपणे धावू लागला आता डोक्याकडूनही आणि शेपटाकडूनही. एकही पासपोर्ट स्कॅनिंग मशीनच्या मांडवाखालून गेला नाही. त्यातल्या एकालाही जवळच्या पिशवीतून पैसे कोरून काढावे लागले नाहीत आणि कुणालाही 'कोपऱ्यात जाऊन थांब' असं सांगण्यात आलं नाही. ती मुलगी तिथं एकटी होती. तो कोपरा तिला प्राणिसंग्रहालयातल्या पिंजऱ्यासारखा वाटला. तिथून जाणारा प्रत्येक जण पिंजऱ्याच्या त्या अदृष्य गजातून तिच्याकडं पाहात होता. जणू एखादा काळ्या डोळ्यांचा, तशाच वर्णाचा आणि काळ्या केसांचा विचित्र प्राणी पाहावा, तसे भाव त्यांच्या चेहऱ्यावर उमटत होते. ती मुलगी अपराधी नजर जमिनीवर खिळवून उभी होती.

अजगराच्या शेपटीचं टोक सूंकन निघून गेलं. त्यातल्या शेवटच्या व्यक्तीला निरोप दिल्यानंतर, तो काळा गोऱ्याकडं झुकून हसला.

मग ती मुलगी त्या ओळीत येत अपराधी स्वरात त्या गोऱ्याला म्हणाली, ''सगळेजण गेले. आता मी जाऊ?''

गोऱ्या माणसानं मान हलवली. याचा अर्थ काय, ते तिच्या ध्यानात येईना. याचा अर्थ आपण जायचं नाही, असा धरायचा, का एखाद्या खुळावणाऱ्या उत्कट सुरावटीवर त्याची मान आपसूक हलतीय असं समजायचं?

गोऱ्याला असं मान डोलावताना पाहून काळा काचेच्या चौकोनातून बाहेर आला.

पुन्हा खर्जातला आवाज आला : ''चल.''

काळा एका खोलीशी थांबला. या खोलीच्या भिंती पोलादी होत्या. लाल साडी त्याच्या मागोमाग आली. त्या खोलीत निळ्या गणवेशातली दोन गोरी माणसं खुर्च्यांवर बसली होती. त्यांतला एकजण वयस्क होता आणि दुसरा तरुण होता. काळ्यानं आपली मौल्यवान 'लूट' असणारा खजिना त्या वयस्क माणसाच्या हवाली केला. त्यानंतर तो निघून गेला. तो तरुण हसत होता, पण त्या मुलीकडं नजर जाताच त्याच्या चेहऱ्यावरचं हसू मावळलं. त्या जागी प्रसूतीवेदनांनी तळमळणारे कष्टी भाव उमटले.

तो वयस्क प्राणी वांझोटा दिसत होता. त्याच्या चेहऱ्यावर प्रसूतीवेदनेचा लवलेशही दिसत नव्हता. तो माणूस पोलादी चेहऱ्याचा दिसत होता. त्यावर टकटक करून पाहा, अगदी बोटं नाही गमावली तरी हाड मोडणार हे नक्की!

तोडक्यामोडक्या इंग्रजीत त्या वयस्क माणसानं प्रश्न केला, ''तुला फ्रेंच येतं?''

''नाही.''

''मग तुला काय येतं?''

''इंग्रजी.''

''ते चालणार नाही.''

पोलादी भितींना टेकून उभी असलेली ती मुलगी आश्चर्यानं एखाद्या लंबकासारखी हलली. इंग्रजी न चालणारं ठिकाण जगात कुठं असेल, याची तिला कल्पनाच नव्हती. कोलकत्यात इंग्रजीच्या शिक्षणानं सुसंस्कृत आणि असंस्कृत असे दोन गट अलग केले होते. कुठल्याही देशातली सुसंस्कृत माणसं सदैव अस्खलित इंग्रजी बोलतात ही गोष्ट तिनं गृहीत धरलेली होती.

वयस्क भुंकऱ्या स्वरात खेकसला, ''तुझी भाषा कोणती?''

ती क्षीण आवाजात उत्तरली, ''बंगाली.''

''बंगाली चालणार नाही.''

ती या विधानाची वाटच पाहात होती. पण आश्चर्य घडलं.

तो म्हणाला, ''आम्ही दुभाषाला बोलावू.''

दुभाषा तिच्यावर प्रश्नांची तुफानी सरबत्ती करणार, तिची उत्तरं जर निवाडा समितीला समाधानकारक वाटली, तर ते तिला मुक्त करावं असं जाहीर करणार...नाहीतर.....जिथून आलात तिथं मुकाट्यानं परत जायचं.

दगडी चेहऱ्यावरचे दोन आणि प्रसूतीवेदनावाल्याच्या चेहऱ्यावरचे दोन...अशा डोळ्यांच्या दोन जोड्या त्या मुलीच्या डोक्यापासून पायापर्यंत फिरल्या. दगडी चेहऱ्यानं 'कोपऱ्यातल्या खुर्चीवर बसू शकतेस' अशा अर्थाची डोळ्यांनी खूण केली. पुसट कुंकू, फुटल्या ओठांची रेशमी साडी कोपऱ्यात जाऊन बसली. तिथं एकूण तीन खुर्च्या होत्या. भिंतीपासून सगळ्यात जवळच्या खुर्चीत फिकट हिरवी कफनी घातलेला एक काळा कुळकुळीत माणूस बसला होता. त्याच्या डोक्यावर गर्द दाट कुरळे केस होते. त्याच्या शेजारची खुर्ची वगळून ती मुलगी तिसऱ्या खुर्चीवर बसली.

जिराफासारखी लांबूळकी मान उंचावत त्यानं तिला कर्णकटु आवाजात प्रश्न केला,

''मी सेनेगलचा आहे. तू कुठून आलीस?''

त्या मुलीची पोलादी नजर भिंतीवर घट्ट रोवलेली होती. तो कावळा मात्र पिच्छा सोडायला तयार नव्हता. त्यानं पुन्हा कावकाव केली, ''तू कुठून आलीस?''

तिची नजर अजूनही पोलादी भिंतीवरच घट्ट होती. त्या भिंतीवर आदळून एक थंड उत्तर आलं, ''मी सेनेगलची नाही.''

अभिमानाच्या एका छोटुकल्या चिमणीनं तिच्या डाव्या खांद्यावर स्थान पटकावलं, ती सेनेगलची नव्हती. त्या मुलीनं डावा खांदा ताठ ठेवला. ती तशीच नि:स्तब्ध बसून होती. मात्र तिनं डोळ्यांच्या कोपऱ्यातून पाहिलं, त्या काळ्या कावळ्याच्या कुरूप पायांशी त्याच तोडीचं घाणेरडं एक जांभळ्या रंगाचं सॅक होतं. सॅक उघडून त्यानं त्यातून एक गलिच्छ बाटली काढली. पाणघोड्याच्या आ वासलेल्या प्रचंड जबड्यासारख्या तोंडात त्यानं मागं झुकून त्या बाटलीतला द्रव ओतला. पाणघोड्याच्या जबड्यात अर्धी बाटली पाणी लुप्त झालं.

त्या मुलीकडं पुन्हा पाहात त्या जिराफमान्यानं विचारलं, "पाणी पाहिजे?"

"नको."

"तुझाही पासपोर्ट बनावट आहे का?"

"नाही," ती तोडून म्हणाली.

"तू चीनमधून आलीयस का?"

"नाही."

"ओह, मी सांगतो...पाकिस्तानहून."

ती मुलगी उठली. इटुकली चिमणी अजून तिच्या खांद्यावर होती. भिंतीला टेकून ती समोर नजर खिळवून राहिली. तितक्यात तिथं आणखी एक गोरा माणूस आला. तिनं आर्जवी नजरेनं त्याच्याकडं पाहिलं. तो सेनेगलवाल्याच्या शेजारच्या खुर्चीत बसला. त्या मुलीनं खांद्यावरच्या छोटुकल्या चिमणीला उडवून लावलं आणि ती त्या गोऱ्या माणसाच्या शेजारी खुषीनं बसली, त्या जिराफमान्यापासून मात्र लांब. त्या गोऱ्याच्या अंगावरच्या मेणचट कपड्यांना मुताचा भपकारा मारत होता.

त्याकडं यशस्वी दुर्लक्ष करत तिनं विचारलं, "तू कुठून आलास?"

"रशिया."

"त्यांनी तुला का अडवलंय?"

तो माणूस पिवळे दात विचकत म्हणाला, "मॉस्को."

"ओह, म्हणजे....तू मॉस्कोत राहतोस?"

त्या माणसानं मान डोलावली.

"तुला सांगते, एकदा माझे काका मॉस्कोला गेले होते. मॉस्को फार छान शहर आहे अशी माझी समजूत आहे. माझा भाऊ बहुधा पुढच्या वर्षी सुट्टीत तिथं जाणार आहे."

पिवळ्या दातांतून हास्य झिरपलं.

मुताच्या वासानं त्या मुलीच्या नाकातले केस जळायची वेळ आली होती.

"मी भारतातून आलेय. तू तिथं कधी आला आहेस का?"

त्या माणसानं मान डोलावली.

त्या किळसवाण्या भपकाऱ्याच्या जवळ येत ती म्हणाली, ''खरंच! कुठली कुठली शहरं पाहिलीस? कोलकता पाहिलंस?''

तो माणूस उत्तरला, ''पॅरिस.''

''ओह, तू याआधी पॅरिसला आला आहेस? मी पहिल्यांदाच येतीय.''

यावर त्या मुलीला उत्तराची अपेक्षा नव्हती, पण ते आलंच, ''मॉस्को.''

आता मात्र तिनं तोंड बंद केलं आणि नाकही. आपल्या तिसऱ्या प्रश्नाला काय उत्तर मिळणार, ते आता तिच्या लक्षात आलं होतं.

समजा असा प्रश्न केला की,

''आपल्याला इथं किती वेळ थांबावं लागेल, तुला काही माहिती आहे का?''

यावर उत्तर येणार : 'व्लादिमीर अलेक्झांड्रोविच स्टॅनिस्लॅव्हस्की.'

दरम्यान दगडी चेहरा आणि प्रसूतीवेदनावाल्यामध्ये फ्रेंच भाषेत मजेत वटवट सुरू होती. त्यातला एकही शब्द तिला समजला असेल तर शपथ! त्यानंतर एक तास पस्तीस मिनिटांनी निळ्या गणवेशातल्या तरुणानं तिन्ही 'गुन्हेगारांच्या' दिशेनं खुर्ची वळवून पाहिलं.

तिच्याकडं बोट करत त्यानं इंग्रजीत पाजळलं, ''तुला तुझ्या तुझ्या देशात परत जावं लागेल, कळलं?''

त्याला प्रसूतीवेदनांतून आराम मिळालेला दिसत होता. त्याच्या कपाळावरच्या जास्तीच्या आठ्याही विरल्या होत्या.

ती खिन्नपणे उठली,

''तुम्ही दुभाषा वगैरे काहीतरी म्हणालात....कुठाय तो?''

''मिळाला नाही.''

ती मुलगी पासपोर्ट, तिकिटं आणि तिचा बाकीचा खजिना परत मिळण्याची वाट बघत होती. तितक्यात निळ्या गणवेशातला वयस्क आणखी एका गोऱ्यासह तिथं आला. हा नवा प्राणी च्युइंग-गम चघळत होता. त्याची नजर नीलावर वरपासून खालपर्यंत फिरली.

''नाव?''

''कुणाचं?''

''तुझं.''

''नीलांजना मंडल.''

''इथं येण्याचं कारण?''

"इथं राहायला."

"कुणाबरोबर?"

"माझ्या नवऱ्याबरोबर."

"नवऱ्याचं नाव?"

"किशनलाल."

"वय?"

"नक्की माहीत नाही, पण तो माझ्यापेक्षा दहा वर्षांनी नक्की मोठा असेल."

"तुझं वय काय?"

"सत्तावीस."

"तो इथं किती वर्षांपासून आहे?"

मान खाजवत नीला म्हणाली, "बहुधा गेली पंधरा वर्षं."

"तुला नक्की खात्री नाही?"

"नाही."

"तो फ्रेंच नागरिक आहे का?"

"असं मी ऐकलंय."

"असं तू ऐकलंयस...म्हणजे...तुला खात्री नाही? तो तुझा नवरा आहे, असं कोण म्हणतं?" त्याच्या ओठांच्या कोपऱ्यात अविश्वासाची एक ठिणगी फुलत होती.

अवतीभवती नजर टाकत नीला खिन्न, नम्र स्वरात म्हणाली, "असं मी म्हणते. आमचं एक महिन्याभरापूर्वी लग्न झालंय."

"पण तुमची दोघांची आडनावं निरनिराळी आहेत," ओठांच्या कोपऱ्यातल्या अविश्वासाच्या ठिणग्या आता डोळ्यांत स्थिरावल्या होत्या.

"आमची आडनावं सारखी नाहीत. कारण......" नीलानं आवंढा गिळला.

"कारण?"

"मी जाणूनबुजून त्याचं नाव लावलेलं नाही."

नीलाच्या उरात धडधड वाढली होती. आपली आडनावं एकच नसली तर, संकट उभं राहू शकतं, या गोष्टीची तिच्या प्रिय नवऱ्यानं तिला कधीही कल्पना दिली नव्हती. त्यानं तिला सांगितलं होतं, 'नाव आणि पत्ता हाताशी ठेव आणि लग्नाचं प्रमाणपत्र बरोबर ठेव. लागणार नाही, पण लागलं तर असू दे. हा कायदेशीर पासपोर्ट आहे. कायदेशीर व्हिसा आहे. घाबरण्यासारखं काही नाही."

कुणीही न विचारताच, नीलानं तिच्या पिशवीतून कागदाचं लांब भेंडोळं काढलं, "हे बघा, हे आमच्या लग्नाचं प्रमाणपत्र."

"कुणाच्या लग्नाचं?" पोलादी चेहऱ्यानं प्रश्न केला. पोलादी चेहऱ्याकडं

ते भेंडोळं सरकवत नीला म्हणाली, ''माझ्या आणि किशनलालच्या.''

त्यानं त्या कागदावर नजर टाकली, पण त्याला स्पर्श केला नाही. मात्र निळ्या गणवेशातल्या तरुणानं ते हिसकावून घेतलं. च्युइंगगम चघळणाऱ्या गोऱ्याचं आणि त्या तरुणाचं काही वेळ भडाभडा संभाषण झालं आणि तो च्युइंगमवाला ढुंगण हलवत बाहेर गेला. पोलादी चेहऱ्याची नजर त्याच्या मागोमाग गेली. तिनं त्या तरुणाकडं अपेक्षेने पाहिलं.

असं अजून इथं किती वेळ तंगायचं? त्या माणसाच्या चेहऱ्यावरच्या निर्विकार, अर्थशून्य भावांनी ना तिच्या मनात आशेचा कोंब तरारला ना तिच्या आशेचा दीप विझला! पोलादी भिंतीच्या या कोठडीत असंच, सुटकेची वाट पाहात आपलं आयुष्य सरणार असं नीलाला वाटू लागलं. अधीर, अस्वस्थ झालेली नीला येरझाऱ्या घालत होती. त्या कोपऱ्यातून सुटका होण्यासाठी आता तिची काहीही करायची तयारी होती... अगदी कोलकत्याला परत जायचीसुद्धा.

थोड्या वेळानं ती जावं की जाऊ नये या विचारात त्या तरुणाकडं वळत म्हणाली, ''माझी सूटकेस कुठं आहे? माझ्या परतीचं विमान कुठलं, ते ठरवलं आहे का?''

तिच्या प्रश्नाला त्यानं काहीच उत्तर दिलं नाही. तिचा प्रश्नच ऐकू आला नसल्यासारखा तो ढिम्म होता, किंवा तिला प्रश्न विचारायचा काहीही अधिकार नाही अशी त्याची धारणा असावी.

''माझा नवरा मला आणायला येणार होता. तो बाहेर वाट पाहात असेल. त्याला इथं बोलवता येईल का?'' तिनं आणखी एक प्रश्न केला.

त्या माणसानं एक छोटी डबी काळजीपूर्वक उघडली. त्यातून तंबाखूची चिमूट उचलून वरच्या ओठाखाली सरकवली. त्याच्या नाकपुड्या आणि ओठ फुगले होते.

तिथं शांतता भरून राहिली होती.

स्टॅनिस्लॅवस्की घोरत होता. सेनेगलवाला उकीडवं बसून पाण्याच्या बाटलीपर्यंत पोचला. पाणघोड्याचा जबडा पुन्हा वासला आणि क्षणार्धात बाटलीतलं पाणी त्यात गडप झालं.

नीलालाही तहान-भूक याची जाणीव होत होती. तिच्या मस्तकात गरगरत असल्यामुळं कानात फडफडल्यासारखा आवाज येत होता. कुणाच्या तरी खांद्यावर डोकं टेकावं असं तिला आत्यंतिक वाटत होतं. स्टॅनिस्लॅव्हस्कीचं डोकं टेनिस बॉलसारखं तिच्या खांद्यावर घरंगळत होतं. मुताचा भपकारा तिच्या नाकातून मस्तकापर्यंत भणभणत शिरत होता. त्याचं खांद्यावरचं डोकं हळूच उचलावं आणि कुठंतरी भिरकाटून द्यावं असं तिला वाटलं. पण ते जाऊन जाऊन कुठवर

जाणार! फक्त पोलादी भिंतीवर जाऊन आदळणार.

आपण किशनलालला फारसं ओळखतसुद्धा नाही, कशाला त्याच्याशी लग्न केलं, असा विचार तिच्या मनात आला. पण कोलकत्यात राहणं तिला क्लेशदायी झालं होतं. ते शहर सोडलं नसतं तर ती नक्की मृत्यूच्या दाढेत गेली असती. अर्थात, लग्न न करताही तिला ते शहर सोडता आलं असतं. दिल्ली, मुंबई किंवा आणखी कुठंतरी दूरवर ती जाऊ शकली असती. इतक्या दूर की सुशान्ताच्या नावाचं वारंसुद्धा तिच्या जवळपास फिरकलं नसतं.

"मला कुणी ग्लासभर पाणी देईल का?" तिनं स्वतःला प्रश्न केला आणि स्वतःच स्वतःच्या प्रश्नाचं उत्तर दिलं,

"नाही, आम्ही तुला ग्लासभर पाणी देऊ शकत नाही."

इतका वेळ एका जागी बसून राह्यची किंवा उभं राहण्याची नीलाला सवय नव्हती. अगदी सुशान्ताचीसुद्धा तिनं इतका वेळ कधी प्रतीक्षा केली नसेल. जेव्हा जेव्हा कुठं त्यांची भेट ठरायची, त्या वेळी सुशान्ता संकेतस्थळी तिच्या आधीच हजर असायचा. तिचं डोकं जोरानं गरगरू लागलं. नुसतं गरगरत नव्हतं. डोक्यावर एखादं जडशीळ ओझं रचावं तसं तिला वाटलं.... सुशान्ताचे विचार तिच्या डोक्यात पुन्हा शिरले होते.

विचार करून करून तिचं डोकं फुटायची वेळ आली. तितक्यात अचानक, सेनेगलवाल्याची मुक्तता झाली. जांभळं सॅक उचलून, तिच्याकडं हास्य फेकून तो चालता झाला. त्या माणसाच्या कफनीला धरून त्याला मागं खेचावं आणि खांद्यावरच्या पिटुकल्या चिमणीसह भुर्रकन उडून जावं, असा दुष्ट विचार तिच्या मनात तरळला.

त्या काळ्या माणसाला सोडलं...मग मलाच का थांबवलंय?

तिनं बसल्या जागेवरून प्रश्न केला, "एक्स्क्यूज मी, नेमकी काय अडचण आहे? माझा पासपोर्ट बनावट आहे का?"

तरुणानं त्यावर काहीही उत्तर दिलं नाही.

"माझा व्हिसा नकली आहे का?"

ढिम्म उत्तर नाही.

"माझ्याजवळचे पैसे बनावट आहेत का?"

"हेऽ लाल साडी, गप्प बस," तो किंचाळला.

लाल साडी बिचारी गप्प बसली.

वयस्क माणूस पुन्हा परतला. तिच्या चीजवस्तू त्याच्याजवळ होत्या. तो च्युइंगमवाला माणूसही त्याच्याबरोबर होता. (आत्ता तो च्युइंगम चघळत नव्हता.)

त्याच्या कपाळावरच्या आठ्याही मावळल्या होत्या. नीलाच्या हातात तिच्या मौल्यवान खजिन्यातल्या एक एक गोष्टी भिरकावण्यात आल्या. त्यात आणखी एक कागद होता. तो कागद प्रश्नपत्रिकेसारखा दिसत होता. आता तिला त्या तरुणाकडं वळावं लागलं.

भुवया उडवत तो म्हणाला, ''भाग्यवान आहेस! मसीय बेस इतके दयाळू नसते, तर तुझं काही खरं नव्हतं.''

त्याच्या नाकपुड्यांसारखेच त्याचे ओठही फुलले होते. 'आल्या दिशेनं परत जा' अशा अर्थाची त्यानं खूण केली. ती पुन्हा त्या काचेच्या चौकोनाशी आली, त्याच फावड्याकडं. प्रश्नपत्रिकेसारखा तो फॉर्म नीट भरून तिनं त्याच्या हातात दिला. त्या कागदावर तिची कबुली होती की, मी खरं बोलतीय. या महिन्याच्या अखेरीस मी हा देश सोडून परत जाईन. इथं राहण्यासाठी मी कोणत्याही अवैध मार्गाचा आधार घेणार नाही आणि तसं घडल्यास मला अधिक कडक शिक्षा फर्मावली जाईल.

नीला कुंपणापार झाली. आपली सावळी त्वचा, लाल रेशमी साडी, कपाळावरचं आणि भांगातलं कुंकू, सुवर्णालंकार, निळा पासपोर्ट आणि सुटे पैसे....सगळंच झाकण्याचा तिचा आटोकाट प्रयत्न होता. तिची यातनांतून सुटका झाली होती, ही गोष्ट नाकारता येण्याजोगी नव्हतीच. मसीय बेसनी दयेची पाखर घातली नसती तर, तिला कोलकत्यातल्या त्याच घरी परत जावं लागलं असतं. त्याच आकाशातले, तेच ढग निरखत राहावं लागलं असतं. माहेरचा अखेरचा निरोप घेऊन तिनं बाहेर पाऊल टाकलं होतं. पण पुन्हा तिला तिथंच परत जावं लागलं असतं. परावलंबी...भिकारी....नीला दोन्ही सूटकेस हातात घेऊन बाहेर आली तेव्हा दुपार टळून गेली होती. अंधाराच्या सावल्या गडद होऊ लागल्या होत्या.

किशनलाल, सुनील आणि चैताली अजून तिची वाट पाहात तिथंच होते. नीलाला पाहताच ते तीन अर्धमेले जीव तिच्यावर तुटूनच पडले. बुटका, करारी किशनलाल सुटाबुटात होता. सामानाची ढकलगाडी ताब्यात घेत किशन म्हणाला, ''काय झालं....तुला इतका उशीर का लागला? आम्ही इथं सकाळपासून तुझी वाट बघतोय.''

उंच, गोरा, लंबूटांग्या सुनील, त्यांच्या लग्नातला मध्यस्त, तोंडभरून हसत तिला म्हणाला, ''आम्ही तर जवळजवळ आशाच सोडली होती.''

नीलाच्या कपाळावरचं फिसकटलेलं कुंकू व्यवस्थित करायचा प्रयत्न करत चैताली म्हणाली, ''प्रवासात भयंकर त्रास झालेला दिसतोय.''

विमानतळावरून बाहेर आल्याक्षणी थंडीच्या अणुकुचीदार सुया नीलाच्या हाडांत कचकन शिरल्या. चैतालीनं आपल्या खांद्यावरचा जादा कोट नीलाभोवती लपेटला. उष्णतेच्या दाहक चटक्यातून आलेल्या तिच्यासारख्या व्यक्तीच्या दृष्टीनं त्या थंडीच्या बोचऱ्या सुया आनंददायी पांघरुणासारख्या होत्या.

"आम्ही आणखी दोन मिनिटं वाट पाहून कोलकत्याला फोन लावणार होतो. परत जाणाऱ्या विमानातून तुला परत पाठवलं का ते पाहायला," सुनील म्हणाला.

नीला म्हणाली, "मी नवऱ्याचं नाव लावत नाही, त्यामुळं हे सगळं घडलं. नाहीतर बाकीच्या सगळ्या माणसांसारखी मीही केव्हाच बाहेर आले असते."

सुनील खाली वाकून गाडीत बसला.

"छे! तुमची नावं सारखी असती तरी, हे सगळं असंच घडलं असतं."

ड्रायव्हरच्या शेजारच्या सीटवर बसून सैलावत नीला म्हणाली, "माझ्याजवळ आणखी काही डॉलर्स असते तर, हा प्रश्न आला नसता."

सुनील घसा खाकरून हसला, "असं अजिबात नाही. तरीही तुला त्यांचा असा वाईट अनुभव आला असताच."

नीलाच्या डोळ्यांत हजारो प्रश्नचिन्हं उमटली होती. पासपोर्ट....व्हिसा.... सगळं काही खरंखुरं, अस्सल आहे. तरीही?

त्यावर सुनील आणि किशन दोघेही हसले. तिनं हा प्रश्न विचारला असताच तर त्याचं उत्तर होतं, "हा हा हा."

नीलाला हे अजिबात आवडलं नव्हतं.

"अशा दुर्वर्तनाचं कारण काय पण?"

"ह्याचं कारण आहे तुझा वर्ण...तो पुरेसा गोरा नाहीय."

सुनीलचं बोलणं पूर्ण व्हायच्या आत चैतालीनं त्यात भर घातली, "आणि तुझा पासपोर्ट –तो काही श्रीमंत देशाचा नाही."

आपण काळे आहोत असं नीलाला मुळीच वाटत नव्हतं आणि त्या सेनेगलवाल्याच्या तुलनेत तर ती गोरी गोरीपान म्हणावी अशी होती. चापेकळी नाक मुरडत, डोळ्यांतही नाराजी आणत तिनं त्या माणसाचं पसरणं, त्याचं पिणं या गोष्टींचं वर्णन केलं आणि म्हणाली, "तो गेलेला दिसतोय."

तिच्या स्वरात धगधगता संताप होता. त्यात सेनेगलवाल्याला जाऊ दिल्याची चीड जरा जास्तच होती.

गाडीच्या खिडकीच्या काचेत स्वत:चा चेहरा निरखत ती म्हणाली, "पॅरिसमध्ये काळी माणसं दिसतील असं मला वाटलंसुद्धा नव्हतं."

किशन, सुनील, चैताली सगळ्यांनाच काळ्या माणसांचा तिटकारा होता. या सगळ्या अनर्थाच्या मुळाशी ही काळी माणसं होती. ही माणसं भिंतीला

तुंबड्या लावून बसणार, सरकारकडून बेकारभत्ता उकळणार आणि समाजविरोधी कारवाया करत फिरणार. या माणसांमुळं त्यांच्यासारखा बऱ्यापैकी गोरा रंग असणाऱ्या माणसांना त्रास सोसावा लागत होता.

या विषयाला सुनीलनं प्रथम तोंड फाडलं. "या काळ्यांनी आपल्या आयुष्याचा नरक करून सोडलाय."

काही वेळ त्यांनी शुद्ध बंगालीत या लोकांना जबरदस्त शाब्दिक टोले लगावले. बंगाल्यांच्या वर्तुळात बंगाली नसणारा किशनलाल तेवढा वेगळा पडला.

त्याची नजर तिच्यावर रोखली होती. लालभडक, लुसलुशीत मांसाचा तुकडाच जणू. शाकाहारी माणसांना मटण आवडत नाही असं कोण म्हणतं! अंगावरून फिरणारी त्याची लंपट नजर जाणवल्यावर नीलाला अवघडल्यासारखं झालं. रस्त्यावरचे भणंग रोमिओ तिला पाहून शिटी वाजवायचे तशीच, त्यांच्यासारखीच विखारी नजर...त्याही वेळी नीलाच्या मनावर असंच दडपण यायचं. तिनं उघड्या हातांभोवती साडीचा पदर लपेटून घेतला. तितक्यात तिच्या लक्षात आलं, काहीही असलं तरी, हा आपला नवरा आहे. त्याच्यापासून लपवायची काय गरज! लग्नानंतर ती कोलकत्याच्या घरात त्याच्याशेजारी फक्त पंधरा दिवस झोपली होती. प्रणयानंतर ते दोघंही एकमेकांकडं पाठ वळवून झोपेच्या आधीन होत होते. अगदी तशाच काही महत्त्वाच्या गोष्टींबद्दल तोडक्यामोडक्या इंग्रजी आणि हिंदीतून त्यांच्यात संभाषण झालं होतं. बाकी नीला आपल्या नवऱ्याशी फारसं बोललेलीसुद्धा नव्हती.

नीलानं या स्थळाला होकार देण्याआधी मोलिनानं तिला विचारलं होतं, "आपल्याला फारशा ठाऊकसुद्धा नसलेल्या या बिगरबंगाली मुलाशी तू लग्न करणार आहेस? थांबायला लागलं तरी चालेल, पण आपण एखादा चांगला बंगाली मुलगा पाहायचा का?"

"जाऊ दे मा...आपण काही कमी बंगाली मुलं पाहिलीत का?" नीला हुंदका दाबत म्हणाली होती.

त्यानंतर फक्त दोन आठवड्यांत....किशननं पासपोर्ट, व्हिसा, तिकीट, सगळी व्यवस्था केली होती आणि तो व्हाया दिल्ली पॅरिसला परतला होता.

विद्यापीठाची परीक्षा संपली की नीला पॅरिसला जाणार होती. तिच्या वडिलांनी-अनिरबाननी तिला विमानप्रवासात लग्नातला शालू नेसायचा तसंच दागदागिने घालायचा आग्रह केला होता. एखाद्या पुरुषाला दुसऱ्या पुरुषाला काय आवडतं ते सर्वांत चांगलं समजत असावं. किशन तिचा जिवलग सखा होता. तिचा

नवरा.... आयुष्यात त्याला सुखी करणं हे तिचं कर्तव्यच होतं. पण, त्यांच्यात शब्दांवाचून बोलणारे दृष्टिक्षेप किंवा मधुर शब्द यांपैकी कशाचीच देवाणघेवाण झाली नाही. त्यांच्यात संभाषण झालं ते अगदी मोजकं, तेसुद्धा "तुम्ही चुकीच्या बाजूनं का गाडी चालवताय?" असा तिचा एखादा प्रश्न आणि त्यांची त्यानं एखाद्या शब्दात दिलेली उत्तरं...बस्स, एवढंच.

भावनाव्यक्तीसाठी जे काही संभाषण झालं, ते सगळं गाडीतल्या मागच्या सीटकडं पाहून चाललं होतं, तेसुद्धा बंगालीत.

"विमानतळावरच्या लोकांना इंग्रजी समजत नाही?"

चैतालीचा मृदू आवाज कठोर झाला, "समजतं की, पण त्यांना बोलायचं नसतं. तू आत्ता कुठं इथं आली आहेस.... थोडी थांब. ही माणसं किती वंशविद्वेषी आहेत ते तुला कळेल."

किशनच्या डोक्यावर टप्पल मारत सुनीलनं विचारलं, "काय झालं...तू असा गप्प का?"

काळ्याभोर मिशांना बोटांनी पीळ भरत किशन म्हणाला, "ओह, मी बिचाऱ्या बंगाल्यांना आधी बोलू देतोय."

"हा हा."

त्यांची गाडी पॅरिसमध्ये दाखल झाल्याबरोबर नीलाची तहानभूक हरपली. ती निळ्या गणवेशातील माणसं, तो च्युइंगमवाला, तो फावड्या....स्मृतीच्या पटलावरून ते सगळे काळेकुट्ट अनुभव क्षणार्धात अदृश्य झाले. 'ओतेल द वील' मागं पडलं, त्यानंतर 'पाले रोयाल', मग लूव्रवरून त्यांची गाडी सेनवरच्या 'बूलवार सें मीशेल' वरून संथ गतीनं पाँच्या दिशेनं धावू लागली.

नीलानं स्वत:ला प्रश्न केला, "स्वर्ग स्वर्ग म्हणतात तो हाच का?"

मग ती स्वत:च्याच प्रश्नावर उत्तरली, "होय, हाच तो स्वर्ग."

*

नववधूचं आगमन

किशनलालच्या घरी नीलाला पाहुण्यासारखं वाटलं. त्याचा फ्लॅट चांगला भलामोठा होता. फ्रेंच खिडक्या, जाडजूड पडदे आणि फुलांच्या कुंड्यांनी सजलेली बाल्कनी. घरात आभाळी रंगाचा गालिचा होता. सोफ्याच्या मऊमुलायम

गाद्यागिरद्यांत नीला अक्षरश: बुडून गेली. तिच्यासमोर काही वाईनच्या बाटल्या होत्या. एक स्त्रीचं छोटं शिल्प होतं आणि खोलीच्या छताला पंख्यांऐवजी झुंबरं लटकत होती. भिंतीवरच्या धातूच्या पेटीतून सगळ्या खोलीत ऊब पसरवली जात होती.

चैताली तिला सगळं घर दाखवायला धावली. हा दिवाणखाना, हे शयनगृह, आणि या खोलीचा उपयोग फक्त जादा सामान किंवा माणसं आदळण्यापुरता, बाकी काही नाही. इथं स्वयंपाकघर आहे. ही बाथरूम, इथं शॉवर आहे. चैताली दाखवत होती. सगळं कसं व्यवस्थित. जागच्याजागी आहे. चैताली सांगत होती. तिथं पुसायला, धुवायला, सुकवायला यंत्रं होती. अगदी अंडी फोडायला, फेटायला, उकडायला आणि नंतर त्याचे काप करायलासुद्धा यंत्रं हजर!

कधीकाळी नीलानंसुद्धा एका साध्या घरट्याचं स्वप्न पाहिलं होतं, तिच्या आणि सुशान्ताच्या. आधी छोटं घर....मग त्याहून बरी जागा घेता येईल. खर्चाशी हातमिळवणी करताना कायम धडपड करावीच लागणार होती. आपल्या घरट्यात, दिव्याच्या मंद प्रकाशात त्यांचा प्रणय बहरणार होता. बाहेरच्या भौतिक सुखात लडबडलेल्या जगाचं त्यांना हसू येणार होतं. अखेर एके दिवशी सुशान्ताच्या चिकाटीला फळ येऊन मग त्याला उपनगरातल्या एखाद्या शाळेत नोकरी मिळेल. त्या दिवशी लक्ष लक्ष दीप उजळवून ते घरटं उजळवणार होते आणि सुरांच्या मधुर उत्सवात भिजणार होते...रात्रभर! नाही, नाही. लक्ष लक्ष दीपांच्या संगतीत नाही, ते उत्सव साजरा करणार होते घराबाहेर, झिरपत्या चांदण्याच्या संगतीत.

मनात रुजलेल्या या प्रेमवेड्या स्वप्नांवर तर नीलाच्या आयुष्याची खडतर वाटचाल सुसह्य झाली होती. कदाचित प्रत्येक बंगाली माणूस ही इच्छा काळजात घेऊनच जन्माला आला असावा. पण वयाच्या सत्तावीशीतसुद्धा तिला किनारा गवसलाच नव्हता. गोंधळाचं तुफान आयुष्य घेरून होतंच. स्वप्नांच्या वृक्षांची मुळं रुजतच नव्हती. लक्ष लक्ष दीपही विझले होते आणि तिच्या स्वप्नातल्या त्या मधुर सुरांच्या उत्सवावर भुतावळीच्या झाकोळणाऱ्या सावल्या घेरून राहिल्या होत्या आणि त्या झिरपणाऱ्या चांदण्यावर ढगांचा रूक्ष, जाड तुकडा आडवा झाला होता. या विनाशकारी झंझावातातून नीला एकदम या चकचकीत घरात दाखल झाली होती. या घरात तिच्या गरजेची प्रत्येक गोष्ट हजर होती.

"इथं मोलकरीण नाही?" नीलानं विचारलं.

किशन आणि सुनील आधीच बाटल्या उघडून सज्ज होते. चैताली त्यांच्यात सहभागी होत म्हणाली, "ऐकलंत का, किशनची बायको मोलकरीण आहे का विचारतीय!"

यावर सुनील सात मजली हसला. किशनही मिशीतल्या मिशीत हसला.

त्यांनी या परक्या देशात घरकामाला मोलकरणी नसतात ही माहिती नीलाला पुरवली. असली कामं करायला इथं गरीब माणसंच नव्हती. घराच्या साफसफाईला कुणाला बोलवलं तर तुला त्यांना तासाभराच्या कामासाठी कमीतकमी पन्नास फ्रँक्स तरी मोजावे लागतील. हे ऐकल्यावर नीलानं बोटं मोजून हिशोब केला आणि भुवया उंचावून ती म्हणाली, ''तीनशे रुपये? कोलकत्यात रात्रंदिवस घरात राबणाऱ्या माणसांनासुद्धा एवढे पैसे मिळत नाहीत.''

''म्हणजे? इथं सगळी कामं माझी मलाच करावी लागणार?'' सोफ्याच्या कडेला टेकत नीला म्हणाली.

चैतालीच्या ग्लासात दारू ओतता ओतता किशन म्हणाला, ''का? घाबरलीस काय?''

खोलीत अवतीभवती नजर टाकत नीला म्हणाली, ''नाही नाही. घर तर फार छान लावलंय.''

''इथं फारसं काही करायला नाहीय, फक्त घर आहे तसं ठेवायचं, एवढंच काम आहे.'' किशन हसून म्हणाला.

पोटातला भुकेचा आगडोंब शमवायला नीलानं ब्रेडच्या दोन स्लाईस बकाबका खाल्ल्या आणि त्यावर दोन ग्लास पाणी ढोसलं. त्यानंतर ती गरम पाण्यानं आंघोळ करण्यासाठी बाथरूममध्ये धावली. शॉवरच्या गरम फवाऱ्याखाली तिच्या कपाळावरचं कुंकू आणि डोळ्याभोवतीची काळी वर्तुळं धुऊन निघाली. आंघोळ झाल्यावर तिला स्वच्छ आणि ताजंतवानं वाटलं. ओल्या केसांना टॉवेल बांधून ती खिडकीशी उभी राहिली. माथ्यावरचं आकाश आणि त्याखालचा स्वर्ग पाहात.

तितक्यात किशन तिच्यावर डाफरला, ''हे काय? तू नवी नवरी आहेस, अशा अवतारात राहायचं नाही. साडी नेस, दागिने घाल. नंतर संध्याकाळी लोक तुला पाहायला येणार आहेत.''

नीलानं जीन्स उतरवली आणि रेशमी साडी नेसली. हातांत सोन्याच्या बांगड्या चढवल्या, कानांत चांगली जाड सोन्याची कर्णफुलं घातली आणि गळ्यात सोन्याचं नेकलेसही घातलं. तोंडावर थोडी पावडर थापून, डोळ्यांभोवती काजळ रेखून तिनं कपाळावर कुंकू लावलं आणि भांगातही कुंकू रेखलं. गडद छटेची लिपस्टिक लावून तिनं स्वतःची छबी आरशात निरखली.

खरं तर, हे कुंकू सुशान्तासाठी असायला हवं होतं. तिच्या ओठांवर कडवट हास्य रेंगाळलं. आता सुशान्ता कुठं....ती कुठं!

तो नक्की मजेत आयुष्य जगत असेल. आख्खं वर्षभर तो नीलाच्या मागं

होता. आता लवकरच यांचं शुभमंगल होणार असं सगळ्यांनाच वाटत होतं. पण अखेर त्यानं तिच्याशी तोडलं. कारण, त्यांची जात वेगवेगळी होती. सुशान्ता होता उच्चवर्णीय ब्राह्मण. मागास जातीतल्या नीलांजना मंडलवर तो प्रेम करू शकत होता, पण लग्न-छे! कदाचित सुशान्ताला या गोष्टीची अडचण जाणवत नसावी. पण त्याच्या आई-वडिलांची मात्र तयारी नव्हती. पण सुशान्तानंही आपली आवडनिवड अगदी सहज गुंडाळून ठेवली आणि आई-वडिलांनी पाहिलेल्या मुलीशी लग्न करून तो संसाराला लागला. यानंतर नीलाला आपण कोलकता सोडून जावं असं वाटलं. दर दिवसागणिक मनाचे धागे सोलवटून काढणाऱ्या तीक्ष्ण नख्यांच्या गिधाडी आठवणींपासून दूर... किशनशी लग्न झाल्यानंतर ती विचार करत राहिली, आपण हे लग्न का केलं? जगण्यासाठी? की हा एक मृत्यूचाच एक निराळा प्रकार होता? का माणसाला लग्न 'करावंच' लागतं, म्हणून तिनंही केलं होतं. लग्न न करता राहिलं तर लोकाच्या नापसंतीच्या आठ्यांचा सामना करावा लागला असता, म्हणून. इतकी घोडनवरी झाली तरी अजून ही बिनलग्नाचीच कशी, या प्रश्नाच्या उत्तरासाठी लढवण्यात येऊ शकतील अशा ओंगळवाण्या तर्कांपासून स्वतःचा बचाव करण्यासाठी बहुधा ती लग्नाला तयार झाली असावी आणि आणखी एक गोष्ट सिद्ध करण्यासाठी, ती म्हणजे ती बहिरी, लुळी-पांगळी नव्हती. तिला अजूनही योग्य जोडीदार मिळू शकतो.

संध्याकाळी तिच्या घरी सात पाहुणे आले. त्यांपैकी सहाजण भारतीय होते, पण बंगाली नव्हते आणि एकजण फ्रेंच होता. त्याचं नाव ओडिल. तारिक इस्माईलची बायको गुजराथी होती. बाबू गोगिनी आणि राजेश वर्मा हे दोघं आपापल्या बायकांना घेऊन आले होते. सानल एडमारुकु अविवाहित होता. त्यांनी आणलेल्या भेटी नीलानं स्वीकारल्या. मीनाक्षीनं रंगाबेरंगी पुष्पगुच्छ आणला होता. सहाना गोगिनीनं साडी भेट दिली होती आणि ओडिलीनं दिला एकुलता लाल गुलाब आणि गालावर च्युक करणारी दोन चुंबनं. आलेले पाहुणे खुर्च्या ओढून त्यावर स्थानापन्नदेखील झाले. फक्त नीलाच त्या घरात नवखी होती-तीच फक्त उपरी होती.

किशन मोएत् ए शाँदोची बाटली हलवत म्हणाला, ''मला ही एकुलती एक बायको आहे. त्यामुळं आज मी शॅम्पेनमध्ये बुडलो तरी चालेल.''

त्यानं अंगठ्यानं त्या बाटलीचं बूच हळूच दाबलं, त्याबरोबर कानठळ्या बसवणारा आवाज करत ते बूच वर उडालं. नीला शॅम्पेनमध्ये न्हाऊन निघाली. किशननं राहिलेली शॅम्पेन ग्लासांमध्ये ओतली.

बाबू गोगिनी ग्लास उंचावून म्हणाला, ''वेलकम टू फ्रान्स.''

बाकीच्यांनीही तत्परतेनं ग्लास उंचावून परस्परांच्या ग्लासांना भिडवत किणकिणाट केला आणि तेच वाक्य उच्चारलं, ''वेलकम.''

नीलाला पाहून काही वेळ बरेच चीत्कार, उद्गार उमटले, ''ओह, किती सुंदर डोळे आहेत, किती बोलके आहेत.''

सहाना डावीकडं झुकून बाबूला कोपरानं ढोसत म्हणाली, ''ही रेखासारखी दिसतेय नाही?''

गोगिनी दांपत्याच्या धारदार पात्यासारख्या नजरांना तोंड देत नीला निर्जीवपणे बसून होती.

बाबू उजवीकडं कलला आणि कुजबुजला, ''नाही, रेखासारखी नाही. मला वाटतं थोडी मीनाक्षी शेषाद्रीसारखी दिसतीय.''

''नाही,'' सानल एका उडीत तीनचार जणांना ओलांडून नीलापुढं उकीडवा बसत म्हणाला, ''नाही, ही रेखासारखीही नाही आणि मीनाक्षीसारखीही दिसत नाही. आपली भाभी...'' शक्य तितका विषण्ण, कष्टी चेहरा करत तो म्हणाला, ''अगदी नीलांजना मंडलसारखी दिसते.''

सगळेजण हसले.

सानल फिजिसिस्ट होता. गेली दहा वर्षं तो इथं होता. त्यानं अजून लग्न केलं नव्हतं. तो एकटाच होता. त्यानं 'न्वाजे'मध्ये घर विकत घेतलं होतं. सहा फूट उंचीचा सानल पिळदार शरीरयष्टीचा होता. त्याचे केस खांद्यावर रुळत होते. मान हलवून बोलताना त्याचे केस मागंपुढं हेलकावत होते. नीलानं सानलकडं एक कटाक्ष टाकला आणि त्यानंतर किशनकडं. तिनं सानलला शंभरपैकी पंच्याऐंशी गुण दिले तर किशनला शंभरपैकी पंधरा. नीलाच्या मनात आलं, आपण सानलशी लग्नाला सहज तयार झालो असतो. पण तसं घडलं नव्हतं. दैव प्रत्येकासाठी चित्रविचित्र विधिलिखित घेऊन तयार असतं. खरंच दैव असं काही विधिलिखित ठरवतं का? सुनीलनं जर सानल एडमारुकूला नवरामुलगा म्हणून कोलकत्याला पाठवलं असतं तर, नीलाच्या आयुष्यानं निराळंच वळण घेतलं असतं. पण वास्तवात तसं काही घडलं नव्हतं.

नीलानं चैतालीच्या कानात कुजबुजता प्रश्न केला,

''तो...त्या फ्रेंच मुलीचा नवरा....तो काय करतो?''

''तो लेखक आहे. तो लंडनचा आहे, पण आता त्यानं फ्रेंच मुलीशी लग्न केलंय, आता तो इथंच राहतो. त्यानं एक फार चांगलं पुस्तक लिहिलंय. आत्ता मला पुस्तकाचं नाव आठवत नाहीय,'' हाताचं मधलं बोट अंगठ्यावर घासत

नाव आठवायचा प्रयत्न करत चैताली म्हणाली, ''काय बरं नाव....सुनील, तारिकच्या पुस्तकाचं नाव काय रे?''

सुनील तत्परतेनं म्हणाला, ''व्हाय आय ॲम नॉट अ मुस्लिम.''

''बरोबर, 'व्हाय ॲम नॉट अ मुस्लिम.' ''

नीला म्हणाली, ''म्हणजे बरट्रॅन्ड रसेलच्या 'व्हाय आय ॲम नॉट अ खिश्चन'सारखं. मला सांग, 'व्हाय आय ॲम नॉट हिंदू' असं पुस्तक कधी कुणी लिहिलंय का?''

चैतालीनं खांदे उडवले आणि संथपणे मान हलवत तिच्या माहितीत असं काही आलं नसल्याचं सांगितलं.

सुनील व्हिस्कीची गुणवैशिष्ट्यं शोधण्यात मग्न होता. त्यातून क्षणभर बाहेर येत तो म्हणाला, ''हो, आहे ना. लेखक आहे श्रीयुत सुनील चक्रवर्ती.''

हा हा.

''किशन, काय हे? पटकन माल्ट आण बाबा.''

किशन एका हातात ग्लेनफिड्डीचची बाटली आणि एका हातात लॅफ्रॉईजची बाटली घेऊन झोकांड्या खात त्यांच्या दिशेनं आला.

सर्वांची विमानं हळूहळू वर जाऊ लागली.

''आपण स्प्रिंगबँकनं सांगता करू.''

''ओ ऽ होऽ.'' सानल शीळ घालत म्हणाला.

इंग्रजी, फ्रेंच आणि हिंदीच्या संमिश्र प्रवाहात त्यांचं संभाषण वाहू लागलं. क्रमाक्रमानं त्यांच्यातल्या एकेकाचे आवाज चढू लागले. एकामागोमाग एक. नीला सोफ्याच्या कडेला चैतालीजवळ बसली होती. नीला-नवी नवरी. जणू बाहुली आणि पाहुणीसुद्धा. त्यानंतर एकेकजण स्वयंपाकघरात जाऊन संत्र्याचा रस, पाणी किंवा जे काय हवं असेल ते घेऊन आला. नीला आणि सहानानं संत्र्याचा रस घेतला. काहींनी पाण्यातून व्हिस्की घेतली. काहींनी व्हिस्कीचा बर्फासह आस्वाद घेतला. तारिक, कोरी, जळजळीत व्हिस्की तशीच प्यायला 'नीट.'

''पाणी मिसळलं की व्हिस्कीची चव बिघडते. तुम्हा भारतीयांची हीच अडचण आहे. या मंडळींना कसं प्यायचं ते कळत नाही आणि तरीही हे पितात.'' हा शेरा त्यानं निदान दोनदा तरी मारला होता.

राजेश म्हणाला, ''आम्ही प्यायचं म्हणून पीत नाही. आम्ही धुंद नशा यावी म्हणून पितो, मग ते कसं का असेना.''

''मित्रा, मी तुझ्याशी सहमत आहे,'' बाबू गोगिनी गडगडाटी हसत म्हणाला.

सहाना त्याला कोपरानं ढोसत म्हणाली, ''तू दैत्यासारखा का हसतोयस?

तुला आत्ताच चढलीय का?''

सानल तिला शब्दात पकडत म्हणाला, ''तू दैत्यासारखं कसं म्हणालीस? तू दैत्याला हसताना पाहिलं आहेस का?''

''पाहिलंय, मी पाहिलंय. मी ला ज़ोकाँदला हसताना पाहिलंय.''

सगळी खोली हास्यात बुडाली. नीलाच्या मनात आलं, दा विन्सीनं सुप्रसिद्ध केलेलं ते हास्य ओडिलच्या चेहऱ्यावर प्रकटलंय की काय? केवळ लोकांना हसवण्यासाठी ते राक्षसी हास्य आहे, का आपल्यालाच तसं वाटतंय कुणाला ठाऊक! याचं उत्तर तिला शोधता आलं नाही. कारण तोवर सानल तिच्या पुढ्यातच उडी मारून टपकला होता.

तिच्या ग्लासमध्ये फक्त संत्र्याचा रस होता. त्यात जराशी व्होडका मिसळून, ग्लास हलवून तो म्हणाला, ''आता शहाण्या मुलीसारखा हा स्क्रूड्रायव्हर पिऊन टाक. आमची नवी नवरी ती! उद्या सकाळपर्यंत तुझ्या डोक्यात सैल असलेले सगळे स्क्रू घट्ट होऊन जातील.''

पुन्हा एकदा हास्याची लाट बरसली. हसताना किशनचे फावड्यासारखे दात दिसत होते. बाबू गोगिनीच्या हास्याला 'सोनेरी हास्य' म्हणता आलं असतं. कारण त्याचे वरच्या ओळीतले दोन सोन्याचे दात हसताना चमकून उठत होते. तारिक इस्माईल ओठ मिटून हसत होता. हसताना त्याचं शरीर नखशिखान्त गदगदत होतं. हसताना चैताली डाव्या हातानं तोंड झाकत होती. सानल हा हा हो हो करून मोठ्यानं हसत होता. हसताना ओडिलच्या फक्त वरच्या ओळीतल्या गुलाबी हिरड्या दिसत होता. ना त्याचे दात दिसत होते, ना आवाज फुटत होता. राजेशचा सगळा चेहराच दाढीमिश्यांनी झाकलेला होता. हसताना ते सगळं जंजाळ जरासं विलग होत होतं आणि त्याचे दात केसांच्या जंगलात लुप्त होत होते. हसताना सुनील श्वासात हवा भरून फक्त आतच घेत होता. ही हवा फक्त आतच प्रवेशत होती. पुन्हा बाहेर कधीच येत नव्हती.

अशा प्रकारे हास्याचे निरनिराळे स्फोट सुरू असतानाच बाबू गोगिनीला प्रत्येकाला एक प्रश्न विचारायची हुक्की आली, ''फ्रेंच माणसाचं तोंड मोठं असतं. पण त्याचे हात लहान का असतात?''

त्याच्या प्रश्नाचं उत्तर कुणालाच ठाऊक नव्हतं.

बाबू गोगिनी गंभीरपणे उत्तरला, ''कारण फ्रेंच बायकांची छाती बारकुळी असते. पण, बोंडं टपोरी असतात.''

त्यावर ओडिल आणि सानल सोडून कुणीही हसलं नाही.

मीनाक्षीनं तोंड दुसरीकडं वळवलं आणि सहाना आत जाण्यासाठी उठली.

एका प्रश्नानंतर दुसरा प्रश्न.

त्यानंतर सानलनं विचारलं, ''कायदा या शब्दाचं लिंग कोणतं माहीत आहे का?''

सगळे शांत राहिले.

मग सानल म्हणाला, ''स्त्रीलिंग.''

एवढं बोलून तो गप्प बसला, कुणीतरी औत्सुक्यानं त्याचं कारण विचारेपर्यंत. ओडिलनं ते औत्सुक्य दाखवलं.

''कायदा हा शब्द स्त्रीलिंगी आहे. बिकॉज इट हॅज होल्स.''

चैतालीनं कुणाला आणखी संत्र्याचा रस हवाय का, याची विचारणा केली. हा विषय बदलण्यासाठी आवर्जून प्रयत्न सुरू होते.

किशन नीलाला हसून म्हणाला, ''आज तुला सुट्टी! पण उद्यापासून घरकामाला सुरुवात करावी लागेल, काय?''

किशनच्या त्या वाक्यानं नीलाला जराही अवघडल्यासारखं झालं नाही.

चैताली मध्येच तोंड घालत म्हणाली, ''घर काही फक्त तिचंच नाहीय. तुम्ही दोघांनीही घरकाम सांभाळायला हवं.''

किशन हात वर करत म्हणाला, ''मला त्यातलं अजिबात काही येत नाही.''

नीलानं विचारलं, ''आणि मला यायला पाहिजे?''

''होय. तू बाई आहेस.''

सगळेजण हसले. एका सुशिक्षित मुलीसाठी ही भावना होती.

अर्धोन्मीलित नेत्रांनी नीलाकडं बघत किशन म्हणाला, ''जवळ ये. तू माझी बायको आहेस आणि इतकी लांब बसली आहेस.''

सगळ्यांनी नीलाला किशनच्या दिशेनं जवळजवळ ढकललंच.

किशन ग्लासवर टकटक करून सर्वांचं लक्ष नीलाकडं वेधत, ''लेडीज ॲन्ड जंटलमन, माझी बायको मूर्तिमंत सौंदर्य आहे, नाही का?''

''होय, नक्कीच,'' सर्वांनी एकमतानं कबूल केलं.

नीलाच्या पाठीवर थोपटत किशन म्हणाला, ''आफ्टर ऑल, ती 'माझी' बायको आहे.''

तारिक म्हणाला, ''किशनला अगदी अशीच बायको हवी होती.''

''का?''

''अशीच सुंदर. इतकी चांगली...अगदी संपूर्णपणे भारतीय स्त्री. परदेशी चांगले नसतात. थोडंफार प्रेमबिम करायला ठीक असतात, पण लग्नाच्या दृष्टीनं नाही. लग्न करायचं तर बायको भारतीयच हवी.'' तारिक शुद्ध हिंदीत बोलत होता.

''तारिक काय बोलतोय त्याचं भाषांतर करून ओडिलला कुणी सांगेल का?'' चैताली ओरडली.

ओडिल बाबू आणि सहानाशी कुजबुज करण्यात गुंग होता. त्यानं एकदम

वर पाहिलं. ''माझ्याविषयी कुणी काही वाईट बोललं का?''

सानल म्हणाला, ''नाही, नाही. वाईट अजिबात नाही. तो बोलतोय ते खरं आहे. पण त्या सगळ्या योगायोगाच्या गोष्टी असतात''

तारिक हसून म्हणाला, ''मी बऱ्याच बायका पाहिल्या आहेत. पण माझ्या बायकोइतकी देखणी बाई मी पाहिली नाही.''

गुलाबी हिरड्या दाखवणारं ओडिलचं हास्य बराच काळ रेंगाळत होतं.

कुणाच्याही ध्यानात आलं नाही, पण खोलीभर असणारी ती माणसं छोट्याछोट्या समूहात विखुरली होती. राजेश आणि तारिक एका समूहात होते.

''येत्या दहा वर्षांत भारताच्या अर्थव्यवस्थेत फार मोठे बदल होणार आहेत.''

''नॉनसेन्स्! तो गरीब देश आहे आणि गरीबच राहणार. वरपासून खालपर्यंत संपूर्ण देश भ्रष्टाचारानं बरबटलाय.''

''सगळी सिलिकॉन व्हॅली भारतीयांच्या हातात आहे. अगदी युरोपसुद्धा भारतातल्या सॉफ्टवेअर व्यावसायिकांना आमिष दाखवून आकर्षित करण्याच्या प्रयत्नात आहे.''

''जेमतेम मूठभर लोकांच्या हातात पैसा खेळतोय....बाकी सगळे उपासमारीनं मरतायत.''

''भारतात मी कधीही कुठल्या माणसाला उपासमारीनं मरताना पाहिलेलं नाही. हा सगळा पाश्चात्त्यांनी केलेला प्रचार आहे.''

''लोकसंख्या या देशाला मारक ठरतीय.''

''पण का? जर योग्य प्रकारे वापर केला तर मनुष्यबळ ही मोठी ताकद आहे. एकदा युरोपातले कारखाने जवळपास बंदच पडले होते. त्या वेळी त्यांना इतर देशांतल्या कामगारांवर भिस्त ठेवावी लागली होती.''

दुसऱ्या समूहात किशन आणि बाबू गोगिनी यांची वायफळ चर्चा सुरू होती.

''काँग्रेस संपलंच. आता शंभर वर्षं तरी ते पुन्हा सत्तेवर येऊ शकणार नाहीत.''

''पण बीजेपीवरही अवलंबून राहता येणार नाही. वाजपेयी ही आपली एकमेव आशा आहे.''

''डावे, उजवे सगळे सारखेच. जेकस चिराकनं आपल्या पक्षासाठी भलीमोठी लाच घेतलीय, हे तुला ठाऊक आहे?''

''म्हणजे जॅस्परच्या पक्षात चोर नाहीत असं नाही.''

''जोस बोवैनची लोकप्रियता ज्या प्रमाणात वाढतीय ते पाहता, निवडणूक

लढवायचं ठरवलं तर त्याला जिंकायची खात्री आहे.''

''नॉनसेन्स...ह्या फक्त अफवा असतात. तुम्हाला परवडत असेल तर मॅकडोनाल्डमध्ये काय अडचण आहे? त्यांना अन्नपदार्थ स्वस्तात देऊ दे...स्पर्धेच्या कल्पनेनंच त्यांचा नाश ओढवेल.''

एका कोपऱ्यात सानल आणि सुनीलमध्ये अथक चर्चा झडत होती, अस्खलित फ्रेंचमध्ये. विषय होता क्रिकेट.

मीनाक्षी आणि ओडिल एका बाजूला बसले होते. त्यांच्या बोलण्याचा मुख्य विषय होता त्यांची मुलं.

सहाना नीला आणि चैतालीजवळ येऊन बसली.

विषय होता घर...नवं घर, बाजारहाट...नदीतले मासे कुठं मिळतात किंवा बंगाली पद्धतीच्या स्वयंपाकात वापरले जाणारे पाचही मसाले कुठल्या दुकानात मिळतात. त्यानंतर पाकक्रियांवर चर्चा झाली.

किशनच्या समूहात राजकारण हा विषय बाजूला पडून हळूहळू उद्योग या विषयाचा प्रवेश झाला होता.

सालमोनेला इन चिकन, मॅड काऊ डिसीज!

सगळं पसरवलं जातं!

मासे-मटण या पदार्थांची प्रचंड आयात होते त्यामुळं मटण फार महागलंय.

''च्यायला, या देशात उपाहारगृह चालवण्यात काही अर्थ नाहीय. त्या दृष्टीनं इंग्लंड सगळ्यात चांगलं आहे. स्थलांतर करणाऱ्या सगळ्या झुंडी इटलीत जात आहेत....मला कामगार कुठं मिळतायत?'' किशन म्हणाला.

त्यानंतर नीलाकडं पाहून एक डोळा मिचकावत तो म्हणाला, ''मला वाटतं, मी बायकोला माझ्या धंद्यात ओढावं....ती रांधेल....ती वाढेल....तुला स्वयंपाक चांगला येतो का?''

कोपरानं नीलाच्या पोटात ढोसत किशननं विचारलं.

तिच्या समूहातून बाहेर येत नीला म्हणाली, ''मला स्वयंपाक येत नाही.''

किशन मोठ्यानं हसून म्हणाला, ''काय हे?.....स्वयंपाक येत नाही आणि तुला बाई म्हणायचं? माझ्या उपाहारगृहात जाऊन बघ...आपल्या स्वतःच्या घरी कधी स्वयंपाकघरात डोकावलीसुद्धा नसतील अशी मुलं मजेत स्वयंपाक करतात. तुलाही ते चांगलं जमेल.''

क्रिकेटवरचं संभाषण मध्येच थांबवून सुनील म्हणाला, ''अरे, अरे, तुझ्या

नव्या नवरीवर इतक्यात स्वयंपाकबियपाक असल्या बडबडीचा भडीमार करू नकोस. चार दिवस जाऊ देत.''

नीला चैतालीचा हात दाबत म्हणाली, ''पुरे झाली ही वायफळ चर्पटपंजरी. एखादं गाणं म्हण ना.''

''गाणं? छे! ते आपल्या बंगाली ग्रुपपुरतं. बंगाली नसलेल्यांना त्यातलं ओ की ठो कळत नाही! ते सगळे फिलिस्तिनी.'' चैताली बंगालीत म्हणाली.

रात्री आठ वाजता एक काळ्या सूटातला टायधारी माणूस जेवणाची पुडकी घेऊन आला. किशनच्या उपाहारगृहातून जेवण आलं होतं. रोटी आणि भाज्यांचा रस्सा. किशनलाल शाकाहारी होता. त्याच्या घरात मांस-मच्छी चालत नव्हतं.

काळा सूट, टायवाल्या माणसाचं नाव होतं मोजम्मल. त्यानं टेबलावर अन्नपदार्थ ठेवले आणि किशनच्या बायकोला पाहण्यासाठी तो बाहेर आला. त्याच्या चेहऱ्यावर रुंद हास्य होतं. त्याचे डोळे अगदी काजळ घातलंय असं वाटण्याइतके गडद काळेभोर होते.

''दीदी, मी किशनबाबूंच्या उपाहारगृहात काम करतो. मी बांग्लादेशी आहे.''

''बंगाली!'' नीलाचे डोळे आनंदानं निथळू लागले.

चैतालीनं जेवणाची मांडामांड केली. कुणी सोफ्यावरच बसले, कुणी टेबलाशी आले.

जेवताना सुनील म्हणाला, ''नीला, तुला भात आणि माशाची आमटी खावीशी वाटली की, आमच्या घरी यायचं. चैताली अगदी सुगरण आहे.''

नीला म्हणाली, ''मला आत्ता लगेच यावंसं वाटतंय. रोटी आणि भाजी एखादा दिवस चालेल. पण पुन्हा उद्या नाही चालणार.''

मोजम्मल हसून म्हणाला, ''दीदी, अजिबात काळजी करू नका. फक्त 'ताजमहाल'मध्ये या. आपला आचारी मासे-मटण छान बनवतो.''

जेवणानंतरही थट्टामस्करी सुरूच होती. किशननं नवी बाटली उघडली. स्किझोफ्रेनिक मुलाला एकट्यालाच घरात ठेवून आल्यामुळं तारिक लवकर परत गेला. राजेश आणि त्याची पत्नीही निघाले. सुनील आणि चैतालीनं त्यांच्या मुलीला-टुम्पाला सांदानीत एका मित्राकडं ठेवलं होतं, त्यामुळं त्यांना परत जायची घाई नव्हती. परत एकदा बाटली रिती झाल्यानंतर सानल जायला निघाला.

दाराजवळच्या कोटरॅकवर अडकवलेलं उबदार जाकिट घेता घेता सानल मोठ्यानं म्हणाला, ''नीलाभाभी, निघताना तुमच्या दोन्ही गालांवर चुंबनं देणं हा रिवाज आहे. पण मी तो पाळणार नाहीय. आज हा मान किशनचा आहे. त्यामुळं

मी हा रिवाज त्याच्यावर सोपवतो. बरोबर आहे ना, किशन?''

किसन सोफ्यावर आडवा झाला होता. त्याची गरगरीत ढेरी शर्टातून बाहेर डोकावत होती. तो बेफिकीरपणे हसला. त्याचे फावडे दात बाहेर आले आणि त्यांची तुंदील ढेरी त्याहीपेक्षा.

सानल गेल्यानंतर सुनील आणि चैतालीही निघाले.

''हे काय, तुम्ही सगळेच निघालात! घर किती रिकामं रिकामं होईल. आज रात्री तुम्ही इथंच का राहात नाही?'' नीला चैतालीचा हात घट्ट पकडत म्हणाली.

सुनील श्वास आत ओढून हसत म्हणाला, ''वेडी कुठली!''

नीलाच्या हातातून हात सोडवून घेत चैतालीनं उबदार जाकीट घातलं.

सुनील आणि चैताली बाहेर पडल्या क्षणापासून घरात एक विचित्र शांतता भरून राहिली. नीलाला फार एकटं वाटलं. घरात असलेला माणूस तिचा सर्वांत जवळचा माणूस आहे, तिचा नवरा आहे, हे तिला ठाऊक होतं तरीही.

साडी, दागिने अशा सगळ्या दिमाखासाह ती बिछान्यात शिरली आणि मुटकुळं करून पडली. किशननं तिची ती स्थिती मोडून तिला सरळ केली. तिच्या ब्लाऊजची बटणं काढली, ब्राचा हूक काढला. नीलाचे वक्ष उसळून बाहेर आले. राठ, कडक बोटांनी तो उकडलेल्या बटाट्यांचा जसा लगदा करायचा, त्याच पद्धतीनं त्यानं तिचे वक्ष कुस्करून निर्जीव करून टाकले. खोलीत किशनच्या धापा फक्त ऐकू येत होत्या. बाकी सारं कसं शांत शांत होतं.

किशनच्या केसाळ देहाखाली नीला पडून होती....निष्क्रिय....उदासीन.

तिनं स्वत:लाच प्रश्न केला, ''हे सुख आहे?''

आतून उत्तर आलं, ''नाही.''

*

गृहजीवन

''ऊठ, ऊठ. किती उशीर झालाय.''

रात्रभर नीलाचा डोळ्याला डोळा लागला नव्हता. पहाटे-पहाटे जरा तिचा डोळा लागला होता आणि मग ती गाढ झोपेच्या आधीन झाली होती. आत्ता ती एकदम दचकून उठली. आपण कुठं आहोत...हा काही आपला बिछाना नाही. तिची नजर किशनकडं वळली. त्याच्या जाड, काळ्या मिशा, हावरी नजर,

चेहऱ्यावरचे देवीचे व्रण...हे तर आपल्या नवऱ्याचं घर, तिच्या ध्यानात आलं. पॅरिसमध्ये ऱ्यू द सांदानीत सहाव्या मजल्यावर ती नवऱ्याच्या घरी पांढऱ्यास्वच्छ बेडशीटवर पहुडली होती. कंबरेभोवती टॉवेल गुंडाळत बाथरूमच्या दिशेनं जात किशन म्हणाला, ''कालच्या सगळ्या खरकट्या बशा-बिशांकडं बघ....अजून त्या तिथंच पडल्या आहेत.''

काल रात्रीपासून नीला ती खरकटी भांडी पाहात होती. कोलकत्यात असताना तिला दुसऱ्या क्षणी ती भांडी तिथं दिसली नसती. खरकटी भांडी उचलून, घासून पुसून पुन्हा त्यांची जागच्याजागी रवानगी करायला तिथं माणसं होती. कोलकत्यातला हा ऐषाराम पॅरिसमध्ये मिळणार नसल्याची, किशननं तिला पुन्हा आठवण करून दिली. इथं तर बाथरूमसुद्धा आपल्या आपल्याला साफ कराव्या लागतात. कोलकत्यात असती तर नीला आणखी काही वेळ बिछान्यात लोळत पडली असती. चित्रानं तिच्या हातात चहा आणि वर्तमानपत्र दिलं की, ती आधी चहा संपवायची, मग वर्तमानपत्र आणि त्यानंतरच मग बिछाना सोडायची. त्यानंतर मग चहाची दुसरी फेरी व्हायची. पण या घरात तर चित्राचा कुठं पत्ताच नव्हता. त्यामुळं नीलाला उठून आदल्या रात्रीची खरकटी भांडी साफ करण्यावाचून गत्यंतर नव्हतं.

अंगावर सुती साडी गुंडाळून ती स्वयंपाकघरात गेली. प्रचंड शोध घेऊनही चहा कुठं ठेवलाय त्याचा पत्ता लागत नव्हता. अखेर बाथरूमच्या दाराशी जाऊन तिनं विचारलं, ''चहा कुठं ठेवलाय?''

किशनची आंघोळ झाली होती आणि दाढी अर्ध्यावर आली होती. आरशावरची नजर बाजूला काढून त्यानं आश्चर्यानं विचारलं, ''चहा कुणाला हवाय? मी चहा पीत नाही.''

''काय! तुम्ही चहा पीत नाही?'' नीलाच्या डोळ्यांत संशय चमकत होता. भारतात असताना तिला चहा न पिणारा माणूस कधीच भेटला नव्हता.

''नाही,'' पुन्हा आरशात बघून दाढी करत किशन म्हणाला.

''माझं चहावाचून चालत नाही, सकाळी मला कमीतकमी दोन कप तरी चहा लागतोच,'' दाराजवळ उभी असलेली नीला डोळे चोळत म्हणाली.

''तुला चहाचं व्यसन आहे?''

''अगदी व्यसन म्हणता येणार नाही....पण, सवय म्हणता येईल.''

''मग हा एक प्रश्नच आहे.''

''प्रश्न?''

''एकाच घरात नांदणाऱ्या दोन सवयी हा नक्कीच प्रश्न म्हणायला हवा.''

नीला तिथून निघाली, तितक्यात किशनचा आवाज तिच्या कानावर पडला,

"मला उशीर झालाय."

तिनं टेबलवर मांडामांड केली. ब्रेड, लोणी, जाम आणि संत्र्याचा रस आणून ठेवला. तिच्या आठवणीप्रमाणं अनिरबाननं मोलिनाला कधी उशीर झाल्याचं सांगितलेलं तिनं पाहिलं नव्हतं. मोलिना पहाटे उठून स्वयंपाकघरात जायची. गरमागरम चपात्या किंवा डालपुरी किंवा अनिरबानच्या आवडीचं काहीही खायला बनवायची. गृहकृत्यदक्षतेत मोलिनानं कधीही जराही कसूर ठेवली नव्हती. नीला मोलिनाची मुलगी. नीलाही आपल्या आईसारखीच गोड, नम्र आणि सभ्य मुलगी आहे, असं लोक म्हणायचे त्यामुळं तिनं नवऱ्याची परिपूर्ण सेवा परिपूर्ण करणं गृहित होतं.

नीलानं आधी आदल्या रात्रीच्या बशा तिथून उचलल्या. किशन सूट घालून बाहेर आला. टेबलाकडं पाहात म्हणाला, "वा. तू चांगली बायको आहेस."

"मला चांगली कशाबद्दल म्हणताय? टेबलावरची आवराआवर केली आणि अन्नपदार्थ मांडले म्हणून?"

"तेवढंच नाही." किशन डोळे मिचकावून हसला.

अनिरबान मोलिनाकडं पाहून असं कधी हसला नव्हता. उलट आज भाजीच नीट शिजली नाहीय तर कधी अंड्याचा बलक आख्खा राहिलेला नाहीय, तर कधी ब्रेडची एक बाजू करपलीय, अशी त्याची नेहमी कुरकुर असायची. किशन नाखूष नाहीय...उलट इतक्या बारीकसारीक गोष्टींवर तो समाधानी दिसतोय, हे पाहून नीलानं ग्रहांचे आभार मानले.

"तुम्ही परत कधी येणार?" नीलानं विचारलं.

"नक्की सांगता येणार नाही."

किशनची काही नऊ ते पाच अशी नोकरी नव्हती. त्यामुळं 'मी पाच वाजता ऑफिसमधून निघेन आणि मग घरी यायला निघेन. वाटेत ट्रॅफिकमध्ये माझी पस्तीस मिनिटं जातील. इथं पोचल्यावर पार्किंग शोधायला सहा मिनिटं, वर यायला दोन मिनिटं. म्हणजे मी पाच त्रेचाळीसला घरी येईन,' असं त्याला सांगता येणार नव्हतं.

किशन दोन उपाहारगृहं चालवत होता. मॉंपारनासमधल्या उपाहारगृहाचं नाव होतं, 'ताजमहाल' आणि फिफ्टिन्थ आरोंदिसमांमधल्याचं नाव होतं, 'लाल किल्ला.' हे दुसरं उपाहारगृह तितकंसं चालत नव्हतं. त्याचं नाव बदलायला पाहिजे असं किशनचं मत होतं.

"या उपाहारगृहासाठी नवं नाव शोध," त्यानं तिला सांगितलं.

“दिवसभर मी काय करू?”' किशनच्या समोर बसून नीलानं कोपरावर रेलत विचारलं.

“माझा विचार कर.”

“आणि?”

“आणि काय? दिवसभरात एवढं पुरेसं नाही?”

“नसलं तर?” नीलानं तुटकपणे विचारलं.

“तेही खरंच.”

लवकरच आपण बाहेर जाऊ, तुझ्यासाठी गरम कपडे, बूट खरेदी करू, असं त्यानं तिला सांगितलं. पण हे ‘लवकरच’ म्हणजे नेमकं केव्हा हे मात्र त्यानं सांगितलं नाही.

नीलाची नजर किशनवरून बाजूला वळली....खिडकीकडं......बाहेरच्या नंदनवनाकडं.

“हे काय आहे? हा राजवाडा आहे का?”

“ते स्टेशन आहे-गार द्यू नॉर.”

“खरंच? रेल्वे स्टेशन आणि इतकं सुंदर?” नीला खिडकीच्या दिशेनं धावली.

“मला तुम्ही शहर दाखवायला कधी नेणार?” तिनं लहान मुलाच्या औत्सुक्यानं थरारून विचारलं.

“काल तू थोडाफार भाग पाहिला आहेसच. तू इतकी उतावीळ का झाली आहेस? आत्ताच तर इथं आली आहेस, शहर बघायला सगळं आयुष्य पडलंय.”

किशन बाहेर पडला.

अवतीभवती पाहायला आख्खं आयुष्य पडलंय हे नीलालाही कळत होतं, पण तिच्या नसानसात उतावीळ थरार भरला होता. त्या पोलादी भिंतीच्या खोलीतसुद्धा तिला अशीच अस्वस्थता जाणवली होती. ती मुक्त व्हायची वाट पाहात होती. अर्थात कशापासून मुक्त, ते तिलाच कळत नव्हतं आणि मुक्त व्हायचंय, पण कुठं जाण्यासाठी तेही ठाऊक नव्हतं. या घरातल्या खोलीतसुद्धा तिला पिंजऱ्यातल्या पक्ष्यासारखं वाटत होतं. या खोलीच्या भिंतीसुद्धा पिंजऱ्यापेक्षा कुठं कमी कडक शिस्तीच्या होत्या!

नीला खिडकीशी निर्विकारपणे बसून राहिली, खालून निघालेली माणसं आणि गाड्यांचा प्रवाह बघत. शहरी, सुरळीत आणि धावपळीचं आयुष्य.....आणि या सगळ्याला घेरून असलेलं नि:शब्द एकाकीपण.

याच वेळी कोलकत्यातला दिवस उजाडला असेल तो भयंकर गोंगाटांच्या आवाजात....भोंगे, ट्रकची टायर फुटल्याचा धडाका, ढकलगाड्या, फेरीवाले, भिकारी,

कुत्र्यांची भांडणं, सार्वजनिक नळावरच्या बायकांच्या हुज्जती, आणि असलेच कितीतरी प्रकारचे आवाज....आयुष्य असह्य करणारे. तिला कसलीही घाण नसलेल्या, भांडणं-झगड्यांपासून दूर असलेल्या एखाद्या ग्रहावर आल्यासारखं वाटलं. इथं डोळ्यांत खुपण्याजोगं काही नाही, काहीही झोंबरं नाही, असह्य नाही, आणि बेडौल, ओंगळवाणंही नाही.

हे शहर कधीही भडकून उसळत नव्हतं, कधीही किंचाळत नव्हतं. या शहरात प्रत्येकाला कुठं ना कुठं जायला ठिकाण होतं, फक्त तिला सोडून. तिची कुणीही वाट पाहात नव्हतं, कुठंच. शून्यमनस्कपणे ती गाऊ लागली, "ब्रेक फ्री दीज डोअर्स ॲन्ड टेक मी अवे!" उघड ही द्वारं आणि घेऊन जा मला, स्वत:चाच आवाज ऐकून ती दचकली. गार द्यू नॉर तिला फ्रान्सच्या राजाचा महाल भासू लागला. राजकुमार गवाक्षात बाहेर पाहात उभा आहे. दुष्ट राक्षसाच्या जाळ्यात सापडलेली, काळ्याभोर लांबसडक केशसंभाराची राजकन्या त्याच्या नजरेला पडते. राजकन्येची सुटका करण्यासाठी राजपुत्र घोड्याला टाच मारून सज्ज होतो. त्याच्या हातात असते जादूची कांडी. जादूच्या कांडीचा स्पर्श होताच राक्षसाच्या कोठडीची दारं खुली होतात. तो राजकन्येला घेऊन निघतो. ते दोघं राजमहालाच्या भव्य प्रवेशद्वाराशी येतात आणि हातात हात घालून आत जातात.

नीलानं स्वत:च्या हाताकडं पाहिलं. किशननं कधी तिचे हात हातात घेतल्याचं तिला आठवत नव्हतं. कधी योगायोगानं त्यांचा एकमेकांच्या हाताला हात लागला असेल तेवढंच. थोड्याही कौतुकानं किंवा हवंहवंसं वाटल्यामुळं किशननं कधी तिच्या हातांकडं पाहिल्याचंसुद्धा तिला स्मरत नव्हतं. रात्रीच्या काळोखात तिच्या देहाकडून सुख मिळवत असतानासुद्धा आपल्या शरीराच्या अणुरेणूसाठी किशनचं शरीर कधी आसुसलंय, असं तिला जाणवलं नव्हतं. फारफार तर, त्याच्या शरीराचा एक अवयव तिच्या शरीराच्या एका अवयवासाठी उत्कंठित झाला होता, एवढंच! नीलाची नाजूक, सडपातळ बोटं, सुबक आकाराची प्रमाणबद्ध नखं, काळेशार टपोरे डोळे आणि घनदाट काळाभोर केशसंभार... अंधारात अस्पर्शच पडून राहात असे....एखाद्या खालच्या जातीतल्या अस्पृश्यासारखाच.....अस्पर्श.

खिडकीतून बाजूला होऊन ती घरात काही पुस्तकं वाचायला मिळतात का ते पाहू लागली. तिनं इकडंतिकडं शोधलं. तिला सापडलेलं छापील साहित्य म्हणजे पाच अगडबंब टेलिफोन पुस्तकं, इंग्रजी-फ्रेंच शब्दकोश, हिंदीतली पाकक्रियांची तीन पुस्तकं, दोन वर्षांपूर्वीची जुनी सात 'ल माँद', 'हेराल्ड ट्रिब्यून्स'चे चार अंक आणि तीन अश्लील मासिकं.

मग पुस्तकांचा नाद सोडून ती संगीताकडं वळली. तिला काही हिंदी

चित्रपटगीतं, चार इंग्रजी, काही भांगडा आणि एक एडिथ पियाफ सापडलं. त्यात एकही रबींद्रसंगीत नव्हतं, ना एखादंही हिंदुस्तानी शास्त्रीय. नीलानं एडिथ पिआफ लावलं. त्यात एक फ्रेंच चिमणी त्याच सुरांवर पुन्हापुन्हा चिवचिवत होती. अनोळखी प्रदेशातली अशी अनोळखी चिवचिव एखाद्या व्यक्तीला एकटेपण अधिकच जाणवून देते.

तिनं संगीत बंद केलं आणि ती एका खोलीतून दुसऱ्या खोलीत गेली. तिच्या सोबतीला होता फक्त तिच्या पावलांचा आवाज. अखेर, फ्रेंच भाषेचा जराही गंध नसलेली नीला टीव्हीकडं वळली. गोऱ्या लोकांचं संभाषण आणि मुद्रा मन लावून पाहू लागली.

फोनच्या आवाजानं तिची तंद्री भंगली. एव्हाना संध्याकाळ व्हायला आली होती. फोनवर किशन होता,

"हॅलो देअर, बायको. आज काय स्वयंपाक केला आहेस?"

"बायकोनं काहीही शिजवलं नाहीय."

"मग आपण काय खायचं? तू नवऱ्याला उपाशी ठार मारणार आहेस का?"

यावर काय बोलावं तिला समजलं नाही. इतक्या लवकर वैधव्य पत्करायचा काही तिचा उद्देश नव्हता.

किशन गंभीरपणे सांगत होता, "एक गोष्ट तुला सांगायची मी पूर्ण विसरलो. एखाद्या वेळी आग लागली किंवा काही झालं तर, मी तुला घराची किल्ली देऊन ठेवायला हवी होती."

"आग कशी लागेल?"

"अपघात...अपघात घडू शकतात ना? अशा वेळी आपण तयारीत असलेलं चांगलं."

"बरोबर आहे."

आग लागली तर आपण काय करू? नीलाला समजेना, आपण आग विझवून आपला जीव कसा वाचवायचा, आग आणि घराची किल्ली यांचा काय परस्परसंबंध?

तिनं विचारलं, "आग लागली तर काय होईल?"

"तुझ्याजवळ घराची किल्ली असली तर तुला घराबाहेर पडता येईल," 'मला तहान लागली तर मी काय करू?' या प्रश्नावर द्यावं, तितक्या सहजपणे किशन उत्तरला.

"ओह," नीलाच्या ध्यानात आलं...घराला आग लागली, तर घराबाहेर पळत जाऊन स्वत:चा जीव वाचवण्याचं तिला स्वातंत्र्य होतं, पण आग लागली

नाही तर, तिचे प्राण वाचवणं हा प्रश्नच उद्भवत नाही.

पण असं घडलं तर?

स्वयंपाकघरात जाऊन तिनं बशा विसळल्या. भात, डाळ, आणि भाज्या करायला सुरुवात केली, तरी हा प्रश्न तिच्या मनात गुंजतच होता. असा प्रश्न उद्भवला तर काय करायचं?

नीलाचा भात करपला होता, भाज्या अर्ध्या-कच्च्या शिजल्या होत्या आणि डाळीत मीठ बरंच जास्त झालं होतं.

अंधार पडल्यावर किशन घरी परतला. आल्याआल्या त्याचा लडदू देह सोफ्यात विसावला.

"कपडे बदला, काहीतरी मोकळंढाकळं घाला, हातपाय धुऊन घ्या....दिवसभर दमला असाल," नीला म्हणाली. आपला आवाज आपलेपणानं निथळतोय असं तिला जाणवलं.

किशन हसला.

"कामावरून घरी परत आल्याआल्या हातपाय धुवायला, तुला हे काय तुझं बकाल कोलकता वाटलं काय?"

"निदान हे जडशीळ बूट तरी काढा, दिवसभर तुमच्या पायांत आहेत." मोलिना तिच्या मुलाला -निखीलला बूट काढायला सांगायची तेव्हाचा तिच्या आवाजातला तोच नेमका भाव आपल्या वाक्यात आलाय असं नीलाला जाणवलं.

"हे काम तूच का करत नाहीस?" किशन पाय लांब करत म्हणाला.

नीला त्याच्या पायाशी बसली. आपल्या नाजूक बोटांनी त्याच्या बुटाचे बंध सोडून तिनं त्याच्या पायांतले मोजे उतरवले.

आता तिला अगदी मोलकरणीसारखं वाटलं, थोडंसं चित्रासारखं, ती आत्ता जसे किशनचे बूट उतरवत होती, तसंच चित्रा प्रत्येकाचे बूट उतरवायची.

"बाथरूममध्ये धुण्याच्या कपड्यांची एक टोपली आहे, त्यात नेऊन ठेव आणि उद्या धुऊन टाक."

नीला ते कळकट मोजे घेऊन बाथरूममध्ये गेली. तिच्या मनात आलं, रात्री आपल्याला अगदी परिपूर्ण वेश्या व्हावं लागतं. काही पैशांसाठी शरीरविक्रय करणारी वेश्या. तिच्या मनात आलं की, वेश्येचं गिऱ्हाईक आणि नवरा यात खरंच काही फरक असतो का? तिला या दोन्हीत फक्त एकच फरक शोधता आला, गिऱ्हाईकाला वेश्येचे पैसे चुकते करून मगच जाता येतं, नवरा मात्र बायकोचं मोल चुकतं न करताच सटकू शकतो. तिला वाटलं, खरं तर बायकोपेक्षा

वेश्येलाच कितीतरी अर्थानं अधिक स्वातंत्र्य असतं.

माता, भगिनी आणि वेश्या....स्त्रीला पूर्णपणे वठवाव्या लागणाऱ्या या तीन भूमिका असतील की ही तीन व्यक्तिमत्त्वं घेऊनच स्त्रीचा जन्म होत असेल?

किशननं विचारलं, "पॅरिस कसं काय वाटलं?"

नीला खिडकीतून भावूकपणे बाहेर बघत म्हणाली, "देशाबाहेर मी पहिल्यांदाच आलीय. वाटेत पार करायला जरी समुद्र नसला तरी, इथं आपण सातासमुद्रापार आलोय असं मला वाटतंय. हे पूर्णपणे नवं विश्व आहे. अगदी पूर्ण अनोळखी."

संथपणे मान डोलवत किशन सावकाश शब्द उच्चारत म्हणाला, "काही वर्षं जाऊ देत. मग बघ, तुला भारत हेच अनोळखी ठिकाण वाटेल. आयुष्य असंच असतं, नीला. सगळा केवळ सवयीचा भाग असतो एवढंच. तुला एकदा इथल्या जीवनाची सवय झाली की, तुला भारतात जुळवून घेता येणार नाही. अगदी तिथं तू जन्मलीस, वाढलीस हे खरं असलं तरी."

मग विषय बदलून त्यानं विचारलं, "मग, दिवसभर काय केलंस?"

"दिवसभर मला फार एकटं एकटं वाटलं. माझ्याकडं त्यांचे फोन नंबर असते तर मला त्यांच्याशी बोलता तरी आलं असतं..."

" 'त्यांचे म्हणजे कुणाचे?"

"काल रात्री आपल्याकडे आलेल्यांचे....."

"तू त्यांना विनाकारण फोन कशाला करणार आहेस? रात गयी बात गयी. त्यापेक्षा तू घरी फोन करणं महत्त्वाचं आहे."

किशननं कोलकत्याला फोन लावला. त्या वेळी तिथं मध्यरात्र व्हायला आली होती. प्रत्येकजण झोपायच्या तयारीत होता. नीला इथं सुखरूप पोचलीय, मजेत आहे, आदल्या रात्री इथं छोटासा स्वागतसमारंभ झाला वगैरे सगळी माहिती किशननं त्यांना पुरवली. आधी अनिरबानशी बोलून झाल्यानंतर ती निखीलशी बोलली आणि अखेर मोलिना फोनवर आली. तिचा आवाज फोनमधून ओघळत होता, "तुझ्यावाचून घर कसं रिकामंरिकामं झालंय. तू अशी कधी घरापासून दूर गेली नव्हतीस."

मोलिना रडत होती.

नीला तिच्यावर ओरडली, "गप्प बस. वेड्यासारखं करतीयस. मी बालीगंजमधल्या त्या घरात कुजायला हवं होतं का?"

मोलिना विचारत होती, "मला सांग, तू कशी आहेस?"

"मी मजेत आहे, खरंच. इथं सगळ्या गोष्टी किती छान आहेत म्हणून सांगू! काल रात्री तर फार मजा आली. खूप लोक आले होते. सगळेजण फार

चांगले आहेत.'' नीला आनंदानं सांगत होती.

फोनच्या दुसऱ्या टोकाला मोलिना अजूनही हुंदके देत होती.

नीला वैतागली. हे 'आया' प्रकरण म्हणजे....मुलीचं लग्न झालं नाही तरी या रडणार आणि झालं, तरीही रडणार!

ग्लासात स्कॉच ओतून किशन सोफ्यावर आरामात बसला. पिताना तो तिच्याशी बोलत होता. लाल किल्ला दिवाळखोरीत चाललं होतं. त्याचं नाव लवकरात लवकर बदलायला हवं. नावात बदल करण्यानं धंद्याला पुन्हा बरकत कशी येणार ही गोष्ट नीलाच्या अजिबात लक्षात येत नव्हती. तिनं ही शंका बोलून दाखविली. त्यावर किशन हसून म्हणाला, ''तुला या गोष्टी समजायच्या नाहीत.''

''तुम्ही समजावून सांगितलंत तर, मला नक्की समजतील,'' नीला आर्जवानं म्हणाली.

पण किशनला तसं वाटत नव्हतं. बायकांना धंद्याची अक्कल नसते, अशी त्यानं स्वतःपुरती समजूत करून घेतलेली होती.

नीलानं 'सुरुची', 'खबर-दबर', किंवा 'तृप्ती' ही नावं सुचवली, पण मद्याच्या नशेत किशननं ती उडवून लावली. ही चालणार नाहीत. मग कुठली चालतील? 'गांधी' असं काहीतरी नाव. गांधी आणि खाद्यपदार्थ यांचा काय संबंध लावणार? जरी या दोन शब्दांचा परस्परांशी संबध नसला, तरी फ्रेंच माणसं गांधी आणि भारत या दोन शब्दांची सांगड घालू शकतात. त्यांना 'लाल किल्ला' या शब्दापेक्षा 'गांधी' हे नाव नक्कीच ठाऊक असतं. आणि उपाहारगृहातले पदार्थ बदलणार आहेत का? अजिबात नाही..... ते तेच राहणार. तोच आचारी आणि तेच वेटर.

अर्धी बाटली ढोसून झाल्यावर किशन जेवायला बसला. नीलानं त्याला वाढलं आणि स्वयंपाक अपेक्षेइतका चांगला झाला नसल्याबद्दल दिलगिरी व्यक्त केली. चेहऱ्यावर दिलगीरी आणून ती त्याच्यासमोर बसली.

घास तोंडात जाताच किशन म्हणाला, ''काहीही म्हणा, बायकोच्या हातचा स्वयंपाक काही वेगळाच असतो.''

सगळ्याच नवऱ्यांना आपापल्या बायकोच्या हातचा स्वयंपाक आवडतो, हे नीलाला ठाऊक होतं. अगदी अनिरबानलासुद्धा. तो सदैव मोलिनाच्या स्वयंपाकावर टीकाटिप्पणी करत असायचा, पण जर चित्रानं स्वयंपाक केला, तर तो त्याला हातदेखील लावायचा नाही. एकदा मोलिना तापानं फणफणली होती. ती झोपून असल्यामुळं चित्रानं स्वयंपाक केला होता. निखील, नीला दोघंही जेवले. पण

अनिरबाननं अन्नाला हात लावला नव्हता. शेवटी, तापानं फणफणणाऱ्या मोलिनानं उठून स्वयंपाक केला, तेव्हा कुठं अनिरबान जेवला. यामुळं फक्त अनिरबानचंच समाधान झालं नव्हतं, तर मोलिनालाही या गोष्टीनं अपार सुख दिलं होतं.

जेवण झाल्यावर किशन म्हणाला, "एकदा मी बच्चूला पाठवीन. तो उपाहारगृहात पदार्थ बनवतो. तो तुला स्वयंपाकातलं थोडंफार शिकवेल."

नीला हसून म्हणाली, "स्वयंपाक हीसुद्धा एक सवयीची गोष्ट आहे."

स्वयंपाकासारखंच नवऱ्याची शय्यासोबत करणं हाही सवयीचाच भाग होतो. त्यांच्या लग्नानंतर, किशन नीलाशेजारी पहिल्यांदा झोपला होता त्या वेळी तिला घुसमटल्यासारखं झालं होतं. कारण तिला हवं तसं हातपाय पसरून बिछानाभर लोळता येत नव्हतं. हळूहळू तिला सवय झाली. अर्धाअधिक बिछाना त्याच्यासाठी मोकळा सोडण्याची, आपले हातपाय आखडून घेण्याची आणि त्याचं घोरणं ऐकण्याची.

किशननं नीलाची साडी वर केली. तिच्या छातीत त्याचं डोकं बुडालं होतं, त्या वेळी नीला लहान मुलासारखी रोमांचित होत म्हणाली, "उद्या मला रस्त्यावर चालायचंय."

"का?"

"असंच."

"काही कारणाशिवाय कुणीही रस्त्यावर भटकत नाही."

"मी लांब जात नाही, इथंच जवळपास."

"तुला या गलिच्छ वस्तीत कशासाठी फिरायचंय?"

"गलिच्छ? पण इथं तर सगळं स्फटिकी स्वच्छ आहे."

"एकटी जाणार? आणि हरवलीस तर? पुढच्या शनिवारी मला थोडा वेळ मिळेल. त्या वेळी मी तुला 'आयफेल टॉवर' पाहायला नेईन."

नीला आयफेल टॉवरच्या स्वप्नात बुडाली आणि किशनही बुडाला.... नीलात.... खोल, खोल आत.

सहा दिवसांच्या प्रतीक्षेनंतर तो कबूल केलेला शनिवार उजाडला. किशननं नीलासाठी काही गरम कपडे, बूट विकत घेतले. तिला आयफेल टॉवर पाहायला नेलं. अखेर ते मॉंपार्नासमधल्या 'ताजमहाल'शी आले. मालकीणबाई आल्याची खबर पंख लावून आत पोचली.

काळा सूट, टायवाला मोजम्मल चेहऱ्यावर रुंद हास्य घेऊन आला.

"हॅलो दीदी, काय घेणार–चहा, कॉफी की काही थंड?"

नीलाला चहा हवा होता. चहा पिऊन तिला वर्षानुवर्षं लोटल्यासारखं वाटत होतं.

"कसला चहा घेणार? भारतातल्यासारखा का ब्लॅक टी?"

नीलाला आश्चर्य वाटलं, "भारतातल्यासारखा म्हणजे कसला चहा?"

"दूध, वेलदोडे, लवंगा घातलेला."

नीला शहारली. ती चहात कधी दूधसुद्धा घालून घ्यायची नाही. वेलदोडे आणि लवंगा तर दूरच!

चहा आला. चहाबरोबर बंगाली तरुणांचा घोळकाही. अगदी बच्चूसुद्धा स्वयंपाक सोडून पुढं आला. त्यातली कुणी जेस्सोरची होती, काही रंगपूरची होती आणि काही बारीशालची. नीला आनंदानं निथळत होती. ती म्हणाली, "माझे वडील फरिदपूरचे. फाळणीच्या वेळी ते कोलकत्यात आले, ते पुन्हा कधी परत गेलेच नाहीत."

त्या मुलांना नीलात बऱ्याच वर्षांनी आपली बहीण गवसल्यासारखं झालं. त्यांनी तिच्याशी दूरवरच्या आपल्या घराबद्दल गप्पा मारल्या. किशन हे सगळं गल्ल्यापाशी उभा राहून पाहात होता. तो तिथूनच ओरडला, "हा बंगाल्यांचा प्रसिद्ध अड्डा आहे का? खरंच, यापेक्षा आळशी शोधून सापडणार नाहीत. खायचं, झोपायचं आणि गप्पा ठोकायच्या. चला, कामाला लागा."

नीला आवाज उंचावून म्हणाली, "निदान मला चहा तरी संपवू दे."

इतक्या बंगाली माणसांच्या सान्निध्याचा तो परिणाम होता. तिच्या आवाजात बळ आलं होतं. तिला आपल्या आत्म्यालाही बळ मिळाल्यासारखं वाटलं.

चहा पिताना नीलाला समजलं की, मोजम्मल तीन वर्षांपूर्वी ढाक्यात नोकरी मिळत नसल्यामुळं फ्रान्समध्ये आला होता. ढाक्का विद्यापीठातून त्यानं रसायनशास्त्रात पदव्युत्तर शिक्षण घेतलं होतं. अद्याप तो 'धोकादायक' पासपोर्ट बाळगून होता.

"म्हणजे काय?" नीलानं विचारलं.

"दुसऱ्या कुणाच्यातरी पासपोर्टवरचा फोटोतला वरचा भाग उडवून तिथं तुमचा फोटो चिकटवतात."

नीला शहारली.

मोजम्मल म्हणाला, "माझ्यापुढं पर्यायच नव्हता. मला परदेशी व्हिसा मिळण्याचा काही मार्ग नव्हता....त्यामुळं पासपोर्ट आणि व्हिसा विकत घ्यावाच लागला. मी जमीन आणि वडलांजवळ असेल नसेल ते सगळं विकून 'असला' पासपोर्ट पाच लाख रुपयांना मिळवला आणि मग....."

नीलाची उत्सुकता ताणली होती.

“मग मी फ्रान्समध्ये आलो आणि काम धरलं.”

“कसलं काम?”

“रस्त्यावर गुलाबाची फुलं विकायचं काम.”

“रसायनशास्त्राच्या अभ्यासानंतर गुलाबाची फुलं विकत होतास? तुला इथं चांगली नोकरी मिळाली नाही?” नीलाचा आवाज अस्वस्थतेनं चिरकला.

मोजम्मल हसून म्हणाला, “आपल्याकडच्या शिक्षणाला इथं काही किंमत नाही. काही दिवस मी इथं द्वारपाल म्हणूनसुद्धा काम केलंय.”

उपाहारगृहात नोकरी मिळण्याआधी मोजम्मल पॅकिंग बॉक्सच्या कारखान्यात कामाला होता. या कामात पैसे अगदी कमी मिळायचे. कारण ते असे बेकायदेशीर कामगार ठेवून घ्यायचे. या देशातलं सरकार तुमचे कागद समोर आल्याखेरीज तुम्हाला योग्य त्या नोकरीसाठी अर्ज करू देत नाही. त्यामुळं जे काही करायचं ते बेकायदेशीरपणे आणि चोरीछुपे. पोलिसांच्या हातावर तुरी देऊन.

हे ‘कागद’ म्हणजे काय, याबद्दल नीलाला कुतूहल होतं. हे मोजम्मलकडूनच नव्हे, निष्पाप दिसणाऱ्या जेवेलकडूनही तिनं हेच ऐकलं होतं.

ही मुलं ज्या गोष्टीची अतिशय आतुरतेनं वाट पाहात होती, जे मिळण्याची त्यांच्या मनात आस होती,ज्या गोष्टीची ते करुणा भाकत होते, ज्या गोष्टीमुळं त्यांचं आयुष्य अधिक चमकदार होणार होतं, अधिक आरामदायी होणार होतं, अशी गोष्ट म्हणजे ‘कागद’ हे नीलाच्या लक्षात आलं होतं.

“हे ‘कागद’ म्हणजे काय?”

“या देशात रहायचा परवाना.”

नीलाची उत्सुकता आणखी वाढली. मोजम्मलनं खुलेपणे सांगितलं, “त्यांनी मला या देशातून घालवून द्यायचा दोनदा प्रयत्न केलाय. शेवटी मी त्यांच्यावर दावा लावला. इथं राहण्याचं सबळ कारण दाखवलं. हा दावा अजून प्रलंबित आहे. या दाव्याचा निकाल लागेपर्यंत तरी मी इथं राहू शकतो.”

“तू काय कारण सांगितलंस?”

“दीदी, कसं सांगू....सांगायला खरंच लाज वाटते. मला हिंदू नावावर नवा पासपोर्ट मिळालाय असं सांगितलं आणि बांग्लादेशात हिंदूंचा छळ होतो....त्यामुळं मी परत जाणं धोक्याचं आहे, असं सांगितलंय.”

धडधडीत, धादांत खोटं. मोजम्मलनं स्वत:च ते कबूल केलं. एरवी नीलाला असत्य सहन व्हायचं नाही. पण मोजम्मलची कहाणी ऐकल्यावर, तिला अजिबात राग आला नाही.

डोकं खाजवत मोजम्मल म्हणाला, “दीदी, या गोष्टी लपवता येत नाहीत. आपल्या देशातली गरीब, तरुण मुलं इथं कशी येतात, इथं कशी राहतात, काय

करतात, ते सर्वांना माहीत आहे.''

''अशा खोट्याचा आधार न घेणं शक्य नाही?''

''नाही. जर मी सांगितलं की मी सुशिक्षित आहे, पण ढाक्यात मला नोकरी मिळत नव्हती म्हणून मी इथं आलोय. इथं मला समृद्ध व्हायचंय, छानसं आयुष्य जगायचंय, प्रत्येकजण मनात स्वप्न बाळगून असतो, तसं आयुष्य मला घडवायचंय, तर ते मला देशातून हाकलून देतील. राजकीय आश्रय कदाचित मिळेलही, पण आर्थिकदृष्ट्या आधार...अशक्य!''

इथून लोकांना देशाबाहेर कसं घालवून देतात त्याची पुसटशी झलक नीलाला विमानतळावर पाहायला मिळाली होती. त्यामुळं तिनं पुढं आणखी काही खोदून विचारलं नाही.

जेवेल मोजम्मलच्या मागं बसला होता. त्यानंही त्याची कहाणी भडाभडा सांगितली. तो भुयारी स्टेशनजवळ फळं विकायचा. पोलीस मागं लागल्यामुळं त्याला ते बंद करावं लागलं होतं.

''पोलीस तुझ्यामागं का लागले?''

''तिथं फळं विकायला परवानगी नाहीय. ते आम्हाला सारखं पोलिसठाण्यात घेऊन जातात आणि कागद विचारतात.''

''तुमच्यापैकी कुणाहीजवळ कागद नाहीत?''

''आहेत, काहीजणांकडं आहेत. काहीजण भरपूर पैसा ओतून फ्रेंच बायकांशी लग्न करतात. लग्न झालं की त्यांना कागदही मिळतात आणि नागरिकत्वही मिळतं आणि जर तुम्ही असेच कितीतरी वर्षं, वर्षानुवर्ष लटकत राहिलात, तर शेवटी ते कुत्र्यापुढं तुकडा टाकावा तसा तुम्हाला परवाना देतात.''

मोजम्मल आणि जेवेल बेलवीलमध्ये एकाच अपार्टमेंटमध्ये राहत होते. त्यांच्याबरोबर एकाच खोलीत आणखी पाच बंगाली मुलं राहत होती.

''तुम्ही सातजण राहता?''

नीलाचं चहाचा अखेरचा घोट संपवला.

''पैशाची बचत होते, दीदी...आमच्यापुढं दुसरा पर्यायच नाहीय.''

एव्हाना किशनचे हिशोब जुळवून झाले होते. ''चला, चला. निघा,'' तो म्हणाला.

नीला म्हणाली, ''पण, मला आणखी एक कप चहा हवाय.''

''आत्ताच चहा प्यायलीस ना?''

''पण एक कप पुरत नाही. मला चहा किती आवडतो ते मी तुम्हाला सांगितलंय.'' नीला मान वर करून म्हणाली. त्यात विनवणीचा सूर नव्हता.

किशनच्या आरड्याओरड्यामुळं मुलं एकेक करत पांगली. मोजम्मल तेवढा तिथंच थांबला होता.

आवाज खाली करत नीलानं प्रश्न केला, ''तू परत का जात नाहीस?''

''घरी? चांगला पैसाअडका कमावण्याच्या आशेनं मी इतकी वर्षं घालवली आहेत. आता मी घरी परत जाऊन काय करू? या वयात मला कुठं नोकरी मिळणार नाही, मग मी खाऊ काय? आणि तिथं जाऊन काय म्हणून तोंड दाखवू? काही न मिळवता मी परत जाऊ शकत नाही. इथं असली हलकी कामं करावी लागली तरी, इथून मी थोडेफार पैसे तरी घरी पाठवू शकतो. निदान मला धाकट्या भावाचं शिक्षण तरी करता येतंय.''

जेवेलनं तिच्यासाठी आणखी एक कप भरून ब्लॅक टी आणला. लगेच एक मोठा घोट घेत निलानं विचारलं, ''मग तुझ्या सगळ्या शिक्षणाचा काय उपयोग?''

''दीदी, काही उपयोग नाही.''

''बाकीचे सगळेही तुझ्यासारखेच का? म्हणजे तू जसा इथं आलास, त्याच मार्गानं तेही इथं आले आहेत?''

''होय, सगळे.''

नीलानं आस्थेनं विचारलं, ''हे सगळे सुशिक्षित आहेत?''

''होय. बच्चू डॉक्टर आहे.''

''मग तो इथं प्रॅक्टिस का करत नाही?''

''त्याला इथं नोकरी कोण देणार? तुम्ही तुमच्या देशात औषधांचा अभ्यास केला असला, तरी इथं पुन्हा नव्यानं परीक्षा द्यावी लागते. आणि तुम्ही जर बेकायदेशीरपणे इथं स्थलांतरित झाला असाल, तर तुम्हाला या परीक्षेला बसता येत नाही. शिवाय भाषेचा प्रश्न आहेच. आम्हाला जरी बोलता येत असलं तरी लिहिता येत नाही.''

''तुम्ही इथं उपाहारगृहात काम करता हे तुमच्या घरच्या लोकांना माहीत आहे?'' नीलानं सुस्कारा सोडत विचारलं.

''मी त्यांना सांगितलेलं नाही....मला लाज वाटते...'' मोजम्मल हसून म्हणाला. ''मी घरच्यांना काय सांगितलंय माहीत आहे? मी 'डीसी' आहे म्हणून सांगितलंय. लोकांना वाटतं डीसी म्हणजे डेप्युटी कमिशनर. पण, डीसी म्हणजे 'डिश क्लिनर' हे मलाच फक्त ठाऊक आहे.''

नीलाही त्याच्या हास्यात सहभागी झाली. तेवढ्यात तिथं किशन आगंतुकपणे टपकला.

''एवढी कसली गंमत चाललीय? चला आता, आपण जाऊ या.''

मोजम्मल बाजूला झाला.

"मला किचन पहायचंय."

नीला स्वयंपाकघरात गेली. बारिशालचा सोहेल तिथं कांदा चिरत होता. बच्चू कढईत तेल ओतत होता. जेवेल बशा विसळत होता.

"मग काय डॉक्टर, काय बनतंय?"

बच्चू हसला, "ग्रेव्ही."

"ग्रेव्ही. पण कशाची?"

"सगळ्यांची."

"सगळ्यांची म्हणजे? माशाची, मटणाची, कशाची?"

"चिकन, बीफ, मटण, मासे, भाज्या....सगळ्याची ग्रेव्ही एकच!"

"अरे राजा, पण सगळ्याला एकच रस्सा का करतोयस?" नीलानं विचारलं.

"तसंच करतात, दीदी."

"अरे पण, हे काही खरं भारतीय अन्न नाही."

"अगदी खरंखुरं नाही. पण फ्रेंच चवी लक्षात घेऊन बेतलेलं हे भारतीय अन्न आहे."

बच्चूनं जर्मनीत अशाच प्रकारचं काम केलं होतं. तिथला स्वयंपाक जर्मन जिव्हांना आवडण्याजोगा केलेला असायचा.

नीला म्हणाली, "पुरुष कांदा चिरतायत, स्वयंपाक करतायत, सफाई करतायत, हे दृश्य मी उभ्या आयुष्यात कधी पाहिलं नव्हतं."

बाऊलमधला चिरलेला कांदा तेलात घालत बच्चू म्हणाला, "मी स्वत:साठी कधी ग्लासभर पाणी घेतलं नव्हतं. दुसरं कुणीतरी मला पाणी काढून द्यायचं आणि मग मी ते प्यायचो. स्वयंपाकघर कसं दिसतं, तिथं काय असतं, हे देखील मला कधी ठाऊक नव्हतं. युरोपमध्ये आल्यानंतर मी हे सगळं शिकलोय."

एव्हाना तेलात कांदा तपकिरी होऊ लागला होता. त्या चुरचुरत्या आवाजावर आपल्या आवाजाची पट्टी चढवत नीला म्हणाली, "एका दृष्टीनं ही चांगली गोष्ट आहे, असं नाही वाटत तुला? स्वयंपाकघरात बायकांना काय भोगावं लागतं, ते आता तुला समजलं."

बच्चूनं थोड्या तेलावर कांदा परतला. धुराच्या विरुद्ध दिशेनं पाहत तो गोड हसून म्हणाला, "दीदी, एखाद्या दिवशी इथं येऊन आम्हाला काही पदार्थ शिकवा."

"मी स्वयंपाकात फारशी तरबेज नाही. स्वयंपाकघरात मी कधी पाय ठेवलेला नाही. हा प्रांत आयांचा असतो, असंच मी कायम समजत होते."

ते काम आईचं होतं. तो मोलिनाचा प्रांत होता, एवढंच फक्त नीलाला ठाऊक होतं. आयुष्यभर ती मोलिनाला रांधा-वाढा, उष्टी काढा करताना पाहात

होती. मोलिना स्वयंपाक करायची, टेबलावर सगळे पदार्थ आणून ठेवायची. नवऱ्याला-मुलांना वाढायची. जेवताना ते बोलत असायचे. मोलिना मात्र कुणाला काय हवंय ते बघत टेबलाशी उभी असायची. कुणाला आणखी मीठ....कुणाला रस्सा....पाणी...आणखी काही....काहीही....मोलिनाला कधी कुणाबरोबर खाताना पाहिलंय का, नीलानं आठवून पाहिलं, नाही....कधीच नाही.

नीलाला गरम कपडे न घालता बाहेर चमकदार उन्हात जायचं होतं. किशननं तिला गरम खोलीत आत ओढलं आणि इथल्या सूर्यप्रकाशात ऊब नसते ही गोष्ट नवपरिणीत अननुभवी पत्नीला समजावून दिली. नखशिखान्त गरम कपडे लपेटून सूर्याखाली उभं राहिल्यानंतर तिला त्याच्या बोलण्यातली सत्यता कळून चुकली. अंगावरच्या गरम कपड्यांतूनसुद्धा थंडीच्या बोचऱ्या अणकुचीदार सुया तिच्या सर्वांगाला दंश करत होत्या. मोलिनाला पत्र टाकण्यासाठी नीला पोस्ट-ऑफिस शोधत होती. थंडीनं तिची हनुवटी कडकडत होती. या शहरात खरंच कुणाला काहीही शोधावं लागत नाही. सगळ्या गोष्टी कशा हाताशी....तुम्ही फक्त डोळे उघडून अवतीभवती पाहायचं. पोस्ट ऑफिसमध्ये लांबलचक रांग होती. त्या रांगेकडं दुर्लक्ष करीत ती पुढं घुसली. तेवढ्यात तिच्या कोटाचं टोक धरून तिला मागं खेचत किशन खुसफुसला, ''या देशात जिथं कुठं रांग दिसेल तिथं त्या रांगेला मान दे. इथं समानता आहे. जो पहिला येईल, त्याचा नंबर आधी.''

पण, त्या भल्यामोठ्या रांगेत त्यांना फार वेळ थांबाव लागलं नाही. पोस्ट-ऑफिसमध्ये यंत्रं होती. तिनं पिवळ्या यंत्रावर पत्र ठेवलं, त्याबरोबर त्या यंत्रानं, त्या पत्राला किती तिकिट लागेल ते सांगितलं. तिनं पैसे सारले. त्याबरोबर तिकिटं बाहेर आली. पत्रावर तिकिटं चिकटवून, तिनं ते पत्र दुसऱ्या यंत्रात टाकलं. झालं! फक्त काही मिनिटांचा खेळ. अक्षरश: जादूच!

या शहरात प्रत्येक कोपऱ्याकोपऱ्यावर अशी जादू होती. तुम्ही कार्ड आत सारलं की, मशीन पैसे बाहेर टाकणार. नाणं आत टाकलं की, गरमागरम चहा, कॉफी किंवा थंड पेय मशीनमधून येणार, तसंच खेळण्यातल्या गाड्या, चॉकलेट, बिस्किटंसुद्धा. नीलाला हे शहर आणखी पाहायचं होतं आणि जादूचे असेच आणखी प्रकारही.

किशनला नीलासाठी भेटवस्तू विकत घ्यायची होती. हे शहर पाहायला काय, पुरं आयुष्य पडलं होतं.

''कसली भेट?''

“ते मी तुला सांगू शकत नाही.”

किशन उडी मारत गाडीत बसला. त्यांची गाडी माँपार्नासमधून धावू लागली. ऱ्यू द रेन्न मागं पडलं. जर्मेंदे प्रे डावीकडं राहिलं. ते आता बूलवार सें जर्मे वरून निघाले होते. झगमगते कॅफे, उपाहारगृहं, चित्रपटगृहं गाडीच्या सूंसूं वेगाबरोबर मागं पडत होती. नीला आश्चर्यानं आ वासून बाहेर पाहात होती. गाडीतून उतरून इतर माणसांसारखंच आपणही या रस्त्यावर चालावं, कॅफेशी थांबून चहा घ्यावा आणि देखणी माणसं पाहावीत असं तिला वाटतं होतं.

सें मीशेल मध्ये गाडी लावून ते दोघ ‘जिबार’ मध्ये गेले. इथं होता पुस्तकांचा सागर. त्या अथांग सागरात नीला अक्षरशः बुडून गेली. हा समुद्र ती नव्यानं पाहात होतं. ती कोलकत्यात मागं सोडून आली होती, ते तिच्या मालकीचं ओळखीच्या पाण्याचं एक छोटंसं तळं. बाल्झॅक, व्हिक्टर ह्युगो, गुस्ताव्ह फ्लॉबर्ट, मॉपसॅन्ट, अल्बर्ट कॅमस, जीन पॉल सार्त्र ही नावं तिच्या चांगली परिचयाची होती. बोदलेर, रिम्बॉड, पॉल व्हरलेन आणि पॉल एल्युअर्ड तिला ठाऊक होते. तिनं त्यांच्या साहित्याची बंगाली भाषेतली भाषांतरं वाचली होती. मूळ फ्रेंचमधलं पुस्तक उचलल्यावरच तिला काहीतरी विचित्र वाटलं. नीलाची जणू समाधीच लागली. एकापाठोपाठ एक पुस्तकं उचलून ती त्यांचा गंध उरात भरून घेत होती, त्यांना छातीशी धरून आलिंगन देत होती. किशन तिला बाहेर बोलावत होता, पण त्याचा आवाज तिच्यापर्यंत पोचतच नव्हता.

‘जिबार’ मधून त्यानं तिला जवळजवळ ओढतच बाहेर काढलं. नीलाचे डोळे अजूनही चमकत होते. तिची तंद्री अद्याप भंगली नव्हती. तिला अत्यानंद झाला होता.

“मी ही भाषा शिकणारच.”

गाडीकडं झपाझप पावलं टाकत किशन म्हणाला, “अर्थातच, तुला शिकायलाच हवी.तुम्ही ज्या देशात राहता, तिथली भाषा तुम्हाला यायलाच पाहिजे.”

नीला म्हणाली, “मला इथलं साहित्य वाचण्यासाठी ही भाषा शिकायचीय.”

“हो, तू पुस्तकी किडा आहेस, हे मी ऐकलंय,” किशन कर्णकटू हसत म्हणाला. त्याने ओठ मुरडले होते.

कोलकत्यात नीला ‘पुस्तकीकिडा’ म्हणून कुख्यात होती. एकदा का वाचनाला सुरुवात केली की, तिला जेवण, आंघोळ कशाचीही शुद्ध नसते. एवढंच नाही, तर, ती स्वतःचं नावसुद्धा विसरते, असा निदान तिच्या मैत्रिणींचा आणि कुटुंबियांचातरी दावा होता.

किशन गडबडीनं तिच्याकडं आला.

“काय झालं? पटपट चाल.”

"आपण ह्या कारंज्याजवळ थोडा वेळ बसू या."

"नको, आज नको."

"आपण 'सेन'वरून थोडं भटकू या."

"पुन्हा कधीतरी," किशन तिला ओढत म्हणाला.

गाडीत बसल्यावर किशननं तिला भेटीचं पुडकं दिलं. "घरी गेल्यावर उघडून बघ."

नीलानं ती भेट मांडीवर ठेवली. पुन्हा अस्वस्थ होत ती म्हणाली,

"आपण सिनेमाला जाऊ या."

किशन खांदे उडवीत म्हणाला, "तुला काही समजणार नाही. सगळे सिनेमे फ्रेंच भाषेत असतात."

'का? इथं एकही इंग्रजी सिनेमा नाही?"

"फ्रेंच माणसांना इंग्रजी समजत नाही आणि त्यांना ते शिकायचंही नाही."

"इथं नाटक असतात? तुम्ही कधी नाटकाला जात नाही?"

"वेळ कुठं असतो?"

"पॅरिसमध्ये कितीतरी म्युझियम्स आहेत. आपण लूव्र मध्ये जाऊया."

"आज आपल्याला अजिबात वेळ नाही. खरेदी करून आपल्याला घरी परत जायचंय."

"मग आपण चहा घ्यायला कॅफेत जाऊ या."

"पण आत्ताच तर तू ताजमहालमध्ये चहा प्यायलीस."

नीलानं सुस्कारा सोडला. खरंच की....तिनं नुकताच तर चहा घेतला होता. आणि तोसुद्धा कपभर नव्हे....चांगले दोन कप.

नीलाच्या आर्जवी विनवण्यांकडं किशननं सहज दुर्लक्ष केलं. बायकांच्या असल्या अर्थशून्य विनवण्यांना आणि लहरींना भीक घालायची नाही याची त्याला वयाच्या सहाव्या वर्षापासून स्पष्ट शिकवण मिळाली होती. एक प्रसंग आठवून किशनला हसू यायचं. एकदा त्याच्या आईला पिकलेले आंबे हवे होते. त्याचे वडील आंबे तोडायला झाडावर चढले.... झाडावरून पडले....आणि त्यांचा पाय मोडला. त्या दिवशी त्याच्या वडिलांनी मुलांना बोलवून त्यांना सावध केलं. कधीही असल्या लहरींचे आणि कल्पनारम्य गोष्टींचे लाड पुरवायचे नाहीत.

सेन मागं टाकून त्यांची गाडी वेगात निघाली होती. ते 'चॅटल'मधल्या मिनिप्रिसजवळ आले. अन्नपदार्थांच्या रांगाच्या रांगा पसरलेल्या होत्या. नीला आश्चर्यानं पाहातच राहिली. शिजवलेला भात, उकडलेले मटण-मासे, भाज्या

रंगीबेरंगी वेष्टनात ठेवलेले होते. काम फक्त एवढंच...ते घरी न्यायचं....गरम करायचं आणि खायचं.

नीलानं विचारलं, ''इथं स्वयंपाक करतच नाहीत? कायम असं पाकिटातलं आणि बाटल्यातलं अन्नच खातात?'

''इथं कुणालाही स्वयंपाकपाण्यात वेळ घालवायचा नसतो.'' किशन उत्तरला.

कॅनमध्ये खाऱ्या पाण्यात बुडवलेले वाटाणे होते. ऑकरा, गाजरं आणि टोमॅटो होते. नऊ वर्षे ठेवले तरी हे पदार्थ ताजे राहू शकत होते. चिकन आणि माशांच्या ग्रेव्हीसाठी पावडरी होत्या. या पावडरी कित्येक वर्षं टिकणाऱ्या होत्या. एवढंच नव्हे, तर उकडलेला बटाटासुद्धा दाणेदार स्वरूपात उपलब्ध होता. नीला थक्क होऊन पाहतच राहिली.

भाज्यांच्या विभागाजवळ आल्यावर तिनं विचारलं,

''आपण घरी खातो तसली पालेभाजी इथं मिळते? मला फार आवडते.....''

''घरच्यासारखी एकही हिरवी भाजी मिळत नाही.''

''दुधी भोपळा किंवा तांबडा भोपळा मिळतो?''

''वेड लागलंय का तुला?''

''इथं फळं आणि भाज्या इतक्या मोठ्या आकाराच्या कशा असतात?''

''हे सगळं संकरित असतं.''

तितक्यात, रंगीबेरंगी वेष्टनात गुंडाळलेल्या कोथिंबिरीच्या पाच काड्यांवर नीलाची नजर गेली. तिनं उडीच मारली, ''अरे वा, कोथिंबीर, मला फार आवडते.''

''मी तुला चायनीज स्टोअर्समधून भरपूर कोथिंबीर आणून देईन. या फक्त पाच काड्यांना इथं बारा फ्रँक्स पडतील आणि तिथं आख्खं पाकिट अकरा फ्रँक्सना मिळतं.''

नीलानं तो कोथिंबिरीचा पुडा परत शेल्फमध्ये ठेवला.

''चहा घ्यायचा?''

''ठीक आहे. थोडा घे, पण हे व्यसन वाईट...एवढं लक्षात ठेव.''

तिथं कॉटेज चीजचे पाचशे प्रकार हजर होते. त्यातलं सर्वांत महागडं चीज उचलून नीलानं वास घेतला आणि ती तिथं ओकली नाही इतकंच! तिच्या एकदम घशाशी आलं. कशीबशी ती तिथून बाजूला झाली. मांसविभागात येऊनच तिनं पुन्हा श्वास घेतला. प्लॅस्टिकच्या वेष्टनात मांसाचे तुकडे ठेवलेले होते. लॅम्ब, चिकन, टर्की, बदक, ससा, बीफ, पोर्क सगळे प्रकार होते. बीफ सर्वांत महाग होतं आणि चिकन सर्वांत स्वस्त. कोलकत्यात हेच चित्र बरोबर उलटं होतं.

पण, मटण बिनहाडाचं का ठेवतात कोण जाणे!

हाडं हा चवदार भाग असतो. पण, इथली माणसं मात्र हाडं, कातडं काढून मटण खातात. त्यांना काडीचीही अक्कल असती तर त्यांनी असं केलं नसतं, हे स्पष्ट होतं. मांसातसुद्धा वर्गवारी होती. छातीकडचा भाग चांगला समजला होता. त्यामुळं त्याची किंमत अधिक होती, त्या तुलनेत मांडीकडच्या मांसाचा दर कमी होता.

माशांचेही बरेच प्रकार होते. खवले काढलेले, हाडं वेगळे केलेले बरेच मासे होते.

एका गुलाबी सालमनकडं बोट करून नीलानं विचारलं, "हे कसं बनवतात?"

"हे तसंच कच्चं खातात."

"आणि कोळंबी?"

"तेही तसंच खायचं."

नीला शहारली. तरीही त्या दुकानातलं दिमाखदार प्रदर्शन पाहात ती फिरत होती. किती प्रकारची चॉकलेटं, मद्य....पाहूनच डोळे शिणावेत.

पाकिटातल्या त्या अन्नपदार्थांबद्दल नीलाच्या मनात आणखी कुतूहल जागं झालं होतं. तिथलं एक चमकतं पाकीट तिनं उचललं, त्याबरोबर किशन म्हणाला, "काय करतीयस? हे डॉगफूड आहे, कुत्र्यांचं अन्न."

त्याबरोबर आधीचा प्रसंग बरा म्हणायची वेळ आली. मग तिनं तिथला दुसरा एक टिन उचलला. किशननं तो टीन तिच्या हातातून हिसकावून घेऊन, पुन्हा शेल्फवर होता त्या जागी ठेवला.

"कॅट फूड कशाला घेतीयस? आपल्या घरी मांजरं आहेत का?"

नीला सुन्न झाली. माणसांच्या अन्नपदार्थांसारखंच कुत्र्यामांजरांचं अन्नसुद्धा अगदी तसंच पॅक केलेलं... आणि माणसाच्या अन्नाच्या मांडीला मांडी लावून तिथंच स्थानापन्न झालेलं! कोलकत्यात ती कित्येकदा बाजारात गेली होती. तिथं तिला घामट माना आणि काखांच्या उग्र दर्पातून, दुकानदाराशी हुज्जत घालत, घासाघीस करत बाजारहाट करायची सवय होती. कर्णकटू आवाजात घोंघावणाऱ्या किळसवाण्या माश्या, त्यांच्यातच घाणेरड्या गटारीत उभं असलेलं गलिच्छ नजरेचं भटकं कुत्रं...त्याच्या पेकाटात लाथ घालावीशी वाटायची.

किशननं थोडीफार भाजी, पालेभाज्या, पीठ, कांदे, लसूण, आलं, दूध, अंडी आणि जॉनी वॉकरच्या दोन बाटल्या ढकलगाडीवर ठेवल्या आणि तिला घेऊन तो गडबडीनं निघाला. काउंटरशी आल्यावर किशननं दरासाठी अजिबात घासाघीस केली नाही. वस्तूंच्या किमती आणि त्यांची बेरीज, सगळं काम यंत्रानंच केलं. किशननं यंत्रात एक निळ्या रंगाचं कार्ड सरकवलं. त्यावर नंबर

नोंदवला गेला. आता ते यंत्र किशनच्या बँकखात्यातून पैसे घेऊ शकणार होतं.

नीलाला त्या सुपर मार्केटमध्ये आणखी थोडा वेळ थांबायचं होतं. हे कोलकत्याच्या बाजारासारखं नव्हतं. वेगळं होतं. पण किशनला घरी जायचं होतं. घरी गेल्यावर तिनं त्यानं भेट दिलेलं पुडकं उघडून पाहिलं. त्यात एक पुस्तक होतं. पाकक्रियेचं... मधुर जाफरीचं भारतीय पाकक्रियाचं पुस्तक.

नेहमीप्रमाणंच किशननं टीव्ही लावला आणि स्कॉचची बाटली उघडली. नीलाला काय तो संदेश मिळाला...बाजारहाट झालाय, पाकक्रियांचं पुस्तकही आणलंय. आता तिची पाळी....स्वयंपाकघरात जाऊन रात्रीच्या जेवणाचं बघायचं काम तिचं होतं. कमरेशी पदर खोचून ती कामाला लागली. तितक्यात किशन आवाज चढवून म्हणाला, ''मलई कोफ्ता खाऊन बरेच दिवस झालेत. आज मलई कोफ्ता का करत नाहीस?''

''आणखी काय करू?''

''नान कर. आणि एखादी भाजी...पालक-पनीर कर.''

''पण, हे बंगाली पदार्थ नाहीत'' नीला स्वयंपाकघराच्या दाराशी उभी होती. कांद्यामुळं तिचे डोळे चुरचुरत होते आणि हातांना लसणीचा उग्र वास येत होता.

किशन हसला, ''मी तरी कुठं बंगाली आहे!''

''होय, तेही खरंच'' डोळ्यांवर येणाऱ्या केसांच्या बटा मागं सारत नीला हसून म्हणाली.

संपूर्ण संध्याकाळ नीला स्वयंपाकघरात होती. टेबल मांडून तिनं किशनला हाक मारली. जेवताना किशननं विचारलं, ''उपाहारगृहातल्या पोरांना तुझ्याकडून काय हवं होतं?''

नील हसली, ''गप्पा मारायला एक बंगाली.''

''मोजम्मलशी काय गप्पा चालल्या होत्या?''

त्याच्या बशीत मलई कोफ्ता वाढत ती म्हणाली, ''हेच, तो इथं कसा आला, तो काय करतो. वगैरे.''

''आणखी काय?''

''तेवढंच फक्त....आणि तो सांगत होता की, कागद नसतील तर त्याला चांगली नोकरी मिळणार नाही.''

''आणखी काय?''

''तो बेल विल मध्ये राहतो.''

''आणि?''

''आणि ते सातजण एकाच खोलीत एकत्र राहतात.''

''आणि?''

“आणि त्यांच्या घरच्या लोकांना तो डीसी आहे असं वाटतं.”

“आणि?”

“आणि तो बच्चू डॉक्टर आहे.”

“आणि?”

“आणि...आणि त्यानं विचारलं की, ‘तुम्हाला चहात साखर जास्त आवडते का?’ मी म्हटलं, ‘नाही.’ मी ‘होय’ म्हटलं असतं तर त्यानं माझ्या चहात आणखी साखर घातली असती. तो सांगत होता की, ‘चहात साखरेऐवजी मीठ घातलं तर चहाला निराळीच चव येते.’ मी त्यावर ‘होय’ म्हणाले. मग त्यानं विचारलं की, चहात चिमूटभर मीठ घालू का? त्यावर मी म्हणाले, ‘नको, मला कुठलीही कडवट चव आवडत नाही.’ मग त्यानं विचारलं, तुमच्यासाठी लिंबाची फोड आणू का? मी म्हणाले, ‘नको. मी आंबटसर चहा पीत नाही.’ मी त्याला हेही सांगितलं की, ‘चहात लिंबाचा रस जास्त झाला तर चहा कडवट होतो.’ ”

किशन म्हणाला, “मला सांग, तुला दाल माखनी करता येते?”

“नाही,” नीला उत्तरली.

“पण तुला सांगतो, कालच्यापेक्षा आजच्या स्वयंपाकात नक्कीच बरीच सुधारणा आहे. त्या पुस्तकाची तुला मदत होईल.”

नीला नीट न जेवताच उठली.

“तुम्ही मटण अजिबात खात नाही. तुम्ही कधी ते खाऊनही बघणार नाही?”

“मी ते कधीही खाल्लेलं नाही आणि खाणारही नाही हे तुला चांगलं ठाऊक आहे.”

“मला मासे, मटण खायची सवय आहे. मी हे असं शाकाहारी अन्न सदैव खाऊ शकत नाही.”

“पण मी शाकाहारी आहे ही गोष्ट तुला पूर्ण ठाऊक असताना तू माझ्याशी लग्नाला तयार झाली होतीस ना?”

“होय, पण मीसुद्धा मटण खाणं सोडून देईन, असं मी कधीही म्हटलं नव्हतं.”

“एकाच घरात आपण दोन-दोन प्रकारचं अन्न बनवू असं तुला वाटलं होतं का?”

“इतका विचार करायला मला वेळच मिळाला नाही.”

खरकट्या बशा उचलून नीला स्वयंपाकघरात गेली. किशननं ढर्रकन ढेकर दिली. गरगरीत पोटावर थापट्या मारत तो म्हणाला, “रोज जर मला असं सुग्रास जेवण मिळालं ना तर मी हा असाच ढेरपोट्या राहणार.”

नळाच्या वाहत्या पाण्याच्या आवाजावर आपल्या आवाजाची पट्टी नेत नीला स्वयंपाकघरातून म्हणाली, ''तुम्ही अंडी खाता. ती कुठं शाकाहारी असतात. मग मासे, मटण का नाही चालत? ही तुमची आवड आहे का हत्या करणं पाप आहे अशी तुमची समजूत आहे?''

यावर किशननं काहीच उत्तर दिलं नाही.

नीला म्हणाली, ''ठीक आहे. मी एकदा तुमच्या उपाहारगृहात येऊनच खाईन. मोजम्मलही मला तेच म्हणाला.''

यावरही किशननं काहीच प्रतिक्रिया दिली नाही.

रात्री किशन तिच्या अंगावरची साडी दूर करू लागला, आदल्या प्रत्येक रात्रीप्रमाणंच....नीला त्रासून म्हणाली, ''मला झोप आलीय.''

''तू झोप. मला माझं काम करू दे. तुला कळणारही नाही.''

हे किशनचं 'काम' आहे, आपल्याला त्यात काही स्थान नाही, हे नीला जाणून होती.

किशन हातानं तिचे वक्ष कुस्करत होता. ती कुशीवर वळून म्हणाली, ''प्लीज, मला झोपू दे.''

नीलाच्या झोपण्याला किशनचा काही आक्षेप नव्हताच. फक्त त्याला त्याचं 'काम' सहजतेनं करता यायला हवं होतं. त्यात बाधा येईल अशा प्रकारे तिला हात, पाय, चेहरा, डोके वळवता येणार नव्हतं. नीलाच्या मनात आलं, आपली भूक शमवायला या माणसाला हाडामांसाच्या सजीव स्त्रीदेहाची तरी खरोखर आवश्यकता आहे का? किशनच्या ढोल्या शरीराचं तिच्या देहावरचं काम संपेपर्यंत ती तशीच निस्तब्ध, निष्क्रिय पडून राहिली.

'तुला कळणारसुद्धा नाही', एवढ्या एका गोष्टीत त्याचं बरोबर होतं.

यापुढं काय घडणार तेही नीला जाणून होती. तिच्या शरीरापासून अलग झाल्याक्षणी तो डाराडूर झोपणार....खर्रखर्र घोरणार....आणि ती पुढं कितीतरी तास तशीच पडून राहणार. जागीच.

सकाळी किशन तिला गदागदा हलवून उठवणार, ''ऊठ, लवकर ऊठ. उशीर होतोय.''

उठावंसं वाटत नसतानाही, तिला उठावं लागणार. मग ती त्याच्यासाठी ब्रेकफास्ट बनवणार, तो टेबलावर मांडणार, त्याच्यासाठी संत्र्याच्या रसाचा ग्लास भरणार, स्वत:साठी चहा करणार. ती चहा पीत असताना किशन म्हणणार, 'चहा पिऊन तू काळी होशील.

मला नीला विचारणार, ''तुम्ही परत कधी येणार?''

''सांगता येत नाही.''

मग नीला खिडकीशी उभं राहून खाली रस्त्यावरून जाणारी-येणारी माणसं निरखत राहणार....

शुक्रवारी किशननं नीलाला सुनीलच्या घरी नेलं. सुनीलकडं जेवणाचा बेत होता. सुनील ऱ्यू द रिवोली मार्गावर राहत होता. ऱ्यू द रिवोली हे इटलीतल्या एका खेड्याच्या नावावरून ठेवण्यात आलं होतं. १७९७ मध्ये नेपोलियननं ऑस्ट्रेलियन लोकांचा पराभव केला होता तो याच खेड्यात. असंच या शहरातल्या एका स्टेशनचं, मार्गाचं आणि पुलाचं नामकरण करण्यात आलं होतं 'ऑस्टरलिझ'. १८०५ मध्ये नेपोलियननं रशियन आणि ऑस्ट्रियन सैन्याचा पराभव केला होता, ते ठिकाण होतं झेकोस्लाव्हाकियातलं ऑस्टरलिझ. १८०७ साली नेपोलियननं फ्राईडलॅन्ड या गावात रशियनांचा पराभव केला होता. त्यावरून एका रस्त्याचं नाव ठेवण्यात आलं होतं-फ्राईडलॅन्ड. नेपोलियननं ज्या ज्या युद्धभूमीवर यश मिळवलं, फक्त त्याच भूमीचा पॅरिसमध्ये सन्मान झालेला दिसत होता. नीलानं पॅरिसचा नकाशा पाहिला, पण 'वॉटर्लू' नावाचं काहीही तिला आढळलं नाही.

डाव्या बाजूला ओतेल द विल होतं, तर उजव्या बाजूला लूव्र. खिडकीतून त्याचं छत स्पष्ट दिसत होतं. खिडकीशी उभं राहून या नयनरम्य दृश्यावर नजर खिळवून नीलानं विचारलं, ''किशन, तुम्ही अशी छान जागा घेऊ शकत नाही?''

त्याच्या उर्मट ओठांवर कुत्सित हास्य होतं, ''तुझ्या बापाकडून मला भक्कम हुंडा मिळाला असता तर, आतापर्यंत मला ते जमलं असतं.''

नीला त्याच्या दिशेनं पाहात म्हणाली, ''का? सुनीलनं हे घर त्याला मिळालेल्या हुंड्यातून घेतलंय?''

''सुनीलची माझ्याशी तुलना करू नकोस...तो डॉक्टर आहे, खोऱ्यानं पैसा ओढतो. मी एक कष्ट उपसणारा व्यावसायिक आहे. माझ्या धंद्याचंही जवळपास दिवाळंच वाजलं आहे.''

सुनीलच्या घरात नीलाला परकं वाटलं नाही. तिला बरंचसं तिच्या स्वत:च्या घरातल्यासारखंच वाटलं, निदान एखाद्या जवळच्या मित्राच्या घरी आल्यासारखं तरी नक्कीच वाटलं. किशनच्या घरातल्यापेक्षा आपल्याला इथं 'घरपण' अधिक जाणवतंय असं तिच्या ध्यानात आलं.

सुनीलच्या घरात भिंतीवर तीन सुप्रसिद्ध बंगाली व्यक्तींची चित्रं होती– रवींद्रनाथ टागोर, नेताजी सुभाषचंद्र बोस आणि विवेकानंद. विवेकानंदांच्याबद्दल

नीला काहीशी संदिग्ध होती... ते मुलींच्या बालविवाहाचे पुरस्कर्ते होते आणि विधवा विवाहाचे विरोधक... नाही का? याबद्दल नीलानं विचारणा केली, पण सुनीलनं ठाऊक नसल्याचं सांगितलं. चैतालीला ठाऊक होतं, पण ती स्वयंपाकात मग्न होती आणि विवेकानंदांच्या नैतिक मूल्य सूत्रांबद्दल चर्चा करण्यात तिला रस नव्हता. शेल्फमध्ये बंगाली पुस्तकं गच्च भरली होती. टेपवर बंगाली गीत रुणझुणत होतं. शेल्फमधली पुस्तकं बघता बघता नीला टेपवरच्या त्या गीतासोबत गुणगुणू लागली. मोहरीच्या सॉसमध्ये शिजणाऱ्या हिलसा माशाचा वास स्वयंपाकघरातून दरवळत येत होता. तिनं शेल्फमधून तीन बंगाली कादंबऱ्या काढल्या आणि 'एकोणिसाव्या शतकातल्या फ्रान्समधल्या कलात्मक जाणिवा' या विषयावरचं एक पुस्तक घेतलं. ही पुस्तकं मी वाचायला नेऊ का, असं सुनीलला विचारण्यासाठी तिनं त्याच्याकडं पाहिलं, पण तिनं काही विचारण्याआधीच त्यानं मानेनंच 'घे' अशी परवानगी दिली. त्यामुळं परवानगी विचारायचा प्रश्नच उरला नाही. तिला कनिकाच्या स्वरातल्या रवींद्रसंगीताच्या दोन कॅसेट हव्या होत्या. त्याही मिळाल्या.

नीला खूष झाली होती. तिच्या हातात जॉर्ज पेरेकचं पुस्तक होतं. पायांची फुली करून तिनं पायाचा ठेका धरला होता. हळूहळू हा थिरकता पाय सोफ्यावर गेला, हळूहळू ती सोफ्यावर रेलली आणि त्यानंतर सोफ्याच्या एका कडेला ती पाय ताणून बसली. कलकत्यात घरी असताना नीलाला जगाचा असाच विसर पडायचा. पुस्तकांत बुडून ती अशीच सोफ्यावर पसरायची... कधी बिछान्यात, कधी पोर्चमध्ये तर कधी जमिनीवरसुद्धा.

''हे काय... इथं तू वाचायला आली आहेस का?'' किशनची प्रतिक्रिया ऐकून ती सरळ झाली.

दिवाणखान्यात दोन पुरुष बातचीत करतायत, त्यांच्यासमोर नीलानं असं सोफ्यात पसरून वाचत बसणं बरं दिसणार नव्हतं. तिनं स्वयंपाकघरात जाऊन चैतालीला मदत करायला हवी होती.

पण, ती स्वयंपाकघरात गेली नाही. उलट तिथंच थांबून तिनं सुनीलला इंग्रजी 'ए' किंवा 'आय' आद्याक्षरांचा वापर न करता एक वाक्य बनवून दाखवायला सांगितलं.

छताकडं नजर लावून सुनीलनं– काही वेळ पुटपुटत विचार केला, अखेर ते त्याला जमलं नाही.

जॉर्ज पेरेकनं हे भरभक्कम पुस्तक एकदाही 'आय' अक्षर न वापरता लिहिलंय. केवढं आश्चर्य आहे! नीला अजूनही हातातल्या पुस्तकातच हरवली होती. ''केवढी असामान्य बुद्धिमत्ता!''

सुनीलनं थोडाफार रस दाखवला... ...पण क्षणभरच, त्यानंतर तो किशनशी उपाहारगृह या विषयावर बोलण्यात मग्न झाला. नीलानं बरोबर नेण्याच्या पुस्तकांच्या ढिगावर ते पुस्तक ठेवलं आणि लाकडी जमिनीवरून ती टुम्पाच्या दिशेनं सरकली.

''टुम्पा राणी... आम्हाला खेळायला घेणार का?''

ती मुलगी आपल्या विश्वात हरवली होती. तिनं काहीच उत्तर दिलं नाही.

''टुम्पाराणी, मला ती बोलकी बाहुली देणार का?''

टुम्पा काहीच बोलली नाही.

सुनील म्हणाला, ''तिला बंगाली समजत नाही.''

नीलाला आश्चर्य वाटलं... बंगाली मूल, पण त्याला बंगाली समजत नाही, फक्त फ्रेंच समजतं? ही मुलगी घरी, शाळेत फ्रेंच भाषेत बोलते. सुनील आणि चैताली एकमेकांशी बंगालीत बोलतात पण, ते आपल्या मुलीशी मात्र फ्रेंचमध्ये बोलतात.

''तुम्ही तिला बंगाली का शिकवत नाही?''

''एका वेळी दोन दोन भाषा शिकणं तिला जड होईल.''

सुनील आणि चैतालीचं यावर एकमत होतं आणि तिला बंगाली शिकवण्याचा उपयोग काय... तिला बंगाली येण्याची गरज नाही.

असंच चित्र नीलानं कोलकत्यातसुद्धा पाहिलं होतं. बंगाली मुलांना इंग्रजी माध्यमाच्या शाळेत दाखल करतात. ही मुलं घरीसुद्धा इंग्रजी बोलतात, जणू बंगाली ही काहीतरी खालच्या दर्जाची भाषा असावी. अगदी हेच तर्कज्ञान तिथंही होतं. इंग्रजी शिक्षणाचा नोकरी मिळायला उपयोग होतो. बंगाली शिक्षणाला काही किंमत नाही. तरीसुद्धा नीलानं बंगाली साहित्याचा अभ्यास केला होता. या पदवीला काडीची किंमत नाही, असं अनिरबानचं म्हणणं होतं, पण एकवीस कोटी लोक ही भाषा बोलतात, तेव्हा ती इतकी काही कवडीमोल असणार नाही, असा तिनं युक्तिवाद केला होता. जगात सर्वाधिक बोलल्या जाणाऱ्या सहा भाषांतली ही एक भाषा... या भाषेतल्या लिखित साहित्याला हजार वर्षांची प्राचीन परंपरा आहे. या भाषेत जसजशी खोलवर बुडी मारावी, तसं तिला प्रत्येक वेळी नवनवा मौल्यवान खजिना गवसायचा... जणू एखादी सोन्याची गुप्त खाण गवसायची.

चैतालीनं जेवणाची मांडामांड केली. तिनं विविध पदार्थ केले होते. पदार्थांच्या खमंग वासानं नीलाच्या तोंडाला पाणी सुटलं. दालेर बारा, शुक्तो, पोस्तो, बेगुन भाजा, कोपी भाजा, छोटो माच्छेर चोछोरी, रुई माच्छेर पातुरी, शोरशे ईलिश, चिंगरी मलई करी, चिकन करी आणि लॅम्ब करी. कित्येक दिवस

आपली उपासमार चालली होती, असं नीलाला जाणवलं. मन भरेस्तोवर खाऊन ती सोफ्यावर रेलली. यातला कुठला मासा कुठं मिळतो याची चौकशी केली तर चैताली अगदी बारीकसारीक खाणाखुणा, तपशील सांगेल हे नीलाला माहीत होतं, पण याचा आपल्याला काही उपयोग नाही, हे ती जाणून होती. किशनच्या घरी यातलं काहीच चालणार नव्हतं.

जेवणानंतर चैताली विड्याची पानं घेऊन सुनीलसमोर बसली.... घरातल्या आज्यांसारखी.

''या वर्षी दुर्गापूजेला पबन दास बॉलना बोलवणार आहेस का?''

विडा तोंडात टाकत नीला म्हणाली, ''इथं पॅरिसमध्ये पूजा असते?''

''का नाही? चांगली भव्य असते.''

सुनीलनं डोकं खाजवलं. त्या वर्षी तो पूजासमितीचा अध्यक्ष होता आणि त्याच्यावर ताणही जरा जास्तच होता. त्याला काही कामं जयन्ताकडं सोपवायची होती.

''जयन्ताकडं का?— तो बांग्लादेशी आहे.''

''असू दे, तो हिंदू आहे.''

''नको, त्यापेक्षा तू अशिम रॉयवर सोपव. गेल्या वर्षीचा अनुभव विसरलास? मागच्या वर्षी बांग्लादेशी लोकांनी मंच सजवायला म्हणून पैसे घेतले आणि गायबच झाले,'' चैताली कुरकुरली.

सुनीललाही तो प्रकार आठवला.

बंगाली माणसांना अलग करणारी अभेद्य भिंत नीलाला दिसली. बांग्लादेशातून आलेल्या स्थलांतरितांपैकी बरेचसे अवैधरीत्या आलेले होते. ही सगळी माणसं होती बेकायदेशीरपणे आलेली... खालच्या वर्गातली! पश्चिम बंगालमधून आलेले बंगाली बंगाली असण्यापेक्षा भारतीय जास्त होते. पंजाबी असोत, महाराष्ट्रीय की गुजराती, ती बंधुत्वानं त्यांना जवळ घ्यायची आणि मोडक्यातोडक्या फ्रेंच, हिंदी किंवा इंग्रजीत संभाषण करायची. मोकळं व्हायची 'घाई' झाली तरी दाबून धरावं तशा प्रकारे ही माणसं बंगाली आत आत दडपून, दाबून ठेवायची. बंगाली फक्त शयनगृहापुरतं... गुप्त... गुपचूप ठेवायचं.

तीन बंगाल्यांत किशन तेवढा दुर्मुख होता. नीलाला अगदी कळकळीनं वाटत होतं की, या दुर्मुख प्राण्यानं एकट्यानं घरी परत जावं, एकट्यानं दारू ढोसावी आणि एकट्यानंच झोपावं आणि सकाळी उठल्यावर त्याला समजावं, आज ब्रेकफास्ट करायला, बूटांचे बंध बांधायला कुणी नाहीय. रात्री तो एकटा घरी परत येईल त्याही वेळी त्याचे बूट उतरवायला कुणी नसेल. स्वयंपाक करून, टेबल मांडून त्याला वाढायला कुणी नसेल. मग बोलू दे स्वत:शीच

आणि एकाकीपणात रडू दे...एकट्यालाच.

पण, अर्थातच किशन एकटा घरी परतणार नव्हता. अगदी समजा, तसा प्रश्न उद्भवला असता तरी, सुनीलच या गोष्टीला कबूल झाला नसता. नीलानं सुनीलकडं पाहिलं. लांबुळक्या चेहऱ्याचा हा चष्मिस गृहस्थ प्रेसिडेन्सी कॉलेजमध्ये निखीलच्या वर्गात होता. बालीगंजमध्ये त्यांच्या घरी तो कितीतरी वेळा आला असेल. मोलिना आपल्या मुलाच्या या मित्राला मोठ्या आस्थेनं जेवूखाऊ घालायची.

'स्वयंपाक करावा तर मावशीनं!' तृप्तीनं ढेकर देत हा माणूस कितीतरी वेळा उद्गारला होता.

नीला वेणीला हेलकावे देत शाळेतून घरी यायची. त्या वेळी तो म्हणायचा, "अगं वेडे, या सगळ्या शिक्षणाचा काय उपयोग आहे? शेवटी तुला नवऱ्याच्या घरी स्वयंपाकघरच सांभाळायचंय."

नीला त्याला जिभेनं वेडावून दुसऱ्या खोलीत निघून जायची.

तीच ही मुलगी....कसलीही चिंता नसणारी... कॉलेजातलं, विद्यापीठातलं शिक्षण तिने यशस्वीपणे पूर्ण केलं होतं. ती अशिक्षित गृहिणी बनली नव्हती. तिला स्वयंपाकघरात पाऊलही टाकावं लागलं नाही. लेडी ब्रेबॉर्न कॉलेजमध्ये किंवा कोलकता विद्यापीठात शिकवणं हे तिचं स्वप्न होतं. पण याच माणसानं....निखीलच्या याच मित्रानं-सुनीलनं तिची स्वप्न पायदळी तुडवण्यासाठी हा कुरूप व्यावसायिक पाठवला होता. तिला इथं आणून स्वयंपाकघरात ढकलण्यासाठी. कितीही शिकली असली तरी, नीलानं स्वयंपाकघरातच कुजायचंय अशी सदैव धारणा असलेल्या या माणसाच्या हातात आपलं पुरं आयुष्य सापडलंय हे लक्षात आल्यावर तिला थोडासा धक्काच बसला. आणि हे तर खरंच होतं. या वास्तवाला जीभ दाखवून पळता येणार नव्हतं आणि तिची जीभही इतकी जडशीळ आणि कडक झाली होती की, आता तिला ठरवूनसुद्धा ती वेडावून दाखवता आली नसती.

घरी परतताना तिनं रात्रीच्या पॅरिसचं झगमगतं रूप पाहिलं. नीला जणू बालपणात परतली. 'इव्हिनिंग इन पॅरिस' नावाचा तो सुगंध तिनं पुन्हा स्मृतीत अनुभवला. रस्ते माणसांनी गजबजलेले होते. बायकांच्या चालीत सहज मोकळेपणा होता. त्यांच्या चेहऱ्यावर कुठं भीतीचा लवलेशही नव्हता, ना त्यांच्या पावलात अडखळलेपण.

नीलानं विचारलं, "रात्री इतक्या उशिरा बायका रस्त्यावर फिरतायत, त्यांना भीती वाटत नाही?" उत्तरादाखल किशननं प्रश्न केला, "कसली भीती?"

खरं होतं, कशाची भीती? नीला विचार करू लागली. पाच वासनांध लांडग्यांनी अथवा दरोडेखोरांच्या टोळीनं एखाद्या मुलीवर झडप घालून तिच्याकडचे पैसे, दागदागिने, तिची अब्रू लुटायला किंवा मागंपुढं न पाहता, अगदी तिचा जीवसुद्धा घ्यायला, हे काही कोलकता नव्हतं.

एका मुलीकडं निर्देश करून नीलानं विचारलं, "आता या मुलीचंच बघा. ही सोळा किंवा सतरा वर्षांची असेल. आत्ताच ती त्या घरातून बाहेर आली. आत्ता रात्री या वेळी ती कुठं निघाली असेल?"

"बहुधा बारमध्ये नाहीतर डिस्कोला. रात्रभर ती गप्पा मारेल, नाच करेल, मजा करेल," किशन म्हणाला.

नीलानं किशनकडं पाहून डोळे विस्फारले. "आणि तिचे आईवडील काही म्हणणार नाहीत?"

"शुक्रवारी रात्री जर हिच्या वयाची एखादी मुलगी घरी बसली, तिला मित्र नसला किंवा ती एखाद्या मुलाबरोबर झोपत नसली, तरच तिचे आईवडील काळजीत पडतील. आपल्या मुलीचं काहीतरी बिनसलंय...शारीरिकदृष्ट्यातरी किंवा मानसिक तरी. असा ते अर्थ लावतील. मुलगी बाहेर गेली तरच तिच्या आईवडिलांना शांतपणे झोप येईल, मात्र ती घरीच राहिली, तर त्यांची झोप उडेल. शिवाय, या वयात बऱ्याचजणी घर सोडतात. त्या एकेकट्या तरी राहतात नाहीतर मित्राबरोबर तरी राहतात."

"त्याच्याशी लग्न न करताच?" नीलानं प्रश्न केला.

"अर्थातच. या वयात कुणी लग्न करत नाहीत आणि समजा केलं तरी ते इतक्या लवकर करीत नाहीत...पाच वर्षं किंवा दहा-दहा वर्षं एकत्र राहिल्यानंतर किंवा मुलांना जन्म दिल्यानंतर मग लग्नाचा विचार करतात."

"शिक्षणाचं काय?" नीलाचं कुतूहल डोकं वर काढून म्हणालं.

"या देशात शिक्षणाला पैसे मोजावे लागत नाहीत. सरकारच शिक्षणाचा खर्च करतं. या मुली शिक्षण घेतात आणि अर्धवेळ नोकरी करतात. त्यात त्यांचं भागतं."

नीला म्हणाली, "हे मुक्त जीवन आहे."

"होय. कुठल्याही मार्गानं असो, इथली माणसं आयुष्याचा उपभोग घेतात." किशन ओठ मुडपून नाक मुरडत म्हणाला.

"भिकार सालं! या मुलींचा कौमार्यभंग केव्हा होतो ठाऊक आहे? वयाच्या पाचव्या किंवा सहाव्या वर्षी ...डॉक्टर-डॉक्टर खेळायच्या वयात. विशीच्या आतच त्या शंभरएक मुलांबरोबर झोपलेल्या असतात. खरोखर काही तत्त्वंच नाहीत. आज या एकावर प्रेम करतील तर उद्या त्याला सोडून देतील. इथं शाश्वत

बंधच नसतात. आयुष्यात कसं, केव्हा आणि कुणाबरोबर स्थिरावायचं, तेच त्यांना कळत नाही. त्यांना हे ठाऊक नसतं आणि त्यांना ते जमतही नाही.''

नीलाच्या काळजात कारंजं थुईथुई नाचत होतं. ''किशन, आपण त्या पुलावर जाऊ या ना, पाँ वर थोडा वेळ पायी चालू या ना. आपण 'सेन' मध्ये वाकून पाहू या. किनाऱ्यावर फुटणाऱ्या लाटा बघू या आणि नोत्र दामच्या दूरवरच्या मनोऱ्यांवरून येणारे प्रकाशझोत लाटांवर झळाळीचे मुकूट कसे चढवतायत ते पाहू या.''

पण किशननं गाडी थांबवली नाही. स्टिअरिंग व्हिल त्याच्या हातात होतं. ज्याच्या हातात स्टिअरिंग, त्याच्या हातात सर्व सत्ता असते, ही गोष्ट नीलाला कळून चुकली. रिपब्लिक क्रॉसिंगपासून हजारो रोलर स्केटर्सची झुंड फुलपाखरांसारखी बागडत आली, त्या वेळी मात्र किशनला गाडी थांबवावीच लागली. चाकांचे बूट घातलेली ही उडती तरुणाई नीला थक्क होऊन पाहातच राहिली. तरुणाईची अशी थरारक हाक. तरुणाईच्या चैतन्याचं असं उत्फुल्ल प्रदर्शन तिनं याआधी कधीच पाहिलं नव्हतं.

''हे कशासाठी चाललंय?''

''सहज....गंमत म्हणून?''

''कशासाठी?''

''गंमत...गंमत....'' किशनला ओरडून बोलावं लागत होतं.

''फक्त गंमत म्हणून?''

''होय.''

नीला गाडीतून उतरली. जवळून वेगात जाणाऱ्या लोकांना पाहून तिचे डोळे तृप्त झाले. जीवनरसानं ओथंबलेले ते तरुण विजेच्या वेगानं सटकन तिला मागं टाकून पुढं गेले, पापणी लवण्याच्या आत. जडशीळ, अचल नीला पाहत राहिली, आश्चर्यानं डोळे विस्फारून.

तिला रस्त्यांवरून चालावंसं वाटत होतं, पळावंसं वाटत होतं. एखाद्या धबधब्याचा वेगवान प्रपात अंगावर घ्यावा....रात्रभर त्या तरुणाईत आनंद लुटावा, असं तिला वाटत होतं, पण किशननं हाक मारल्यावर तिला अंधाऱ्या गाडीत पुन्हा परत जावंच लागलं.

''किती छान! कुठंही अंधार नाहीय. सगळं कसं प्रकाशमय, झगझगीत आणि रसरशीत जिवंत आहे!'' नीला पुन्हा पुन्हा म्हणत होती.

ते घराशी आले. गाडी पार्क करण्यासाठी किशनला रस्त्याच्या एका टोकापासून त्या टोकापर्यंत, या गल्लीतून त्या गल्लीत जागा शोधावी लागली. अखेर

तासाभराच्या शोधानंतर त्याला जागा सापडली.

नीलानं गाडीतून उतरत विचारलं, "तुम्ही गाडी रस्त्यावर का ठेवता? गॅरेजमध्ये का नाही ठेवत?"

"गॅरेज कुणाकडं असतंय? सगळेजण गाडी रस्त्यावरच लावतात."

नीलानं कोलकत्यात गाड्या अशा रस्त्यावर पडल्यात हे दृश्य कधीच पाहिलं नव्हतं. अनिरबानच्या ॲम्बेसिडर गाडीचा बम्पर चेपला होता, दारंही गंजली होती, तरीही ती गाडी गॅरेजमध्ये भल्यामोठ्या कुलपाआड बंद असायची.

"रस्त्याच्या दुतर्फा इतक्या सगळ्या गाड्या लावल्या आहेत... या रात्रभर इथंच राहणार?"

किशननं मान डोलावली. "होय, इथंच राहणार, कायम इथंच."

"कुणी चोरून नेत नाही?"

"का चोरेल?"

खरंच की, कुणी का चोरेल? नीलाच्या मनात आलं.

हा चोरालुटेऱ्यांचा प्रदेश नव्हताच मुळी!

आयुष्य इतकं एकसुरी चाललं होतं की एखादी दुर्दैवी घटना घडायची शक्यतादेखील अंधुक होती. पण, नीलाच्या सरधोपट आयुष्यात ती घडली. ती बाथरूममध्ये घसरून पडली. बाथटबची कडा तिच्या कपाळात घुसली. भळाभळा रक्ताची धार लागली. किशनला फोन करण्याएवढं त्राण सुदैवानं तिच्यात होतं. तो धावत घरी परतला आणि तात्काळ तिला गार दयू नॉरजवळच्या लारीब्वाजीयेर ओपीतालमध्ये घेऊन गेला. नीलाला रुग्णांच्या झुंडीच्या झुंडी असणाऱ्या कोलकत्यातल्या दवाखान्यांची सवय. इथं प्रतीक्षागृहात जेमतेम पाच-सहा माणसं होती. त्यांच्या अंगावर स्वच्छ पोशाख होते. ते रुग्णाईत तर दिसत नव्हतेच, पण उलट खाशा मेजवानीचे सन्मान्य पाहुणे असावेत तसे दिसत होते. नीलाची साडी रक्तानं भिजली होती. तिच्या जखमेभोवती जाड टॉवेल गुंडाळला होता. ती नीलरतन हॉस्पिटलमधल्या बाह्यरुग्ण विभागातलं जितंजागतं उदाहरण दिसत होती.

एकेकाला क्रमानं आत बोलवण्यात आलं. नीलाचा नंबर आल्यावर, तिथल्या नर्सनं तिला कपडे उतरवायला सांगितलं आणि पुढून खोलता येण्याजोगा सदरा घालून तपासायच्या टेबलावर झोपायला सांगितलं. डोक्याचा एक्स-रे काढण्यासाठी अंगावरचे सगळे कपडे कशाला उतरवायचे, ते नीलाला समजलं नाही. आता आणखी एक दिव्य होतं. तिला एक्स-रे टेबलवर पडून राह्यचं होतं, संपूर्ण नग्न होऊन डोक्याचा एक्स-रे काढायचा, तर पूर्ण नागडं कशाला व्हायला पाहिजे,

असा नीलानं प्रश्न केला. पण त्यांनी सांगितलं की, तसंच व्हायला पाहिजे. ते तिच्या छातीचाही एक्स-रे घेणार होते. पण त्यासाठी मी नागवं व्हायची काय आवश्यकता आहे? नीलाचा सवाल होता. पण, त्यांनी ते आवश्यकच असल्याचं सांगितलं. छातीचा, पोटाचा, पायाचा, अगदी पायाच्या नखांचा एक्स-रे घ्यायचा असला तरी, तिला कपडे उतरवावेच लागणार होते, तसा नियमच होता. नीलाचे वडील-अनिरबान डॉक्टर होते. नीला कितीतरी वेळा त्यांच्या दवाखान्यात गेली होती. तिनं तिथले सगळे विभाग पाहिले होते. एकदा तर तिच्या छातीचा एक्स-रे सुद्धा काढला होता. पण त्या वेळी तिला कपडे उतरवावे लागले नव्हते. कपडे उतरवण्याच्या या नियमानं मात्र तिला लाजेनं मेल्याहून मेल्यासारखं झालं. एरवी कपड्यात बंदिस्त असणारे तिच्या शरीराचे सगळे 'खासगी' भाग उघडे मिरवत, तिथल्या नर्स आणि डॉक्टरपुढून चालत जाणं तिला शक्यच नव्हतं. तिनं कपडे उतरवले नाहीत, तर तिच्यावर औषधोपचार करता येणार नसल्याचं त्यांनी सांगितलं. नीला उपचाराला का नकार देतीय यामागचं कारण तिथल्या नर्स आणि डॉक्टरच्या डोक्यात काही केल्या शिरलं नाही. अखेर तिनं लाजतच त्यांना कारण सांगितलं, "लाज वाटते." तरीही तिला लाज वाटतेय ही गोष्ट त्यांच्या डोक्यात शिरली नाही. हे कारण तिनं पुन्हापुन्हा सांगितल्यावर तिथले डॉक्टर आणि नर्स हतबुद्ध झालेले दिसले..

"कशाची लाज वाटते?"

"तुमची, त्यांची."

"का?"

या प्रश्नाचं नीलानं उत्तर दिलं नाही. सरळ कपडे चढवून, ती तिथून बाहेर पडली. बाहेर येऊन तिनं किशनला सांगितलं की, मला या दवाखान्यातला अश्लील प्रस्ताव मंजूर नाही.

किशन फावडं विचकून खिदळला. एक्स-रे रूमच्या दिशेनं तिला ढकलत, त्यानं तिला कपडे उतरवण्याचा सल्ला दिला.

"तुम्हाला काहीच वाटत नाही?" नीलानं विचारलं.

डॉक्टरपुढे कपडे उतरवण्यात काहीच गैर नाही, हे त्याचं मत म्हणजे त्याच्या थोर मनाचं सर्वोत्तम उदाहरण ठरावं.

लाज-शरम गिळून नीलानं डोक्याचा एक्स-रे काढून घेतला. तिला डोक्याला दोन टाके पडले. त्यासाठी मात्र तिला कपडे उतरवावे लागले नाहीत.

किशनच्या हनुवटीवर जखमेचा एक जुना व्रण होता. या व्रणामुळं तुझ्या चेहऱ्यात काही उणीव निर्माण झालीय, असं नीलानं त्याला कधीच म्हटलं

नव्हतं. पण, किशन मात्र तिच्या कपाळावरच्या त्या जखमेच्या खुणेबद्दल वरचेवर टोचून बोलत असायचा. खरं तर तिच्या कपाळावर रुळणाऱ्या बटांआड ती खूण झाकली जायची, तरीसुद्धा किशन 'तुझं पूर्वीचं देखणेपण आता राहिलं नाही' असं तिला म्हणायचा.

जखम बरी झाल्यानंतरही तिला पूर्ण बरं वाटायला काही काळ जावा लागला. आणखी काही काळ तिला औषधं घ्यावी लागली. स्वयंपाकपाणी, साफसफाई या कामातून मोकळं झाल्यावर, फावल्या वेळात तिचं वाचन सुरू असायचं. दिवस आपल्या पद्धतीनं पुढं सरकत होते.....

किशननं हॉटेलचं नाव बदलून 'गांधी' केल्यानंतर त्याच्या धंद्याला थोडी उभारी आली होती. त्यानंतर एक दिवस त्यानं नीलाला गालेरी लाफायेत्त पाहायला नेलं.

तिथं गेल्यावर नीला डोळे विस्फारून पाहातच राहिली.

"मला वाटलं की, ही गॅलरी असेल आणि इथं चित्रं असतील."

ते एक मोठंच्या मोठं दुकान होतं.... एकाच छत्राखाली शेकडो दुकानं असणारं. उंचच उंच रंगीबेरंगी छतावरून तिची नजरच हटत नव्हती. पण, किशन तिला कोपरानं ढोसत होता. त्यामुळं ती सरळ, पुढं बघून चालू लागली. ते दुकान म्हणजे जणू सुवर्णमहालच होता. नीलानं आजवर कधीही इतकं सुंदर दुकान....खरं तर महाल पाहिला नव्हता.

किशन पुढं पुढं निघाला होता, "हे घे, ते घे, बूट घे, कपडे घे."

नीलाच्या कपाळावर जखमेचा व्रण मागं उरला असला तरी नीला अजूनही सुंदर दिसत होती आणि दिवसेंदिवस तिच्या पाककौशल्यातही सुधारणा होत होती. आणि शिवाय, नीला त्याची बायको होती...त्याची संपत्ती...त्याची मालमत्ता...तिचं आयुष्य जणू त्याच्या हातात होतं आणि ती सुंदर दिसली तर, लोक त्याची प्रशंसा करणार होते. नीलाला बरं वाटल्यानंतर तर, त्यानं केलेल्या शुश्रूषेबद्दल त्याला बरीच स्तुतिसुमनं ऐकायला मिळत होती. आता नीलाचं सगळं काही त्याचंच होतं. नीलाची प्रत्येक गोष्ट आता खऱ्या अर्थानं त्याचीच होती. त्यामुळं त्याच्या औदार्यालाही आता ऊत आला होता.

तिथल्या चपलांच्या दुकानातल्या माणसानं नीलाच्या चपलांचा नंबर विचारला. पण, नीलाला नंबर ठाऊक नव्हता. कसा ठाऊक असणार? कोलकत्यात असताना तिला पायात बसणारे बूट किंवा सॅन्डल्स विकत घ्यायची सवय! एखाद्या महिन्यात तिला आठ नंबरचं चप्पल बसायचं, पुढच्या महिन्यात सात नंबरचं चप्पलसुद्धा आपल्याला मोठं होतंय, असं तिच्या लक्षात यायचं. मग...तिच्या

पायाचं माप कमीजास्त होत होतं म्हणायचं का? नाही, नाही. तिथं चप्पलचं माप नेमकं नसायचं. चप्पल बनवणारे मनात येईल तो नंबर चप्पलवर ठोकून देत असायचे. एखादा माणूस चप्पल खरेदीला निघाला, की त्यानं दुकानात जायचं, काही चप्पल घालून पाहायच्या आणि पायात नीट बसणारा एखादा जोड निवडायचा....चप्पल खरेदी या पद्धतीनं व्हायची.

किशननं शेल्फमधून बुटांचा एक जोड उचलला आणि तिला बूट घालून पाह्यला सांगितलं.

''पण हे पुरुषांचे आहेत,'' नीला बोट दाखवून म्हणाली.

''हे बायकांचे आहेत,'' किशन म्हणाला आणि तिथल्या माणसानंही त्याला दुजोरा दिला.

बूटखरेदी झाल्यानंतर ते कपड्यांच्या दुकानात आले. तिथं पुन्हा एकदा नीला अडचणीत आली. ती विजारींच्या शेल्फजवळ गेली, तेव्हा किशन म्हणाला, ''ह्या पुरुषांच्या आहेत.''

''हे शर्टस्?''

''तेसुद्धा पुरुषांसाठी आहेत.''

नीलाला आश्चर्य वाटलं.

''बायकांच्या आणि पुरुषांच्या कपड्यात काय फरक आहे?''

कोलकत्यात पाहिलं तर बायकांच्या आणि पुरुषांच्या कपड्यांत, पादत्राणांत बरेच फरक होते. साडी, सलवार आणि स्लिपर्स या गोष्टी बायकांसाठी होत्या आणि धोतर, शर्ट, टी शर्ट, विजारी, टाय, सॉक्स आणि बूट या गोष्टी पुरुषांसाठी होत्या. त्यातला फरक उघड स्पष्ट होता. पण या देशातले स्त्री-पुरुष एकाच प्रकारचे पोशाख घालत होते. त्यामुळं त्यातला फरक सांगणं कठीण होतं. बटणं उलट्या बाजूला असणं, शर्ट छातीशी काहीसा अरुंद असणं...त्यातला फरक सांगायचा तर, प्रयत्नपूर्वक फरक शोधावे लागले असते. पण किशनला मात्र त्यात बरेच ठळक फरक असतात, असं वाटत होतं. कंबरेत, पुठ्ठ्यावर, उंची, रुंदी यात बराच फरक असतो, असं त्याचं मत होतं.

तिथल्या सुवर्णालंकारांच्या दुकानात अजिबात गर्दी दिसत नव्हती. नीलाचे पाय तिथल्या एका दुकानात वळले.

''इथलं सोनं असं लालसर रंगाचं का दिसतंय?''

''अठरा कॅरेटचं सोनं असंच दिसतं.''

''फक्त अठरा कॅरेट? पण का? आपल्याकडं बावीस कॅरेटचे दागिने घालतात.''

''इथली माणसं अंगावर फारसं सोनं घालत नाहीत आणि त्यांना ते फारसं

आवडतही नाही. त्याऐवजी त्यांना मौल्यवान रत्नं आवडतात.''

इथली माणसं चांगली श्रीमंत होती, तरी त्यांना सोनं आवडत नाही. पण भारतासारख्या गरीब देशात मात्र सोनं अपरिहार्य! सामाजिक स्तर आणि प्रतिष्ठा देणारा जादूचा मंत्रच जणू! सोन्यावाचून लग्न-समारंभ साजरा होणं केवळ अशक्य...नीलाच्या लग्नात अनिरबाननं तिला ऐशीं ग्रॅम चकाकतं सोनं दिलं होतं. सोन्याच्या दागिन्यांतून आनंदाचे प्रवाह उमलतात अशी बहुधा त्याची समजूत असवी. त्यामुळं त्यानं मुलीसाठी हा प्रवाह घडवला होता. सोनं म्हटलं की, सगळ्या भारतीय बायकांसारखी नीलाही खुळावून जायची. पण लालसर रंगाचं, अठरा कॅरेटचं सोनं घेण्यात मात्र तिला इंटरेस्ट नव्हता.

नीलाला परफ्यूमखरेदी करायची होती. तिथल्या सुगंधांच्या दुनियेत नीला अक्षरशः हरवून गेली. जगात इतके परफ्यूम असतात! आणि हे तर सगळ्या सुगंधाचं जन्मस्थानच होतं. नीलाला 'जिव्हेन्ची'चं 'ऑरगंजा' आवडलं तर किशननं क्रिस्टीन डायरच्या 'पॉयझन'वर शिक्कामोर्तब केलं. मग आता यातला कुठला परफ्यूम घ्यायचा?

सोप्पं होतं. 'पॉयझन' घ्यायचा.

''इथं पॉयझन इतका महाग कसा? कोलकत्यात हा बराच स्वस्त आहे.''

''कारण ते सगळं नकली असतं. इथं अस्सल असतं म्हणून....कळलं?''

त्या 'अस्सल' मालाच्या गर्दीतून नीला कष्टानं वाट काढत होती. सगळं कसं अस्सल, उत्तम आणि देखणं होतं.

परफ्युमखरेदी झाल्यावरही, नीलाचा तिथून पाय निघत नव्हता. तिची नजर एका विशिष्ट परफ्यूमचा शोध घेत होती. 'इव्हिनिंग इन पॅरिस'. तिनं बराच शोध घेतला, पण 'इव्हिनिंग इन पॅरिस'ची ती निळी छोटीशी कुपी, तिला कुठं दिसत नव्हती. तिची नजर 'शॅनेल नंबर फाईव्ह' च्या बाटलीवर पडली. तिला ती स्वतःच्या पैशानं विकत घ्यायची होती. किशनला आश्चर्य वाटलं.

''कुणासाठी?'' त्यानं प्रश्न केला.

''दादासाठी.''

सुनीलचा एक मित्र कोलकत्याला जाणार होता. त्याच्याबरोबर तिकडं काही पाठवायचं असलं तर दे, असं तिला सुनीलनं सांगितलं होतं.

''निखीलसाठी? मग एखादा स्वस्तातला का घेत नाहीस?'' किशननं विचारलं.

नीला आपल्या निर्णयावर अडून होती. निखीलला आवडतो म्हणून ती शॅनेल नंबर फाईव्हच विकत घेणार होती. किशननं तिच्या हातातून ती कुपी काढून घेऊन दुकानातल्या माणसाला परत दिली आणि तिला दुकानातून ओढत

बाहेर आणलं.

''तुला अजिबात अक्कल नाहीय,'' तो खालच्या आवाजात म्हणाला.

''हाच परफ्यूम घेण्यासाठी दादानं मला दोनशे डॉलर्स देऊन ठेवलेत.'' नीलानं शांतपणे सांगितलं.

''फक्त हाच....दुसरा चालणार नाही?''

''नाही, हा आणि हाच हवाय, दुसरा चालणार नाही.''

नीलानं तिच्याकडचे पैसे चुकते करून शॅनेल नंबर फाईव्ह विकत घेतला. आपल्या स्वत:च्या पैशानं काहीतरी खरेदी करण्यात, तिला विलक्षण खुशी गवसली. विलक्षण आणि कितीतरी जास्त खुशी....किशनच्या पिशवीभर भेटींपेक्षाही जास्त.

घरी परतल्यानंतर किशन स्कॉच उघडून बसला. 'पॉयझन' मध्ये बुडलेली नीला गुणगुणत होती,

''मी भयाचा प्याला पिऊन टाकलाय, सगळं काही समजून उमजून...मी आयुष्य जगायच्या आशेत आयुष्यच सोडून दिलंय.''

''हे कुठलं गाणं?''

''रबींद्रसंगीत.''

''नोबेल पुरस्कार मिळवणाऱ्या त्या बंगाली माणसाचं?''

''होय, त्याच बंगाली माणसानं लिहिलंय. त्याच माणसानं, याच 'पॉयझन'बद्दल, सुंदर गीत रचलंय, मी तेच म्हणतीय.''

''याच पॉयझनवर?''

''हो, याच.''

''याचं भाषांतर करून मला अर्थ सांग.''

नीला हसून म्हणाली, ''काही गीतं अशी असतात की, त्यांचं भाषांतर करता येत नाही.''

त्यावर किशन सुस्कारा सोडत म्हणाला, ''काही माणसं अशी असतात की, त्यांचं भाषांतर करता येत नाही.''

नीला स्वयंपाकघरात उभी होती. खोलीत सर्वत्र सुगंध दरवळत होता. नीला म्हणाली, ''पण, अगदी सहज भाषांतर करता येईल, अशी काही माणसं असतात.''

जेवण झाल्यावर किशन झोपायला गेला. नीला मोलिनाला पत्र लिहायला बसली.

''इथं मी एकटी सगळं घर कसं चालवते,ते पाहून तुला आश्चर्य वाटेल. इथं एकदा येऊन बघच. इथं मोलकरणी नसतात हे खरंय. पण इथं त्यांची गरजही नाही. इथं सगळ्या गोष्टींना यंत्रं आहेत. फक्त या यंत्रांची बटणं दाबणं, एवढंच काम असतं. मा, तुला आश्चर्य वाटेल, मी स्वयंपाक करते, पण फार काळजी करू नकोस. मला अजिबात त्रास वाटत नाही. आज किशननं माझ्यासाठी बरीच खरेदी केली आणि हे सगळं 'मी' आणलंय याची मला अगदी स्पष्ट जाणीव दिली. आयुष्य असंच असतं, नाही का? आपण अशा 'गोष्टींचे' जवळपास कैदीच असतो, नाही का? मी तुझ्या बाबतीतसुद्धा पाहिलंय, बाबांनी तुझ्यासाठी कधी दोन साड्या आणल्या तर, तुला चंद्रावर पोचल्यासारखं व्हायचं. मग तू त्यांच्यासाठी काहीतरी खास स्वपंयाक करून, त्यांना वाढायचीस. ते जेवताना त्यांच्याशेजारी बसायचीस. कदाचित तू या गोष्टी प्रेमोपाटी करत असशील...प्रेम असं विकत आणलेल्या वस्तूंनी तोलता येत नाही, का येतं? मला ठाऊक नाही. आज रात्री मी किशनसाठी दाल माखनी केलं होतं. त्याला हा पदाथ फारच आवडतो.

पॅरिसचं देखणेपण पाहून थक्क व्हायला होतं. आज आमची गाडी ऑपरावरून गेली तेव्हा मला वाटलं की, मी किशनशी लग्न केलं हे किती छान झालं, नाहीतर मला हे शहर कधीही पाहता आलं नसतं आणि हे शहर न पाहताच मरणं ही लाजिरवाणी गोष्ट आहे.

मा, इतर माणसांच्या सुखाचा विचार करण्याच्या प्रयत्नात तुझं सारं आयुष्य फुकट गेलंय. आता तू स्वत:चा विचार कर. स्वत:चं आयुष्य मजेत जग. आजोबांच्या निधनानंतर, संपत्तीच्या वाटण्या झाल्या, त्यात तुला तुझा हिस्सा विकून चांगली घसघशीत रक्कम मिळालीय. तो तू कुणासाठी राखून ठेवतीयस? त्याचा विनियोग स्वत:साठीच कर. आयुष्य काही चिरकाल लाभत नाही. इथल्या लोकांना पुरेसं पोटाला मिळतं आणि चांगलंचुंगलं ल्यायला मिळतं. त्यामुळं ते आयुष्याचा मनमुराद उपभोग घेतात. ते दिलखुलास हसतात.... आणि आपण....आपल्याला जास्त हसायची भीती वाटते. का? तर कुठल्यातरी मूर्ख माणसानं कुठंतरी म्हणून ठेवलंय की, तुम्ही जर जास्त हसलात तर त्याचं मोल तुम्हाला अश्रूंनी चुकतं करावं लागेल.'

पत्र लिहून झाल्यावर, तिनं त्यात ताजा कलम लिहिला, 'मी दादासाठी शॅनेल नंबर फाईव्ह पाठवत आहे. हा अतिशय महागडा परफ्यूम आहे. हा किशनच्या पैशानं विकत घेतलेला नाही. मी शिकवण्याचे पैसे साठविले होते. त्या माझ्या पैशातून मी हा परफ्यूम खरेदी केला आहे.'

''मला थोडे पैसे देता? तुम्हाला वेळ नाही, तर मग मी एकटी कुठंतरी

बाहेर जाते.''

''एकटी? तुला वेड लागलंय का?''

''का, मी एकटीनं का नाही बाहेर जायचं? मी कुक्कुलं बाळ आहे का?''

किशन तिचे गाल कुरवाळत म्हणाला, ''माझ्या दृष्टीनं तू कुक्कुलं बाळच आहेस.''

''पण माझ्या दृष्टीनं मी कुक्कुलं बाळ नाही'' नीला हसून म्हणाली.

''मग कोण आहेस तू?..... घोडूलं बाळं?'' किशनही हसला.

''मी सत्तावीस वर्षीय, परिपक्व प्रौढा आहे.''

''आणि परिपक्व प्रौढा आहेस म्हणून रस्त्यावरून भटकायचं आहे?''

''इकडंतिकडं भटकायचं नाहीय, मी सुनीलच्या घरी जाईन, एखाद्या कॅफेत जाऊन चहा घेईन. नाहीतर एखाद्या म्युझियमला, पुस्तकांच्या दुकानाला भेट देईन. वाटलं तर ऑपरा आतून पाहून येईन. इथं यायचं ठरल्यावर मी काही पुस्तकं वाचली होती, त्यात वाचलेली ठिकाणं मला पाहायची आहेत,'' खिडकीतून उदासीनपणे बाहेर पाहत नीला म्हणाली.

''हे सगळं तुला एकटीनं करायचंय?'' किशनच्या बारक्या मण्यांच्या डोळ्यांचे चांगले मोठे बटाटे झाले होते.

''तुम्हाला वेळ नाहीय म्हणून... मला वाटलं की, विशिष्ट असं कुठं गेलं नाही तरी, जवळपास जाऊन थोडं फिरून यावं.'' तिच्या आवाजात खिन्नता दाटली होती.

''फिरायला? पण कशासाठी?''

''काही कारण नाही. असंच....''

''विनाकारण असं कुणी फिरायला जातं का? बघ, नुसती नजर टाकून बघ.'' किशन तिला खिडकीशी ओढत म्हणाला, ''ही माणसं दिसतायत, ती काय विनाकारण फिरतायत असं तुला वाटतं? या सगळ्या माणसांच्या बाहेर असण्याला काही कारणं आहेत. ही सगळी माणसं बिझी आहेत. तसा मीही बिझी आहे. मी जर कामात बिझी राहिलो नाही, तर आपल्याला अन्नवस्त्रनिवारा मिळणार नाही. निर्वासित माणसं अगदी कडाक्याच्या थंडीतसुद्धा रस्त्यावर कशी काकडत राहतात ते तुला एखाद्या दिवशी नेऊन दाखवतो...मग तुला समजेल की, असा विनाकारण वेळ फुकट घालवण्यात काही शहाणपणा नसतो ते.''

साडीच्या पदराचं टोक बोटाला गुंडाळत नीला म्हणाली, ''खरं तर, माझा वेळच जात नाही. फक्त घरी बसण्यासाठी मी शिक्षण घेतलेलं नाही. मला एखादी नोकरी मिळाली तर....''

''नोकरी? कशाला? मी पुरेसं मिळवत नाहीय का?'' किशननं हतबुद्ध

होत विचारलं.

“तुम्ही पुरेसं मिळवता.”

“ ‘मी वेळ नाही’, म्हणतो ते या घरासाठीच ना! मी जर काम केलं नाही, तर तू राहशील कुठं? खाशील काय?” शब्दांगणिक त्याचा आवाज चढत होता.

“हे सगळं तुम्ही माझ्यासाठी करताय? आपल्या लग्नाआधीपासून तुम्ही काम करताय. फक्त माझी काळजी वाहणं, या उद्देशानं तुम्ही कामाला सुरुवात केली आहेत का?” नीलाच्या स्वरात विचित्र शांतता गोळा झाली होती.

किशन सोफ्यावर बसला.

“ओह नीला, तुला शब्दच्छल चांगला जमतोय. असं बोलायला कुठं शिकलीस?”

“कुठं नाही. असं बोलणं प्रत्येकाला जमतं.”

किशन हिंस्रपणे डोकं हलवून म्हणाला, “नाही, नाही, नाही. भारतीय बायका असं बोलू शकत नाहीत.’

त्याच शांत स्वरात नीला म्हणाली, “असं बोलू न शकणाऱ्या भारतीय बायका म्हणजे तुमच्या आज्या....बरोबर?”

“त्यांच्यातलं कुणीही नाही,” किशन डाफरला.

“तुम्ही एखाद्या मुक्या मुलीशी लग्न करायला हवं होतं. तिनं मुकाट्यानं घरकाम केलं असतं, कशाविरुद्ध कधीही आवाज उठवला नसता. लिहितावाचता न येणाऱ्या, स्वतःच्या आत्म्याची हाक ऐकता न येणाऱ्या, स्वतःचं डोकं नसणाऱ्या आणि उरात कसलंही स्वप्न नसलेल्या एखाद्या मुक्या मुलीशी.” नीलानं सावकाशीनं पण मोजकेच शब्द उच्चारले.

किशनच्या आवाजाची पट्टी उंचावली, “तुला तुझ्या शिक्षणाचा इतका कसला गर्व आहे? तू काही डॉक्टर-इंजिनिअर आहेस अशातला भाग नाही. बंगाली साहित्यातली तुझी पदवी घेऊन तू काय करणार आहेस? तुला साधा एक फ्रँकसुद्धा मिळवता येणार नाही. आयुष्यभर तुला माझ्यावर अवलंबून रहावं लागणार आहे. तुझ्यापुढं दुसरा पर्यायच नाहीय, त्यामुळं हा अहंकार सोडून दे. तुला जराशी अक्कल असली तरी तुला यातला अर्थशून्यपणा समजेल.”

किशन उठला. कुठल्याही कारणाविना त्यानं येरझाऱ्या घातल्या. धपाधपा आवाज करत तो पावलं टाकत होता. त्यानंतर त्यानं पाठोपाठ दोन ग्लास पाणी ढोसलं. अखेर तो गांभीर्यानं म्हणाला, “हे बघ, सुनील आणि चैताली, दोघंही काम करतात. ते दोघंही दिवसभर घरी नसतात. तुला कॅफेत कशाला जायचंय? घरीच कपभर चहा करून पी. बाहेर जाऊन पैसे कशाला उडवायचे? मी

म्युझियम पाहायला किंवा सिनेमाला जात नाही. पण तुला जर इतकं अगदी पाहायचंच असेल, तर मला वेळ असेल, त्या वेळी मी तुला नेईन.''

किशन गेला. जिन्यावरून त्याची दाणदाण उतरणारी पावलं ऐकू येत राहिली.

टेबलावर किल्ल्यांचा जुडगा पडला होता. नीलानं तो जुडगा कितीतरी वेळ हातात घेतला....घराला आग लागली, तरच फक्त या किल्ल्या वापरायला किशननं तिला सांगितलं होतं.

''तुम्हाला थोडा मोकळा वेळ कधी आहे?'' एका शनिवारी सकाळी नीलानं किशनच्या डोक्यावरून प्रेमभरानं हात फिरवत प्रश्न केला.

तिच्या बाजूला झुकून, उजवा हात तिच्या अंगावर टाकत किशन म्हणाला, ''मला या शनिवार-रविवारीच फक्त तुला थोडा वेळ देता येतो. सबंध आठवडाभर मी कष्ट करतो. फक्त दोनच दिवस फुरसतीचे असतात. दिवसभर मला बायकोच्या स्पर्शाची मजा हवीय.'' फावडे दात लपवायचा प्रयत्न करत किशन हसला.

हे हास्य त्याचं सर्वोत्तम हास्य होतं. हे प्रेमिकाचं हास्य आहे, असं बहुधा त्याला वाटत असावं. प्रेमिकाचं हास्य..... सगळे प्रेमिक पहिल्यावहिल्या प्रेमात पडतात, त्या वेळी आपल्या बायकांकडं पाहून असेच हसतात.

''दिवसभर तुम्ही फक्त पडून राहणार, काहीही करणार नाही?'' नीलानं विचारलं.

ती अस्वस्थ झाली होती.

किशननी मान हलवली...नाही, काहीही करणार नाही.

''पण, वीकेन्ड तर घराची स्वच्छता, कपडे धुणं यासाठी असतो, असं तुम्ही एकदा मला सांगितलं होतं.''

''ते खरंच आहे.''

किशनचे डोळे मिटू लागले होते.

दिवसभर नीला राबत होती. तिनं परिश्रमपूर्वक घराची स्वच्छता केली. झाडांना पाणी घातलं, स्वयंपाक केला. तिला या सगळ्यांची सवय नव्हती. तरी तिनं ते काम केलं. काम करत असताना नीलाच्या मनात आलं की आपण हे सगळं किशनच्या प्रेमाखातर करतोय की त्यानं आपल्यावर प्रेम करावं म्हणून त्याला खूष करण्यासाठी करतोय? कुणालाही प्रेम वाटायला, काहीतरी कारण असायला हवं. त्याला तिच्याबद्दल प्रेम वाटण्याचं कारण बहुधा तिचं पाककौशल्य आणि साफसफाई करणं, हे असावं. केवळ त्याची बायको असणं एवढ्या

भांडवलावर ती त्याच्या प्रेमाची अपेक्षा करू शकत नव्हती. नीलाचा गळा चांगला होता. तिचा वाचनाचा व्यासंग दांडगा होता, पण किशनला बंगाली समजत नसल्यामुळं, नीलावर प्रेम करण्याची त्याच्या दृष्टीनं ही काही कारणं नव्हती. तिनं त्याला बंगाली भाषेत शिव्या जरी हासडल्या असत्या तरी त्याला ती गोड हसून आपला उद्धार करतीय हेही कळलं नसतं. तिनं बंगालीत एखादी कविता म्हटली तरी तो निर्विकार चेहऱ्यानं बसून राह्यचा. ढिम्म. या भाषेला त्याच्या घरात अजिबात किंमत नव्हती. एखाद्या काचेच्या फुटक्या तुकड्यासारखीच ही भाषा जणू निरुपयोगी होती.

दिवसभर किशन लोळतच होता. सोफ्यावर पडून, त्याचा लोळण्याचा दुसरा अंक सुरू झाला होता. त्यानं व्हीसीआरवर एक हिंदी सिनेमा लावला होता. नीलानं गालिचा स्वच्छ केला, खिडकीच्या काचा पुसून झाल्यानंतर, तिनं स्वयंपाक केला आणि मग शॉवरखाली आंघोळ केली. फक्त सद्‌गुणच नव्हे, तर, सौंदर्याचीही तितकीच आवश्यकता होती, म्हणून तिनं चेहऱ्याची रंगरंगोटी केली. छानशी साडी नेसून, ती त्याच्या समोर येऊन बसली. नीला-एक पत्नी, एक सौंदर्यवती....गृहलक्ष्मी.

"मी कशी दिसतेय?" नीलानं त्याच्या जवळ येत विचारलं.

"छान."

"आपण त्यांना पुन्हा एकदा बोलवू या?"

"कुणाला?"

"सुनीलला आणि त्याच्या कुटुंबाला?"

"वेळ कुठं आहे?"

"आज रात्री बोलवा त्यांना."

"असं लोकांना बोलावता येत नाही. त्यांना निदान दोन आठवडे तरी आगाऊ सांगावं लागतं. पण तुला आता एकदम त्यांची कशी काय आठवण झाली?"

"बंगाली बोलून मला युगं लोटलीत."

"हं, खरं आहे. तू बंगाल्याशीच लग्न करायला हवं होतंस."

"मी बंगाल्याशी लग्न केलं नाही, हे चांगलंच झालं. ते विश्वास ठेवायच्या लायकीचे नसतात."

किशनच्या चेहऱ्यावर पुन्हा ते प्रेमिक हास्य उमललं.

"घरी असताना तू पंजाबी का शिकत नाहीस?"

"कसं शिकायचं?"

"पंजाबी गाणी ऐक, सिनेमे बघ. थोडं माझ्याशी बोल....तुला सोपं जाईल."

"त्याऐवजी फ्रेंच शिकणं जास्त चांगलं नाही?"

"तुझं डोकं चालत असलं तर शिक. काही हरकत नाही."

घरी बसून तिला फ्रेंच शिकता येणार नाहीय आणि त्याच्याबरोबर ऊठसूट बाहेर जाणं शक्य नाहीय, ही गोष्ट दोघंही ओळखून होते. त्यामुळं नीला विषय बदलत म्हणाली, "बरं, परवा तुम्ही सानलचं आमंत्रण नाकारलं होतं, आज रात्री आपण त्याला बोलवू या."

"नको. त्या पोराला शिष्टाचार नाहीत. त्या दिवशी रात्री तो तुझ्याभोवती कसा मूर्खासारखा गोंडा घोळत होता, पाहिलं नाहीस?"

"गोंडा घोळत होता?"

"नाहीतर काय? नंतर राजेशसुद्धा म्हणाला की, त्यानं हे असलं वागायला नको होतं. त्याचा नेहमी दुसऱ्यांच्या बायकांवर डोळा असतो. भारतीय नववधूचं आगमन झालं की प्रत्येक वेळी तो तिच्यावर झडपच घालतो. इतर पुरुषांच्या मालमत्तेवर नजर ठेवण्यापेक्षा तो स्वत:साठी बायको का करून आणत नाही, मला समजत नाही."

नीलाला किशनच्या डोळ्यांत मत्सराचा निखारा फुललेला स्पष्ट दिसत होता. आदल्या रविवारी सानलनं नीला आणि किशनला आमंत्रण दिलं होतं. त्या वेळी किशननं 'नक्की येऊ' असं आश्वासन दिलं होतं. त्यानंतर ते 'बहुधा जमणार नाही असं दिसतंय', झालं आणि अखेर 'सॉरी मित्रा, मला तातडीचं काम आहे, त्यामुळं मला लीयाँ ला जायचंय" अशी किशननं सबब पुढं केली, पण अर्थातच, तो लीयाँ ला गेला नव्हता.

"त्या दिवशी रात्री त्यानं तुझ्या ग्लासमध्ये दारू ओतायला नको होती. जर दारू ओतायचीच, तर ती मी. माझ्या बायकोला काय हवंय, ते मी बघीन.' किशनच्या आवाजाला संतापाची धार चढली होती.

नीला म्हणाली, "काय हे! तो तुमचा मित्र आहे. तो त्याच्या वहिनीशी फक्त थट्टामस्करी करत होता."

"तुला कळत नाही. ही फक्त थट्टामस्करी नसते. मी गेल्या पंधरा वर्षांत भारतीय पुरुषांबद्दल काही भयानक कहाण्या ऐकल्या आहेत. काहीजण दुसऱ्यांच्या बायकांना घेऊन पळून जातात किंवा त्यांच्याशी अनैतिक संबंध ठेवतात," किशन नाक मुरडून, कपाळावर आठ्या आणून, ओठही मुडपत नाराजीनं म्हणाला.

आठ्यामय किशनपासून दूर होत, नीला खिडकीशी जाऊन उभी राहिली, "मग आपण तुमच्या उपाहारगृहात जेवायला जाऊ या?"

"तुझं डोकं फिरलंय. मी आख्खा आठवडा त्या ठिकाणी असतो. आज रात्री

पुन्हा मी तिथं मुळीच जाणार नाही. मात्र, पुढच्या आठवड्यात मी तुला तिथं मांस-मच्छी खायला घेऊन जाईन.''

नीला गर्रकन वळून, एका उडीत त्याच्याजवळ पोचली, ''खरंच, नक्की?''

''होय, नक्की.''

नीलाचा उजवा हात ओढून आपल्या डोक्यावर ठेवत किशन म्हणाला, ''भारतीय मुलीच्या स्पर्शात काहीतरी वेगळंच असतं.... तिचा स्वाद संपूर्ण अनोखा असतो.''

नीलानं सुहास्य वदनानं त्याच्या केसातून आणि टकलावरून प्रेमभरानं हात फिरवत विचारलं, ''आणि परदेशी बायकांचा स्वाद कसा असतो?''

किशननं फक्त खांदे उडवले.

त्याच्या चेहऱ्यावर झुकत तिनं विचारलं, ''त्यांच्यापैकी कुणी असं तुमच्या केसांतून बोटं फिरवतं?''

किशननं डोळे मिटले होते. लडदू बोका डोळे मिटून पडला होता...घुर्ऽऽऽ

''सांगा ना, असं कुणी करतं?''

''त्यांच्या असल्या गोष्टी लक्षातच येत नाहीत.''

''हे तुम्हाला कसं माहीत?''

गबदूल बोक्याचे डोळे मिटलेलेच होते.

''मला माहीत आहे, कोण करत नाही ते माहीत आहे मला!''

सोमवारी सकाळी किशन नीलाला घेऊन इल द ला सीतेमधल्या पोलिस ठाण्यात गेला. तिथं त्यानं तिच्या नागरिकत्वासाठी अर्ज केला. दोन तासांनी ते तिथून बाहेर पडले तेव्हा नीलाला नोत्र-दामला जायचं होतं, पण किशनची इच्छा नव्हती. नीलाला सेनच्या काठानं चालायचं होतं, पण किशनची इच्छा नव्हती.

इल द ला सीते ही जुनी वसाहत होती. पॅरिसी नावाचे कोळी तिथं रहात असत. पण, रोमन लोकांनी इथं आक्रमण केलं आणि हा प्रदेश जिंकून सेनशेजारी घरं वसवली. या इमारतींचे काही अवशेष आजही त्या नदीकिनारी उभे होते. तुम्हाला माहीत आहे, या मूळच्या रहिवाशांवरून या शहराचं नाव पॅरिस पडलं? आधी या शहराचं नाव ल्यूटेटिया होतं.

किशनला हे माहीत नव्हतं आणि ते त्याला जाणून घ्यायचंही नव्हतं. त्याला उपाहारगृहात पळायची घाई होती. तिला घराशी सोडून तो परत गेला. या धांदलीत तो त्याची पत्त्यांची छोटी वही बरोबर न्यायला विसरला. नीलानं ती छोटीशी निळी वही घेऊन 'ए' टू 'झेड' सगळी पानं वाचली. त्यांतली बरीचशी नावं तिला अनोळखी होती. नीलाचं नाव त्या वहीत नव्हतं. पण निखीलचं नाव

होतं आणि त्याच्या नावाशेजारी त्यांचा बालीगंजचा फोन नंबर होता. सुनीलच्या नावापुढं पाच नंबर लिहिलेले होते, त्याचा घरचा नंबर, ऑफिसचे दोन नंबर, एक त्याच्या मोबाईलचा नंबर आणि शेवटी त्याचा कोलकत्याचा, घरचा नंबर.

नीलानं पडूनच फोन उचलला आणि त्याच्या ऑफिसच्या नंबरपैकी एक नंबर फिरवला. पलीकडून एका मुलीचे भराभरा फ्रेंच शब्द आले. नीलानं तिला इंग्रजी समजतं का, विचारलं. त्यावर तिनं 'नाही' सांगून फोन आपटला.

मग तिनं दुसरा नंबर फिरवला. पुन्हा तोच आवाज आला आणि आधीचाच प्रकार घडला. नीलानं वहीत सुनीलच्या नावाच्या वर नजर टाकली. तिला सानलचं नाव दिसलं. त्याच्या नावापुढंही दोन फोन नंबर होते. पुन्हा फोन आदळण्याचा धोका पत्करायला नको म्हणून तिनं त्याच्या ऑफिसमध्ये फोन लावला नाही.

अखेर, तिनं वही घरीच विसरल्याचं सांगण्यासाठी ताजमहालमध्ये फोन लावला. पण तो तिथं नव्हता. तो अजून तिथं पोचायचा होता. उपाहारगृह नुकतंच उघडलं होतं. टेबलं मांडून तयार होती. ग्लासमध्ये नॅपकिन आकर्षक रचनेत सजले होते. वातावरणात 'लोबन' चा गंध दरवळत होता.

''या वासाचा तुला त्रास होत नाही?'' नीलानं विचारलं होतं.

''इथल्या लोकांना तो आवडतो. मला अजिबात आवडत नाही. कुणीतरी मेलंय असं वाटतं.'' मोजम्मल उत्तरला होता.

''आज जेवणाचा काय बेत आहे?''

नव्यानं काहीच बनणार नव्हतं. फ्रीजमध्ये कायम अर्धंकच्चं अन्न शिल्लक असायचं. तेच तळून-परतून ताजं बनवायचं आणि त्याच त्या शिळ्या ग्रेव्हीत मिसळायचं. पण, तंदूरी चिकन आणि नानकडं मात्र खास लक्ष पुरवावं लागायचं. सर्वांत जास्त मागणी याच दोन पदार्थांना असायची.

''ओह.''

''अलीकडं तुम्ही आला नाहीत.''

''कधीतरी मी जेवायलाच येईन. मी तर मटणाची जवळजवळ चवच विसरलेय. एखाद्या बकरीसारखा हिरवा पाला आणि भाज्या चघळतीय.''

मोजम्मल हसून म्हणाला, ''पण त्यात बरीच जीवनसत्त्वं असतात.''

''होय, जीवनसत्त्वांचा जरा जास्तच डोस चाललाय,'' नीलाही हसली.

''दीदी, तुम्ही शिकताय की काही कामकाज?''

''शिकत नाहीय, पण काम करतीय. होय....घर चालवतीय....बिनपगारी काम.....''

मोजम्मल आणि नीला दोघंही हसले.

''मोजम्मल, तू बऱ्याच ठिकाणी काम केलं आहेस...माझ्यासाठी एखादी नोकरी बघशील?'' नीलाचा स्वर आता गंभीर होता.

''तुम्ही नोकरी करणार? मग किशनबाबूंना का सांगत नाही? त्यांच्या बऱ्याच लोकांशी ओळखी आहेत. मी बारीक-सारीक नोकऱ्या करतो, मला चांगल्या नोकऱ्यांची मला काही माहिती नाही.''

मोजम्मलचं बोलणं संपण्याआधी नीला म्हणाली, ''मलाही बारीक-सारीकच काम हवंय. रसायनशास्त्राचं पदव्युत्तर शिक्षण घेतल्यानंतर तू बशा विसळतोयस....मी बंगाली साहित्यातलं पदव्युत्तर शिक्षण घेतलंय. मीही झाडूवालीचं काम करू शकते,'' नीलाचा आवाज आधीइतकाच गंभीर होता.

''नाही, नाही, दीदी. माझ्यापुढं दुसरा पर्यायच नाहीय, म्हणून मी हे काम करतोय.''

''आणि माझ्यापुढं काय पर्यायच पर्याय खुले आहेत?''

दोघंही हसले.

''किशनबाबू सुखवस्तूपणे राहण्याइतकं मिळवतात.''

''म्हणून काय झालं?''

''मग, तेवढं पुरायला पाहिजे.''

''मोजम्मल, किशन मिळवतात, पण तो त्यांचा पैसा असतो. माझा नाही.''

मोजम्मलपुढं पेच पडला होता. तो काहीसा बिचकतच म्हणाला, ''तुम्ही किशनबाबूंना सांगितलंत तर....मला खात्री आहे की....''

''बायकोला बाहेर नोकरी करायला ते परवानगी देणार नाहीत.''

''पण, त्यांची पहिली बायको करायची.''

''पहिली बायको?''

मोजम्मल गप्प झाला. मग त्यानं विचारलं, ''तुम्हाला माहीत नाही?''

''नाही...''

कुणीतरी गिऱ्हाईक आलंय वाटतं, असं पुटपुटत मोजम्मलनं फोन ठेवला.

त्या दिवशी संध्याकाळी नीलानं सुनीलला घरी फोन करून, किशनच्या पहिल्या लग्नाबद्दल विचारलं.

''पण, तुला ठाऊक नव्हतं?''

''नाही.''

''त्याची आधीची बायको फ्रेंच होती. तिचं नाव इमॅन्युअल. किशननं तुला सांगितलं नाही?''

''नाही.''

''खरंच! हे सगळं ठाऊक असताना, तू लग्नाला होकार दिला आहेस अशी

माझी समजूत होती.''

नीलाच्या मनात आलं, किशनच्या गतायुष्यातल्या या घटनेचा आपल्या मनावर काही परिणाम होईल का? पण तिला काहीही वाटलं नाही.....खरंच.....काहीही नाही.

''काय झालं? आत्ता या वेळी झोपली आहेस?'' संध्याकाळी तिला उठवत किशननं विचारलं.

नीला आळस देत म्हणाली, ''वेळ हा माझा सर्वांत मोठा शत्रू आहे. झोपून वेळ काढून, मी या शत्रूवर मात करायचा प्रयत्न करतीय.''

''मी दोघाजणांना जेवायला बोलवलंय. काही नवे पदार्थ कर. ऊठ, कामाला लाग.''

नीला हसून म्हणाली, ''बघा, आत्ता तुम्ही मला काम दिलं आहेत. हे पाहुणे कोण?''

''पंजाबी जोडपं आहे. तुझी त्यांच्याशी ओळख नाहीय.''

''हे सगळं मित्रमंडळ भारतीय दिसतंय. तुम्हाला कुणी परदेशी मित्र नाहीत?''

''आहेत. पण त्यांचा संबंध कामाच्यठिकाणापुरता. जवळचे मित्र आहेत ते फक्त भारतीय आहेत.''

''इमॅन्युअल सुद्धा कामाच्याठिकाणापुरती मैत्रीण होती का?''

''कोण इमॅन्युअल?''

''तुमची बायको.''

''ओह! तुला कुणी सांगितलं?''

''ते महत्त्वाचं आहे का?''

''तुझं पित्त खवळलेलं दिसतंय.''

''अजिबात नाही. आणि तसं चालणारही नाही, नाही का?''

''मी जर इमॅन्युअलशी लग्न केलं नसतं, तर मी फ्रेंच नागरिक बनू शकलो नसतो, आणि तुलाही ते मिळालं नसतं.''

''पण, तुम्ही मला इमॅन्युअलबद्दल कधी काही बोलला नाहीत.''

''जर मी सांगितलं असतं, तर तू लग्नाला होकार दिला असतास?''

''बहुतेक नाही.''

''नाही...तू होकार दिला असतास.''

''इतकं खात्रीनं कशावरून सांगताय?''

''कारण सुशान्तानं, महान प्रेमानं तुला फसवलं होतं. जर मी तुझ्याशी लग्न केलं नसतं, तर दुसऱ्या कुणीही केलं नसतं. तू तशीच बिनलग्नाची राहिली

असतीस. असल्या बातम्या फार जलद दूरदूरवर पोचतात. तू त्या पोराबरोबर झोपली होतीस, होय ना?''

तिच्या काळजावर थंडगार पाण्याचा सपकारा सप्पकन् बसला.

''झोपूनच राहणार आहेस का? अजून स्वयंपाक व्हायचाय,'' टाय सोडता सोडता किशन चढ्या आवाजात बोलत होता.

दुसऱ्या दिवशी सकाळी किशन बाहेर पडल्यानंतर, नीला बिछान्यात लोळत होती. आदल्या रात्री पंजाबी दोस्तांसमवेतचा गलका ती आठवत होती. मध्यरात्रीपर्यंत त्यांच्या हशाखोकाळा, बडबड सुरू होती. आज नान करपलाय, दालमाखनीत काहीतरी कमी आहे....स्वयंपाक आज नीट जमलाच नाहीय....वगैरे किशनची शेरेबाजी सुरू होती. त्याच्या पंजाबी दोस्ताच्या बायकोनं फ्लॉवरचा रस्सा छान झाल्याची प्रतिक्रिया दिली, पण किशनच्या मते तो आणखी चांगला व्हायला हवा होता. नीलाच्या मनात आकस्मात विचार चमकला. आपली अवस्था आईसारखीच. म्हणजे मोलिनासारखीच झालीय. अनिरबानही असंच मित्रांना अचानक धाडकन जेवायला घेऊन यायचा आणि मोलिनाला स्वयंपाक करायला लावायचा. ती अशीच स्वयंपाकघरात राबराब राबायची आणि अनिरबान त्या सगळ्याची मापं काढत, टीकाटिप्पणी करत असायचा. अगदी असंच. मोलिना नवऱ्याला खूष करण्यासाठी अपार कष्ट घ्यायची. पण दुर्दैवानं दर खेपेला तोंडघशी पडायची.

नीलानं सानलला फोन लावला. त्यानं तिचा आवाज ओळखला नाही. आणि ओळखायचं काही कारणही नव्हतं.

''नीला, नीलांजना मंडल.''

''ओह, सौभाग्यवती किशनलाल.''

''होय, सौभाग्यवती किशनलाल.''

''मग काय सौभाग्यवती लाल, काय चाललंय?''

त्याला काहीतरी ठळक वार्ता अपेक्षित आहे, हे नीलाच्या लक्षात आलं.

''मी असाच फोन केला...सहज....काही कारण नाही. ....तुमचा नंबर मिळाला, मग म्हटलं, तुमचं काय चाललंय विचारावं.''

''मी मजेत आहे. एकदम छान चाललंय. तुम्ही काय म्हणताय?'' सानलचा आवाज नेहमीसारखाच आनंदी होता.

''ओह, ठीकच म्हणायचं, कधीतरी आमच्याकडं या ना, तुम्हाला भेटून बरेच दिवस झाले,'' नीलाच्या आवाजात आर्जव होतं.

''तुमचे पतीराज कुठे आहेत, आत्ता ते तुमच्याबरोबर आहेत?''

''नाही, नाही. ते सदैव बिझी असतात.''

''हं. या देशात तुम्हाला बिझी रहावंच लागतं. तर, भाभीजी, मलाही बरंच काम आहे, मला पळायला हवं.'' सानलच्या स्वरात अस्वस्थता होती.

''ठीक आहे, अशा घाईच्या वेळी तुमचा वेळ घेतल्याबद्दल माफ करा.''

नीलानं फोन ठेवला.

तिला स्वत:चाच संताप आला. सानल किती बिझी आहे हे ऐकायला, आपण त्याला कशाला फोन केला, असं तिला वाटलं. इतका बिझी, की आपलं फारसं बरं नाहीये असं सूचित केल्यावरही 'का' म्हणून विचारावं किंवा तिच्या आयुष्यात काय चाललंय हे जाणून घ्यावं, एवढाही त्याला रस नव्हता...आणि आत्ता वेळ नाही, पण पुन्हा केव्हा सवड आहे, हे सांगायचीदेखील त्यानं तसदी घेतली नाही. आपल्याला तरी सानलशी बोलावं असं का वाटतंय? 'कुणाशीतरी' बोलायचं, एवढाच त्याला अर्थ आहे? आणि समजा, तेवढाच अर्थ आहे, असं मानलं तर, मग आपण मोलिनाशी किंवा कोलकत्यातल्या एखाद्या मैत्रिणीशी बोलू शकलो असतो. अर्थात, कोलकता फार दूर होतं आणि 'सारखेसारखे आंतरराष्ट्रीय फोन केलेस तर फ्रेंच दूरसंचार धारदार पात्यानं आपले गळे चिरेल' अशी किशननं धमकी देऊन ठेवली होती. पण आपण इथल्या इथं, पॅरिसमध्ये, सुनीलशी किंवा चैतालीशी बोलू शकलो असतो. पण, तिनं तसं केलं नाही. कारण तिला सानलशी आणि सानलशीच बोलायचं होतं. दुसऱ्या कुणाशीही नव्हतं...दुसऱ्याच्या बायकांभोवती गोंडा घोळणारा, इतर बायकांवर झडप घालणारा, त्यांना फूस लावून पळवून नेणारा म्हणून कुप्रसिद्ध असलेल्या सानलशीच तिला बोलायचं होतं. कसंही करून त्यानं आपल्याला या घरातून पळवून न्यावं अशी इच्छा कुठंतरी तिच्यात जागली होती. तिनं स्वत:ला विचारून पाहिलं, खरंच, हेच कारण आहे? तिला उत्तर सापडलं नाही. अलीकडं आपल्याला बऱ्याच गोष्टींची उत्तरं सापडत नाहीत, असं तिला जाणवलं. दिवसभर आपण का लोळतोय, उठून कपभर चहा घ्यावा असं आपल्याला का वाटत नाहीय, तेही तिला समजत नव्हतं. आज आपण आंघोळीला गेलो नाही...काही खाल्लं नाही...खिडकीतून बाहेर नजर टाकली नाही. सुनीलकडून आणलेलं पुस्तक उघडलं खरं, पण ओळ पुढंच सरकेना. असं का? तिचं तिलाही समजत नव्हतं.

संध्याकाळी फोनची रिंग वाजली. नीला पाठ वळवून पडून राहिली. आन्सरिंग मशीनवर सुनीलचा आवाज ऐकल्यानंतर, तिनं फोन उचलला.

''नीला, काय झालं? तू फोन का उचलला नाहीस?''

''मी झोपले होते.''

"आत्ता? काय चाललंय?"

"ठीक आहे."

"किशन घरी आहे?"

"नाही."

"पण तो उपाहारगृहातही नाहीय आणि तो मोबाईलही उचलत नाहीय, म्हणून मला वाटलं, तो घरी आला असेल."

'नाही, तो घरी आलेला नाहीय."

"तू वेळ कसा घालवतीस? पॅरिसमध्ये काय-काय पाहिलंस?"

"आयफेल टॉवर."

"आणखी?"

"आणि काही दुकानं."

'तू लूव्र ला गेली नाहीस?"

"नाही."

"मर्सी दा ऑर्से पाहिलंस?"

"नाही."

"तू पिकासो, रॉडिन पाहिलं नाहीस?"

"नाही."

"मी किशनला सांगितलं होतं की एकदा तिला आमच्याकडे पाठव म्हणजे आम्ही तिला प्रदर्शनांना बरोबर नेऊ. इथं खूप पाहण्यासारखं आहे, पण 'मीच तिला घेऊन जाईन' असं त्यानं सांगितलं, आणि लग्नानंतर पहिले काही महिने प्रत्येकजण बायकोचा पदर धरून असतोच." सुनीलचं परिचित हास्य फसफसलं. "हे मी माझ्यावरून सांगतोय. माझ्या लग्नानंतर मी दोन महिने कामावरसुद्धा गेलो नव्हतो. चैताली आणि मी एकमेकांना अगदी डिंकानं चिकटवल्यासारखे चिकटून असायचो."

अकस्मात नीलानं प्रश्न केला, "सुनीलदा, एखादी नोकरी पाहू शकशील?"

"नोकरी? का? कुणासाठी?"

"माझ्यासाठी."

"तू नोकरी करणार आहेस?"

"होय."

"किशनला सांगितलंस? तो काय म्हणतोय?"

"मी त्यांना सांगितलेलं नाही."

"पण, तसं चालणार नाही."

"किशन, किशन, किशन...जणू माझ्या आयुष्यात दुसरं काहीच नाहीय."

''तसं नाही, पण आधी तुला भाषा शिकायला हवी.''

''ती मला कुठं शिकता येईल?''

''तू 'अलायन्स फ्रॉंस्वा'ला का जात नाहीस? किशनला फक्त सांग की....''

''मला पत्ता दे, कसं जायचं तेवढं सांग...माझं मी ते ठिकाण शोधून काढीन.''

''किशनला आवडणार नाही.''

नीलानं उसासा सोडला.

सुनील म्हणाला, ''किशन घरी आल्यावर, त्याला मला घरी फोन करायला सांग.''

''काही महत्त्वाचं आहे?''

''होय. पूजा कमिटीबद्दल. काही देणगीदार बघतो, असं त्यानं सांगितलं होतं.''

''ओह.''

फक्त घराला आग लागली, तरच वापरण्याची परवानगी असलेल्या किल्ल्यांचा वापर करून नीला बाहेर पडली आणि रस्त्यावरून निरुद्देश भटकत राहिली. तिच्याजवळ शहराचा नकाशा होता आणि खिशात चार पैसे. ती त्या गार द्यू नॉर नामक प्रासादात गेली. तिथं माणसंच माणसं होती, ट्रेन पकडणारी, ट्रेनमधून उतरणारी...ट्रेन सुटत होत्या, येऊन थांबत होत्या. नीला एका खांबाला टेकून ते सगळं पाहात होती. तिला कुठंतरी जावंसं वाटत होतं...कुठंतरी दूरवर. निळ्या डोळ्यांचे, पिंगट डोळ्यांचे राजपुत्र त्या ट्रेनमधून जात होते. पण त्यांतल्या कुणीही नीलाला बरोबर येणार का म्हणून विचारलं नाही. अचानक तिच्या मनात आलं, आपण अदृश्य तर नाही ना? तिनं स्वतःवरच नजर टाकली. नवी, काळ्या रंगाची जीन्स, पांढरा रेशमी शर्ट आणि गुलाबी कार्डिगन, पायात चकचकीत काळे बूट....आपण कुरूप आहोत असं तिला वाटत नव्हतं. अशा साजात ती कोलकत्याच्या रस्त्यावर असती तर, पुरुषांच्या कितीतरी नजरा तिच्याकडं वळल्या असत्या.

त्या प्रासादातून बाहेर पडून नीला पुन्हा निरुद्देश चालू लागली. ती बस स्टॉपवर आली. मिनिटा-मिनिटाला बस येत होत्या. बसवर कुठला नंबर आहे ते न समजता आणि बस कुठं चाललीय, तेही ठाऊक नसताना, ती एका बसमध्ये चढली. एकटी बाहेर गेलीस, तर या शहरात तू हरवशील, असं किशन एकदा तिला म्हणाला होता. असं झालं तर खरंच किती छान होईल! तिच्या मनात आलं. तिला आपण हरवावं असं वाटत होतं. अशा एखाद्या ठिकाणी जावं....तिथून परतीचा रस्ताच ठाऊक नसावा. ती बस जिथवर जात होती, तिथवर ती गेली. तिथून ती दुसऱ्या बसमध्ये बसली. तिच्या डोळ्यांत उदास दुःख आणि थरार

यांचं मिश्रण होतं. कोलकत्यात बस असायच्या त्या खचाखच भरलेल्या, घामाची चिकचिक, असह्य उकाडा आणि डोळ्यांत, तोंडात शिरणारी धूळ...इथं मात्र बसेस भरपूर हवेशीर खिडक्यांमुळं वातानुकूलित भासत होत्या आणि धुळीचं तर नामोनिशाण नव्हतं. बसच्या पुढच्या दारातून आत जायचं, ड्रायव्हरच्या पुढं तिकिट धरायचं आणि आत जायचं. (भगवं तिकिट पूर्ण महिन्यासाठी होतं.) भगवं तिकिट नसलं तर, तर ड्रायव्हरला आठ फ्रँक्स देऊन हिरवं तिकिट विकत घ्यायचं, एका छोट्या मशीनमध्ये सारायचं. ते मशीन खडखड आवाज करत त्या तिकिटावर तारीख आणि वेळेचा शिक्का मारून द्यायचं, मग गुबगुबीत सीटवर बसायचं. कुठं बडबड, गोंधळ नाही, राजकारणी किस्से नाहीत, कलकल नाही की घरगुती खमंग गप्पाटप्पा नाहीत. सगळेजण शांत होते. प्रत्येकाच्या चेहऱ्यावर हास्य फुललेलं होतं. कुणीही इतर लोकांच्या आयुष्यात नाक खुपसत नव्हतं. गोऱ्यापान चेहऱ्यांच्या सागरात एक सावळी मुलगी बसली होती, पण त्यांतल्या कुणीही तिला कुठून आलीस, कुठं राहतीस असले प्रश्न करायला पुढं आलं नाही. सभोवतीचे ते आनंदी, प्रफुल्ल चेहरे नीला टक लावून पाहत होती.

बसमध्ये एक जोडपं आलं. त्यांच्याबरोबर बाबागाडीत एक सानुलं होतं. ते बाळ झोपलेलं होतं. त्या तरुण जोडप्यानं आख्ख्या बसमधल्या लोकांसमोर चुंबन घेतलं. गाढ चुंबन....ते फ्रेंच चुंबन होतं. नीलाचं तिकडं लक्ष वेधलं गेलं ,पण त्याच वेळी तिच्या लक्षात आलं की, बसमधल्या कुणीही त्या चुंबनमग्न जोडप्याकडं कटाक्षसुद्धा टाकत नाहीय. हेच कोलकत्यात घडलं असतं तर, या जोडप्याला अशोभनीय वर्तनाबद्दल ताबडतोब हाकलून देण्यात आलं असतं. नीलाच्या मनात आलं, या जोडप्यानं हे चुंबन फक्त शयनगृहापुरतंच मर्यादित ठेवलेलं नाहीय किंवा एकांतवासापुरतंच ठेवलेलं नाहीय आणि केवळ आपल्या इच्छेनुसार आत्ता ते चुंबनाचा आनंद घेतायत. हे चुंबनही जगातली सर्वांत सभ्य आणि सुंदर गोष्ट असेल. कलकत्त्यात असताना लोकांच्या नजरांच्या भयानं ती कधी सुशान्ताचा हातसुद्धा धरू शकली नाही. याच भयामुळं एखादं दुसरं चोरटं चुंबन घ्यायचं तर ते दोघेजण कोलकत्यापासून दूर, चार मैलांवरच्या एखाद्या एकांत स्थळी, एखाद्या खोपटाच्या आडोशाला जायचे. नीला आणि सुशान्ता सगळ्यात कशाला घाबरत असतील तर लोकांना. झुडपामागं एखाद-दुसरा कोल्हा दिसला असता, तर ते घाबरले नसते. पण त्यांना लोकांचं प्रचंड भय वाटायचं.

नीलानं पाहिलं, तो तरुण तिला चुंबत होता. तिच्या पाठीवरून प्रेमभरानं हात फिरवत होता. दोन शरीरं जणू परस्परात गुंफली होती. आपल्यालाही असं चुंबून घ्यावं, असं तिला वाटत होतं, अशाच एखाद्या राजबिंड्या तरुणानं आपल्यावर प्रेमाचा वर्षाव करावा, आलिंगन द्यावं, आणि चुंबन घ्यावं...अगदी

घट्ट, खोलवर....

बस सेन् शी आल्यावर नीला खाली उतरली. हिरव्या रंगाच्या पेट्यांसारखी दिसणारी पुस्तकांची दुकानं बघत बघत ती नदीकिनाऱ्यावरून चालली होती. तिथं पर्यटकांची गर्दी होती, मात्र पुस्तकं-खरेदीसाठी नव्हे, फोटो काढण्यासाठी. चालत चालत ती लूव्रपाशी आली. ती वेड्यासारखी म्युझियमच्या दिशेनं धावत सुटली. त्या भव्यदिव्य शिल्परचनेपुढं तिला आपण एखाद्या मुंगीइतकं नगण्य असल्यासारखं वाटलं. त्या विस्तृत, प्रचंड आकृतीपुढं आपलं अतिसूक्ष्म अस्तित्व... ती खुशीनं शरण गेली. लूव्रच्या अथांग विश्वात नीला हरवून गेली. आपण नीलांजना मंडल आहोत...कलकत्त्याच्या अनिरबान मंडलची सुकन्या....हेही ती विसरली. तिला स्वत:चं अस्तित्वदेखील जाणवत नव्हतं आणि खांद्याला किंवा मानेला होणाऱ्या एखाद्या निसटत्या स्पर्शाचंदेखील तिला भान नव्हतं. ती रसोलिओपासून सॉलिसपर्यंत चालत गेली. पुढं सॉलिस ते डेनॉटपर्यंत गेली. ती जणू भारल्यासारखी निघाली होती. जणू ती चालत नव्हतीच. एका विभागातून दुसऱ्या विभागात पंख लावून तरंगत जात होती. एव्हाना दुपार टळून निघाली होती. तरी नीलाला तहानभुकेचीसुद्धा शुद्ध नव्हती. ती जणू या जगात नव्हतीच. सबंध संध्याकाळ नीला सुखद तंद्रीची धुंदी अनुभवत होती. लुव्रमधून बाहेर पडल्यावरही नीला, नीला उरलीच नव्हती. काचेच्या पिरॅमिडजवळ ती एखाद्या पुतळ्यासारखी बसली होती. आपल्याला घरी परत जायचंय, हे ती विसरली होती. आपण सौ. लाल आहोत, सौभाग्यवती किशनलाल...एवढी आणि एवढीच फक्त आपली ओळख आहे, ही गोष्टसुद्धा ती विसरली होती.

ती घरी परतली. अजून किशन आला नव्हता. नीला बाथटबमध्ये साबणाच्या फुलपंखी बुडबुड्यात शिरली. तिला तिथून बाहेर येऊन स्वयंपाकघरात जावंसं वाटत नव्हतं. किशन घरी आला तेव्हा ती शुभ्रधवल फेसात बुडालेलीच होती. बाथरूमच्या दारात उभं राहून त्यानं प्रश्न केला, "हे काय? आत्ता या वेळी कशाला आंघोळ करतीयस? चल, ऊठ."

"का?" नीलाचा आवाज थंड होता. दगडी...रूक्ष...

"का म्हणजे....मी आलोय!"

"मग?"

"म्हणून तू उठलं पाहिजेस. परवा तुला भोपळा हवा होता ना, बघ, आज मी भोपळा आणलाय. त्याचं काहीतरी कर. मला वाटतं, याचं लोणचं फार चांगलं होईल. कसं करतात, ते तुला ठाऊक आहे?"

नीला त्या शुभ्र फेसात आणखी डुंबत उत्तरली, "नाही."

"मग जरा डोकं वापरून याचं चांगलं काहीतरी बनव."

"तुम्हीच का करत नाही? तुम्ही किती हुशार आहात."

"मला स्वयंपाक करता येत नाही."

त्याला स्वयंपाक करता येतो ही गोष्ट नीलाला चांगली ठाऊक होती. ती या घरात येण्यापूर्वी तो स्वत:च्या हातानं करून खात होता. आपल्याला इथून उठावंसं वाटत नसलं तरी आपल्याला इथून उठावंच लागणार आणि लोणचं घालावंच लागणार...हेही तिला ठाऊक होतं.

नीला बाथरूममधून बाहेर आली, त्या वेळी किशन फोनवर मीनाक्षीशी बोलत होता. भोपळ्याचं लोणचं कसं घालायचं, ते तिला विचारत होता. आधी भोपळा धुऊन घ्यायचा. मग त्याची सालं काढायची, मग त्याचे छोटे चौकोनी तुकडे करायचे. त्यांना छिद्रं पाडायची. त्यानंतर साखरेचा पाक करून घ्यायचा...तो या छिद्रात मुरायला हवा...मग हे तुकडे पाकात मंद आचेवर शिजवायचे...त्यात चार वेलदोडे आणि थोड्या लवंगा घालायच्या वगैरे, वगैरे.....

वगैरे...वगैरे...वगैरे...

त्या दिवशी रात्री नीलानं भोपळ्याचं लोणचं घातलं. किशनचा आत्मा सुखावला.

त्यानंतर ती मोलिनाला पत्र लिहायला बसली.

"मा, माझ्याकडं पैसे असते ना, तर मी सुखात जगले असते. पण मा, माझे स्वत:चे पैसे असायला हवेत. आपल्याजवळ स्वत:चे पैसे नसतील, तर आयुष्यभर पैसेवाल्या माणसापुढं मान तुकवावी लागते. तुम्ही जर मिळवते नसाल, तर तुमच्या इच्छा-आकांक्षांना कुणी विचारत नाही. त्या जमेसच धरल्या जात नाहीत. दुसऱ्याच्या पैशांवर जगताना तुम्हाला स्वातंत्र्य कधीही मिळत नाही. कुणाला सांगू नकोस, पण मला थोडे पैसे पाठवशील? मी इथं येताना बरोबर आणलेले पैसे जवळजवळ संपलेच आहेत. आपला आपल्याजवळ थोडा पॉकेटमनी असणं बरं."

दुसऱ्या दिवशी सकाळी नीलानं मोलिनाला लिहिलेलं ते पत्र पुन्हा वाचून पाहिलं आणि टरकावून टाकलं. त्यानंतर तिनं मोजम्मलला फोन केला. "माझ्यासाठी एखादी नोकरी बघशील. कसलीही चालेल....भाषा आली नाही तरी करता येईल अशी कुठलीही नोकरी?"

"दीदी, मी नोकरी पाहीन, पण मी अडचणीत येईन," मोजम्मलच्या आवाजात ताण जाणवत होता.

"ते मला कळतंय. मी कुणालाही सांगणार नाही," नीलाचा स्वर निराश झाला होता.

"दीदी, माझी नोकरी जाईल..."

नोकरी शोधण्यासाठी तू मदत केल्याचं किशनला सांगणार नाही, असं नीलानं त्याला वचन दिलं. सगळा दोष मी माझ्या शिरावर घेईन असंही नीलानं मोजम्मलला कबूल केलं.

त्या दिवशीसुद्धा नीला घराबाहेर पडली. दिवसभर शांतपणे भटकून संध्याकाळी ती घरी परतली.

किशन घरी आला. आल्या आल्या त्याच्या दबलेल्या संतापाचा स्फोट झाला.

"कुठं गेली होतीस? फोन का उचलला नाहीस?"

"तुम्ही कधी फोन केला होता?"

"दुपारी केला होता, पुन्हा संध्याकाळी केला होता."

क्षणभर नीलाच्या मनात आलं, झोपले होते असं ठोकून द्यावं. मग तिला वाटलं, त्यापेक्षा, आंघोळ करत होते ही थाप बरी आहे, नाही नाही, आंघोळ नको...टीव्ही पाहात होते आणि फोन ऐकूच आला नाही असं सांगावं. किशननं संतापानं लालपिवळं होऊ नये म्हणून काय सबब सांगावी अशा विचारात असतानाच, फटकन् तिच्या तोंडून वाक्य निसटलं, मी बाहेर गेले होते.

किशन संतापानं लाल-जांभळा झाला. बाहेर गेले होते! पण कुठं? घराला आग लागली होती का?...नाही. भूकंप झाला का? नाही. काहीही कारण घडलं नव्हतं. तरीही नीला बाहेर गेली होती. ती घराबाहेर गेली होती, का तर, केवळ जावंसं वाटलं म्हणून. किशननं आपल्याला बाहेर नेलं असतं, हे तिला माहीत होतं आणि तरीही ती एकटी बाहेर गेली होती. कारण, तिला स्वतःचीच सोबत हवी होती.

किशननं टाय सैल केला. एक शब्दही न बोलता तो मद्याच्या कपाटाकडं गेला. तिथून एक बाटली काढून तो सोफ्याच्या दिशेनं वळला, एकही शब्द न बोलता. स्वयंपाकघरात जाऊन त्यानं ग्लास आणला आणि स्वतःच त्यात दारू ओतून, शांतपणे घुटके घेऊ लागला.

नीलानं अन्न गरम करून, टेबलावर मांडलं. अगदी शांतपणे. तिनं टेबलावर एकच बशी ठेवली. बाकी ती एक शब्दही बोलली नाही.

दुसऱ्या दिवशी रात्री किशन घरी परतला, त्या वेळी नीला सोफ्यावर बसून टीव्ही पाहात होती. समोरच्या कॉफी टेबलवर तिनं पाय ठेवले होते. टीव्हीवर ना

चित्रपट सुरू होता, ना नाटक. टीव्हीवर फ्रेंच भाषेतल्या बातम्या सुरू होत्या. तो घरी आला, तरी नीला तशीच बसून राहिली होती.

"आज घरी फोन केला होतात?" तिनं प्रश्न केला.

"का?"

"मी हे विचारतीय कारण, मी घरी नव्हते."

"कुठं गेली होतीस?" किशननं विचारलं.

"खास असं कुठं नाही. अठ्ठेचाळीस नंबरची बस पकडून मी 'सें जेर्मेंदे प्रे' ला गेले. 'काफे द् फ्लर' मध्ये चहा घेतला. मग मी बुलवार सें जेर्में वरून फिरून आले. तिथं खूप माणसं होती. मग मी एका सुंदर बागेत गेले. ल्युक्सांबुर गार्डन्समध्ये. मग 'ब्रासरी' मध्ये जेवले आणि नंतर...काय बरं...."

किशन दात खात होता. ती आपली मर्यादा ओलांडतीय, हे त्याला दिसत होतं. तो घरी आलेलं पाहिल्यावर तिनं टेबलावरचे पाय खाली घेतले नव्हतेच, पण उलट ती तिच्या भयानक वर्तनाचं वर्णन अगदी शांतपणे, चीड आणणाऱ्या पद्धतीनं, स्पष्टपणे करत होती.

किशननं मुठी आवळल्या. नाहीतर त्यानं तिच्या झिंज्या धरून ओढत तिला घरातून हाकलून दिलं असतं.

"जा, कुठं उंडारायचंय तिथं उंडारून ये."

मागं रेलून बसत नीला सौम्य शब्दात म्हणाली, "हे बघा, मला रस्ते अगदी सहज शोधता येतायत. बस नंबर किंवा अशासारखं, मला अधूनमधून रस्त्यावरच्या कुणालातरी विचारावं लागलं, पण आता मी काही लहान मुलगी नाहीय."

"ते मला चांगलं दिसतंच आहे. तू पुरुषासारखे पाय वर घेऊन काय बसली आहेस?" किशननं संतापानं दात आवळले होते.

नीलाचं मंजुळ हास्य किणकिणलं. "हे पुरुषांसारखं आहे, कोण म्हणतं? मी माझे पाय अगदी बायकी पद्धतीनं वर ठेवलेत."

"पाय खाली घे."

"का? तुम्हाला बसता येत नाहीय का?" नीलानं निरागसपणे विचारलं.

"मला तुझ्याकडं बघवत नाहीय. तू अशी तंगड्या फाकून बसलीयस, हे मला बघवत नाहीय," तो अजूनही दात खात होता.

"मग बघू नका....सोपं आहे!"

किशन संतापानं धुमसत होता, "ठीक आहे, मी नाही बघत, इथून ऊठ."

"तुम्हीच का बाजूला जात नाही?"

या क्षणी मात्र नीलानं पाय खाली घेतले. कारण आता किशननं एक वास्तव बोलून दाखवण्याची शक्यता होती. एक साधं सरळ सत्य. 'हे घर माझं आहे

आणि मी कुठं बसावं, ते तू मला सांगायचं नाहीस.'

"मला जेवायला वाढ," किशननं आठ्या पाडून फर्मावलं.

"का? आधी प्यायचं नाहीय का?" नीलानं विचारलं.

"मी प्यायचं की नाही, ते तू मला सांगायचं नाहीस. मला वाटलं तर मी पीन."

पुन्हा भुंकल्यासारखा तोच हुकूम आला. मला जेवायला वाढ.

नीलानं शांतपणे सांगितलं, "मी स्वयंपाक केलेला नाही."

"का?"

"मला वेळ झाला नाही."

"पण तुझा वेळ तर, सरता सरत नाही. वेळ कसा घालवायचा असा तुला प्रश्न असतो!" किशनचे डोळे आक्रसले होते.

"जेव्हा मी काही उद्योग नसलेल्या अवस्थेत घरी असायची, तेव्हा असं व्हायचं," नीला पायांची फुली करत, त्याच वेळी नखं चावत म्हणाली.

"उद्या मला थोडे पैसे द्या."

"कशाला?"

"मला काही पुस्तकं विकत घ्यायची आहेत."

"कसली पुस्तकं?"

"आज मी सेनजवळून निघाले होते. तिथं मला इंग्रजी पुस्तकांचं एक दुकान सापडलंय. या शहरात अशी दुकानं फार थोडी आहेत. थोडी पुस्तकं मिळाली की, माझा वेळा आरामात जाईन."

किशन उठला. टाय सोडत तो म्हणाला, "नीला, मला माझे पैसे फार जपून वापरावे लागतात."

"मी असं घरी बसून राहण्यापेक्षा, नोकरी करायला काय हरकत आहे...." नीलानं किशनकडं अपेक्षेनं पाहिलं.

"नीला, तुला खरोखर दम नाहीय. तू फार उतावीळ आहेस. तुला इथं येऊन किती दिवस झालेत? फक्त दोन-तीन महिने...एवढ्यातच तू अस्वस्थ झालीयस."

"मी याआधी इतकी परावलंबी कधीच नव्हते. कोलकत्यात असताना, मी विद्यार्थिदशेतसुद्धा शिकवण्या घ्यायची. माझा पॉकेटमनी मी स्वत: मिळवत होते."

"मी तुला पॉकेट का पिकेट का रॉकेट का कसले पैसे द्यायला कधीच नाही म्हटलं नाहीय."

नीला हसून म्हणाली, "मग द्या ना. मी पिकेट, रॉकेट यातलं काहीही

मागत नाहीय.''

''तुला पॉकेटमनी पाहिजेच कशाला, हे मला समजत नाहीय. या घरात तुला आवश्यक त्या सगळ्या गोष्टी आहेतच आणि ज्या नव्हत्या, त्या मी तुला आणून दिल्या आहेत.''

किशन बारकडं गेला.

''मला आइस्क्रीम हवंय आणि आपल्या घरात आइस्क्रीम नाहीय.'

''ठीक आहे, उद्या मी दहा पाकिटं आइस्क्रीम आणून देतो, काय खायचंय तेवढं खा.''

नीला नखं चावणं थांबवून मोठ्यानं हसून म्हणाली, ''मला मच्छी, मटण खाण्याची गरज आहे.''

''गरज आहे, असं कोण म्हणतं? लोक त्यावाचून जगत नाहीत का? मी नाही जगत?'' स्कॉचची बाटली टेबलावर आदळत किशननं विचारलं.

''होय, तुम्ही जगता आहात, पण मला फक्त जगायचं नाहीय, माझी गरज आणखी त्याहीपुढं आहे.''

''तुला काय हवंय?''

नीला त्याच्या डोळ्यांत बघत शांत, मृदू स्वरात म्हणाली, ''तुम्ही फक्त पोटापुरतं बोलताय. पण फक्त तेवढं पुरत नाही. माणसाला लिलीचा बहरही हवासा असतो.''

''ठीक आहे. मी उद्या तुला लिलीची शंभरभर फुलं आणून देतो.''

''तुम्ही आणून द्याल किशन, तुम्हाला मला वस्तू विकत घेऊन द्याव्याशा वाटतात. पण, कधीकधी मलाही स्वत:साठी काहीतरी विकत घ्यावंसं वाटत असतं.''

अखेर, नीलाला नोकरी मिळाली. संगणक खोक्यात पॅक करायचं काम, आठवड्याला पंधराशे फ्रँक्स पगार. तिच्या दृष्टीनं एवढे पैसे खूप होते. सकाळी नीला किशनबरोबरच उठायची आणि त्याच्यापाठोपाठ घराबाहेर पडायची. तो गाडी घेऊन जायचा. ती मेट्रो धरायची. गार द्यू नॉर ते बेल वीलपर्यंत जाणारी दोन नंबरची लाईन. त्यानंतर अकरा नंबरच्या बसनं ती बेलवील ते मेट्रो टेलिग्राफपर्यंत जायची. तिचा कारखाना अगदी रु पेलेपोर्तलाच होता. सुरुवातीला नीलानं किशनला तिच्या नोकरीबद्दल सांगितलंच नाही, उगीच त्यानं आकाशपाताळ एक करायला नको!

किशन चंदीगडचा होता. कुरुक्षेत्र त्याच्या रक्तातच होतं. जन्माष्टमीला मी तुला चंदीगडला नेईन असं त्यानं तिला कैकदा सांगितलं होतं, तिथं जन्माष्टमीचा

भव्य उत्सव फार प्रेक्षणीय असतो म्हणून. त्याला तिला तिथली होळीही दाखवायची होती आणि नीलाला रंगात नाहायचं असेल तर तिला रंगात बुडवून काढायचीही त्याची तयारी होती. अगदी आयुष्यभर अंगावरून उतरणार नाहीत इतक्या पक्क्या रंगात. पॅरिसमधल्या वास्तूशिल्पामुळं नीला थक्क झाली होती. तसंच तिला चंदीगड आवडेल असा त्याचा दावा होता. ल कोर्बूझिये या फ्रेंच वास्तुशास्त्रज्ञानं ते बांधलं होतं. मसिय ओसमानपेक्षा तो जराही उणा नव्हता! जार्दें द ल्युक्साँबुर आणि जार्दें द प्लानो पाहून नीला हरखून गेली होती. तोच थरार तिला चंदीगडमधलं पिंजोर गार्डन, सुखना सरोवर आणि शांतीकुंज पाहून वाटेल, असं किशनचं मत होतं. पण त्याच्या वैचित्र्यपूर्ण वर्णनांनी नीलावर जराही परिणाम झाला नाही. तिला त्यात काडीचा रस निर्माण झाला नाही. किशनचे काही नातेवाईक कोलकत्याला त्यांच्या लग्नाला आले होते त्या वेळच्या अनुभवावरून, तिला त्या लोकांचा चंदीगडमध्ये क्षणभरही सहवास रुचला नसता.

अखेर नीलाच्या नोकरीच्या बातमीला पाय फुटलेच. नीलानं बॉक्स पॅकिंगच्या कारखान्यात नोकरी धरल्याचं किशनला समजलंच. ही बातमी कळल्या कळल्या, त्याच दिवशी त्यानं सुनीलला घरी बोलावलं.

सुनील आला. खोल्या पार करत तो किशनच्या समोर येऊन बसला.

"काय झालं, सांग...इतका तातडीचा हुकूम?"

नीला खोलीत पडून फ्रेंच कसं शिकावं यावरचं पुस्तक वाचत होती. फ्रेंचमधली एक कॅसेट लावलेली होती. सुनीलला पाहताच नीलानं पुस्तक बाजूला ठेवून, टेप बंद केला.

सुहास्य वदनानं ती पुढं आली. "काय, अखेर आमचा मित्र आला म्हणायचा!"

सुनीलचा चेहरा गंभीर होता. किशनकडून आलेला 'हुकूम' कशाच्या संदर्भात आहे, ते त्याला अजून कळायचं बाकी होतं.

"सुनील, माझ्यासाठी कसली मुलगी पाहिली आहेस... ती माझ्या आज्ञा पाळत नाही," किशननं सुनीलचं स्वागतसुद्धा न करता, तो आल्या आल्या तक्रार दाखल केली.

नीला डायनिंग टेबलाजवळची खुर्ची ओढून बसली.

लग्नातला मध्यस्थ आता न्यायासनावर होता.

"तिनं काय केलं?"

"ते तू तिलाच का विचारत नाहीस?" हनुवटीनं तिच्याकडं निर्देश करत किशननं प्रतिप्रश्न केला.

सुनीलनं तिला काही विचारायच्या आत नीला म्हणाली, "मी काहीही वाईट

केलेलं नाहीय.''

''मला न विचारताच तिनं नोकरी धरलीय... काय तयारीची आहे बघ.''

''तू असं केलंस?'' सुनीलनं नीलाकडं प्रश्नार्थक कटाक्ष टाकला.

नीलानं होकारार्थी मान डोलावली.

''तिथं ही चार दमड्या मिळवते. तिला हवे असले, तर मी तिला पैसे देणार नाही का? त्यासाठी घराबाहेर जाऊन कुठल्या त्या, फडतुस, काळ्या माणसांबरोबर काम करायची गरज नाही,'' किशननं एका दमात सांगितलं. अखेर बोलून झाल्यावर त्यानं श्वास सोडलाच. त्याचं गरगरीत पोट शर्टच्या बटणांतून बाहेर पडायच्या बेतात होतं.

''आणि तुम्ही काय, गोरे आहात का?'' नीला चहाचं आधण ठेवायला स्वयंपाकघरात गेली.

''माझी प्रतिष्ठा, मानसन्मान... सगळं धुळीला मिळालंय,'' किशन दीर्घ सुस्कारा सोडत म्हणाला.

त्यांच्यासमोर ना मद्याचे प्याले होते, ना टीव्ही होता... वातावरणात रूक्ष स्तब्धता भरून राहिली होती.

बऱ्याच वेळानं किशननं कष्टी स्वरात विचारलं, ''सुनील, तू काही बोलत का नाहीस? या परिस्थितीवर काहीतरी उपाय केला पाहिजे.''

सुनील रिकाम्या भिंतीकडं शून्यमनस्कपणे पाहात होता. तो म्हणाला, ''मी काय करणार? तुम्ही नवराबायको आहात, हा प्रश्न तुमचा तुम्ही सोडवायला हवा.''

''तिला नोकरी सोडायला सांग,'' किशन वाघासारखं गुरगुरला. त्याच्या मुठी आवळल्या गेल्या.

सुनीलनं भिंतीवरून नजर काढून, किशनकडं कटाक्ष टाकला.

''मी तिला का सांगायचं? ते काम तू कर.''

क्षणभर थांबून सुनील चाचरत म्हणाला, ''मला वाटतं... इथं परक्या देशात दोघांनीही काम करणं केव्हाही चांगलंच... एकट्याच्या मिळकतीला आणखी आधारही मिळतो. चैताली आणि मी, दोघंही काम करतो त्यामुळं आम्ही सुखवस्तूपणे राहू शकतो. आता तुझ्याजवळ भरपूर पैसा असेल, आणि बायकोला ऐषारामात ठेवणं शक्य आहे, असं तुला वाटत असेल, तर काय निर्णय घ्यायचा, ते तुझं तू ठरवायचं आहेस.''

किशन उठला. ग्लासभर पाणी पिऊन तो पुन्हा परत आला.

''होय, दोघांनीही मिळवतं असणं चांगलंच, हे मलाही कळतंय, त्यामुळं जीवनस्तर उंचावतो, हेही मला समजतंय, पण कोणती नोकरी करायची, कोणती नोकरी करणं सभ्य आहे आणि शिवाय त्यात पैसेही मिळतील, ही गोष्ट

माझ्यापेक्षा तिला जास्त कळते का?''

सुनीलनं मान डोलावली, ते खरं होतं.

नीलानं सुनीलला इतकं गंभीर कधीही पाहिलं नव्हतं. ते सगळेजण इंग्रजीत बोलायचे. आत्ताही सुनील तिच्याशी इंग्रजीतच बोलत होता. तो तिला म्हणाला, ''काहीही करण्यापूर्वी तू किशनचा सल्ला घ्यायला हवास. काहीही असलं तरी, तो तुझा नवरा आहे, तो तुझं कधीच वाईट चिंतणार नाही.''

यावर ते दोघंही नीलाच्या प्रतिक्रियेची वाट पाहात होते. त्यांची अपेक्षा होती की, तिनं म्हणावं– ठीक आहे, माझं चुकलं. उद्यापासून मी त्या नोकरीवर जाणार नाही. उद्यापासून मी 'हे' म्हणतील तस्संच करीन. ते ज्या दिवशी मला सांगतील, त्या दिवसापासून मी ते म्हणतील ती नोकरी करीन. कारण, कुठली नोकरी चांगली, कुठली वाईट, ही गोष्ट त्यांना माझ्यापेक्षा जास्त चांगली कळते. दुसरं कुणीही माझा इतका विचार करत नाही, वगैरे वगैरे वगैरे.

पण, नीला शांत होती. ती काहीच बोलली नाही.

सुनील शांततेचा भंग करत म्हणाला, ''तिला घरबसल्या इथल्या मुलांना बंगाली शिकवता येईल, तिला घरीच शिकवण्या सुरू करता येऊ शकतील.''

किशन शंका उपस्थित करत म्हणाला, ''ती सोर्बोन्नमध्ये बंगालीची प्राध्यापिका बनणार असेल. ते एवढं सोपं नाही. उपाहारगृह सुरू करण्याआधी मला बारा वर्षं वाट पहावी लागलीय.''

नीला बंगालीत म्हणाली, ''तुझ्यासारख्या गाढवाला बारा वर्षं लागणारच!''

किशननं– आपल्या नवऱ्यानं आपला धुळीला मिळालेला मानसन्मान परत मिळवण्यासाठी ही तातडीची बैठक बोलावली आहे, या गोष्टीकडं सरळ सरळ संपूर्ण दुर्लक्ष करत, नीला सुनीलशी बोलू लागली, ''पॅरिसची ही कॅफे संस्कृती मला फार आवडली. लोक इथं बसतात, कॉफीचा आस्वाद घेतात, वृत्तपत्रं वाचतात, लेखन करतात, साहित्यिक मंडळी एकत्र जमून चर्चा करतात... किती छान ना? मला वाटतं जीन पॉल सार्त्र आणि सीमोन द बोव्वार 'काफे द फ्लर' मध्ये वारंवार येत असावेत, ते तिथं यायचे का? नोत्र दाम समोर 'शेक्सपिअर आणि कंपनी' नावाचं एक पुस्तकाचं दुकान आहे. सुनीलदा, जेम्स जॉयसीचं 'उलीसीज' प्रथम इथून प्रकाशित झालं होतं. हे तुला माहीत आहे?''

''हा जेम्स जॉयसी कोण?'' किशननं सुनीलला विचारलं.

''तो एक आयरिश लेखक आहे.'' नीलानं उत्तर दिलं.

नीला थरारून सांगत होती, ''तिथं हेमिंग्वेसुद्धा यायचा. पुस्तकं विकत घ्यायला त्याच्याकडं पैसे नसायचे, त्यामुळं तो इथून पुस्तकं वाचायला उसनी न्यायचा.''

हे वाक्य बोलल्याक्षणी तिच्या मनात आलं, आता किशन विचारणार... हा हेमिंग्वे कोण?

सुदैवानं त्यानं हा प्रश्न विचारला नाही, नाहीतर नीलाचं उत्तर तयार होतं, ''हेमिंग्वे?... माझा मावसभाऊ!''

त्या दिवशीच्या त्या बैठकीत काहीही घडलं नाही. सुनीलनं पूजेच्या देणग्यांचा विषय काढला, त्यात नीलाच्या नोकरीच्या विषयाचं घोंगडं तसंच भिजत राहिलं. नीला ट्रेमधून चहा-बिस्किटं घेऊन आली. तिनं सुनीलला त्याच्या कोलकत्याला जाणार असलेल्या मित्राबद्दल विचारलं. तो कोलकत्याला गेला होता. नीलानं पाठवलेला 'शॅनेलफाईव्ह' कोलकत्यात तिच्या घरी पोचला होता. लवकरच तो मित्र पॅरिसला परत येणार होता. तो मित्र कोलकत्याला पुन्हा कधी जाणार आहे, आणि यंदा तो पुन्हा जाणार नसला, तर दुसरं कुणी जाणार आहे का? नीला विचारत होती. या वर्षी पूजेनंतर सुनीलनंच जायचा बेत आखला होता.

नीला कोलकत्याला कधी जाणार होती? ओह, या प्रश्नाचं उत्तर अर्थातच किशनजवळ होतं.

त्या दिवशी रात्री किशननं नीलाला झोपेतून जागं केलं. त्याचे काळेकभिन्न, केसाळ हात तिच्या अंगावरच्या कपड्यांच्या बटणांशी भिडले होते. तिनं त्याचा हात बाजूला सारला. किशननं तिचे हात त्याच्या पोलादी पंजात जखडत म्हणाला.

''नीला, मला मूल हवंय.''

''मला झोपू दे.'' नीला म्हणाली.

''का? इमॅन्युअलनं तुम्हाला पोर दिलं नाही का?'' असं तिच्या तोंडून निसटणारच होतं, पण तिनं ते नाव गिळलं. कारण, तिनं इमॅन्युअलचं नाव काढलं असतं, तर किशननं सुशांताचा उद्धार केला असता आणि तू त्याच्याबरोबर झोपली होतीस का नाही? याची उलटतपासणी सुरू केली असती.

होय, ती सुशांताबरोबर झोपली होती. आपण लग्नाआधी कौमार्य गमावलेलं आहे, या गोष्टीच्या अपराधाची बोच नीलाच्या उरात सदैव असायची; पण इमॅन्युअलबद्दल ऐकल्यापासून ती बोच पूर्ण नाहीशी झाली होती. उलट, तिला सुटल्यासारखंच झालं होतं. एका अर्थानं इमॅन्युअलनं तिला वाचवलं होतं.

नीला कामावर जायची, तिथले बरेचसे कामगार कृष्णवर्णीय, सावळे नाहीतर पिवळसर वर्णाचे होते. गोरे लोक अगदी हाताच्या बोटावर मोजण्याएवढे होते. पहिल्या दिवशी नीलाला मसीय जीगूनं काम समजावून दिलं. त्याचं बोलणं

फ्रेंचमध्ये होतं... नीलाला त्यातला एकही शब्द कळेल तर शपथ! तो बाहेर गेल्यानंतर, तिथं ज्या चार गोऱ्या मुली होत्या, त्या तिच्याजवळ आल्या. त्यानं सांगितलेल्यातलं तुला काही समजलंय का? त्यांनी विचारणा केली.

नीला चेहरा टाकून बसली होती. तिला एक शब्दही समजला नव्हता.

मग, डॅनियलनं तिला सगळं समजावून सांगितलं.

त्यानंतर प्रत्येक वेळी जीगूचं संभाषण फ्रेंचमधून इंग्रजीत भाषांतरित करून, नीलाला सांगायचं काम डॅनियल करायची. डॅनियलनं तिला जवळच्या कॅफेत चहाला नेलं. नीलानं तिला तिच्या पॅरिसमधल्या आगमनाबद्दल, किशनच्या आणि तिच्या संसाराबद्दल सांगितलं.

एके दिवशी तिथल्या आणखी एका गोऱ्या मुलीनं– कॅथेरिननं नीलाला तोडक्यामोडक्या इंग्रजीत विचारलं, "तू भारतीय आहेस ना?"

नीलानं "होय" म्हणण्याआधीच कॅथेरिन म्हणाली, "माझ्याजवळ पैसे जमतील, त्या क्षणी मी भारतात जाईन." दूरदूरच्या ठिकाणांची सफर करण्यासाठी पैसे साठवायचे म्हणून ती ही नोकरी करत होती. आदल्या वर्षी ती माल्टाला जाऊन आली होती. त्याआधीच्या वर्षी मार्टिनिकला. कॅथरीननं इन्डोलॉजीचा अभ्यास केला होता. तिचा अभ्यासाचा विषय होता 'बौल्स ऑफ बेंगाल'.

प्रबंध लिहिण्याआधी ती बंगालमधल्या एका छोट्या खेड्यात 'बौल'च्या घरातसुद्धा राहून आली होती. अजून तिनं प्रबंध सादर केला नव्हता. तिला त्या खेड्यात पुन्हा जायचं होतं.

'बौल'च्या संदर्भामुळं नीलाचे तिच्याशी पटकन सूर जुळले. त्या दिवशी दुपारी दोघी 'ब्रासरी'मध्ये जेवायला गेल्या. जेवताना कॅथेरिन बौलच्या घरात राहत असताना आपण 'हातांनी' कसं जेवत होतो, चिखलातून, दलदलीतून मैलो न् मैल कसं चालावं लागायचं, याचे किस्से सांगत होती. ती कोलकत्यात राहिली नव्हती आणि तिथं राहायची तिची इच्छाही नव्हती. तिला खेड्यातलं बौल जीवन जवळून पाहायचं होतं. तिला तिथं एक गोष्ट सर्वांत आवडली होती. ती तिनं येताना बरोबर सुद्धा आणली होती. ती म्हणजे...

"कुठली गोष्ट?" नीलानं खाणं थांबवून कान टवकारले.

"बिडी."

त्यानंतर कितीतरी वेळ नीलाच्या तोंडात घास तसाच होता. ती तो चावायचंच विसरली!

जेवण झाल्यानंतर कॅथेरिननं खिशातून बिड्यांचं पाकिट काळजीपूर्वक बाहेर काढलं. आणखीनच अगदी सांभाळून, काळजीपूर्वक त्यातून एक बिडी बाहेर काढून ती झुरके घेऊ लागली. उभ्या आयुष्यात नीलानं बिडीचा वास इतक्या

जवळून कधी घेतला नव्हता. तिनं मजूर, भिकारी अशा लोकांना बिडी फुंकताना पाहिलं होतं. जगात इतकं शिसारी येणाऱ्या वासाचं जगात असू शकतं, हे तिला आजवर ठाऊक नव्हतं.

त्या दिवशी संध्याकाळी नीला डॅनियल आणि कॅथेरिनसमवेत कॅफेत गेली. त्या दोघींनी कॉफी मागवली आणि नीलानं चहा.

नीला म्हणाली, ''तिथं जागा दिसतीय. आपण तिथं जाऊन बसूया.''

त्या दोघींनी नकार दिला. तिथं उभं राहूनच प्यावं लागणार होतं.

कॅफेमध्ये तीन प्रकारची दरविभागणी असते, ही गोष्ट नीलाला ठाऊक नव्हती. उदाहरणादाखल सांगायचं तर, समजा, तुम्ही चहा सांगितलात– तुम्ही उभ्यानं चहा प्यायलात तर सात फ्रँक्स, तुम्ही बसून चहाचा आस्वाद घेतलात तर अठरा फ्रँक्स आणि तुम्ही चहा घेऊन टेरेसवर गेलात तर तीस फ्रँक्स, असे दर होते. डॅनियल सिगरेटचे झुरके घेत होती. सिगरेटची राख जमिनीवर पडत होती. त्यासाठीसुद्धा नियम होता. जे लोक काऊंटरशी उभं राहून पेय घेतात, त्यांना कधीही रक्षादाणी मिळत नसे.

''तुम्हाला बंगाली जेवण आवडतं?''

''हो,'' कॅथेरिन म्हणाली.

डॅनियलनं बंगाली पदार्थ कधीच चाखले नव्हते. त्यामुळं नीलाच्या भोजनाच्या आमंत्रणावर तिनं उडीच घेतली. नीलानं तिथंच त्या दोघींना दुसऱ्या दिवशी रात्री जेवायला घरी येण्याचं निमंत्रण दिलं. उद्या नीलानं आठवड्याचा पगार घ्यायचा, घरी जायचं, स्वयंपाक करून ठेवायचा आणि त्या दोघींनी कामावरून थेट तिच्या घरी जायचं, असा त्यांचा बेत ठरला. नीलानं त्यांना पत्ता आणि फोननंबर दिला.

दुसऱ्या दिवशी नीलानं एकदाचं स्वतःच्या मनासारखं केलंच. तिनं 'बेलवील'मधून मासे, मटण खरेदी केलं. त्यानंतर घरी येऊन सबंध संध्याकाळभर ती स्वयंपाकघरात खपत होती. डॅनियल आणि कॅथेरिन दोन वाईनच्या बाटल्या घेऊन आल्या. नीलानं टेबल मांडलं. तिनं तब्बल नऊ पदार्थ बनवले होते. तिच्या दोन्ही मैत्रिणी ते पाहून आनंदानं चीत्कारल्या.

''आणखी कुणाला बोलावलं आहे का?'' त्यांनी विचारणा केली. त्यावर, ''आणखी कुणी नाही, फक्त तुम्ही दोघीच,'' हे ऐकल्यावर त्या दोघींनी आश्चर्यानं एकमेकींकडं पाहिलं.

''नीला, बरी आहेस ना?''

खरोखर नीला बरी नव्हतीच. तिला फार हळहळ वाटत होती.

''का?''

तिला आणखी दोन पदार्थ करायचे होते; पण वेळच उरला नव्हता.

डॅनियलनं बाटली उघडून, तीन ग्लासांत वाईन ओतली.

''साँते!''

''बाँनापेति.''

नीलानं त्यांना वाढायला सुरुवात केली; पण नीलाची वाढण्याची पद्धत त्या दोघींना रुचली नाही. नीलाच्या पद्धतीनुसार आधी हिरवं सॅलड, मग भाज्या, मग तळलेला मासा, त्यानंतर माशाची आमटी आणि शेवटी मटण... नीलाच्या मते हा सर्वोत्तम स्वाद मिळवण्याचा मार्ग होता; पण डॅनियलला ते पटलं नाही. तिनं एकावेळी सगळं थोडं थोडं वाढून घेतलं.

नीला मात्र ते पाहून अस्वस्थ झाली. कारण, लग्नाच्या जेवणावळीतल्या खरकट्या ताटांसारखी तिची बशी दिसत होती. नीलाच्या मते, असं वाढून घेण्यामुळं प्रत्येक पदार्थाची सुटी चव काय, ते कधीच कळणार नाही. डॅनियल आणि कॅथेरिन नीलाच्या हातचे पदार्थ खाताच चीत्कारल्या, ''वा, फारच छान!''

माशाची आमटी चाखताच डॅनियलच्या डोळ्यांना पाण्याची धार लागली... किती मसालेदार! कॅथेरिनला मात्र बौलच्या घरातल्या वास्तव्यात थोड्या चमचमीत अन्नाची सवय होती, त्यामुळं ती ठीक होती. आम्ही एकावेळी इतके पदार्थ कधीच खाल्ले नाहीयेत, असं त्या दोघीही जेवताना म्हणत होत्या.

''कोलकत्यात आम्ही लोकांना जेवायला बोलावतो, तेव्हा असाच स्वयंपाक करतो, यात विशेष काही नाही.''

नीलानं त्यांच्या पानात पहिल्यांदा वाढलेलं संपल्यानंतर आणखी मासे वाढले, आणखी भात वाढला, आणखी मटण वाढलं. नको नको म्हणून त्या दोघींनी पानावर हातांची फुली आडवी धरली तरी तिनं आग्रहानं त्यांना आणखी खाऊ घातलं... असा आग्रह करायचाच असतो.

डॅनियल हसून म्हणाली, ''आज तू आजीसारखी का वागतीयंस?''

बंगालमध्ये 'अतिथी देवो भव' मानतात, ही गोष्ट नीलाला त्यांना समजावून देता आली नाही. पाहुण्यांना नेहमी माशाचा मोठा तुकडा वाढायचा. त्यांना सर्वोत्तम आसन द्यायचं, त्यांच्यासाठी सर्वांत सुंदर बिछाना अंथरायचा... 'आय लव्ह यू' म्हणणं बंगाल्यांना अवघड वाटायचं, पण तेच प्रेम आपल्या देण्यातून, खाऊ घालण्यातून ते व्यक्त करायचे.

डॅनियल आणि कॅथेरिन जेवताना वाईन घेत होत्या. नीला मधूनमधून एखादा सीप घेत होती. मेजवानी अजून संपली नव्हती. तिच्या पाहुण्या मध्येमध्ये विश्राम करत होत्या. डॅनियलनं मध्ये मध्ये थांबून दोनदा धूम्रपान केलं, कॅथेरिननंही

बिड्या फुंकल्या. याच दरम्यान सगळ्या आनंदावर विरजण घालायला किशन टपकला.

डॅनियल आणि कॅथरिन दोघींनीही त्याला 'हॅलो' केलं. किशननंही त्याला प्रतिसाद दिला. त्यानंतर तो बेडरूममध्ये गडप झाला.

''हा तुझा नवरा?''

नीलानं मान डोलावली. हाच माझा नवरा.

काळ्याठिक्कर चेहऱ्यानं नीला बेडरूममध्ये जाऊन खुसफुसत म्हणाली, ''तुम्ही त्यांच्याशी बोललासुद्धा नाहीत तर त्यांना काय वाटेल?''

''कोण आहेत त्या?''

''त्या माझ्याबरोबर काम करतात. त्यांच्याशी वाईट वागू नका, प्लीज. चला.''

''का?''

''तुम्ही पाहिलंत ना, त्या गोऱ्या आहेत. काळ्या नाहीत किंवा सावळ्या, पिवळसर नाहीत.''

''मग?''

''मग आता जेवायला चला, आज मी बराच मोठा बेत केलाय.''

''काय स्वयंपाक केला आहेस?''

आता मात्र नीला अडचणीत आली.

''आज काय केलंयस? मला मटणाचा वास का येतोय?''

''त्या मासे आणि मटण सोडून काही खात नाहीत.''

''त्याच्याशी मला काय घेणं आहे! हे असलं मांसमस्कट माझ्या घरात करायचं नाही.'' किशनच्या डोळ्यांत संताप धगधगत होता. नीला त्याच्यापुढं खाली मान घालून उभी होती.

''हे अखरेचंच. पुन्हा असं घडणार नाही, मी वचन देते,'' नीला आर्जवानं म्हणाली, ''निदान पाहुण्यांसमोर तरी तमाशा करू नका.''

''आता तू स्वयंपाक-बियपाक करायची काही गरज नाही. आता चालायला लाग. माझ्या नजरेसमोर उभी राहू नकोस.''

नीला तिथून गेली.

डॅनियल आणि कॅथरिन घरात होत्या तेवढा वेळ किशन बेडरूममध्ये दार बंद करून पडला होता.

*

गार द्यू नॉर ते गार दोस्तेर्लित्ज़

“तू ते घर का सोडत नाहीस?”

“मग मी जाऊ कुठं?”

“आत्ता तू माझ्याकडं राहा, नंतर आपण काहीतरी विचार करू.”

ह्या तुमच्या किल्ल्या आणि बाकी सगळं. मी फक्त माझ्या वस्तू बरोबर घेतल्या आहेत. बाकी कशालाही हात लावलेला नाही. घर जसं होतं तसं आहे. आपलं दोघांचं काही जमत नाही, हे दिसतंय... माझ्यासारखंच ते तुम्हालाही ठाऊक आहेच, त्यामुळं मी घर सोडतीय. या परक्या देशात आयुष्याची सफर सोपी नाही. मी नोकरी धरल्यापासून मी तुमचा वेगळाच नूर पाहतीय. पावलापावलावर तुम्ही माझा अपमान करताय. पण बॉक्स पॅकिंगच्या नोकरीत मला आनंद वाटत असण्याची सुतराम शक्यता नाहीये, असलं काम करण्यासाठी मी पदवी मिळवलेली नाही, या गोष्टीचा तुम्ही कधी विचार तरी केलात का? मी नोकरी करण्याचं कारण फक्त एवढंच आहे की, मला तुमच्यापुढं हात पसरायला अजिबात आवडत नाही. तुम्हाला हे 'हात पसरणं' वाटत नाही, हे मला माहीत आहे. आपण बायकोची काळजी घेतोय, आपलं कर्तव्य बजावतोय, असं तुम्हाला वाटतं; पण मला त्याचं मोलही चुकतं करावं लागतं. मला तुमच्या आवडीनिवडीनुसार जगावं लागतं. कारण तुम्ही मालक... तुम्ही वरिष्ठ... तुमच्याविना माझं आयुष्य अर्थशून्य... मी केवळ मोलकरीण... घराची साफसफाई करणारी... रांधा-वाढा–उष्टी काढा यांत बुडालेली आणि रात्री... शयनेषू रंभा!... रात्री तुम्हांला कामसंतुष्टी देणारी. यापलीकडं दुसऱ्या कुठल्या रूपात तुम्ही मला पाहिलं आहे? अरे हो, परवा तुम्ही मूल पाहिजे म्हणालात. मी तुम्हाला तुमचा वारसा द्यायला हवा. मी तो द्यायलाच हवा. कारण, तुम्हाला तो हवाय... जणू त्याचा माझ्याशी काही संबंध नाही, हा विषय फक्त तुमच्याशीच निगडित आहे. खरं तर, हा निर्णय आपण दोघांनीही एकत्र मिळून घ्यायला पाहिजे.

त्यानंतर मी माझ्या दोन मैत्रिणींना रात्री जेवायला बोलावलं आणि आपल्याला एवढासुद्धा अधिकार नाही, ही गोष्ट मला समजली. बहुधा मला कुणी मैत्रीण 'असण्याचा' सुद्धा अधिकार नसावा. मटण-मासे या विषयातला तुमचा खुळचटपणा मी सहन केला. दिवसभर तुम्ही उपाहारगृहात मटण-माशांच्या वासातच असता ना? पण, मी मांसाहार सोडला पाहिजे, अशी तुम्हाला माझ्यावर सक्ती करायचीय.

इतक्या वर्षांच्या अंगवळणी पडलेल्या सवयी, भाषा, संस्कृती, स्वभाव, वृत्ती सगळं बदलून, तुम्हाला मी तुमच्या कलानं वागायला हवंय... तुम्ही म्हणाल तसं, तुम्ही सांगाल तसं... तुम्ही ठरवलेल्या साच्यात बसायला हवं. तुम्हाला माहीत आहे की, मी काहीही गैर केलेलं नाही. तुम्ही माझ्यावर रागावण्याचं मुख्य कारण म्हणजे मी तुमचा हुकूम मानला नाही. इतक्या निर्बंधांच्या विळख्यात आणि कोंडमाऱ्यात मी जगूच शकत नाही.

माझ्या घर सोडण्यानं, आपण दोघंही सुखी होऊ. आयुष्याच्या प्रवासात या वळणावर मी अज्ञाताच्या अंधारात पाऊल टाकतीय... सुरुवातीला मी एका मैत्रिणीकडं राहणार आहे.

मला शोधायचा प्रयत्न करू नका.

–नीला.

दुसऱ्या दिवशी नीलानं हे पत्र डायनिंग टेबलावर ठेवलं. पत्रावर किल्ल्यांचा जुडगा ठेवून, तिनं डॅनियलसोबत घर सोडलं. गार द्यू नॉर ते गार दोस्तेर्लित्ज़... नवा प्रवास! आदल्या रात्रीच्या खरकट्या बशा स्वयंपाकघरात तशाच पडल्या होत्या.

"पडू देत," नीलाच्या मनात आलं.

गार दोस्तेर्लित्ज़च्या बरोब्बर मागं असणाऱ्या चाळींतल्या एका पाच मजली इमारतीत डॅनियल राहात होती. एकेकाळी या चाळींत श्रीमंतांचे नोकर राहात असत. तिथल्या छोट्या खोल्या जेमतेम आठ स्क्वेअर मीटरच्या होत्या. खोलीला बाथरूम नव्हती. व्हरांड्याच्या एका टोकाला फक्त संडास होता. मालक आणि गुलाम या वर्गयुद्धातून हा देश मुक्त झाल्यानंतर या चाळी ओस पडल्या. आता या चाळींत विद्यार्थी किंवा अल्प उत्पन्न असणारे लोक भाड्यानं राहात होते. डॅनियलही तिथं महिना आठशे फ्रँक्स भाडं देऊन राहात होती. गेल्या दोन वर्षांपासून ती या खोलीत राहात होती. तिची आर्थिक परिस्थिती बेताची होती. अधूनमधून ती बारीकसारीक नोकऱ्या करायची. बायकांच्या मासिकांतून ती पुस्तक-परीक्षणं लिहायची. ती परीक्षणं बरेचदा लेखिकांच्या पुस्तकांची असायची.

डॅनियल कॅनडातली होती. तिची आई आयरिश होती; पण डॅनियलचं फ्रेंचवर प्रभुत्व होतं. एकोणिसाव्या शतकात, दुष्काळाचं सावट आलं होतं, त्या वेळी डॅनियलचे आजी-आजोबा उत्तर अमेरिकेत स्थलांतरित झाले होते. डॅनियलच्या वडिलांचा जन्म कॅनडात झाला होता. त्यांच्या रक्तात फ्रेंच आणि नेटिव्ह अमेरिकन रक्ताचे अंश होते.

तिचे आजोबा– म्हणजे वडिलांचे वडील, बहुधा नेटिव्ह अमेरिकन असावेत. डॅनियलनं त्यांना कधीही पाहिलं नव्हतं. तिचे वडीलही त्यांच्याबद्दल फारसं कधी बोलायचे नाहीत. हा विषय कधी निघाला तर त्यांचं डोकंच फिरायचं. अशा वेळी एकतर ते घरातून निघून तरी जायचे, नाहीतर हा विषय काढायचं धाडस करणाऱ्या व्यक्तीवर खेकसायचे. तिच्या भावात– फिलीपमध्ये पूर्वजांची चेहरेपट्टी अजिबात उतरली नव्हती; पण रंगानं गोऱ्यापान डॅनियलचे नाक, डोळे, हनुवटी यांत पूर्वजांच्या खुणा उमटलेल्या होत्या.

डॅनियलच्या आठ स्क्वेअर मीटरच्या त्या खोलीत एक बिछाना, एक टेबल, त्यावर छोटा कॉम्प्युटर, एका कोपऱ्यात छोटासा फ्रीज आणि त्याच्या वरच्या बाजूला एक स्टोव्ह होता. त्याच्याजवळ एक बेसिन आणि नळ होता. भिंतीवर पुस्तकांनी खचाखच भरलेली शेल्फ होती. त्या शेल्फमध्ये एकावर एक रचलेल्या पुस्तकांची रास होती आणि एक हातांची खुर्ची होती, फक्त एकच.

''माझ्याकडं एकच बिछाना आहे. आपल्या दोघींना तो पुरणार नाही आणि जमिनीवर दुसरा बिछाना करायला माझ्याकडं जादा गादी नाहीय.''

नीला म्हणाली, ''आपण थोडं आकसून, अवघडून झोपलो तर जमून जाईल, नाही का?''

नीला असं अडचणीत कितीतरी वेळा झोपली होती. खेड्यात लग्नसमारंभ असायचे, त्या वेळी शहरातून शेकडो माणसं यायची. त्या वेळी जमिनीवर मोठे मोठे बिछाने अंथरलेले असायचे. त्यावर माणसं दाटीवाटीनं झोपायची. तिला अशा प्रकाराची चांगली सवय होती. अगदी, त्यांच्या बालीगंजच्या घरीसुद्धा तिची मावशी पाहुणी यायची त्या वेळी ती नीलाजवळ झोपायची, तिच्याच बिछान्यात. नीला मावशीला बिलगून, तिच्याकडून गोष्टी ऐकता ऐकता गुंगून झोपी जायची. मंजूमावशीनं सांगितलेल्या, भीतीनं अंगाचं पाणी पाणी करणाऱ्या भूताखेतांच्या गोष्टी अजूनही तिच्या लक्षात होत्या!

त्या दिवशी रात्री डॅनियलला नीलाला घेऊन भपकेबाज हॉटेलात जायचं होतं.

''मग मी ड्रेस घालून तयार होते.''

डॅनियल बाहेर गेली. नीलानं कपडे बदलले. निळी जीन्स, लाल शर्ट आणि डेनिम जॅकेट घालून नीला तयार झाली. कपडे बदलून झाल्यानंतर तिनं डॅनियलला हाक मारली. डॅनियल आत आली. नीलाकडं पाहून भुवया उंचावत ती म्हणाली, ''मला वाटलं तू ड्रेस घालणार आहेस.''

''मग मी काय ड्रेसच घातलाय की!'' नीला हसून म्हणाली.

''पण ही जीन्स आहे, ड्रेस नाही.''

डॅनियल काय म्हणतेय ते नीलाला समजलंच नाही. ती कोड्यात पडली होती.

''मी वाईट दिसतेय का?'' तिनं विचारलं.

''अजिबात नाही.''

बाहेर गेल्यावर नीलाला नाचावंसं वाटलं. पॅरिसमध्ये इतकी खुशी, इतका मुक्तपणा तिनं कधीच अनुभवला नव्हता. हवेत हात उंचावून ती म्हणाली, ''तर काय, तुम्हाला भारतीय मोलकरीण ठेवायची होती. आता ती कुठं आहे, किशनबाबू? मी हे याआधीच का केलं नाही?''

डॅनियला आलिंगन देत ती ओरडली, ''तू मला मुक्त केलंस!''

''आधी नाहीतर नंतर....कधीतरी तुला ते घर सोडावंच लागलं असतं. कुठलाही मनुष्यप्राणी अशा प्रकारे जगू शकणार नाही.''

रस्त्यावर दिसणाऱ्या तरुणतरुणींचे चैतन्यानं निथळणारे चमकदार चेहरे आणि त्या देखण्या शहराचं झगमगतं प्रकाशमयी रूप पाहून नीला प्रफुल्ल हसत होती. आनंदानं तिच्या अंगाला कंप सुटला होता. आपल्याला जणू पंखच लाभलेत, आपण हवेत तरंगतोय असं तिला वाटत होतं. डॅनियलचा हात हातात घेऊन ती रस्त्यावरून तरंगत फिरू लागली.

''नीला, तू खूप छान दिसतीयस. हे तुझं खरंखुरं रूप आहे. मादाम किशनलाल या मुखवड्याआड तुझं खरं रूप दडलं होतं. पण आता, तू कशी टवटवीत दिसतीयस, आणि किती जिवंत! किती सुंदर! तुझ्या चेहऱ्यावर चिंता-काळज्यांचा लवलेशदेखील नाहीय. हे तुझं रूप अनोखं आहे!'' डॅनियल तिच्याकडं कौतुकभरल्या नजरेनं पाहात म्हणाली. नीलाच्या हातात असलेला तिचा हात थरथरत होता, घामेजला होता.

'कॅफे जिमार' मध्ये गेल्यानंतर डॅनियलनं मेनूकार्ड पाहून स्पॅगेटी बोलोनीस आणि रेड वाईन मागवली. सॅन्डविच वगळता त्या मेनूकार्डातला एकही पदार्थ नीलाच्या परिचयाचा नव्हता. त्यामुळं तिनं डॅनियलला तिच्यासाठी एखादा पदार्थ शोधायला सांगितला. डॅनियलनं मागवलेला पदार्थसुद्धा नीलाला चालणार होता.

नीला काट्यानं स्पॅगेटी उचलण्याचा प्रयत्न करत होती, पण प्रत्येक खेपेला अपयश येत होतं. स्पॅगेटी सुळकन सटकत होती. अखेर तिनं स्पॅगेटी खाण्याचा नाद सोडला. काट्यानं खाणं तिला अशक्यप्राय होतं आणि प्रयत्नांती घास तोंडापर्यंत पोचलाच तर त्या पदार्थाची चव पिठूळ लागत होती. खाण्याचा नाद सोडून ती अवतीभवती पाहू लागली. त्यांच्या जवळच्या टेबलाशी बसलेल्या

तरुणानं कानात डूल घातले होते. त्याच्याबरोबर एक मुलगीही होती. तिनं एकेका कानात सहा सहा डूल घातले होते. त्या मुलीनं भुवया, ओठ आणि जीभसुद्धा टोचली होती.

''त्या मुलीनं भुवया, ओठ आणि जीभ का टोचलीय?''

डॅनियलला त्यात काही अजिबात नवं वाटलं नाही.

''टोचलीय, कारण तिला हवं होतं म्हणून.''

नीलाच्या मनात आलं, आपल्याला हवं ते आपल्याला कधीच करता आलं नाही. ती कधी विजार घालून बाहेर जात असली तर, अनिरबान तिच्या अंगावर धावून जायचा. तिला कायम बायकी कपडे घालूनच बाहेर जावं लागायचं.

त्या दोघी कॅफेमधून बाहेर पडल्या. नीलानं काही तरुण मुलं-मुली पाहिली. त्यांचे रंगवलेले केस कडक, ताठ उभे होते.

''त्यांनी हे असं का केलंय?'' या नीलाच्या शंकेवर डॅनियलचं उत्तर होतं, ''त्यांना हवंय म्हणून!''

असं करण्याची त्यांना का आवश्यकता वाटते, याचं उत्तर नीलाला जाणून घ्यायचं होतं.

''त्यांना समाजानं बनवलेले बरेचसे नियम रुचत नाहीत. त्यामुळं ही मुलं अशा गोष्टी करतात-बंडखोरीच म्हण.''

नीलालासुद्धा समाजाच्या चौकटीतले बरेचसे नियम रुचत नव्हते. पण म्हणून तिनं कधी असे केस रंगवले नव्हते. तेवढं धैर्य तिच्यात नव्हतं. तिनं डॅनियलला विचारलं, इतक्या चांगल्या, सुदृढ, स्तुत्य नियम असणाऱ्या समाजात ही माणसं कशाविरुद्ध बंड पुकारतात?

पण, डॅनियलची नजर पॉम्पिदसच्या शिखरावर लागलेली होती. तिथून पॅरिस कसं दिसत असेल, हा विचार त्या वेळी तिच्या मनात होता. नीलानं 'पॉम्पिदस' ही तेलाची गिरणी आहे का? विचारलं, त्यावर डॅनियल इतकी मोठ्यानं फक्कन हसली की आपल्या हसण्याची तिलाच लाज वाटली.

त्यानंतर त्या दोघी 'कॅफे बो-बो'त गेल्या. तिथं प्रचंड गर्दी होती, बसायलासुद्धा जागा नव्हती. लोक उभं राहूनच वाईनचा आस्वाद घेत होते. नीलाची नजर एका उंच, ताडमाड मुलीवर गेली. उंच टाचांच्या पादत्राणांवर देह तोलत ती मुलगी वाईन चाखत, अंगाला झोके देत दोन पुरुषांशी बोलत होती. लालचुटूक पोषाख, लाल लिपस्टिक, मॅचिंग बूट, हॅट अशा थाटात ही मुलगी सुंदर दिसत होती. पक्ष्याच्या चोचीसारखे ओठ पुढं काढून तिनं त्यातल्या एका पुरुषाला चुंबन दिलं आणि त्यापाठोपाठ दुसऱ्याला. ते पाहून नीला डॅनियलजवळ कुजबुजली, ''त्या मुलीनं त्या दोन्ही पुरुषांना चुंबन दिलं. त्यातला तिचा प्रेमी कोण?''

डॅनियल बेफिकिरीनं म्हणाली, ''ती मुलगी नाहीय, तो पुरुष आहे.''

कितीतरी वेळ नीला हतबुद्ध होती.

''मग त्यानं बायकी वेशभूषा का केलीय?''

''त्याला आवडतं म्हणून.''

छान! तो पुरुष आहे ही गोष्ट नीलाच्या पचनी पडली. पण मग त्यानं इतर पुरुषांचं चुंबन का घ्यावं? ते समलिंगी आहेत, ही गोष्ट डॅनियलकडून कळल्यावर नीला शहारली. नीला समलिंगी व्यक्ती प्रथमच पाहत होती. हवं त्याचं चुंबन घ्यावं, आवडेल ती वेशभूषा करावी. या समाजातील इतक्या थराचं स्वातंत्र्य....इतकं मुक्त वातावरण पाहुन ती स्तिमित झाली.

त्यांना बसायला जागा मिळाली. त्यांनी वाईन मागवली. नीला अधूनमधून सिप करत होती.

''तू पीत का नाहीस?''

''मला वाईनची सवय नाहीय.''

''सवय नाहीय? मग तुमच्या देशात लोक काय पितात?''

''व्हिस्की.''

''ती जेवणाआधी प्यायची असते. पण, जेवताना काय प्यायचं?''

''पाणी.''

''तुमच्या देशातली बाकीची माणसं?''

''सगळेजण पाणी पितात.''

''सगळेजण?''

''हो, सगळेजण.''

दिवसभरात कुठल्याही वेळेला वाईन पिणं ही फ्रेंच लोकांची नित्याचीच रीत आहे, ही गोष्ट नीलाच्या ध्यानात येऊ लागली होती. कोलकत्यात तिनं लोकांना चोरीछुपे दारू विकत घेताना पाहिलं होतं. इतर लोकांना कळू नये म्हणून वर्तमानपत्रात बाटली गुंडाळून घ्यायची. निखील दारू प्यायचा तेव्हासुद्धा दाराला आतून कडी घालून घ्यायचा, आणि तेवढ्यात समजा, घरी कुणी कडमडलंच, तर पाहुण्यांपुढं येण्याआधी तो अनेकवेळा तोंड खळखळून धुवायचा. वाईट माणसं दारू पितात, अशी मोलिनाची कायम धारणा होती. नीलाचीही तशीच समजूत होती. पण सुशान्ताला कधी कधी पिताना पाहिल्यावर तिची ही समजूत बदलली. पण तरीही प्यायचं तर ते चोरून, गुपचूप असं मात्र तिला अजूनही वाटत होतं. पण, आता या मुक्त स्वातंत्र्याच्या आश्चर्यकारक शहरात आपल्याला कुठलीच गोष्ट चोरून, गुपचूप करावी लागणार नाही, हे नीलाला उमजलं होतं.

एवढंच नव्हे, तर, जर तुम्ही पीत नसलात तर तेच काही तरी चुकीचं समजलं जातं, असं तिच्या लक्षात आलं होतं. तुम्ही पीत नसलात तर, लोक तुम्हाला असंस्कृत, रानटी समजतात.

तिला स्पॅगेटी खाताच आली नव्हती. त्यामुळं तिला 'कॅफे बो-बो' त काहीतरी खायचं होतं. तिला बीफ चालणार नव्हतं, मटणाला काहीतरी विचित्र वास येत होता. मग काय घ्यायचं? ग्रिल्ड चिकन? ते बरं. आणि जोडीला काय पेय घ्यावं?

"कोका कोला," तिनं सांगितलं.

"कोका-कोला?" बो-बो मधला वेटर लोळेस्तोवर हसला.

चिकनबरोबर कोक पिणाऱ्या या विचित्र मानवप्राण्याला काय म्हणावं?

डॅनियलला शरमल्यासारखं झाल्याचं नीलाच्या ध्यानात आलं.

वाईन न पिणं ही लाजिरवाणी गोष्ट होती....असं अजिबात चालणार नव्हतं.

नीलानं ठरवलं आता वाईन पिण्याची सवय लावून घ्यायची आणि लाजिरवाणे प्रसंग टाळायचे. त्या दोघी तिथून बाहेर पडल्या.

डॅनियलनं नीलाला तिथून आणखी एका कॅफेत नेलं आणि तिथून, एका आयरिश पबमध्ये. त्यानंतर त्या एका डिस्कोत गेल्या. तिथं उघडझाप करणारे दिवे, कर्कश संगीत आणि हेलकावत नाचणारी माणसं होती. तिथं गेल्यावर डॅनियल उत्साहानं सळसळत नीलाचा हात ओढत म्हणाली, "चल, आपण नाचू या."

नीला मागं सरकली. तिला डान्स येत नव्हता.

नृत्य न येणं ही गोष्टसुद्धा लाजिरवाणं करणारी असते, हे तिच्या ध्यानात आलं. फक्त विचित्र जीवात्म्यांना नृत्य येत नाही. नृत्य म्हणजे, फक्त संगीताच्या लयीत हेलकावणं...एवढंच असतं, हेही तिच्या लक्षात आलं. नृत्याची विशिष्ट अशी काही पद्धत नव्हती...प्रत्येकाची स्वतःची स्वतंत्र पद्धत!

डॅनियल एकटीच नाचत होती. थोड्या वेळानं ती नीलाजवळ येऊन फुरंगटून म्हणाली, "मी तुला इतकी आवडत नाही?"

"असं काय विचारतीयस?"

"तू माझ्याबरोबर डान्स करत नाहीयस."

नीला शरमेनं मान खाली घालत म्हणाली, "मला डान्स येत नाही."

"त्यात यायचं काय असतं?"

नृत्य शिकावं लागतं अशी नीलाची समजूत होती. तिला नृत्य शिकायचं होतं, पण अनिरबाननं तिला शिकू दिलं नाही. त्यानं तिच्यासाठी हार्मोनियम

आणलं आणि नृत्याऐवजी तिला संगीत शिकायला सांगितलं होतं. त्यानं तिच्यासाठी एक चांगला संगीतशिक्षकही ठेवला होता. ती अगदी काही 'स्टार' वगैरे बनली नाही, तरी छोट्या कार्यक्रमात तिला गाता यायचं.

तिथून बाहेर आल्यावर डॅनियल म्हणाली, "तू माझा अपमान करत होतीस हे अगदी स्पष्ट, उघड आहे."

नीलानं आश्चर्यानं विचारलं, "कधी? मी तुझा अपमान कधी केला? डॅनियल, तू काय बोलतीयस?"

"मी तुझ्या ग्लासमध्ये वाईन ओतली. पण तू मला साधं 'थँक्स'सुद्धा म्हणाली नाहीस," डॅनियल म्हणाली.

हे काय बोलणं? नीला डॅनियलला अगदी सख्खी मैत्रीण समजत होती. मैत्रीत कधी परस्परांचे आभार मानतात का? निदान नीलालातरी तशी शिकवण नव्हती. कोलकत्यात नीलानं असं ग्लासमध्ये वाईन ओतून दिल्याबद्दल मैत्रिणीचे आभार मानले असते, तर त्या मैत्रिणीला आपला अपमान झाल्यासारखं वाटलं असतं. बंगालीमध्ये अशा अर्थाची एक म्हणसुद्धा होती : माझे आभार मानून माझी थट्टा करू नका.

"मग? तुम्ही मित्रमैत्रिणींचे आभार मानत नाहीत, तर कुणाचे आभार मानता?"

नीला बावळटपणे म्हणाली, "अनोळखी किंवा तोंडओळखीच्या माणसांचे...जर त्यांनी मला काही दिलं किंवा माझ्यासाठी काही केलं तर..."

"पण, कॅफे जिमारमधला वेटर तुझा मित्र नव्हता, तू त्याचेसुद्धा आभार मानले नाहीस."

"त्याचे आभार कशाला मानायचे?"

"तू पाणी मागितलंस, त्यानं तुला पाणी आणून दिलं. तू त्याचे आभार मानायला हवेस. पाणी आणून दे, म्हणून तू त्याला हुकूम केलास, विनंती नाही. तो काही तुझा गुलाम नाही. तो तिथं नोकरी करतो." डॅनियल एका दमात बोलली.

नीलाला काय बोलावं समजेना. हॉटेलमध्ये गेल्यावर ती नेहमी जसं मागायची, तसंच तिनं कॅफे जिमारमध्येही पाणी मागितलं होतं. "माझ्यासाठी एक ग्लास पाणी आणणार?" हुकूम असतो रूक्ष, खरबरीत आणि विनंती असते ती सुहास्य मृदू-मुलायम. हुकूम आणि विनंती यात एवढाच फरक असतो. पण, नीलाच्या 'कृपया' न म्हणण्यावर डॅनियलचा आक्षेप होता. डॅनियलच्या मते नीलानं विचारायला हवं होतं, "कृपया तू माझ्यासाठी एक ग्लास पाणी आणशील का?"

"खरंतर डॅनियल, मला आभार मानायची सवय नाही, म्हणून मी विसरले. पण याचा अर्थ मी त्या माणसाला कमी लेखते असा नाही." नीलाचा आवाज चिरकला होता.

"सवय नाही म्हणजे...बरं, पण का? तुम्ही लोकांना उच्च समजत नाही म्हणून?"

"तसं नाही."

"नाही, तसंच आहे."

लोकांना योग्य मान न देण्याच्या या वाईट सवयीबद्दल नीलानं मनातल्या मनात स्वत:ला कोसलं. समानतेच्या या भूमीत प्रत्येकजण समान होता. काहीजणांकडं चांगल्या नोकऱ्या असतील, कुणाकडं नसतील, पण माणूस म्हणून असणारा आत्मसन्मान त्या प्रत्येकाकडं होता. नीलानं विचार करून पाहिला. आपण वर्गवारी मानत नाही अशी तिची समजूत होती. पण डॅनियलनं तिला पकडलं होतं. नीलानं ओठ घट्ट मिटून घेतले.

लहान असताना नीला निखीलला कम्युनिस्टांचा जाहीरनामा वाचताना नेहमी पाहायची. त्यात काय असायचं? त्यात या वर्गसंघर्षाला वाचा फोडलेली असायची. वयाच्या एकोणिसाव्या वर्षी तिला मार्क्स आणि इंजल्स वाचून स्फूर्ती लाभली होती. कॉलेजमध्ये ती कम्युनिस्ट गटाकडं वळली होती. त्यांच्या सभांत, मिरवणुकांत ती भाग घ्यायची आणि आज हॉटेलमधल्या वेटरला ती माणसापेक्षा हीन दर्जाचं समजतीय. अशा प्रकारच्या शासनाची पुरस्कर्ती असल्याची तिच्यावर टीका झाली होती. किती शरमेची बाब आहे!

नीला नम्र स्वरात म्हणाली, "हे चुकलं, मला मान्य आहे, डॅनियल. असं पुन्हा घडणार नाही. प्लीज, मला माफ कर."

डॅनियलला सुटल्यासारखं झालं.

आपल्या मैत्रिणीला आणखी खूष करण्याच्या प्रयत्नात नीला पुढं म्हणाली, "गेली तीस वर्षं पश्चिम बंगालमध्ये कुठल्या पक्षाचं राज्य आहे, तुला ठाऊक आहे? कम्युनिस्ट पार्टीचं."

डॅनियलची पावलं जागीच थबकली. तिचा आ वासला होता.

"तीस वर्षं?" तिच्या तोंडातून शुभ्र वलयं आणि एवढे दोनच शब्द बाहेर पडले.

"होय."

"का?"

"का म्हणजे? आम्हाला हा पक्ष आवडतो. आम्ही त्यांना मतं देतो."

"तुम्ही कम्युनिस्टांना मतं देता?"

“होय.”

“किती लाजिरवाणी गोष्ट आहे!”

घरी परत येईपर्यंत डॅनियल वैतागानं डोकं हलवत होती. स्टॅलिनपेक्षा हिटलरच्या नावावर कमी बळी जमा असतील! ती चीत्कारली. मार्क्स, इंजल्स यांची मतं चुकीची होती. लेनिनि लबाड होता, खरं तर तो दहशतवादी होता, असा डॅनियलचा दावा होता.

✲

निमंत्रण

डॅनियलला तिच्या तरून-वाचून किनाऱ्याला लागलेल्या मैत्रिणीसह निकोल नेमरेटच्या घरी डिनरचं निमंत्रण होतं. डॅनियलची एका नव्या मासिकाच्या वार्ताहराशी 'कफे कैरो'मध्ये भेट ठरली होती. तिथं जाण्याआधी, तिनं नीलाला डिनर पार्टीसाठी संध्याकाळी सात वाजता तयार राहायला सांगितलं.

डॅनियल संध्याकाळी घरी परतली, त्या वेळी नीला अजून तयार झालेली नव्हती. ती पडून 'अ मूव्हेबल फीस्ट' वाचत होती. ते पाहून डॅनियल कोड्यात पडली.

“काय झालं? तू अजून तयार का झाली नाहीस?”

“इतक्या लवकर? किती वाजलेत?” नीलानं आळस देत, हातपाय ताणत विचारलं.

“सात.”

“म्हणजे काही फार उशीर झालेला नाही.”

“मी तुला सात वाजता तयार राहायला सांगितलं होतं.”

नीला उठून बसत म्हणाली, “अजून माझी आंघोळ व्हायचीय.”

“काय?” डॅनियलनं आश्चर्यानं विचारलं.

“अजून माझ्या कपड्यांना इस्त्री व्हायचीय.”

“आपल्याला निकोलच्या घरी साडेसातला पोचायचंय, मी तुला सांगितलं होतं,” डॅनियल खुर्चीत बसत म्हणाली.

तिथं जायला अर्धा तास किंवा त्यापेक्षा जास्त उशीर होण्यानं काय नुकसान होणार आहे, तेच नीलाला कळत नव्हतं. कोलकत्यात ते कार्यक्रमांना नेहमीच काही तास उशिरा पोचायचे. निमंत्रणात लिहिलेल्या वेळेला, कार्यक्रमाला पोचणं

औद्धत्याचं समजलं जायचं. पण, डॅनियलच्या बाबतीत अर्थातच याउलट होतं. सार्वजनिक बाथरूममध्ये नीला आंघोळ करून येईपर्यंत डॅनियलनं स्वत:चा जीव घ्यायचंच बाकी ठेवलं होतं. डॅनियलनं काळा, पायघोळ ड्रेस घातला होता. इस्त्री करायच्या फंदात न पडता, नीलानं हाताला येईल तो कपडा ओढून अंगात घातला. इथं थोडीफार माणसंच इस्त्रीचे कपडे घालतात, हे नीलाला ठाऊक झालं होतं. हिवाळ्याचा बराचसा काळ कपडे जाडजूड कोटांच्या किंवा स्वेटर्सच्या आत लपलेलेच असतात.

''जीन्स घालतीयस? पण आपल्याला डिनर पार्टीला जायचंय.''

''वाईट दिसतंय का?''

''जीन्स हा पोशाख दिवसा, कामाच्या ठिकाणी वापरायचा.''

पण, वेळ इतका कमी होता की, डॅनियलनं तिची जीन्स चालवून घेतली. नीलानं कपाळावर पटकन लाल टिकली चिकटवली. आपल्या सजण्या-सवरण्यात राहिलेल्या त्रुटी टिकलीमुळं भरून निघतील अशा विचारानं.

डॅनियलचं घर ते गार दोस्तेर्लित्ज़ हे अंतर अडीच मिनिटांचं होतं, तिथून निकोलच्या घराजवळच्या मेट्रोस्टेशनवर जायला बावीस मिनिटं लागायची, तिथून निकोलच्या घरी चालत जायला पाच मिनिटं. त्यात आणखी दीड मिनिटं वाया जायची शक्यता होती. म्हणजे रस्ता क्रॉस करताना लाल दिवा लागला तर एक मिनिट जाणार आणि लिफ्टला फार गर्दी असली तर, जिना चढायला अर्धा मिनिट, पण त्यांना लाल दिवाही लागला नाही आणि लिफ्टला गर्दीही नव्हती. तरीही त्या निकोलच्या घरी पोचल्या तेव्हा साडेसात वाजले होते.

तिथं गेल्या गेल्या डॅनियलनं उशीर झाल्याबद्दल दिलगिरी व्यक्त केली. नीलापेक्षा उंच आणि वयस्क निकोल लांब, काळ्या पोशाखात होती. तिचे केस लाल होते आणि डोळे हिरवे. तिनं डॅनियलला माफ केलं.

तिथं आणखी तिघी निमंत्रित होत्या : मारिया स्वेन्सन, मिशेल काऊझ आणि रीटा सिक्सस. सर्वांच्या हातात शॅम्पेनचे प्याले होते. फक्त मारियाच्या ग्लासमध्ये संत्र्याचा रस होता. सर्वांच्याच अंगावर लांब, काळे पोशाख होते. डिनर पार्टी आणि पायघोळ, काळे पोशाख असं काहीतरी घट्ट समीकरण असावं असं नीलानं गृहित धरलं. त्या दोघी तिथं पोचल्याक्षणी निकोलनं आणि तिच्या निमंत्रित पाहुण्यांनी नीला आणि डॅनियल दोघींच्याही दोन्ही गालांवर चुंबनं दिली.

मारिया स्विडनची होती. स्त्रियांच्या समान हक्कांचा पुरस्कार करणाऱ्या एका संघटनेचं नेतृत्व तिच्याकडं होतं. 'स्त्रियांचा राजकारणातला सहभाग' या विषयावर

एका परिषदेत व्याख्यान देण्यासाठी ती पॅरिसला आली होती. मिशेल पॅरिसची नव्हती. ती दक्षिण फ्रान्समधल्या फिझाकमध्ये राहत होती. ती पॅरिसला याच परिषदेसाठी आली होती. रीटा सिक्सस जेविश होती. तिचा जन्म अल्जिरियात झाला होता, पण ती पॅरिसवासी होती. ती चित्रपट-दिग्दर्शिका होती. रीटा निकोलची जवळची मैत्रीण होती. निकोलच्या घरातल्या प्रत्येक कार्यक्रमाला ती नेहमी उपस्थित असायची. निकोल कोलेज द फ्रॉंसमध्ये अध्यापिका होती. डॅनियललाही स्वत:ची ओळख होती, ती लेखिका होती. पण नीलाचं वैशिष्ट्य काय? ती भारतातून आली होती. ती काय करते? काहीही नाही.

नीलाच्या मनात आलं, ''खरं आहे, पॅरिसमध्ये मी एकतर सौ. किशनलाल तरी आहे, नाहीतर नीलांजना मंडल तरी... फक्त एक मोलकरीण.''

डॅनियलनं तिची कीव येऊन तिला आणखी एक 'ओळख' दर्शवणारं बिरूद चिकटवलं– माझी मैत्रीण. नीलाला सुटल्यासारखं झालं. पण, तितक्यात दोन दांडग्या कुत्र्यांनी नीलावर झडप घातली. त्याबरोबर नीला किंचाळत जीव वाचवण्यासाठी पळत सुटली. ते पाहून सगळी खोली खोखो हास्यात बुडाली. डॅनियलनं त्यातल्या एका कुत्र्याला बोलवलं. त्याला उचलून जवळ घेत ती त्याचे पापे घेऊ लागली. निकोलनं दुसऱ्या कुत्र्याला उचलून घेतलं. लहान बाळाला हळुवारपणे जोजवावं तसं ती त्या कुत्र्याला जोजवत होती.

''तुला कुत्र्यांची भीती वाटते?'' मारियानं अदमास घेत विचारलं.

त्या घरातल्या कुणीही, आजवर कधी कुत्र्याला प्रेमानं न बिलगता, उलट किंचाळणारा महाभाग पाहिला नव्हता. डोळ्यांच्या पाच जोड्या तिला निरखत होत्या. त्या आपल्याला वेडं समजत असाव्यात, अशी नीलाला शंका आली.

रीटानं हळुवारपणे विचारलं, ''तुला काही प्रॉब्लेम्स आहेत का? कधीकधी अशा विशिष्ट स्थितीत, कुत्र्याला पाहताच...''

'डोक्यावर परिणाम झालेली' अशी तिची संभावना होण्याआधी डॅनियलनं नीलाची सुटका केली. ''बहुधा तिनं याआधी कुत्रं पाहिलं नसेल. त्यांच्या देशात कुत्री नसतात,'' डॅनियल म्हणाली.

डॅनियलच्या हो ला हो करण्यानं नीलाची बाजू सुरक्षित झाली असती, पण नीला म्हणाली, ''आमच्याकडं कुत्री असतात.''

''असतात?'' निकोलनं आश्चर्यानं विचारलं.

डोळ्यांच्या पाची जोड्यांत एकच प्रश्न वाचता येत होता, ''मग तुला भीती का वाटतीय?''

या प्रश्नाचं उत्तर द्यायचं नीलाचं धाडस झालं नाही. सगळे डोळे नीलावर रोखले होते. कुत्र्यांचे व चार काळ्या मांजरांचेसुद्धा.

त्यानंतरच्या प्रदीर्घ चर्चेत नीलाचा सहभाग कुणी जमेसच धरला नव्हता. शॅम्पेनचा आस्वाद घेत रंगलेल्या त्या चर्चेचा विषय कुत्री-मांजरं हाच होता. निकोल साखरझोपेत असताना सकाळी ते उडी मारून तिच्या बिछान्यात कसं आलं, त्यानंतर तिच्याकडं पाहून मग कसं निघून गेलं, कुणाचा सकाळचा खाना मनपसंत कसा झाला नाही, त्यातलं कोण सोफ्यावर बसून टीव्ही पाहता पाहता झोपी गेलं आणि जेवायचंसुद्धा विसरलं, कोण गेले दोन दिवस फुरंगटून बसलंय... वगैरे वगैरे किस्से. प्रत्येकजण त्या संभाषणात अतिशय उत्साहानं, चीत्कारत भाग घेत होती आणि बोलताना किंवा मानेनंच सहमती दर्शवताना त्या पाळीव जीवांना कुरवाळत-थोपटत होती. नीलावर मात्र प्राणायामाची वेळ होती. कारण तिला मांजरांचा वास सहन होत नव्हता. सगळ्याजणी उभ्यानंच गप्पा मारत होत्या. त्या खोलीतली सगळी आसनं तर रिकामीच दिसत होती. बहुधा त्यांना आपल्या पोशाखांचं किंवा आभूषणांचं प्रदर्शन करायचं असावं. नीलानं स्वत:वर नजर टाकली. निळी जीन्स, चुरगळलेला भडक पिवळा टी-शर्ट आणि हिरवं जाकीट... आपण अतिशय हिडीस दिसतोय असं तिला वाटलं. आपल्यावर रोखलेल्या त्या डोळ्यांच्या जोड्यांपासून सुटका मिळवण्यासाठी ती ते वर्तुळ भेदून सोफ्यावर बसायला वाकली, तितक्यात आपण अक्षम्य घोडचूक केल्याचं तिच्या लक्षात आलं. कारण, 'बसा' असं सांगत नाहीत, तोवर तुम्ही वर्तुळात उभं राहायचंच असतं. तुम्ही काहीतरी आचरटासारखे कपडे परिधान केलेत, तुम्हाला शिष्टाचार नाहीत, तुमच्यात जराही सद्‌भिरुचीचा अंश नाही, कसं उभं राहायचं, वागायचं ते तुम्हाला ठाऊक नाही... मग असू दे. नीला तिथं बसलीच. तिला दरदरून घाम फुटला होता. आत येताना बाकी सगळ्याजणींनी आपापले कोट तिथं टांगून ठेवले होते. कारण आतमध्ये छान ऊबदार होतं... माणसांच्या भावनांची, प्राण्यांची, संस्कृतीची आणि अभिमानाची ऊब!

एका कोपऱ्यात फायरप्लेस धगधगत होती. दुसऱ्या कोपऱ्यात भव्य पियानो उभा होता. सुखवस्तू घरात या दोन गोष्टी अपरिहार्य होत्या. हळूच, कुणाच्याही नजरेला न पडण्याची खबरदारी घेत, ती अंगातलं हिरवं जाकीट काढून बाहेर टांगून आली. पण, तरीही त्या झमगमगत्या रंगानं तिच्या हलक्या अभिरुचीची झलक दाखवलीच.

निकोल सोफ्याकडं येत. सगळ्याजणींना 'बसा' म्हणाली.

"तुम्हाला वसंतगंध येतोय?"

नव्या पालवीचा गंध... नव्या बहराचा गंध....

त्या सगळ्याजणींनी तिच्या हो त हो मिसळलं. खिडक्या उघडल्यानंतर

खोलीत वास दरवळला. त्यांच्या बोलण्यातला 'तो' गंध भरून घेण्यासाठी नीलानं खोल श्वास घेतला पण, तिला मात्र जनावराच्या कातड्याची दुर्गंधी आली.

रीटा म्हणाली, "थंडी फार कडाक्याची होती."

मॉन्ट्रीयल किंवा उप्सालापेक्षा इथं थंडी जास्त होती, हे मारिया आणि डॅनियलला पटत नव्हतं. सहा वर्षांपूर्वी डॅनियल कॅनडा सोडून इथं आली होती. त्या थंड देशात पुन्हा कधी परत जाण्याची किंवा त्याचं नाव देखील घ्यायची तिची इच्छा नव्हती. कारण बर्फाची एखादी दरड धाडधाड, वेगानं खाली कोसळली तसं तिच्या मनात स्मृतींचे बर्फिले पहाड जागे होऊन कोसळू पाहायचे.

मग त्यांचं लक्ष सोफ्याच्या कोपऱ्यात बसून नखं कुरतडणाऱ्या नीलाकडं गेलं.

"आत्ता भारतात कुठला ऋतू असतो?"

डॅनियलनं विचारलं. आपली मैत्रीण मुकी नाही, तिला भारतात आत्ता कोणता ऋतू आहे हे ठाऊक आहे, हे तिला बहुधा दाखवायचं असावं. शिवाय तिला नीलाचं एकाकीपणही दूर करायचं होतं.

खरं तर आत्तापर्यंत नीलाला मुळीच एकटं वाटत नव्हतं. अपराधी स्वरात ती म्हणाली, "वसंत ऋतू.'

"वसंत ऋतू?" निकोलच्या भुवया अविश्वासानं आक्रसल्या होत्या.

"भारत विषुववृत्ताच्या उत्तरेला की दक्षिणेला?"

"उत्तरेला", रीटा उत्तरली.

"नाही, नाही, दक्षिणेला आहे," निकोल.

"जर आत्ता तिथं वसंत असेल, तर तो उत्तरेलाच असणार," डॅनियल.

निकोल उठली. आतून एक जाडजूड पुस्तक घेऊन आली. ती पाची टाळकी जगाच्या नकाशात नाक खुपसून एकत्र आली. पाच टाळकी : निकोलचं लाल, मारियाचं तपकिरी, रीटाचं काळं, मिशेलचं तांबूस-पिंगट आणि डॅनियलचं टिटियन.

नीला दुरूनच ती पाची टाळकी निरखत होती.

बरोबर उत्तर देणारी रीटा आता नीलाकडं झुकून विचारत होती, "त्या दिग्दर्शकाचं नाव काय... 'सालों द म्युजीक' बनवणारा... सत्यजित रे. मी त्याचे चित्रपट पाहिलेत.'

रीटाच्या चेहऱ्यावर रुंद हास्य होतं.

नीलानं हसून विचारलं, "तू कुठले चित्रपट पाहिले आहेस?"

"जवळजवळ सगळे."

"तू 'पाथेर पांचाली' पाहिलायस?" नीलानं लगेच विचारलं.

"पाहिलाय, पण मला तो फारसा आवडला नाही."

"आवडला नाही?" नीलानं आश्चर्यानं विचारलं.

"चारुलता?"

"हो, आवडला. पण त्यांचा सर्वोत्कृष्ट चित्रपट म्हणजे 'सालों द म्युज़ीक.' "

नीलाच्या दृष्टीनं 'पाथेर पांचाली' सर्वोत्कृष्ट होता, त्यामुळं रीटाचं मत ऐकून तिला जरा धक्का बसला, पण त्या दिवशी, त्या खोलीत, भारतीय आणि बंगाली माणसं यांविषयी काही विचार करणारी, रीटा ही एकमेव व्यक्ती होती. त्यामुळं ती 'कापुरुष महापुरुष'ला जरी सर्वोत्कृष्ट चित्रपट म्हणाली असती तरी, नीलानं आश्चर्य दाखवलं नसतं. कारण, खरंतर रीटानंच नीलाची सोडवणूक करून तिला खऱ्या अर्थानं मुक्त केलं होतं.

"तू इतर कुणा भारतीय दिग्दर्शकाचे चित्रपट पाहिले आहेस?" नीलानं विचारलं.

"काही पाहिलेत, पण तुमच्या चित्रपटात फार नाचगाणी असतात."

"खरं आहे, भिकार हाणामाऱ्या आणि अजिबात सद्भिरुची नसते."

पण नीलाला हिंदी चित्रपटांशी नातं तोडता येणार नव्हतं.

"तू रित्विक घटक, मृणाल सेन, अपर्णा सेन, बुद्धदेव दासगुप्ता यांचे चित्रपट पाहिलेस?"

"नाही."

"तू त्यांच्याविषयी ऐकलंयस?"

"नाही."

आजवर रीटानं पूर्ण लांबीचा एकही चित्रपट बनवला नव्हता.

तिच्या सगळ्या फिल्म, एक-दोन-पाच, जास्तीत जास्त पंधरा मिनिटांच्या होत्या. तिनं कुर्दिश स्त्रियांच्या जीवनावर तीन लघुपट बनवले होते आणि एक टर्कीमधल्या रशियन स्त्रियांच्या वेश्याव्यवसायावर. पूर्ण लांबीचा चित्रपट? पूर्ण लांबीचा चित्रपट बनवणं तिच्या लेखी सोपं होतं, पण त्याला निर्माता मिळवणं कठीण होतं.

डॅनियल म्हणाली, "तू चित्रपटात बायकांचं प्रदर्शन करायला सुरुवात केलीस, तर निर्माते तुझ्या दारापुढं रांगा लावतील."

"पुरुष निर्माते", निकोल तिचं वाक्य दुरुस्त करत म्हणाली.

टेबलावर बऱ्याच प्रकारची मद्यं होती. त्या सगळ्या मद्य रिचवत होत्या.

निकोल ग्लास भरून देत होती. मारियानं निग्रहानं मान हलवून मद्यपानाला नकार दिला, कारण तिला गाडी चालवायची होती. पॅरिसमधल्या फक्त दोन दिवसांच्या वास्तव्यासाठी तिनं भाड्याची गाडी कशाला घेतली होती, कोण जाणे? पॅरिसनंतर ती दक्षिणेत, केनीसला जाणार होती. तिथंही ती व्याख्यान झोडणार होती की काय? नाही, नाही, दक्षिणी सूर्याच्या प्रकाशात तिला सूर्यस्नान करायचं होतं.

''ती स्विडीश आहे, या लोकांना बाकी काही कळलं नाही तरी, नियम कसे पाळायचे, तेवढं मात्र समजतं. आम्ही फ्रेंच माणसं घशाखाली काही पेग उतरल्याशिवाय कधीही गाडीच्या स्टिअरिंगला हात लावत नाही'', मिशेल काऊझ डोळे मिचकावत म्हणाली.

नीलानं 'पोर्तु' मागितलं. त्याची बाटली इतर बाटल्यांपेक्षा देखणी होती... एवढंच त्यामागं कारण होतं आणि तिनं काहीतरी 'पिणं' आवश्यकच होतं, नाहीतर ती मागास आहे, असं त्यांना वाटलं असतं. निकोलनं तिच्या हातात ग्लास दिला, त्यावर ती आठवणीनं म्हणाली,

''मेर्सी बोकू''. (खूप खूप आभारी आहे).

या शब्दांचा उच्चार शिकायला तिला बरेच दिवस झगडावं लागलं होतं. ती या शब्दांचा उच्चार असा करायची की, लोक तिच्याकडं विचित्र नजरेनं पाहायचे. पुस्तकं वाचून शिकता येणारी ही भाषा नव्हे, अशी तिची खात्री झाली होती.

त्यांच्या संभाषणाची गाडी पुरुष निर्मात्यांवरून महिला निर्मात्यांवर आली आणि तिथून दिग्दर्शिकांवर... तिथून एकदम त्यांची चर्चा शंभर वर्षं मागं गेली... सुसान बी. ॲन्थनी, एलिझाबेथ, कॅडी स्टॅन्टन... स्त्रियांना मताधिकार मिळावा म्हणून ग्रेट ब्रिटनमध्ये चळवळ उभारणाऱ्या स्त्रियांपर्यंत. तिथून त्यांच्या संभाषणाचा ओघ मजूर चळवळीकडं वळला, तिथून लोकसंख्या नियंत्रणावर घसरला... तिथून, समानतेच्या युगात स्त्रियांच्या संसदेतल्या संख्याबळावर आला. स्त्रियांची संसदेतली संख्या... दहा टक्के सुद्धा नाही. किती लाजिरवाणी गोष्ट! एलिझाबेथ गिगाऊटनी मागणी केली होती की, पक्षानं पन्नास टक्के स्त्रियांचं नामांकन केलं पाहिजे, बस्स, तेवढंच! तेवढीच जमेची बाजू!

''आपल्याकडं असले प्रश्न नाहीत, संसदेत चाळीस टक्क्यांहून अधिक स्त्रिया आहेत,'' मारिया नाक वर करून म्हणाली.

निकोल मान टाकून म्हणाली, ''जे काही घडतं ते सगळं स्कॅन्डॅनेव्हियात.''

मारियाचा स्वर संतप्त झाला, ''शीऽ, शैक्षणिक क्षेत्रावर नजर टाकून बघ, सगळीकडं पुरुष भरलेत.''

बर्फिल्या भूमीतून आलेल्या मारियाचं बोलणं त्या सगळ्याजणी उत्सुकतेनं

ऐकू लागल्या. ही बर्फिली भूमी मूळची चाच्यांची. हे लोक खेड्यांवर हल्ला करून लुटालूट करत असत, त्यांना ठार करत असत. आता मात्र त्यांचे वंशज जगातले सर्वांत सुसंस्कृत म्हणून ओळखले जातात. चाच्यांच्या या भूमीत समानता आणि शांतीचं राज्य होतं.

"काळ बदललाय हे मान्य करायलाच हवं", मिशेल म्हणाली, "एकेकाळची युरोपमधल्या स्त्रियांची अवस्था आठवून बघा... चर्च त्यांना जिवंत जाळायचं, होय ना?"

निकोलनं हात उंचावून सर्वांना शांत केलं. त्यानंतर ती एकेक शब्द सावकाश, स्पष्ट उच्चारत म्हणाली, "वर वर पाहिलं तर, बदल घडलेत असं जाणवेल, फक्त पृष्ठभागावर, पण त्याखाली पाहिलं तर, सगळं काही आहे तसंच कायम आहे असं आढळेल, अजूनही पुरुष स्त्रीची पिळवणूक करतोच आहे आणि या पिळवणुकीची चौकटसुद्धा अजूनही अजिबात बदललेली नाही... ती तशीच आहे."

"निकोल, तुला 'कायम आहे' म्हणजे काय म्हणायचंय? एके काळी मातृसत्ताक समाजरचना होती. स्त्रियांकडून सत्ता बळकावून घेण्यासाठी पुरुषांनी दुष्टशक्ती वापरली."

निकोल चवताळून म्हणाली, "जगात कुठंही कधीही मातृसत्ताक पद्धत नव्हती. जे कधी काळी होतं ते 'मॅट्रीलोकल' आणि 'मॅट्रीलिनिअर' होतं. बायका संपत्तीच्या वारसदार होत्या. मुलं आईचं नाव लावायची, केवळ एवढ्यानं मातृसत्ताक पद्धत घडत नाही."

मारिया आणि नीलाला समजावं म्हणून, सगळ्याजणींनी इंग्रजीत बोलायचं ठरवलंय, असं डॅनियल म्हणाली होती, पण नीला ओळखून होती की, मारिया इथं नसती तर, त्या फ्रेंचमध्येच बोलल्या असत्या, कारण त्यांच्या त्या चर्चेत नीला भाग घेण्यायोग्य देखील नव्हती, त्यामुळं नीलानं आपलं फ्रेंचचं ज्ञान पाजळून, स्त्रीमुक्तीविषयक अज्ञानाची भरपाई करायचं ठरवलं. तिनं विचारलं, "जे पो आव्वार द्यू भिन सगी, सील भूस प्ले."

ती काय बोलली, ते त्यातल्या एकीलाही समजलं नाही. अखेर तिनं तेच इंग्लिशमध्ये विचारलं, तेव्हा हास्याचा स्फोट झाला. डॅनियलनं तिचं वाक्य दुरुस्त केलं,

"ज प आव्वार द्यू वें रुज़ सील वू प्ले?"

"प्लीज, मी थोडी रेड वाईन घेऊ का?"

आता मात्र नीलानं अळीमिळी घेतली. प्रत्येक खेपेला तोंड उघडलं की, काहीतरी घोळ होऊन तिच्या अंगलट येत होतं. हास्याची लहर अजून टिकून

होती. त्यातच निकोल ‘सील’ सारखं डोकं वर काढून जेवणाच्या बेताची चर्चा करू लागली. तिचा ‘पोर्क विथ गार्लिक’ बनवायचा विचार होता.

“मंऽऽऽऽ” सगळ्याजणी चीत्कारल्या.

“मॅशड् पोटॅटोज, सॅलड आणि चीज. आणखीन... टार्टसुद्धा आहे,” निकोल म्हणाली.

“मंऽऽऽऽ”

“आणि, शेवटी कॉफी.”

“मंऽऽऽऽ.”

निकोल फ्रीजमधून पोर्क बाहेर काढायला स्वयंपाकघरात गेली. डॅनियल आणि रीटाही तिच्या पाठोपाठ गेल्या. आता स्वयंपाक व्हायला युगानुयुगांची प्रतीक्षा करावी लागणार, याची नीलाला खात्रीच पटली. पण, काही मिनिटांत पोर्क टेबलवर आलं. इतक्या कमी वेळात, पटकन मटण कसं काय शिजलं, नीलाला समजेनाच. निकोलनं झटपट सगळ्याजणींना आपापली ड्रिंक्स घेऊन टेबलाशी यायला सांगितलं.

“काय हवं ते घ्या.”

“हे कसं केलं?”

“लोण्यात तळलंय आणि त्यात लसूण ठेचून घातलीय.”

गार्लिक पोर्क! नीलानं डाव्या हातात सुरी आणि उजव्या हातात काटा-चमचा घेऊन पोर्कचा तुकडा पाडायचा प्रयत्न केला. तिच्या हातातली आयुधं उडून बाजूला पडली. तिनं भोवती एक कटाक्ष टाकला, आपण सुरी आणि काटा चमचा चुकीच्या पद्धतीनं धरल्याचं तिच्या ध्यानात आलं. मग तिनं त्या आयुधांची आलटापालट करून, पुन्हा प्रयत्न करून पाहिला, पण तोही फसला! तिच्याकडं कुणाचंच लक्ष नव्हतं, तिची फजिती कुणाच्या लक्षात आली नव्हती, पण नीलाला मात्र वाटलं की, आपल्या या अवघडलेल्या अवस्थेची चेष्टा करून त्यांनी त्यावर काही शेरेबाजी केली तर आपण हसून म्हणायचं की, “खरं तर आम्हाला हातांनी जेवायची सवय असते. हातानं जेवताना अन्नाची चव स्वर्गीय बनतेच, शिवाय तुम्ही त्याच्या आणखी निकट येता.” पण टेबलावरच्या शांततेनं तिची चुळबूळ आणखी वाढली आणि ती अस्वस्थ झाली.

नीलानं डॅनियलकडं तिरक्या नजरेनं पाहत तिचा अंदाज घ्यायचा प्रयत्न केला... आपल्या हास्यास्पद वर्तनाचा तिच्यावर काय परिणाम झालाय, पण ती निर्विकार दिसत होती. आता नीलाच्या हेही लक्षात आलं की, मांसाचा तो जाडच्या जाड बेचव तुकडा चावणं अशक्य आहे. बाकीच्याजणींसारखंच तिनंही

त्यावर मीठ-मिरपूड भुरभुरून पाहिली, पण ते मांस तरीही बेचवच राहिलं. नीला सोडून सगळ्याजणी त्याच्या रुचकरपणाबद्दल चीत्कारत होत्या. नीलानं उकडलेल्या बटाट्याचा थोडासा लगदा आणि अर्ध लेट्यूसचं पान खाल्ल्यानंतर कुठं तोंडाचा मांसाचा वास गेला. त्यानंतर चीज अवतरलं, जणू तिचा सूड घ्यायला. दरम्यान, बाकी सगळ्याजणींनी 'बागेत्त'च्या म्हणजे ब्रेडच्या मोठ्या लादीच्या स्लाईस करून आपापल्या बशांजवळ ठेवल्या होत्या. अनुभवी व सुसंस्कृत बोटांनी त्या काटा पकडून त्यात चीज उचलत होत्या, त्यावर 'बागेत्त'चा एक घास उचलून कौशल्यानं तो तोंडात घालत होत्या. 'बागेत्त' धुळकट टेबलावर पडून होतं. नीलाच्या दृष्टीनं ते खाणं शक्यच नव्हतं.

नीलाला कॉफी नको होती. त्यांच्याकडं चहा होता का? नाही. त्यामुळं तिला पाणी ढोसावं लागलं. जेवण झाल्यानंतर टेबलाशी बसून राहायची तिला सवय नव्हती, त्यामुळं तिला अस्वस्थ झालं होतं, पण तिथून उठून पुन्हा सोफ्यावर बसायचं तिनं धाडस केलं नाही. जेवण झाल्यानंतर टेबलाशी बसून राहावंच लागतं. नीलाच्या लक्षात आलं की, नुसतं डायनिंग टेबलाशी या बायकांनी जवळजवळ पाच तास घालवले होते. तिच्या मनात आलं की, बंगाली आणि फ्रेंच माणसांच्यात पाच आकड्याची समानता दिसतेय; म्हणजे बंगाली माणसं स्वयंपाक करण्यात पाच तास घालवतात आणि पाच मिनिटांत जेवतात, तर फ्रेंच माणसं पाच मिनिटांत स्वयंपाक करून पाच तास जेवत बसतात.

अचानक निकोलनं नीलाच्या स्वागताप्रीत्यर्थ ग्लास उंचावला. का? तर काही मिनिटांतच टीव्हीवर भारताविषयी एक डॉक्युमेंटरी लागणार होती. सगळ्याजणींनी आपापल्या खुर्च्या फिरवून घेतल्या. नीलाला पुढं ढकलण्यात आलं आणि डोळ्यांच्या सगळ्या जोड्या, पाळीव प्राण्यांसहित, टीव्हीच्या पडद्यावर खिळल्या.

टीव्हीच्या आख्ख्या पडद्यावर स्टीलची एक रिकामी भोकाभोकांची ताटली होती. मग कॅमेऱ्यानं झूम केलं तशी ती ताटली छोटी झाली आणि पडदा अनवाणी पावलांनी व्यापून गेला... चालणाऱ्या पावलांनी. आता कॅमेऱ्यानं आणखी झूम केलं... आता अनवाणी पावलं आणि उघडी शरीरं दिसू लागली. एक आठ वर्षांचा मुलगा चालत होता. त्याच्या नाकातून शेंबूड वाहतोय. त्यानं भोवतीच्या माणसांपुढं रिकामी ताटली पसरली... भिकेसाठी. त्याच्यामागं आणखी भिकारी होते. रस्ते गजबजलेले होते... मोडक्या ट्रॅमचा खडखडाट, मोडकळीला आलेल्या बसेस आणि ट्रक्स गर्दीत नाक खुपसत पुढं जात होते आणि या सगळ्यात कुठंकुठं उपासमारीनं खंगलेल्या गायी विखुरलेल्या होत्या... कुणी रस्त्याकडेला रवंथ करत होत्या, काही बैलगाड्यांना जुंपल्या होत्या. रस्ता

भिकाऱ्यांनी ओसंडून वाहत होता. मघाचचा तो मुलगा फुटकी ताटली घेऊन घरी परतला. त्याचं घर म्हणजे वाळक्या पालापाचोळ्याचं एक खोपटं होतं. तळ्याकाठी असलेल्या त्या खोपटात त्याला एक डुगडुगता पूल पार करून जावं लागणार होतं. त्याची भावंडं पातेल्यात वाकून बघत होती.

तिथल्या शांततेचा भंग करत नीला म्हणाली, "ते अत्यंत गरीब कुटुंब दाखवत असले पाहिजेत."

"शूऽऽऽऽ."

तिला गप्प बसायला सांगण्यात आलं.

मग त्या पातेल्यानं टीव्हीचा पडदा व्यापला. ते पातेलं रिकामं होतं. त्या मुलाची आई तळ्याचं पाणी भरून आणण्यासाठी तो डुगडुगता पूल पार करत होती. तिनं पाणी भरून आणलं आणि रेल्वे रुळांशेजारी विस्तव पेटवला. प्रत्येक वेळी शेजारून रेल्वे गेली की, विस्तव विझत होता. धुरापासून डोळ्यांचं रक्षण करत ती भात शिजवत होती. मग कॅमेरा पुन्हा पातेल्यावर आला... त्या पातेल्याभोवती मुलं जमली होती आणि आई त्यांना बाजूला हाकलत होती. पुढच्या दृश्यात पोरगेला भिकारी खुल्या आभाळाखाली लघवी करत होता आणि त्याच्याखाली होतं तळं.

ही फिल्म संपल्याबरोबर पहिल्यांदा रीटानं तोंड उघडलं, "वॉव, वंडरफुल कॅमेरा वर्क."

सोफ्यावरून झुकून नीलानं एक मासिक ओढलं आणि ते वाचण्यात गुंगल्याचा बहाणा केला. आपण लपतोय हे तिला कळत होतं. तिचे कान तिकडंच होते. तिनं रीटाचा तो थरारही ऐकला होता.

"कॅमेरा पातेल्यावर झूम झाला, त्या वेळचं पार्श्वसंगीत ध्यानात आलं का तुझ्या? एडिथ पियाफचं गाणं आहे ना?"

"कोणतं?

"ला वी, लामूर..."

"नाही, ल्वा ब्लेस्से."

नीलाची नजर अजूनही 'व्होग' वरच खिळलेली होती. समुद्रकिनारी पहुडलेली एक नग्न सुंदरी, डोळे तीव्र तृष्णेन तुडुंबे भरलेले आणि तिच्या पायाशी सुगंधाची कुपी– ओपियम.

खुर्च्या मागं ढकलल्याचे आवाज आल्यावर तिनं मासिकातून डोकं वर काढलं. आता निघायची वेळ झाली होती. तिला इथून कधी बाहेर पडतोय असं झालेलं असल्यामुळं तिनं टुणकन उठून तिचं हिरवं जाकिट घेतलं. या औद्धत्याबद्दल डॅनियलनं काही म्हणू नये म्हणून तिनं मान खाली घातली होती तरी तिनं

कसंबसं ''आ बीयांतो'' (पुन्हा लवकर भेटू) म्हटलं, पण तेवढ्यावरच भागणार नव्हतं. तिला त्या सगळ्याजणींच्या गालावर पापे द्यावे लागले, फक्त मारिया सोडून, कारण ती तिला व डॅनियलला गाडीतून सोडायला येणार होती, त्यामुळं त्या दोघींना सोडून परत जाताना तिला पापा द्यायचा होता.

डॅनियलनंही त्या तिघींना पापे देऊन ''आ बीयांतो'' म्हटलं.

रीटा म्हणाली, ''मी भारतावरची डॉक्युमेन्टरी एका भारतीय व्यक्तीच्या शेजारी बसून पाहिली हे माझं सद्भाग्य.''

नीला हसली, कारण तिनं हसणं अपेक्षित होतं. नाहीतर ती उद्धट, उर्मट ठरली असती. गाडीमध्ये नीला पाठीमागं बसली आणि डॅनियल मारियाशेजारी, पुढच्या सीटवर.

त्या घरी परतल्या तेव्हा रात्र बरीच चढली होती. डॅनियलनं कपडे बदलले. बिछाना गरम केला.

नीलाला झोप आली नव्हती. कपडे न उतरवता ती तशीच पडून राहिली होती.

''उसासे का सोडतीयस? काय झालं?'' डॅनियलनं विचारलं.

''काही नाही.''

''मग, तू अशी गप्प गप्प का?''

''काय बोलू?''

नीलाच्या खांद्याला स्पर्श करत डॅनियल म्हणाली,

''बोलण्यासारखं काहीच नाहीय? तुला निकोल, तिच्या मैत्रिणी कशा वाटल्या?''

''चांगल्या आहेत.''

''नीला, तुझं काहीतरी बिनसलंय... स्पष्ट कळतंय.''

''मला स्वत:चाच फार राग आलाय.''

''का?'' नीलाचा चेहरा स्वत:कडं वळवत डॅनियलनं प्रश्न केला.

''मी निकोलच्या घरी अजिबात यायला नको होतं.''

''पण का?''

डॅनियलच्या प्रश्नाच्या उत्तरादाखल नीला कितीतरी वेळ विचारात खोल बुडून होती. जेव्हा तो प्रश्न तिच्या कानात घोंघावू लागला तेव्हा सुस्कारा सोडत ती उत्तरली, ''मी स्वत:चीच कशी लायकी काढून घेतली, पाहिलं नाहीस? मी खरंच त्या वर्तुळात बसत नाही... बहुधा मी किशनची बायको म्हणूनच योग्य असावी... साचेबंद पत्नी... स्वैपाकपाणी, साफसफाई करणारी आणि कधीतरी एखाददुसऱ्या भारतीय माणसाशी बोलणारी, खरंतर मी या समाजाच्या ढाच्यात

बसत नाही.''

डॅनियल उठून बसली.

''नीला, असं काय बोलतीस? तुला काय झालंय? तुला बरं वाटावं म्हणून मी तुला चांगल्या ठिकाणी घेऊन गेले आणि तू मात्र कुरकुरतीयस.''

नीलानं त्याच उदास स्वरात विचारलं, ''तुला तो माहितीपट खरंच आवडला?''

''हो. तुला नाही आवडला?''

''नाही.''

''इतक्या महत्त्वाच्या चॅनेलनं भारतावर फिल्म दाखविण्याचं महत्त्व तुला माहीत आहे का?''

''डॅनियल,'' नीलाचा आवाज चिरकला होता, ''भारतात असलं दारिद्र्य नाही. भारतातही बरेच श्रीमंत लोक आहेत, बरीच मध्यमवर्गीय कुटुंबं आहेत...''

डॅनियल हसली.

''पण टीव्ही चॅनेल्सना भारतातल्या श्रीमंत वर्गात काहीच रस नसणार! त्यांना श्रीमंतच दाखवायचे असतील, तर ते बिल गेटस् निवडतील आणि भारताच्या दृष्टीनं दारिद्र्यावर प्रकाश टाकणं फायदेशीरच आहे, भारताला आणखी मदत मिळेल.''

डॅनियल मानेखाली दोन उशा घेऊन त्यावर रेलून बसली. तिनं सिगरेट पेटवली. सिगरेटचा एक दीर्घ झुरका घेऊन, धूर बाहेर सोडत, ती नीलाच्या केसांतून बोटं फिरवत म्हणाली, ''भारत हा गरीब देश आहे, हे वास्तव तू नाकारू शकत नाहीस. आज त्यांनी दाखवली तशी कुटुंबं भारतात आहेत, ही गोष्टही तू नाकारू शकत नाहीस. नीला, असं हिणकस आयुष्य जगणारी कितीतरी माणसं जगात आहेत. त्यांच्यासाठी काहीतरी करायला हवं, विशेष करून श्रीमंत देशांनी यात पुढाकार घ्यायला हवा. भारतात श्रीमंत माणसंही आहेत, हे खरं आहे, पण ते कसं जगतात ते आम्हाला आधीपासूनच ठाऊक आहे. जेव्हा त्यांचं दारिद्र्य प्रकट होतं तेव्हा आम्ही उठून विचार करतो. सगळेच नाही, पण ज्यांची इच्छा आहे अशी माणसं, काळीज असणारी माणसं विचार करतातच. तुला सांगते नीला, आम्हाला हे चाबकानं फोडल्यासारखं होतं.''

अचानक नीलाच्या मनातले दबकते लाचार, लाजिरवाणे विचार एकदम दूर झाले. डॅनियलचा हात हातात घेत ती म्हणाली, ''तू किती चांगली आहेस. तुझ्या अधिकाधिक सहवासात मी आणखी प्रभावित होतीय.''

डॅनियलनं नीलाची बोटं हळुवारपणे कुरवाळली. नीलाला छान वाटलं.

''तू इतके सगळे कपडे घालून कशाला झोपलीयस? तुला निवांतपणे झोपता येणार नाही.''

नीला वळत म्हणाली, ''मला कपडे काढून उघड्यानं झोपायची सवय नाहीय.''

तिनं बिछान्यावरची चादर ओढून अंगभर गुंडाळून घेतली. डॅनियलची बोटं तिच्या हातावरून, मानेवर आणि तिथून डोक्यापर्यंत पोचली. केसांत असं कुणी हळुवारपणे बोटं फिरवू लागलं की, नीलाला हमखास पेंग यायची. मोलिना तिला असं नेहमी करायची तेव्हा, नीला गाढ निद्रेच्या कुशीत कधीच शिरायची. या दूरवरच्या प्रदेशातल्या वास्तव्यात डॅनियल तिला आईच्या जागी होती.

डॅनियलची बोटं तिच्या छातीशी चाळा करू लागली, तेव्हा मात्र नीलाची झोप खाडकन उडाली.

तिचे हात बाजूला झटकून नीला हसून म्हणाली,

''गुदगुल्या करतीयस?''

''नाही,'' ढिम्म उत्तर आलं.

नीलानं डॅनियलकडं वळून पाहिलं. तिच्या डोळ्यांत मस्करीचा लवलेशदेखील नव्हता.

''तुला सांगते, माझी आई असंच माझ्या केसांत बोटं फिरवते, असं कुणी केलं की, मला फार आवडतं.''

''तुला आवडतं? मग मला करू दे. तुझे केस किती छान आहेत आणि त्वचाही किती सुंदर.''

''मी काही गोरी नाही, मग माझी त्वचा छान कशी असेल?''

''म्हणूनच छान म्हणतीय मी.''

''तुला सावळी त्वचा आवडते?''

''फार फार आवडते.''

डॅनियलची बोटं नीलाच्या केसांत फिरत राहिली.

नीला डॅनियलकडं तोंड करून तिच्या कुशीत शिरली. कित्येकदा ती रात्री असंच मोलिनाच्या कुशीत शिरून झोपली होती. त्या छोट्याशा खिडकीतून भूतकाळातल्या स्मृतींची झुळूक आत आली आणि तिला स्पर्शून गेली.

''पण डॅनियल, माझ्याकडं तुला देण्याजोगं काहीच नाही,'' नीला कष्टी स्वरात म्हणाली.

''असं कोण म्हणतं? मला तुझा निर्मळ, निष्कपटी स्वभाव सगळ्यात आवडतो.''

डॅनियलची बोटं तिच्या कानाजवळून, नाकाजवळ आली होती आणि आता तिच्या ओठांवर उतरली होती.

''तुझे ओठ किती सुंदर आहेत? मला त्यांचं चुंबन घ्यायचंय.''

''चुंबन? ओठांचं?''

''का नाही?''

''नाही.''

''याचा अर्थ काय– तुला चुंबन नकोय?''

नीलानं नकारार्थी मान डोलावली... तिला ते नको होतं.

''तुझे पाय कसे दगडासारखे थंडगार झालेत बघ.'' डॅनियल तिच्या पायांना स्वत:च्या पायांनी कुरवाळत म्हणाली.

डॅनियलची बोटं नीलाच्या शरीरावरून बाजूला होत नव्हती. तिचे पाय नीलाचे पाय बाजूला होऊ देत नव्हते. नीला कूस बदलत झोपाळू आवाजात म्हणाली,

''चल, झोपूया, बराच उशीर झालाय.''

''म्हणून काय झालं? उद्या रविवार आहे.''

उद्या रविवार, म्हणजे सकाळी उठायची अजिबात घाई नव्हती, त्यामुळं डॅनियलची बोटं नीलाचा देह चुंबत राहिली. सर्वांगावरून फिरून डॅनियलची बोटं नीलाच्या मांड्यांपाशी आली. नीलानं दोन्ही मांड्या आकसून घट्ट चिकटवून धरल्या होत्या. जितक्या शक्तीनं नीला मांड्या घट्ट धरून ठेवत होती, त्याच्यापेक्षा जास्त शक्तीनं डॅनियलची बोटं तिच्या मांड्या विलग करण्याचा प्रयत्न करत होती. अखेर नीला बिछान्यातून बाजूला झाली आणि खुर्चीवर बसली.

''डॅनियल, तू हे काय करतीयस?''

''का? तुला हे नकोय?'' डॅनियलनं आश्चर्यानं विचारलं.

''काय नकोय?''

''सेक्स.''

''क्काय?''

''मला वाटलं तुलाही हे हवंय.''

''असं तुला वाटलंच कसं?''

''तू रस्त्यात माझा हात धरला होतास.''

''मग?''

''म्हणून मला वाटलं की, मी तुला आवडलेय.''

नीलाच्या डोळ्यांत आश्चर्य मावत नव्हतं.

''तू मला आवडलीस, म्हणून मी रस्त्यात तुझा हात धरला बरोबर, पण सेक्स? ...हे काय? दोन बायका कसं...?''

डॅनियल हसली.

''बायका करू शकत नाहीत, हे तुला कुणी सांगितलं?''

''हे मी कधी ऐकलेलंसुद्धा नाही.''

नीलानं असं काही कधी ऐकलेलं तर नव्हतंच, पण अशा कुठल्या शक्यतेच्या बाबतीत, मनात अंधुकसं देखील चित्र उभं राहील इथवर तिच्या कल्पनेची भरारी जाणंसुद्धा शक्य नव्हतं.

डॅनियलही आश्चर्यचकित झाली होती.

"मी समलिंगी आहे, हे तुला कळलं नव्हतं?"

कसं कळणार? समलिंगी माणसं काय वेगळी दिसतात? नीलाला डॅनियल एखाद्या सर्वसामान्य मुलीसारखीच वाटली होती.

"नाही, मला कळलं नव्हतं."

नीलाच्या मनात अजूनही गोंधळच होता. तिच्या डोळ्यांपुढं ती खोली गरागरा फिरू लागली... त्यांची खोली वर उडाली... आणि त्यांचा बिछानाही.

नीला पुन्हा भानावर आली तेव्हा तिला जाणवलं, डॅनियलची हावरी जीभ तिच्या शरीरावर फिरत होती... रात्रभर नीला निःस्तब्ध पडून राहिली होती... निःशब्द...

*

देहातीत अनुभूती

आपण अशा प्रकारचं आयुष्य जगतोय, यावर नीलाचा विश्वासच बसत नव्हता. जणू हे सगळं एक स्वप्न होतं... स्वप्नात जणू ही प्रसंगांची मालिका पुढं सरकत होती आणि जाग आल्यावर ती कोलकत्याला त्यांच्या घरात, तिच्या खोलीतच असणार होती... पहाटे पहाटे किलबिलणाऱ्या चिमण्यांशी मूकपणे संवाद करत. सुशांताशी तुटल्यानंतर तिनं कित्येक रात्री जागून काढल्या होत्या. त्या काळात नीलांजना दिवसा पेंगत असायची. कधीकधी तर चक्क दिवसभर ती झोपायची आणि विचित्र स्वप्नांमुळं दचकून जागी व्हायची.

एकदा तिला आपण जंगलात धावत सुटलोय आणि सिंह आपला पाठलाग करतोय, असं स्वप्न पडलं होतं. मध्येच तिनं मागं वळून पाहिलं, तर तिथं सिंह नव्हताच, तिथं शंभर सर्प वळवळत होते. नीला पुन्हा पळत सुटली... पळता पळता अखेर एका भव्य सागरात पडली आणि बुडून त्या सागराच्या तळाशी गेली... तो सिंह तिथं बसला होता. त्यानं तिला काहीही केलं नाही. त्या सिंहाच्या मागं एक भलामोठा वृक्ष होता आणि त्या वृक्षावर एक घर होतं. नीला त्या घरात

गेली... तिथं मोलिना झोपली होती. नीलानं त्या खोलीतली खिडकी उघडून बाहेरच्या गजबजलेल्या 'चौरंगी' कडं नजर टाकली. ती गडबडीनं त्या रस्त्यावर आली... तिथं ती शंभर सर्पांची फौज हजर होती. अचानक तो रस्ता निर्मनुष्य झाला... फक्त ते सर्प... आणि नीला. त्या दिवशी नीला दचकून जागी झाली, तेव्हा ती घामानं निथळत होती. तिच्या काळजाचे ठोके... ठकठक... वाढले होते. त्या स्वप्नाच्या नुसत्या आठवणीनं सुद्धा प्रत्येक वेळी तिच्या काळजाचा थरकाप उडायचा.

रविवारी सकाळी नीलाला जाग आली, त्या वेळी आपण विवस्त्र असल्याचं तिच्या ध्यानात आलं. डॅनियल बेसिनसमोर उभं राहून ब्रशनं दात घासत होती. नीला पडूनच डॅनियलचा देह न्याहाळत होती... रॉडीनचं जिवंत शिल्प! तिच्या मनात आलं, कोणताही पुरुष वेडा होऊन मागं लागेल असा देह... पण... डॅनियलनं ना कधी कुठल्या पुरुषाला स्पर्श करू दिला होता, ना कधी दिला असता. पुरुषाचा देह कुरूप असतो, पुरुषदेहामुळं मला कधीच रोमांचित वाटलं नाही, असा डॅनियलचा दावा होता, पण स्त्रीदेहामुळं मात्र तिच्यात थरार निर्माण व्हायचा... नीलाच्या देहाच्या सान्निध्यात 'तो' थरार उठत होता. नीलानं डॅनियलकडं पाहिलं. या शरीरावर आपण प्रेम करावं... चुंबन घ्यावं, असं नीलाला मुळीच वाटलं नाही.

डॅनियलनं दात घासून झाल्यावर टूथब्रश बाजूला ठेवला. आपल्या टूथब्रशसारखाच गुलाबी रंगाचा दिसतोय, नीलाच्या लक्षात आलं.

"डॅनियल, तुझाही टूथब्रश माझ्या टूथब्रशच्या रंगाचाच दिसतोय."

"माझ्याकडं टूथब्रशच नाहीय," डॅनियलचं उत्तर.

"मग? तू दात कशानं घासतीस?"

"मी दात घासतच नाही."

"मग हा ब्रश कुणाचा आहे?"

"तुझा."

नीला खाडकन उठून बसली.

"तू माझा टूथब्रश वापरलास?"

डॅनियलनं खाली वाकून नळाखाली तोंड धरलं... तिच्या तोंडात पाण्याचा झोत शिरला... चूळ थुंकून ती बेफिकीरीनं उत्तरली, "हो. तुझा ब्रश वापरला."

"तू दुसऱ्या व्यक्तीच्या टूथब्रशनं दात घासलेस? ...आणि तेही जाणूनबुजून? का, चुकून घेतला होतास?"

"ब्रश तुझा आहे, हे मला ठाऊक होतं."

हे कृत्य अगदी सहज स्वाभाविक असल्यासारखा डॅनियलचा स्वर शांत

होता. नीला याबद्दल इतकी का उसळलीय याचं मात्र तिला आश्चर्य वाटलेलं दिसत होतं.

"डॅनियल, दुसऱ्या माणसाचा टूथब्रश वापरणारी व्यक्ती मी आयुष्यात पहिल्यांदाच पाहतीय."

बिछान्यातल्या चादरीत गुरफटून नीला पुन्हा बिछान्यात बुडाली.

डॅनियलनं स्वत:साठी कॉफीचं आधण ठेवलं. कॉफी झाल्यावर, डॅनियल अंगात टी-शर्ट घालून कॉफीचे घुटके घेत खुर्चीवर बसली होती.

नीलानं बिछान्यातून डोकं बाहेर काढून तिला विचारलं, "तू दात कधीच घासत नाहीस?"

डॅनियलचा स्वर अजूनही अविचल होता, "घासते ना... कधीतरी... घासावंसं वाटेल तेव्हा."

"याआधी केव्हा घासले होतेस?"

"आठवत नाही."

नीलाला हसावं की रडावं ते कळेना. मग तिला गुरफटून घेऊन... आत रडावं असं वाटलं... रडावं, स्वत:च्या अवस्थेबद्दल, पण तिनं प्रत्यक्षात यातलं काहीच केलं नाही. डॅनियल बाहेर गेली आणि 'लिबरेशन' हे वर्तमानपत्र आणि चार क्रोजंटस् घेऊन आली. नीला अजून बिछान्यातच होती. डॅनियल कॉफी आणि क्रोजंटसचा आस्वाद घेत होती तेव्हा नीला म्हणाली, "मला चहा हवाय."

"मग घे."

"चहा करशील?"

"तुझा तू कर."

नीला लाडिकपणे म्हणाली, "मॉला करावॉसा वॉटत नॉहीय."

डॅनियलमध्ये नीलाला आंजारायची-गोंजारायची ताकद नव्हती. नीलाला स्वत: उठून, स्वत:साठी चहा बनवावा लागला... खिडकीतून दिसणारा आकाशाचा लहानसा चतकोर न्याहाळत चहा घेऊन तिला जिना उतरून खाली जावं लागलं. दोन टूथब्रश आणण्यासाठी. स्वत:साठी आणि दुसरा डॅनियलसाठी. जुना टूथब्रश केराच्या डब्यात फेकून, तिनं नव्या टूथब्रशनं दात घासले.

"आपण पोर्त त सिनेक्विर्त मधल्या बाजारात जाऊया" डॅनियल म्हणाली. तिचा हा प्रस्ताव नीलाला मान्य करावाच लागला.

"तुला ते ठिकाण आवडेल," डॅनियल म्हणाली.

"का?"

"तिथं बरीच काळी-सावळी माणसं असतात."

स्वस्तातल्या ‘सेकंड-हँड’ वस्तू मिळणाऱ्या त्या बाजारात नीलाला ती रंगीबेरंगी गर्दी अजिबात आवडली नाही. खरं सांगायचं तर तिथं तिला फार अस्वस्थ झालं. तिथं तिच्या डोळ्यादेखत कृष्णवर्णीय छोटा मुलगा एक घड्याळ खिशात टाकून, चक्क चालता झाला. आणखी एक मुलगा, उन्हाचा चष्मा घालून पाहण्याचा बहाणा करत होता, तो चष्मा पैसे न देता, तसाच ढापून तोही चालता झाला.

नीला ते विलक्षण जग निरखत होती. डॅनियलनं जुन्या कपड्यांचा ढीग उचकून, त्यातून दोन पोशाख विकत घेतले. पुलाखाली काही कृष्णवर्णीय माणसं उभी होती. गडद काचांचे गॉगल लावलेल्या या व्यक्तींच्या पायाशी काळ्या रंगाच्या पिशव्या होत्या. ‘पोलिस येतायत’ असा काहीतरी गलबला झाल्याबरोबर ही माणसं गायब झाली.

“तिथं काय चाललंय?” नीलानं चौकशी केली.

“बेकायदेशीर धंदे.”

सगळ्या गोष्टी इतक्या छान-छान असलेल्या या आश्चर्यकारक देशात लोक बेकायदेशीर धंदे कशासाठी करतात. नीलाला समजत नव्हतं.

नीलाची चौकस नजर गर्दीचा पाठलाग करत एका कृष्णवर्णीय माणसावर स्थिरावली. तो दोन छोट्या पेट्यांत चेंडूचा खेळ करत होता. त्या पेट्यांची जलद हालचाल घडवून, त्यातल्या एका पेटीत चेंडू टाकून, तो ती पेटी झाकत होता. त्यातल्या कुठल्या पेटीत चेंडू आहे, हे तुम्ही ओळखायचं, असा तो खेळ होता... खेळ नव्हे, जुगार! या खेळात भाग घेण्यासाठी त्याला शंभर फ्रँक्स द्यायचे. तुमचा अंदाज अचूक ठरला, तर तुम्हाला दोनशे फ्रँक्स मिळणार, चुकला तर, तुम्हाला काही मिळणार नाही. तिनं दोन माणसांना खेळताना पाहिलं. त्यातल्या एकाला शंभर फ्रँक्सचा फायदा झाला, तर दुसरा हरला. तो चेंडू कुठल्या पेटीत पडतोय, ते नीलाला स्पष्ट दिसल्याबरोबर तिनं आरोळी ठोकली, “चेंडू कुठल्या पेटीत आहे ते मला माहीत आहे, मी सांगते.”

त्यावर डॅनियल तिला म्हणाली, “नीला, जाऊ नकोस, हरशील.”

“का जाऊ नको? चेंडू कुठल्या पेटीत पडलाय, ते मला माहीत आहे.”

नीलानं त्या काळ्या माणसाला शंभर फ्रँक्स दिले. त्यानं पेटी उघडली. नीलानं सांगितलेल्या पेटीत चेंडू नव्हता! नीलानं पुन्हा नशीब आजमावून पाहिलं, पुन्हा ती हरली... पुन्हा... पुन्हा. दोन मिनिटांत चारशे फ्रँक्स गमावून नीला तिथून बाजूला झाली. डॅनियल एका भिंतीशी रेलून झुरके मारत उभी होती.

“तू हरलीस ना?”

नीलाच्या डोळ्यांत या प्रश्नाचं उत्तर वाचता येत होतं.

''मला ते माहीतच होतं.''

''कसं काय?''

''कारण, ही सगळी बनवाबनवी करणारी माणसं असतात. हा बेकायदेशीर धंदा आहे... फक्त लोकांची फसवणूक असते.''

अचानक त्या गर्दीतून काही माणसं बाजूला झाली... आणि अदृश्य झाली. जमलेली गर्दीही पांगली.

''बघ, पोलिसांच्या भीतीनं ही माणसं कशी पळतायत ते!'' डॅनियल म्हणाली.

नीलानं नाक मुरडून विचारलं, ''ही माणसं येतात तरी कुठून?''

''आफ्रिकेतून, आशिया, दक्षिण अमेरिकेतून.''

''यातला कुणीही भारतातून आला असेल असं मला वाटत नाही.'' नीला म्हणाली.

''यातले बरेचसे मध्यपूर्वेतून येतात.''

''ओह!''

नीलाला सुटल्यासारखं झालं... किंवा... आपण सुटलो असा तिचा तिनं समज करून घेतला. भारतात लबाड माणसांची वानवा नाही, ही गोष्ट नीला चांगली जाणून होती. रस्त्यावर, कार्यालयात, न्यायालयाात... अगदी संसदेतली माणसंसुद्धा इतरांना फसवत होती.

रविवारची पॅरिसमधली ती सकाळ खाद्यपदार्थ, कपडे, फर्निचर, सगळं सगळं विकणाऱ्या बाजारानं जिवंत बनली होती. चारशे फ्रँक्स अक्कलखाती टाकून त्या दोघी त्या भागातून पटकन निघाल्या.

डॅनियलला मॉँपार्नासमधल्या एका गल्लीत जायचं होतं. तिथल्या एका बोळकांड्यात दर रविवारी चित्रं विकायला असायची. कलाकारांनी एरवी अन्यत्र विकली गेली नसलेली चित्रं तिथं विक्रीला मांडलेली असायची. ती चित्रं पाहून नीला गतस्मृतीत हरवली. कधी काळी चित्रकलेच्या प्रेमातून तीही रंगात भिजली होती, कुंचल्याशी खेळली होती.

नीलाचे विचारात हरवलेले डोळे पाहून डॅनियल हळुवारपणे म्हणाली, ''तू पुन्हा का प्रयत्न करून पाहात नाहीस?''

''त्याचा काहीही उपयोग नाही.''

''प्रयत्न तर कर. पॅरिसमध्ये तू काही खोकी पॅक करण्यासाठी आलेली नाहीस. तुझ्या हातून निसटलेला कुंचला जर या कलाकारांच्या शहरानं तुझ्या

हातात पुन्हा दिला नाही, तर जगात मग कुठल्याच स्थानाला हे घडवणं शक्य नाही, असं म्हणावं लागेल.''

''डॅनियल, माझ्याजवळ कलाकाराची प्रगल्भता नाहीय.''

''हे तू इतकं खात्रीनं कसं म्हणतेस?''

''मला ठाऊक आहे.''

''नीला, कोणत्या कलाकारात गुणवत्ता आहे, कुणात नाही, ते आधी कधीही कळत नाही. व्हॅन गॉगची चित्रं आज कोट्यवधी रुपयांना विकली जातायत; पण तो जिवंत असताना, त्याची चित्रं कुणी विकत घेत नव्हतं. हा कलाकार विपन्नावस्थेत मरण पावला.''

म्यूजे दोर्सेच्या दिशेनं जात असताना, डॅनियल स्वत:च्या आयुष्याबद्दल बोलत होती. मॉन्ट्रियलमध्ये तिनं कायद्याच्या अभ्यासाला सुरुवात केली होती. ते सोडून ती घोड्यांच्या मागं लागली. ती घोडेस्वारी करायची आणि घोडेस्वारीचं शिक्षणही द्यायची; पण लवकरच तिला याही क्षेत्राचा कंटाळा आला म्हणून ती पॅरिसमध्ये आली होती. इथं आल्यावर तिने लेविस फॅक्टरीमध्ये पहिली नोकरी धरली. नंतर लेविस कंपनीनं देश सोडल्यानंतर बाहेर गेली. डॅनियल फूटपाथवर बसून या शहराचं स्तिमित करणारं सौंदर्य न्याहाळत बसायची. 'सेकंड-हॅंड' पुस्तकं मिळणाऱ्या दुकानांतून पुस्तकं विकत घेऊन, शेतात पडून वाचन करायची.

वाचनातून तिला लेखनाची ऊर्मी आली. हळूहळू तिचं लिखाण छापून येऊ लागलं. डॅनियलनं एक पुस्तकसुद्धा लिहिलं होतं. हे पुस्तक तिच्या वडिलांवर–पिअर लेरॉक्स यांच्यावर होतं. तिनं या पुस्तकाचं हस्तलिखित काही प्रकाशकांकडं पाठवलं होतं. काही बदल करून हे पुस्तक प्रकशित करता येईल, असं एका प्रकाशकानं तिला उत्तर दिलं होतं.

म्यूजे दोर्सेमध्ये आख्खा दिवस घालवून घरी परतताना डॅनियलनं नीलाला कॅनव्हास लावण्याचा घोडा, रंग आणि कुंचले विकत घ्यायला पैसे उसने दिले. अकस्मात नीलाला जणू पंख लाभले होते आणि पॅरिस स्वप्न बनून तिच्यापुढं होतं.

घरी परतल्यानंतरही नीला त्याच धुंदीत मश्गुल होती. डॅनियलची हावरी जीभ आणि बोटं तिच्या शरीरावर संचार करू लागली. त्या बोटांना शरीराचा इंच न् इंच ठाऊक होता, ओठ ठाऊक होते आणि त्यांच्याही आतले ओठही ठाऊक होते... त्या ओठांत जादुई मधमाशी निद्रिस्त होती... स्पर्श व्हायचा अवकाश मधमाशी मधुघट रिते करणार होती... मधुरस वाहत राहणार होता... वाहत राहणार होता. नीला जलतरणपटू नव्हती. निपुण जलतरणपटू डॅनियलला बिलगून

नीलानं तो महासागर पार केला. डॅनियलची नौका किनाऱ्याला लागली.

डॅनियल नीलाच्या कानात कुजबुजली, "आता माझ्या जादुई मधमाशीला जागं कर."

पण नीलानं तसं केलं नाही.

त्या मधमाशीचं तिला भय वाटत होतं आणि घृणाही.

आपल्याला स्त्रीसहवास हवाहवासा वाटतो, ही गोष्ट डॅनियलला केव्हा उमगली, हे नीलाला जाणून घ्यायचं होतं. त्यावर डॅनियल म्हणाली, बारा वर्षांची असताना. त्या वेळी ती अजून शाळेत होती. ती तिच्या बाईंच्या प्रेमात पडली होती. त्यांच्या चेहऱ्याकडं टक लावून तास न् तास ती त्यांना निरखत असायची.

"मग?"

जोसेलिन बाई विवाहित होत्या. त्यांना तीन मुलं होती. शाळा सुटल्यानंतर डॅनियल रोज जोसेलिनबाईंच्या घरी जायची. भिंतीवर चढून ती आत डोकावायची आणि जोसेलिन बाईंना निरखत असायची.

"मग?"

एके दिवशी जोसेलिनबाईंना खिडकीतले ते दोन डोळे दिसले. तिच्याकडं लक्ष गेलं. त्या दिवशी त्यांच्या घरी दुसरं कुणी नव्हतं, त्या एकट्याच घरी होत्या. त्यांनी तिला आत बोलावलं. जोसेलिनच्या स्पर्शानं, चुंबनानं डॅनियल थरारून उठली. जोसेलिननं तिचे कपडे उतरवून तिला विवस्त्र केलं. डॅनियलच्या अंगाला कंप सुटला होता.

"मग?"

पुढं... डॅनियलला तपशील आठवत नव्हते, पण जोसेलिनबाईंच्या बिछान्यात लोळताना अनुभवलेला प्रचंड उन्माद... आत्यंतिक आनंद तिच्या स्मरणात होता.

डॅनियलनं शाळा सोडल्यानंतर त्यांचे संबंध संपुष्टात आले. वयाच्या चौदाव्या वर्षी, डॅनियलनं घर सोडलं. त्यानंतर ती 'कम्यून'मध्ये राहू लागली. तिथं पाच बायका आणि दोन पुरुष एकत्र राहात असत. डॅनियल त्यांच्यासोबत राहायची. त्या पाच बायकांपैकी दोघींशी डॅनियलचे लैंगिक संबंध होते. तिथल्या वास्तव्यात डॅनियल 'गे बार'मध्ये वरचेवर जात असे. तिथं जर कुणी आवडलं तर तिच्याबरोबर जात असे किंवा 'कम्यून'वाल्या आपल्या घरी आणत असे. 'रात गयी– बात गयी' अशा छापाचे हे संबंध सरत्या रात्रीसोबत संपत असत आणि समजा, दिवसा त्यातल्या कुणाची समोरासमोर भेट झालीच, तर आपण एकमेकींच्या

बाहुपाशात रात्र घालवली होती, हेही कधी कधी त्यांना आठवत नसे.

"मग?"

पिअर लेरॉक्सचं निधन झालं. त्यांच्यापाठोपाठ दोन महिन्यांनी डॅनियलची आई– क्लॅरा वारली. त्यानंतर बहीणभावांनी वडिलोपार्जित मिळकतीची वाटणी केली. आपल्या वाटणीच्या पैशातून मॉन्ट्रियलमध्ये घर घेऊन डॅनियल तिथं एकटी राहू लागली. तिचा तिच्या कुठल्याही कुटुंबियांशी काहीही संपर्क नव्हता, अगदी भावाशी– फिलीपशीसुद्धा नव्हता.

"मग?"

त्यानंतर तिचे आणखी तीन-चार जणींशी भावबंध जुळले. काही काळ एकत्र राहून त्या विभक्त झाल्या. अगदीच कुणी नसायचं तेव्हा 'गे बार' असायचाच. तो तिचं जीवन बनला होता. कामकाजाबद्दल बोलायचं तर तिनं वेगवेगळ्या नोकऱ्या केल्या होत्या; पण आणखी एक रोमहर्षक गोष्ट होती– ती म्हणजे क्रांती. समलिंगी व्यक्तींच्या हक्कांबद्दल लढा देणाऱ्या अनेक सभांना उपस्थित राहून ती घसा फाटेस्तोवर घोषणा देऊन, बंडात सहभागी होत असे.

"मग?"

त्यानंतर मग निकोलशी भेट झाली. निकोल कॉनकोर्डिया विद्यापीठात सामाजिक इतिहासावर व्याख्यान द्यायला आली होती. निकोलशी मैत्री झाल्यानंतर त्या दोघी एकत्र झोपल्या होत्या. निकोल पॅरिसला परतल्यानंतर डॅनियलला तिची तीव्रतेनं आठवण व्हायला लागली. निकोलशी केवळ लैंगिक पातळीवरचे संबंध नाहीत, तर आपण प्रेमात पडलोय, असं डॅनियलच्या लक्षात आलं. या प्रेमानं तिला पॅरिसमध्ये आणलं. ती निकोलबरोबर चार वर्षं राहिली. त्या चार वर्षांत प्रेम, लैंगिक आकर्षण भुर्रकन उडून गेलं, मात्र निखळ मैत्री कायम राहिली.

आणखी एक सिगारेट शिलगावून डॅनियल म्हणाली, "तुझ्या आयुष्यात असं कधी घडलंय? तुझ्या स्मृतिपटलावरून पूर्णपणे पुसली गेलेली एखादी भूतकाळातील घटना... वीस वर्षांपूर्वीचा काळ आठवून बघ... एखाद्या दिवशी अकस्मात तुझ्या मनःचक्षूंसमोर येऊन उभी ठाकलीय..."

नीलानं नकारार्थी मान हलवली. तिला असा अनुभव कधीच आला नव्हता.

"तुला सांगते, मी सहा वर्षांची असताना माझ्या वडिलांनी माझ्यावर बलात्कार केला होता. आठ वर्षांपूर्वी मॉन्ट्रियलमध्ये असताना हा प्रसंग एखाद्या हिमवादळासारखा माझ्या मनःचक्षूंसमोर उभा राहिला."

नीला स्तब्ध बसून राहिली होती, हतबुद्ध होऊन. तिच्या डोळ्यांत अविश्वास दाटला होता.

“असं खरंच घडलं, का दुसऱ्याच कुणाची तरी कहाणी आपल्या आयुष्यात घडलीय असं अचानक तुला वाटायला लागलं?” डॅनियलचे खांदे गदागदा हलवत नीलानं विचारलं.

“असं खरंच घडलं होतं. मला अगदी सुस्पष्ट आठवतंय, आई काहीतरी कामासाठी बाहेर गेली होती. मी घरात एकटीच, माझ्या कुत्र्याशी खेळत होते. वडिलांनी मला उचलून बिछान्यावर ठेवलं आणि माझ्यावर बलात्कार केला. माझ्या किंकाळ्या थांबवण्यासाठी त्यांनी त्यांचा शर्ट माझ्या तोंडात कोंबला होता.”

“तुझ्या स्वतःच्या वडिलांनी?”

“माझ्या... स्वतःच्या वडिलांनी.”

स्वतःच्याच तंद्रीत मश्गुल नीलानं पॅरिसमध्ये एके दिवशी तैलरंगात चित्र रेखायला घेतलं. आकाशात मळभ दाटून आलंय आणि काही मुली शेतात नाचतायंत– असं चित्र. ते चित्र सगळ्या कोनांतून अभ्यासपूर्वक निरखून डॅनियल म्हणाली, “बरंचसं मॅटिसीसारखं झालंय.”

“अजिबात नाही. मॅटिसीनं कोलाज केलीय. हे पेंटिंग आहे. शिवाय, या मुलींनी तर एकमेकींचा हातसुद्धा धरलेला नाहीये.”

“या चित्रात काहीतरी दुःखी, उदासवाणं आहे.”

“हे तर आनंदाच्या क्षणाचं चित्र आहे. या मुली मयुरांसारख्या आनंदित झालेल्या आहेत.”

त्यावर नापसंती दर्शवत डॅनियल म्हणाली, “मग हे असं मळभ का दाटलंय? त्याऐवजी झगझगीत सूर्यप्रकाशाचा तेजस्वी दिवस बनव. मळभ उदासवाणं वाटतं.”

आपल्या चित्राकडं प्रेमळ कटाक्ष टाकत नीला म्हणाली, “आभाळात ढग गच्च दाटून येतात त्या वेळी मयूर जसं नृत्य करतात, तशा ह्या मुली नृत्य करतायत. उन्हाळी वातावरणातल्या कडक उन्हात या मुलींची त्वचा करपेल. कितीतरी काळानं आभाळात पाऊस दाटून आलाय. घराबाहेरच्या वाऱ्याच्या मंद झुळूकीत या मुली आनंदानं बागडत आल्या आहेत. त्या या पावसात नाचतील, चिंब-चिंब भिजतील, त्यांची गात्रं न् गात्रं थंड होतील... सगळी जळमटं धुऊन निघतील.”

चित्राला जशी गती आली, तसं नीलाचं कामाच्या ठिकाणी वागणं काहीसं विचित्र बनलं.

डॅनियलला ती नोकरी सोडावी लागली होती. तिच्या हस्तलिखितामध्ये रस

दाखवणाऱ्या प्रकाशकाकडं तिनं नोकरी पत्करली होती. पुस्तकं वाचून त्यांची परीक्षणंही लिहिण्याचं कामही ती करत होती.

'कठीण समय' आल्यामुळं नीलाला दागिन्यांसाठी एके दिवशी सूटकेस उघडावी लागली; पण... दागिने नव्हतेच. किशनलालच्या घरून निघताना तिनं बाकी सगळं बरोबर घेतलं होतं; पण ती दागिने घ्यायचं विसरली होती. हे समजल्यानंतर डॅनियल म्हणाली, ''असा निष्काळजीपणा तुला परवडणारा नाही नीला. मी पाहून ठेवलंय, हातात पैसे असले की, तू ते कसेही खर्च करतीस आणि पैसे संपले की, मग इतरांपुढं हात पसरतीस.''

''तुला माझ्यापासून सुटका हवीय का? का नसावी म्हणा?''

''मला तसं म्हणायचं नाहीय, पण अजून काही काळ तू नोकरी करावीस असं मला वाटतं.''

''मला असली हलकी कामं आवडत नाहीत.''

''ती कुणालाच आवडत नाहीत, पण भाग पडतं. तुला असली हलकी कामं आवडत नसली, तर चांगली नोकरी बघ... तू चांगली नोकरी शोधायला हवीस.''

अखेर एके दिवशी सकाळी, नीला चांगल्या नोकरीच्या शोधात बाहेर पडली. तिला काही दैनिकं विकत घेऊन त्यांतून काही फोननंबर मिळाले, तर ते टिपून घ्यायचे होते. तिनं दैनिकं विकत घेतली; पण तिला त्यांतल्या जाहिराती, टीपा किंवा फोननंबर यांकडं लक्ष देता आलं नाही. एक भव्य मिरवणूक पाहून ती हरवून गेली. लाल आणि निळ्या फुग्यांची. पॅरिसमधल्या त्या प्रफुल्ल परेडबरोबर नीला जान्न दार्कपर्यंत गेली. नीलानं कोलकत्यात बऱ्याच परेड पाहिल्या होत्या; पण अशी परेड तिनं याआधी कधी पाहिली नव्हती. त्या मिरवणुकीतल्या इतरांसारखीच नीलानंही जान्न दार्कच्या पुतळ्यापुढं लवून, तिच्या पायाशी फुलं अर्पण केली. त्या वातावरणानं नीला भारून गेली होती आणि आश्चर्यानं गुंगही झाली होती.

परत आल्यानंतर तिनं डॅनियलला आपल्या या मोहिमेविषयी सांगितलं. डॅनियलच्या भुवया विस्फारल्या, ''धन्य आहे तुझी!''

''यात इतकं धन्य होण्यासारखं काय आहे?''

''तू जिवंत परत आलीस, हेच नशीब समज!''

नीला आ वासून पाहातच राहिली.

डॅनियल म्हणाली, ''ही माणसं म्हणजे वर्णविद्वेषी लिप्पन्स. त्यांना या देशातून सगळ्या गोरेतर माणसांना हद्दपार करायचंय, जान्न दार्क हे त्यांचं दैवत

आहे. तू जहालवाद्यांच्या खांद्याला खांदा भिडवून गेली होतीस?''

नीला त्या मोर्चाच्या बाजूनं त्यांच्यासोबत चालत होती; पण तिला कुणीही काही केलं नव्हतं. तिनं त्या मूर्तीच्या चरणांशी फुलं अर्पण केली, त्याही वेळी कुणीही तिच्याकडं किळसवाणे कटाक्ष टाकले नव्हते.

नीलानं त्यांचं तर्कशास्त्र समजून घेतलं. ते म्हणजे– या देशात परदेशी माणसांची गर्दी वाढली तर, ते एतद्देशीयांचे आर्थिक हक्क बळकावण्याची भीती आहे, त्यामुळं या आगंतुक घुसघोरांशी दोन हात करायला त्यांनी सज्ज होणं स्वाभाविक होतं. साम्राज्यशाही हाच काही देशाचा एकमेव शत्रू नव्हता, इतरही प्रकारचे जुलूम होतेच.

डॅनियल म्हणाली, ''मला वाटतं, तू हिटलरचीसुद्धा बचावात्मक बाजू घेशील.''

''माझे सिद्धार्थकाका नक्की त्याची बाजू घेतील,'' नीला म्हणाली आणि या माणसाच्या दुर्दम्य शक्तीनं प्रभावित होणं अपरिहार्य आहे, अशी भारतातल्या बऱ्याच मंडळींची धारणा होती. नीलाच्या वडिलांचं– अनिरबानचं वेगळंच तर्कशास्त्र होतं. शत्रूचा शत्रू, तो मित्र असा त्यांचा विश्वास होता. भारताच्या स्वातंत्र्यचळवळीत हिटलरनं सुभाष बोसना मदत केली होती.

सुभाष बोस हे देशासाठी आयुष्य वेचणारं राष्ट्रीय कीर्तीचं व्यक्तिमत्त्व होतं. ते तडजोडी मानत नव्हते. गांधींच्या असहकार चळवळीला त्यांचा विरोध होता. काट्यानं काटा काढला पाहिजे, असं त्यांचं मत होतं. पाश्चिमात्त्यांकडून होणाऱ्या गांधींच्या अफाट स्तुतीचं अनिरबानला आश्चर्य वाटायचं. ब्रिटिशांना भारतातून हाकलण्यासाठी त्यांचं अहिंसेचं धोरण कामी आलं नव्हतं. दुसऱ्या महायुद्धात आर्थिकदृष्ट्या कंबरडं मोडल्यामुळं त्यांनी भारतातून काढता पाया घेतला होता.

डॅनियल नाराजीनं म्हणाली, ''हिटलरशी हातमिळवणी करणाऱ्या माणसाचा बंगाली लोकांना अभिमान वाटतो?''

त्यावर नीला हसून म्हणाली, ''सुभाष बोसांच्या पुतळ्याला मान देणारे कोलकत्यातले लोक पाहिल्यानंतर गुन्टर ग्रासनीसुद्धा अशीच प्रतिक्रिया दिली होती.''

एके दिवशी संध्याकाळी नीला निरुद्देश भटकायला बाहेर पडली. निरुद्देश हिंडत ती कॅथेरिनच्या घराशी आली. तिनं कॅथेरिनच्या घराची बेल वाजवली. कॅथेरिनबरोबर कपभर चहा घ्यावा, तिच्याशी 'बौल'बद्दल चर्चा करावी असा तिचा विचार होता. कॅथरिननं अगदी आग्रहच केला तर, तिला बौलगीत म्हणून दाखवायचंसुद्धा तिनं ठरवलं होतं.

कॅथेरिन दार उघडून बाहेर आली. नीलाला पाहून तिला आश्चर्य वाटलेलं दिसत होतं.

''काय?'' तिनं विचारलं.

नीला नेभळटपणे हसून म्हणाली, ''मला एकटं एकटं वाटत होतं, त्यामुळं म्हटलं... तुझ्याकडं जावं.''

नीलाकडं आश्चर्यानं पाहात कॅथेरिन दारातच उभी होती.

''पण तू येणार असं ठरलेलं नव्हतं,'' ती म्हणाली.

''नाही, ठरलेलं नव्हतं...''

''तुझं माझ्याकडं काही तातडीचं काम आहे का?''

''नाही, खरंतर काम काही नाही.''

''मग?''

शरमेनं नीलाची नजर खाली वळली.

''खरंतर मला कबरी पाहायच्या होत्या आणि...''

कॅथेरिन वैतागलेली दिसत होती.

''ओह, त्या इथून अगदी जवळच आहेत. त्या दारापासून तू डावीकडं वळ, नंतर उजवीकडं जा. समोर भव्य प्रवेशद्वार दिसेल.''

कॅथेरिनची त्रस्त मुद्रा आणि वासलेल्या डोळ्यांपासून शक्य तितक्या जलद गतीनं नीला दूर गेली. पाठीमागं दरवाजा धाडकन् बंद झाल्याचा आवाज आला. याआधी तिला असा अनुभव कधीच आला नव्हता. कोलकत्यात असताना ती अशी कितीतरी वेळा मैत्रिणींकडं धडकत असायची... कुठलंही तातडीचं काम नसताना... आधी वेळ निश्चित न करता... असंच... सहज वाटलं म्हणून. त्या मैत्रिणीही नीलाच्या घरी अशाच येत असायच्या. नकोशा पाहुण्याला तोंड देणं हा प्रकारही नित्य सुरू असायचा; पण अशा नकोशा पाहुण्यालासुद्धा ती ''या-बसा'' करायची, चहा विचारायची. त्यांच्याशी चार शब्द बोलायची. अगदी शत्रू असला तरी, त्यालासुद्धा दारातूनच परत पाठवायचं नाही, अशी नीलाला शिकवण होती. 'घरातलं सर्वोत्तम स्थान तुमच्या शत्रूला देऊ करा'– ही म्हण मोलिनाच्या नेहमी तोंडात असायची.

नीला भराभर पायऱ्या उतरून खाली आली. पाठीमागं दार धाडकन बंद झाल्याचा आवाज गार दोस्तेर्लित्ज़पर्यंत पोचेपर्यंत तिच्या कानात घुमत होता.

दुसऱ्या दिवशी नीला कामावर गेली. कॅथेरिन तोंड भरून हसून 'ते ठिकाण सापडलं का?' याची चौकशी करत होती. नीला थक्कच झाली.

''हो, सापडलं,'' ती उत्तरली.

''कुठल्या कुठल्या कबरी पाहिल्यास... जिम मॉरिसनची? ऑस्कर वाईल्ड,

बाल्झॅक, चोपिन, एडिथ पियाफ यांच्या कबरी पाहिल्यास? एक कबर फार उदासवाणी आहे, ती पॉल एल्युअर्डची.''

आपल्या कालच्या वर्तनाविषयी कॅथेरिनला जराही काही वाटलेलं दिसत नव्हतं. त्याविषयी ती एक शब्ददेखील बोलली नाही... 'काल मी फारच गडबडीत होते,' अशी दिलगिरी नव्हती... किंवा 'मी बाहेर निघाले होते,' अशी सबबही नव्हती. जे होतं ते अगदी सरळ, स्वाभाविक... तू माझ्या घरी यायचं हे काही ठरलेलं नव्हतं, त्यामुळं तसंच येऊन धडकायचं नाहीस, मी आमंत्रण देईपर्यंत वाट पाहायची.

स्वत:ची स्वत:ला वाटली नसेल इतकी शरम तिला कॅथेरिनच्या वागण्यानं वाटत होती... इतकी शरम! नीला स्वत:च्याच डोळ्याला डोळा भिडवू शकत नव्हती.

आवाजात शक्य तितकी सहजता आणायचा प्रयत्न करत नीलानं विचारलं, ''बोदलेरची कबरही तिथंच आहे ना?''

तिच्याशी मिळत्याजुळत्या स्वरात कॅथेरिन म्हणाली, ''त्यासाठी मॉंपारनास कबरस्तानात जायला पाहिजे.''

''ओह, थँक्स.''

नीलानं न विसरता तिचे आभार मानले. कारखान्यातली माणसं आपल्याबद्दल काय बोलतात, ते तिला माहीत होतं... तिला शिष्टाचार नाहीत, ती 'थँक्यू' म्हणत नाही, एखाद्या व्यक्तीशी बोलत असताना, ती त्या माणसाकडं कधीही पाहात नाही, तिची नजर इकडंतिकडं भिरभिरत असते, तिला कुणाचीही पर्वा नाही... त्यामुळं तिच्याकडून 'थँक्स' आल्यावर, कॅथेरिनच्या चेहऱ्यावर हास्य फुललं.

कॅथेरिनच्या चेहऱ्यावर नीलानं असंच आणखी एकदा असलंच हास्य पाहिलं होतं. एकदा कॅथेरिननं नीलाला 'बिस्त्रो रोमें'मध्ये नेलं होतं. समोरासमोर बसून तिथं दोघींनीही 'आंत्रकोत' (बीफ)चा आस्वाद घेत रेड वाईन ढोसली होती. अखेर बिल आलं, एकशेब्याण्णव फ्रँक्स. कॅथेरिननं टेबलावर पंचाण्णव फ्रँक्स ठेवले, ''खाण्यापिण्यातली माझी वाटणी.''

''माझी वाटणी... म्हणजे?''

''ही माझी वाटणी. आता तू तुझ्या खाण्यापिण्याचे सत्याण्णव फ्रँक्स द्यायचेस.''

नीलानं कॅथेरिनचे पैसे तिच्याकडं सरकवून, दोनशे फ्रँक्सची नोट काढून वेटरच्या हातात ठेवली.

कॅथेरिनच्या भुवया अविश्वासानं आक्रसल्या. ''तू माझेही पैसे का देतीयस?''

तिचा काळाठिक्कर चेहरा पाहून नीलालाच अपराधी झालं... जणू काही एखाद्या अंत:स्थ हेतूनं तिनं महाभयंकर पाप केलं असावं! तिला स्पष्टीकरण द्यावं लागलं, "आमच्या देशात आम्ही अशी वाटणी देत नाही, बाहेर गेलं, की एकच माणूस पैसे देतो... एक तर तू तरी द्यायचेस, नाहीतर मी तरी."

कॅथेरिनच्या भुवया अद्याप नापसंतीनं आक्रसलेल्याच होत्या. नीला तिच्या खांद्याला स्पर्श करत म्हणाली, "चल, जाऊ या."

"पण... तू माझे पैसे दिलेस... मी याची परतफेड कशी करायची?" कॅथेरिनच्या आवाजात कंप होता.

"त्याची गरज नाही. तुझ्या मनात कायम परतफेडीचा विचार का असतो?"

त्यावर कॅथेरिनच्या भुवया पुन्हा पूर्ववत झाल्या आणि हेच चमकदार हास्य तिच्या चेहऱ्यावर खुललं होतं.

"थँक्स, थँक यू व्हेरी मच."

त्या चमकदार हास्यामागं परतफेड करावी लागणार नसल्याची सुटकेची भावना होती, असं नीलाच्या मनात आलं होतं.

आत्ताही अगदी तसंच चमकदार हास्य कॅथेरिनच्या ओठांत खेळत होतं. इतकं तोंड भरून, चमकदार कसं हसायचं तेच नीलाला ठाऊक नव्हतं... कारण ती हसली की, तिचा तुटका दात डोकावायचा. लहानपणी ती बाथरूममध्ये घसरून पडली होती, त्या वेळी तो दात तुटला होता.

*

ला फामिलिया... माझी माणसं

सुनीलला नीलाच्या फॅक्टरीचा पत्ता काही किशनकडून मिळू शकला नाही. अखेर मोजम्मलकडून तिचा पत्ता मिळवून त्यानं तिला दोनदा फोन केला, पण तिची भेट झाली नाही, म्हणून अखेर त्यानं तिला पत्र लिहिलं, "तुझी आई फार आजारी आहे. ताबडतोब कोलकत्याला परत जा."

पत्र वाचून नीलाला हसू आलं. कारण, मोलिना आजारी आहे, या गोष्टीवर तिचा मुळीच विश्वास बसला नाही आणि समजा, खरंच मोलिना आजारी असली, तरी किरकोळ सर्दीबर्दी झाली असेल... त्याहून अधिक गंभीर काही असणार नाही, असं तिला वाटत होतं. सुनील आपल्याला माहेरी परत जायचा सल्ला देतोय, ते आपण उचललेल्या धाडसी पावलामुळं... किशनला सोडायचं

धैर्य दाखवल्यामुळं... सुनीलची अवस्था अवघडलेली करून ठेवल्याबद्दल... किशन त्याच्यावर लादत असलेल्या सगळ्या दोषारोपांबद्दल... कारण, पॅरिसनिवासी भारतीयांमध्ये आपण अगदी रसभरित विषय बनलो असणार... किशनची बायको पळून गेली... हा हा हा! आणि बहुधा सुनीलला असंही वाटत असावं की, तुला नवऱ्याबरोबर नाही ना राहायचं? मग तू वडिलांच्या घरी परत जा.

नीलानं याबद्दल डॅनियलला सांगितलं. ती म्हणाली, ''मला तरी हा बनाव वाटतोय. यात किशनसुद्धा सामील असतोय किनई ते बघ. शिवाय, समजा तुझी आई जर खरंच आजारी असली, तर तू तिथं जाऊन काय करणार आहेस? तुमच्या देशात कुणी डॉक्टर नाही?''

''अगदी खरंय!'' नीला म्हणाली.

''तेच म्हणतीय मी.''

त्या दोघींनी मिळून व्हाईट वाईनची आख्खी बाटली रिचवली. डॅनियलनं डिनरसाठी एस्कार्गो आणि मसेल मागवलं होतं. हे पदार्थ मटकावताना त्यासोबत पिण्यायोग्य फक्त व्हाईट वाईनच! म्हणून व्हाईट वाईन!

नीलाला त्या गोगलगायी आणि शंख मुळीच आवडले नाहीत, म्हणून तिनं फक्त भात खाल्ला. आता तिला मटणाविना राहून भाज्यांचा पालापाचोळा पोटात ढकलायची सवय झाली होती.

झोपण्याआधी डॅनियलनं तिला दोन चांगल्या बातम्या दिल्या. पहिली म्हणजे, रीटा सिक्सस पॅरिसमध्ये राहणाऱ्या परदेशी महिलांवर एक चित्रपट बनवत होती. त्यासाठी तिला नीलाची मुलाखत हवी होती. त्यासाठी ती पाचशे फ्रँक्स मानधन देणार होती आणि दुसरी म्हणजे तिनं आपल्या तीन मैत्रिणींना नीलासाठी नोकरी बघायला सांगितलं होतं.

नीलानं डॅनियलला मिठीच मारली. खोलीत नीलाचा लहरत पदन्यास सुरू झाला.

''अरे, तू नृत्य करतीयस.''

तो काही भरतनाट्यमचा आविष्कार नव्हता... पोटात गेलेल्या सोमरसामुळं काहीतरी हातवारे सुरू होते इतकंच!

''लोकांशी संबंध प्रस्थापित करणं, ओळखी वाढवणं किती महत्त्वाचं असतं पाहिलंस? निकोलकडच्या त्या डिनरपार्टीचा कसा उपयोग झाला बघ.''

नीला ही गोष्ट नाकारू शकली नाही.

त्या रात्री नीलाला नीट झोपसुद्धा लागली नाही. रात्रीत ती कितीतरी वेळा बाथरूमसाठी उठली. रात्री त्यांना लघवी बादलीत साठवावी लागायची आणि सकाळी ती भरलेली बादली कॉरीडॉरच्या टोकाला असलेल्या स्वच्छतागृहात

नेऊन ओतावी लागत असे. नीला कायम नाक मुठीत धरून, श्वास रोखून, एकदाचं हे कार्य पाडायची. सुरुवातीला हे काम डॅनियल करायची, पण अखेर एक दिवस तीसुद्धा वैतागून या लाडोबाला म्हणाली होती, "ए बया, तुला काय मी तुझी गुलाम वाटले?"

नीलाला मात्र तसं वाटत नव्हतं. ही गोष्ट डॅनियलला सिद्ध करून दाखवण्यासाठी तिनं आठवड्यातले पाच दिवस ही बादली साफ करण्याचं काम स्वतःकडं घेतलं होतं.

नीला अगदी लवकर, पहाटेच आवरून तयार झाली.

"तू कुठं चाललीयस?" डॅनियलनं तिला विचारलं.

त्यावर नीला म्हणाली, "फिरून येते, चहा-क्रोजंटस्‌चा आस्वाद घेते आणि हे शहर जागं होताना कसं दिसतंय ते पाहून येते."

धुक्यानं वेढलेल्या शहराच्या रस्त्यांवरून नीला एकटी निघाली होती. ब्लॅंकेटमध्ये गुरफटलेले, हातात रिकाम्या बाटल्या घेऊन पडलेले काही दारुडे इकडं-तिकडं पडलेले दिसत होते. काही माणसं आपल्या कुत्र्यांना घेऊन फिरायला आलेली दिसत होती. कुत्र्याची शू हा काही कुणाला अवघड प्रश्न वाटत नव्हता, पण कुत्र्याची शी हा मात्र अवघड प्रश्न दिसत होता. सगळी घाण स्वच्छ करायला हिरवे गस्तवाले नसते तर, शहरात कुत्र्याच्या शीचे अक्षरशः पर्वत तयार झालेले दिसले असते. या गस्तवाल्या मंडळींचं हे कामच होतं. मोटरसायकलवरून शहरात फिरायचं, कुत्र्याची शी गोळा करून ती खोक्यांत भरून वाहून न्यायची.

इतक्या सकाळी सकाळी सुद्धा एक गोरा भिकारी 'आम्ही भुकेले आहोत' असा फलक घेऊन रस्त्याकडेला बसला होता. त्याच्याशेजारी त्याच्या दुप्पट आकारमानाचं कुत्रंही बसलं होतं. नीलाच्या मनात आलं, डॅनियलनं जर हे दृश्य पाहिलं तर तिला त्या कुत्र्याची नक्की दया येईल आणि ती त्या माणसाच्या समोर ठेवलेल्या हॅटमध्ये दहा फ्रॅंक्स टाकेल. फक्त डॅनियलच नव्हे तर, त्या भिकाऱ्याला पैसे देणारा जवळजवळ प्रत्येकजण ती भीक कुत्र्याच्या कणवेतून देईल, त्या माणसाच्या नव्हे. तिनं मेट्रो स्टेशनवर कुत्री बरोबर असणाऱ्या बऱ्याच गोऱ्या मुली पाहिल्या होत्या. त्यावर, या मुली कोसोवो किंवा युरोपातल्या अशाच गरीब देशांतल्या असल्याची माहिती डॅनियलनं नीलाला पुरवली होती.

म्हणजे युरोपियन देशांतली गरीब माणसं इथं भीक मागायला येतात तर! मग कम्युनिझमच्या पाडावाचा काय उपयोग?

त्यावर डॅनियल म्हणाली, "कम्युनिस्ट राजवटीत त्यांना स्वातंत्र्य नसतं."

"कसलं स्वातंत्र्य?"

"देशाबाहेर जाण्याचं."

त्यावर नीला हसून म्हणाली, "देशाबाहेर जाऊन भीक मागण्याचं?"

केवळ भीक मागणं एवढंच नाही, तर कम्युनिझमच्या पाडावानंतर अशा देशांतल्या कित्येक सुशिक्षित स्त्रियांच्या नोकऱ्या गेल्या. अशा बायका पाश्चिमात्य देशांकडं धाव घेऊन वेश्या व्यवसाय पत्करत होत्या. डॅनियलला या मुद्द्यांकडं वळायचं नव्हतं.

नीला लूव्रच्या दिशेनं चालत राहिली. आणि त्याच्याच मागच्या बाजूला ऱ्यू द रिवोलीकडं. सुनील इथंच राहत होता.

नीलाला पाहून त्याला आश्चर्य वाटलं.

"इतक्या लवकर... सकाळी सकाळी? ...तू कुठं राहतीयस? तुझं काय चाललंय? तू आम्हाला कळवायला हवंस. तुला माझं पत्र मिळालं का? आम्ही किती काळजीत पडलो तुला ठाऊक आहे का?"

आल्या आल्या नीलावर प्रश्नांची सरबत्ती झाली. तिनं त्यांतल्या एकाही प्रश्नाचं उत्तर दिलं नाही.

तिनं फक्त विचारलं, "मा ला काय झालंय?"

"ते मला ठाऊक नाही, पण तो नारायण... शॅनेल घेऊन गेला होता तो... तो कोलकत्याहून परत आलाय, त्यानं मावशी आजारी आहेत असं सांगितलं. निखिलचाही दोनदा फोन आला होता, त्यानं तुला कोलकत्याला बोलावलं आहे, शक्य असेल तर लगेच."

त्यानंतर थोडं इकडचं-तिकडचं बोलणं झाल्यावर नीला खऱ्या मुद्द्याकडं वळली, तिचे सुवर्णालंकार.

बऱ्याच दिवसांत सुनीलचा किशनशी काहीच संपर्क नव्हता. एकदा सुनीलनं नीलाची चौकशी करण्यासाठी फोन केला होता, त्या वेळी किशनशी त्याचं फोनवर बोलणं झालं होतं. त्या वेळी किशननं त्याला सुनावलं होतं, "मला विचारू नकोस. माझ्यापेक्षा तुलाच तिचा ठावठिकाणा चांगला माहीत असणार."

त्यावर सुनीलनं आश्चर्यानं प्रश्न केला होता, "ते मला कसं माहीत असेल?"

"माझ्या बायकोला पळून जायला तूच तर मदत केली आहेस. त्यामुळं तुलाच ठाऊक असणार."

या सगळ्यांत सुनीलनंच नीलाला पाठिंबा दिला असणार आणि घर सोडून जाण्याआधी तिनं सुनीलचाच सल्ला घेतला असणार अशी किशनची पक्की समजूत होती.

"पुन्हा त्या धंदेवालीचं नाव काढू नकोस माझ्यासमोर," असं म्हणून किशननं फोन आदळला होता.

त्यानंतर पुन्हा ना सुनीलनं कधी त्याला फोन केला होता, ना किशननं कधी त्याच्याशी संपर्क साधला होता, त्यामुळं तिच्या दागदागिन्यांबद्दल किशनकडं काही विचारणा करणं त्याला शक्य नव्हतं, पण किशनच्या काही मित्रांकडं मात्र त्याला याबद्दल चौकशी करता येणार होती, मात्र किशन ते दागिने परत देणार नाही, याची सुनीलला ठाम खात्री वाटत होती.

या सगळ्याचं, किशनशी लग्न जमवल्याचं सगळं खापर सुनीलच्या माथ्यावर फोडावं असं नीलाला वाटत होतं, पण पुन्हा तिच्या मनात आलं, किशनच्या ऐवजी समजा दुसरा एखादा भारतीय पुरुष आपला नवरा असता तरी काही फरक पडणार होता का? बहुधा नाहीच. आत्ता ती समोरचं दृश्य पाहत होतीच. चैतालीनं न्याहारी बनवली होती. सुनील आयता पानावर येऊन बसला होता. सुनील क्लिनिकमध्ये गेल्यानंतर चैताली टुम्पाला शाळेत सोडून मग नोकरीवर जायची. परत येताना ती टुम्पाला शाळेतून घेऊन यायची. त्या मुलीची आंघोळ-पांघोळ, जेवण-खाण, तिला झोपवणं या सगळ्या गोष्टी चैतालीच्या गळ्यात होत्या. शिवाय स्वयंपाकपाणी, घरात स्वच्छता, साफसफाई तिलाच करावी लागायची. तिला घरासाठी जास्त वेळ देणं आवश्यक असल्यामुळं तिनं अर्धवेळ नोकरी पत्करली होती.

नीला आणि डॅनियलच्या घरात मात्र अशी असमानता नव्हती. नीलानं स्वयंपाक केला, तर डॅनियल साफसफाई करायची. नीलानं बाजारहाट केला तर डॅनियल स्वयंपाकपाणी सांभाळायची. घराचं भाडंसुद्धा त्या आलटून पालटून चुकतं करायच्या. जर कधी नीलाकडं पैसे नसले, तर त्या वेळी डॅनियल पैसे चुकते करायची आणि नीला नंतर तिला पैसे द्यायची.

चहा संपवून नीला जायला निघाली.

"तू कुठं जाणार आहेस?"

"इथून नोकरीवर, आणि तिथून घरी."

"आणि हे घर कुठं आहे म्हणायचं?"

"एका मैत्रिणीकडं."

"या मैत्रिणीबरोबर तू किती दिवस राहणार आहेस?"

"राहावंसं वाटेल तोवर."

"असं चालणार नाही, नीला. तुला निर्णय घ्यावा लागेल."

"कसला निर्णय?"

"एकतर तू किशनकडं परत तरी जा, नाही तर कोलकत्याला परत तरी जा."

सुनील असलंच काहीतरी बोलणार हे नीला ओळखून होती.

सुनील श्वाससुद्धा न घेता भडाभडा बोलत होता, ''आपल्या मनाला वाटेल तसं तू वागतीयस, पण आयुष्यात असं चालत नाही. नवराबायकोत काही गैरसमज वगैरे व्हायचेच. काळ हेच सगळ्यावरचं औषध असतं. काळाच्या ओघात सगळं ठीक होईल. मला वाटतं, किशन तुझ्या परत येण्याची अजूनही वाट पाहतोय आणि समजा, प्रयत्न करून पाहूनही तुला यश आलं नाही तर तू किशनशी बोलून एकदा काय तो कायमचा निर्णय घे. मग दुसरं लग्न करून तुझं तू आयुष्य जगायला मोकळी होशील... आणि किशन काय करतो? ....तुला मारतो का?''

''नाही.''

''मग, त्याची कुणाशी भानगड वगैरे?''

''नाही.''

''मग, इमॅन्युअलच्या विषयावरून वाजलं का?''

''नाही.''

''मग काय अडचण आहे?''

नीला विषण्ण हसली आणि त्या धुक्यात लपेटलेल्या सकाळच्या प्रहरी तिथून निघाली.

धुक्यातून चालताना तिच्या डोक्यात किशनकडून दागिने परत कसे मिळवायचे याचा विचार सुरू होता. मेट्रो न पकडता, नोकरीला दांडी मारून ती 'कॅफे रिवोली'त गेली. तिथं दोन कप चहा पिऊन ती बाहेर पडली. तिनं बस धरली... याआधी जशी ती असंच सहज म्हणून बाहेर पडायची तसंच... विशिष्ट कुठल्या ठिकाणी जाण्यासाठी म्हणून नाही... असंच वाट फुटेल तिकडं...

त्या दिवशी नीलानं बसमध्ये एक दृश्य पाहिलं. याआधी तिनं बसमध्ये हा प्रकार कधी अनुभवला नव्हता. त्या बसमध्ये तिकीट तपासनीस आले होते. नीला बसमध्ये पाठीमागं उजव्या बाजूला बसली होती. एक गोरा तपासनीस सरळ तिच्या रोखानं आला. त्यानं तिच्याकडं तिकीट मागितलं. आपण विजारीच्या खिशात तिकीट ठेवलंय, का जाकिटाच्या खिशात, तेच तिला आठवत नव्हतं. तिनं सगळे खिसे चाचपून पाहिले. खिशात बरीच तिकिटं होती. त्या तपासनीसानं त्यातलं एक-एक तिकीट पाहिलं आणि जुनं आहे म्हणून बाद केलं. त्याला योग्य तिकीट द्यायला हवं होतं. नीलानं खिशात शोधलं, पर्समध्ये हुडकून पाहिलं... आख्ख्या भरलेल्या

बसची नजर आपल्यावर खिळलीय हे लक्षात आल्यावर तिला घाम फूटू लागला. आख्ख्या बसमध्ये गोरी नसलेली ती एकमेव मनुष्यप्राणी होती. जणू त्या माणसांशी जराही साम्य नसलेला एखादा विचित्र प्राणी. आपण उठून उभे राहिलो तर ही माणसं आपल्याला शेपूट आहे का, ते पाहतील अशी तिला खात्री वाटत होती. तपासनीसाच्या मुरडल्या ओठांतून ''बघा, माझा अंदाज कधीही चुकत नाही. कुणाकडं तिकीट आहे, कोण कसं आहे, ते मी नुसत्या वर्णावरून ओळखू शकतो!'' असे भाव व्यक्त होत होते.

तिच्या पर्समध्ये काही कागदांच्यामागं या बसचं नवीन तिकीट खुपसलेलं होतं. अखेर ते तिकीट तिला सापडलं. तिनं त्या तपासनीसाच्या हातात ते दिल्यावर त्यानं त्या तिकिटावर छापलेली वेळ तपासली आणि मग तिला जाऊ दिलं. त्याचा अपेक्षाभंग झाला, असं तिला वाटलं. बसमधल्या इतर कुणालाही त्यानं तिकीट विचारलं नाही.

ओतेल द वीलच्या समोर बस थांबल्यावर नीला उतरली. इथली तिला टेरेस फार आवडायची. ती इथं समोर तासन् तास बसू शकली असती. इथली वास्तुकला, इथलं सौंदर्य पाहण्याचा तिला कधीच कंटाळा यायचा नाही. तिथून तिनं डॅनियलला फोन केला. आज कामावर जावंसंच वाटत नाहीय, म्हणून कामावर गेले नाही, असं तिनं डॅनियलला सांगितलं. का जावंसं वाटत नव्हतं, ते तिला कळत नव्हतं.

''आत्ता तुझं काय चाललंय?''

''काहीही नाही.''

''तू कुठं आहेस?''

''ओतेल द वीलच्या समोर.''

''तिथं कशाला गेलीयस?''

''ठाऊक नाही.''

''परत कधी येणार आहेस?''

''माहीत नाही.''

डॅनियल म्हणाली, ''तिथंच थांब. मी येतीय.''

नीलाला डॅनियलनं यायला नको होतं. तिला एकांत हवा होता. आपण किशनला फोन करावा असा विचार तिच्या मनात आला, पण तिनं तो झटकून टाकला कारण, त्याच्या, ''तू कुठं आहेस, कुणाबरोबर आहेस, तू घर का सोडलंस'' असल्या प्रश्नांची उत्तरं द्यायची तिची इच्छा नव्हती. फोनवर आपल्याला त्याचं 'धंदेवाली' हे संबोधन ऐकावं लागेल याचीही तिला भीती वाटत होती.

डॅनिअल तिथं पोचली. नीलाला तिथं जवळच एका कॅफेत घेऊन गेल्यावर तिनं विचारलं, ‘‘काय झालं?’’

नीला हसून म्हणाली, ‘‘काही नाही.’’

‘‘नीला, तुझं काहीतरी बिनसलेलं दिसतंय, मला काय ते सांग.’’

‘‘काऽही झालेलं नाही.’’

‘‘दिवसभर तू काय केलंस?’’

‘‘मी सुनीलकडं माझ्या दागिन्यांबद्दल विचारायला गेले होते. ते काही माझ्या हाताला लागतील असं दिसत नाही.’’

‘‘त्यामुळं तू इतकी उदास दिसतीयस का?’’

‘‘मी अशी उदास वगैरे दिसतीय का?’’ नीलानं हसून विचारलं.

नाही, नीला तशी उदास वगैरे अजिबात दिसत नव्हती. खरं तर, तिच्या चेहऱ्यावरून काहीच प्रकट होत नव्हतं.

‘‘नीला, माझं तुझ्यावर प्रेम आहे. तुझ्या मनातलं तू माझ्याशी शेअर कर, प्लीज,’’ डॅनियलनं आर्जव केलं.

नीलानं ‘प्रेम’ हा शब्द याआधी डॅनियलच्या तोंडून त्यांच्या खोलीत ऐकला होता. त्या शब्दाचं तिला याआधी कधी काही वाटलं नव्हतं. पण, आत्ता मात्र तिला कसंसंच झालं. डॅनियलचं बोलणं कुणी ऐकलं तर ती समलिंगी आहे ही गोष्ट त्यांना कळेलच, पण तिची सहचरीसुद्धा ‘तशीच’ असणं ते अगदी स्वाभाविकपणे गृहीत धरतील, असं तिला वाटत होतं. कित्येक रात्री डॅनियलच्या शेजारी झोपून ऑरगॅजम अनुभवल्यानंतरदेखील नीलाला दोन बायका एकमेकींच्या कशा काय प्रेमात पडतात आणि त्यांच्यात खराखुरा सेक्स कसा काय घडतो ते समजलं नव्हतं. नीला स्वत:साठी ते सुख अगदी सहज मिळवू शकली असती, त्यासाठी तिला डॅनियलची गरज नव्हती. पण, नीलानं स्वत:शी ‘तो’ खेळ कधीही खेळला नव्हता ना तिला ‘ते’ शक्य असतं, हे ठाऊक होतं. जेव्हा कुणी ‘प्रेमी (!) नसतो त्या वेळी मी स्वत:च ऑरगॅजम मिळवते, ही गोष्ट तिला डॅनियलकडून कळली होती. त्यावर नीलाचा आ वासला होता. जगात हतबुद्ध करणाऱ्या किती गोष्टी असतात! लैंगिक वृत्तीच्या बाबतीत नीला फारच लाजायची. खरं तर हा विषय म्हणजे अब्रह्मण्यम्, गुप्त आणि खाजगी अशी सगळ्याच भारतीय बायकांची धारणा होती. सुशांताबरोबरच्या प्रियाराधनाच्या दोन वर्षांच्या काळात त्यांनी जेमतेम पाच-सहा वेळा चुंबनं घेतली असतील आणि या सहा चुंबनांसाठीसुद्धा केवढी घोर प्रतीक्षा! आणि ते घडण्यासाठी किती पूर्वतयाऱ्या! आणि इथं पाहिलं तर मुलं-मुली सरे आम सार्वजनिक ठिकाणी कुठंही परस्परांना चुंबनं देतात-

घेतात, ही गोष्ट पाहून नीलाला रागही यायचा आणि त्याच वेळी ते पाहून मजाही वाटायची. ही मुलं प्रेम लपून-छपून करत नाहीत, त्याचं खुलं प्रदर्शन करतात हे पाहून नीलाला आनंद वाटायचा. आपल्याकडच्या मर्यादांच्या चौकटीत अडकलेल्या समाजात लहानाचं मोठं होताना आपण कशाकशाला मुकलोय हे पाहिलं की तिचा संताप व्हायचा. आपल्याला ज्यात सुख मिळतंय अशा गोष्टी नीला इतके दिवस कधीच करू शकली नव्हती. आता, किशनचं घर सोडल्यानंतर मात्र ती आपल्या मनाप्रमाणं वागत होती, निदान डॅनियलबरोबर राहणं, तिच्यासोबत निजणं याला सुख म्हणत असावेत असं ती समजत होती. प्रत्यक्षात मात्र तिला तसं वाटत नव्हतं. कारण, त्या दोघींतले लैंगिक संबंध संपूर्णपणे डॅनियलच्या फायद्याचे होते, नीलाच्या नव्हे. रस्त्यावर किंवा कॅफेमध्ये नीलाची नजर देखण्या फ्रेंच पुरुषांवर कशी आशाळभूतपणे फिरते हे लक्षात येऊनही, नीलाचंही आपल्यावर प्रेम आहे असं डॅनियलनं गृहित धरलं होतं. आत्तासुद्धा ती निकोलबरोबर डॉक्टरांकडं गेली होती, त्याबद्दल सांगत होती, पण नीलाचे डोळे तिसरीकडंच कुठंतरी लागले होते.

"काय झालं? तुझं माझ्या बोलण्याकडं लक्ष का नाहीय?"

"मी ऐकतीय."

"नाही, तुझं लक्ष नाहीय."

"होय, मी ऐकतीय."

"मग तू तिसरीकडंच कुठंतरी का बघतीयस?"

"तुझं नेमकं इथंच चुकतं. जेव्हा मी मनापासून ऐकत असते, त्या वेळी मी तोंडाकडं बघत नाही. त्यामुळं माझं लक्ष विचलित होतं."

"मग, तू कुठं बघत असतीस?"

"भिंतींकडं, टेबल, खुर्च्या... असं कुठंही... लक्ष विचलित होणार नाही अशा कुठल्याही गोष्टींकडं."

"मी तुला काय सांगितलं ते सांग बघू."

"तुला निकोलला डॉक्टरकडं न्यावं लागलं असं सांगत होतीस."

कोण आजारी होतं? निकोल? छे, छे!

औषधपाणी होतं पिपीसाठी! पिपी म्हणजे निकोलचं मांजर.

"पिपीला शू होत नाहीय."

मग त्यासाठी निकोलला डॉक्टरकडं कशाला जावं लागलं?

“कारण निकोल फार दु:खी आहे, त्यामुळं तिला मानसोपचारतज्ज्ञाकडं जावंच लागलं.”

नीला हे ऐकून थक्क झाली. तिला जोरात हसायचं होतं, पण ती हसली नाही. लाथ हाणता येऊ लागल्यापासून, कुत्र्या-मांजरांना लाथ घालणं हे तिचं कायम ध्येय राहिलं होतं. स्वयंपाकघरात हळूच शिरून, अन्नाच्या भांड्यांत तोंड घालणं हा मांजरांचा नित्यक्रमच होता. त्यामुळं मांजर दिसलं की लाथ घालायची तिला सवयच लागली होती. एखादं लूतभरलं, भटकं कुत्रं घरात येऊ पाहत असलं तर, त्यालाही नेहमी लाथ घालून हाकलून लावलं जायचं. कुत्र्या-मांजरांच्या सुसंस्कृत प्रेमळ मालकांच्या भूमीवर नीला आपल्या शिवशिवणाऱ्या पायाला खडसावून आवर घालत त्याला दयाळू बनवायचा प्रयत्न करत होती.

डॅनियलची नजर नीलाच्या नजरेचा पाठलाग करत एका कुरळ्या केसांच्या तरुणावर स्थिरावली.

“तू काय बघतीयस?”

त्याच्या दिसण्याची नीलाला भुरळ पडली होती.

“यक!” डॅनिअल भडकली, “तुला पुन्हा तुझ्या तसल्याच जुन्या आयुष्यात परत जायचंय का? पुरुषाबरोबरचं आयुष्य कसं असतं ते तू पाहिलं आहेस ना! यावरून तू बोध घेतला नाहीयस का?”

“प्रत्येक माणूस काही किशन नसतो.”

“किशन नसला तर सुशान्ता असतो. सगळे पुरुष सारखेच, बायकांना पिळून घेणारे.”

“सगळेच पुरुष एकसारखे नसतात, डॅनियल. त्यांपैकी काही जणांना प्रेम करणं माहीत असतं.”

“प्रेम?” एक्स्प्रेसोमध्ये साखर घालून ती ढवळत डॅनियल म्हणाली, “हे एक जाळं असतं, पुरुष या जाळ्यात बायकांना अडकवतात. आपण पुरुषांविना राहू शकत नाही असं बायकांना वाटत असतं, ते खरं नसतं. माझ्याकडंच बघ. मला पुरुषाची गरज वाटत नाही.”

डॅनियलच्या डोळ्यांत पाहत तिचं बोलणं ऐकताना नीलाचा चहा गार झाला.

डॅनियलचं पुरुषांवाचून अडत नसेल, पण जर प्रत्येक माणूसच तिच्यासारखा समलिंगी झाला, तर सगळं कसं चालायचं, असा प्रश्न तिला करावासा वाटत होता. नीलाच्या डोळ्यांपुढं प्राणीविश्वाचं उदाहरण आलं. जवळपास सगळे प्राणी विरुद्धलिंगी जातभाईकडं आकर्षित होतात, त्याच्याशी रत होतात आणि अशा

प्रकारे प्रजाती वाढत राहतात. असं घडलं नाही तर सगळं संपूनच जाईल!

“हे पुरुषांनी बनवलेले नियम आहेत,” डॅनियल म्हणाली.

त्यावर नीला म्हणाली, “पण अशा परिस्थितीत मी कधीही मुलाला जन्म देऊ शकणार नाही.”

डॅनियल कॉफीचा घुटका घेता घेता थांबली. “या जगात आणखी किती पोरं यायला हवी आहेत? आहेत ती पुरेशी आहेत आणि या पितृप्रधान आणि असंतुलित जगात आणखी पोरं जन्माला घालण्यात काय अर्थ आहे?”

“असंतुलन नसलेला एक दिवस उजाडेल. आपण सगळे समान स्तरावर असू,” नीला स्वप्नाळूपणे म्हणाली.

त्यावर डॅनियल म्हणाली, “त्या वेळी... असा दिवस उजाडेल की, आम्हाला पुरुषांची गरज नाही असं बायका म्हणतील... आणि त्या दिवशी पुरुषांची अंतिम हार होईल, त्याआधी नाही होणार.”

नीला पुढ्यातल्या गारढोण चहाचे घुटके घेऊ लागली. या शहरात माणसं कॅफेत कपभर चहा-कॉफी घेऊन निवांत गप्पा मारत तासन् तास घालवताना दिसायची, पण, कॅफेच्या बाहेर मात्र हीच माणसं अतिशय कामात असल्याचा दावा करत तोंडाला फेस येईस्तोवर धावपळ करत असायची. नीलाला नेहमी वाटायचं की, कोलकत्यातली माणसं खऱ्याखुऱ्या अर्थानं या लोकांपेक्षा कामात कितीतरी जास्त गर्क असायची, पण ही माणसं त्याबद्दल इतकं बोलत नाहीत. इथली माणसं मात्र अख्खा वीकेंड सुट्टी घेतात, त्या वेळी इकडंतिकडं रमतगमत हिंडतात, वर्तमानपत्र वाचतात आणि दमलो बुवा! म्हणून कपाळावरून हात फिरवून घाम पुसतात. ढोर मेहनत म्हणजे काय ते त्यांना ठाऊकदेखील नाही. कोलकत्यातली रिक्षा ओढणारी माणसं किंवा हमाल त्यांनी एकदा बघायला पाहिजेत. ‘प्रचंड मेहनत’ या शब्दांची इथली व्याख्याच निराळी होती.

प्रचंड कष्ट म्हणजे नीलाच्या लेखी वाळूची पोती माथ्यावर घेऊन दोन मैलांवरच्या बांधकामाच्या स्थळावर पहाटेपासून अंधार पडेपर्यंत हेलपाटे घालणारा मजूर.

एके दिवशी डॅनियल तिला म्हणाली होती, “मी आज प्रचंड कष्ट उपसलेत.”

“कसले कष्ट?” नीलानं विचारलं होतं.

“दोन पुस्तकं वाचून, मी त्यांचं परीक्षण लिहिलं.”

“नाही, मला कष्ट कसले ते सांग.”

“हेच की!”

“याला तू प्रचंड कष्ट उपसणं म्हणतेस?”

“हो.”

"पण, वाचन ही तर सर्वांत आनंददायी गोष्ट असते. कसली पुस्तकं होती?"

"रहस्यकथा."

"वा! ती तर फारच छान असतात."

"पण मला ही पुस्तकं गंमत म्हणून वाचायची नसतात."

"हं. तू किती पानं लिहिलीस?"

"दोन."

'आपल्यालाही असलीच नोकरी असायला हवी होती,' नीला मनात म्हणाली.

नीला डॅनियलकडं खेचलीही जात होती, त्याच वेळी तिच्या मनात डॅनियलविषयी तिरस्कारही उत्पन्न होत होता. डॅनियलचं बोलणं तिला तर्कशुद्ध वाटायचंही आणि नाहीही. आवड आणि नावड यांमध्ये नीला हेलपाटत होती. डॅनियल काहीही पटवत असली तरी, नीलाची नजर राजबिंड्या पुरुषावरून बाजूला हटत नव्हती. आपल्यावर प्रेम करणारा, ते व्यक्त करणारा पुरुष तिला हवा होता. त्यानं आपल्याला चुंबून घ्यावं आणि आत्यंतिक उत्कटतेनं प्रणय करावा असं तिला वाटत होतं, पण नीलाची ही इच्छा कधी प्रत्यक्षात मात्र येत नव्हती. देखणे पुरुष आपल्याकडं पुन्हा वळून पाहतसुद्धा नाहीत, हे तिच्या लक्षात आलं होतं. कोलकत्यात लोक तिच्याकडं माना वळवळवून पाहायचे. इथं ती शेजारून निघाल्यावर साधी शिटी मारण्याइतपतसुद्धा कुणी दखल घेत नव्हतं. जणू ती कुणीच नसावी... साऱ्यांनी आवर्जून टाळावा असा जणू मांसाचा विचित्र गोळा असावी. इकडं माहेरी मात्र ती सुंदर होती, पण याच सौंदर्याला इथं काही किंमत नव्हती... शून्य! डॅनियलनं मात्र या सौंदर्याचं मोल जोखलं होतं. स्वत: डॅनियल रॉडिनच्या शिल्पासारखी कोरीव, कातीव होती, पण तिच्या चेहऱ्यात मोहकतेचा अभाव होता आणि तिचा आवाजही भसाडा होता. डॅनियलभोवती कुठलं स्वप्नबंधांचं जाळं-बिळं विणणं नीलाला शक्यच नव्हतं. ही गोष्ट डॅनियलच्या लक्षात येत नसेल? तिच्या लक्षात आलेलं नाहीच, हे नीलाला माहीत होतं.

कॉफी संपवून डॅनियल म्हणाली, "नीला, याचे पैसे दे."

आपल्या मनात काय चाललंय त्याचा नीलानं तिला थांगपत्ता लागू दिला नाही. "मला थोडे पैसे उसने देशील का?" असं तिनं डॅनियलला विचारलं.

"किती?"

"साधारण पाचेक हजार फ्रँक्स."

"तुझं डोकं फिरलंय का? एवढ्या पैशांचं तू काय करणार आहेस?"

“मला कोलकत्याला जायचंय.”

“कशाला?”

“माझी आई आजारी आहे.”

“अरेच्चा! म्हणजे सुनीलनं हे असलं सगळं तुझ्या डोक्यात भरवून दिलंय होय! जा, कोलकत्याला जा आणि ही माणसं तुला तिथं कसं अडकवतायत ते बघच,” डॅनियल खरोखर वैतागली होती.

“माझी आई आजारी आहे, म्हणून मला तिला भेटायला जायचंय, बस्स! ”

“तू तिथं जाऊन काय तिच्यावर उपचार करणार आहेस? तुझ्या देशात डॉक्टर किंवा दवाखाने वगैरे नाहीत?”

“आहेत ना, पण तरीही मला तिला भेटायला जायचंय.”

“आत्ता जाण्यात काहीच अर्थ नाहीय. तिच्या अंत्यसंस्काराच्या वेळी तू जा.”

“आत्ता अंत्यसंस्काराचा विषय नाहीय, आत्ता माझ्या मनात तिच्या शुश्रूषेचा विचार आहे.”

“त्यासाठी कुणी परिचारिका नाहीत का? तुझ्या घरी भरपूर नोकरचाकर आहेत म्हणतेस ना,”

“हो, ते सगळे आहेत, तरीही मी जाणार आहे.”

“तू जा, पण माझ्याजवळ पैसे नाहीत.”

“तू कुणाकडून उसने घेऊन देशील का?”

“इतकी मोठी रक्कम कुणीही उसनी देणार नाही.”

नीला नीरव शांततेच्या मांडीत डोकं खुपसून बसली होती. तिचा चहा केव्हाच संपला होता.

“तू समजा आत्ता जाऊन, परत आलीस तर, पुन्हा तिच्या अंत्यसंस्काराच्या वेळी पुन्हा जाणार का?” आपल्या भसाड्या आवाजात मार्दव आणायचा प्रयत्न करत डॅनियलनं विचारलं.

त्यावर दातओठ खात नीला उत्तरली, “अंत्यसंस्कार-अंत्यसंस्कार काय करतीयस, डॅनियल, माझी आई काही मरण्याइतकी आजारी नाही.”

“मग तू कशाला निघालीयस?”

“कारण ती माझी आई आहे...”

त्यावर डॅनियल भडकून म्हणाली, “माझी आई, माझे वडील, माझा भाऊ, भिक्कारडं सालं.”

तिच्या बोलण्याला भीक न घालता नीला म्हणाली, “किरकोळ सर्दी-बिर्दीपेक्षा काहीतरी जास्त गंभीर आहे... माझं मन मला सांगतंय... हे काहीतरी

निराळंच आहे.''

आपल्या कॉफीचे पैसे टेबलावर फेकून डॅनियलनं टर्रकन आवाज करत खुर्ची मागं ओढली. नीलाच्या दिशेनं मधलं बोट परजत तिनं आपल्या उजव्या हातानं नीलाच्या डाव्या कोपराला ढोसलं. कॅफेमधून बाहेर पडताना डॅनियल संतापानं नुसती धुमसत होती, ''ला फामीलीया... माझं कुटुंब, माझी माणसं!''

*

आ बीयांतो... पुन्हा लवकरच भेटू!

कोलकत्याला जायला निघण्यापूर्वी नीला दोन ठिकाणी गेली. पहिलं ठिकाण म्हणजे सांदानी आणि दुसरं मानसोपचारतज्ज्ञाकडं. रिटा सिक्ससला बाजीलीक द सांदानी बागेत तिची मुलाखत घ्यायची होती. त्या बागेत सर्ज सॅन्टोजचं घर होतं. सांदानी हे आता गजबजलेलं उपनगर बनलं होतं. इथं अगदी तुरळक गोरी माणसं राहत होती. इथं प्रमुख वास्तव्य होतं कृष्णवर्णीय, सावळ्या माणसांचं... अशिक्षित, बेकार माणसं... इथं गुन्ह्यांचं प्रमाण मोठं होतं.

तिथलं एक चकाकत्या रंगाचं घर पाहून नीलाच्या मनात आलं, या लोकांची दारिद्र्याची व्याख्या तरी काय आहे?

तिथं घरांबाहेर उभ्या असलेल्या गाड्या पाहून तिनं प्रश्न केला की, ''या गाड्या कुणाच्या?''

त्यावर तिला उत्तर मिळालं की या गाड्या 'गरीब' माणसांच्या आहेत. या लोकांना महागड्या गाड्यांची नवनवीन मॉडेल्स विकत घेणं परवडत नाही, म्हणून ते या गाड्या वापरतात. नीलानं कोलकत्यातल्या बकाल वस्त्या पाहिल्या होत्या, त्याच डोळ्यांना दारिद्र्याचं (!) हे दर्शन पचणारं नव्हतं. तिनं निर्वासित, बेघर, भुकेली, अर्धनग्न, उपचाराविना तळमळणारी लक्षावधी माणसं पाहिली होती, पण आत्ता इथं मात्र समोरच्या घरातून भरपेट जेवून बाहेर पडलेला माणूस गाडीत बसला आणि संगीताच्या तालावर मानेनं ठेका धरून निघून गेला... हा काही गरीब माणूस नव्हता!

रीटानं बटण दाबल्याबरोबर दरवाजा उघडला. त्यांची गाडी भव्य बागेत आली. ती बाग कसली, जणू एखादं शेतच म्हणावं. तिथं जवळपास कबरी पसरल्या होत्या. ॲन लॉर त्यातल्या एका कबरीवर बसून कॉफी पीत होता. ॲनची मुलं, रफेल आणि बेंजामिन तिथंच खेळत होती.

तिथं गेल्यावर चुंबनांची फेरी झडली. बाजीलीकच्या पायाशी वसलेलं ते घर पाहून डॅनियल आनंदानं चीत्कारली. असं घर मिळणं, फार भाग्याचं होतं. अर्थात सर्ज बाजीलीकच्या चर्चमधला प्रमुख धर्मोपदेशक नसता, तर हे घर त्यांना मिळालं नसतं.

रीटाबरोबर आणखी दोन माणसं होती. एकानं कॅमेरा धरला होता आणि दुसऱ्यानं मायक्रोफोन. नीला याआधी कधी कॅमेऱ्याला सामोरी गेली नसल्यामुळं तिला भीती वाटत होती. रीटा आपल्याला काय विचारणार आहे, तेही तिला ठाऊक नव्हतं. तिच्या हातांचे तळवे घामेजले होते, नाकावर घर्मबिंदू डवरून आले होते.

''वुड यू लाईक टू पावडर युवर नोज?'' रीटानं विचारलं.

पालथ्या मुठीनं घाम पुसून ती म्हणाली, ''नाही, ठीक आहे आणि मी सोबत पावडर आणलेलीही नाही.''

त्यावर रीटा शरमेनं पाणी पाणी झाली.

डॅनियल नीलाच्या कानाजवळ तोंड नेऊन फुसफुसली, '' 'पाऊडरिंग युवर नोज'चा शब्दशः तसाच अर्थ घ्यायचा नाही. याचा अर्थ संडासला जाणं, मुतणं किंवा हागणं.''

''मग तिनं मला सरळ तसंच का विचारलं नाही?''

''नाही, तसं विचारणं लाजीरवाणं असतं.''

''लाजीरवाणं?''

या समाजात लाजीरवाणं शब्दाची व्याख्या तरी काय, ही गोष्ट नीलाला कधीच समजू शकली नव्हती. अजून उन्हाळ्याचा पत्ता नव्हता तरी, मुली अर्धवस्त्रांकित अवस्थेत दिसत होत्या. कपड्यांची जणू अडचणच होती.

ती कॅमेऱ्यासमोर येण्याआधी कॅमेरामन म्हणाला, ''हिनं चेहऱ्याला पावडर लावली तर बरं होईल.''

या वेळी त्याच्या बोलण्यातली 'पावडर' मात्र खरीखुरी चेहऱ्याची पावडर होती. ॲन लॉरनं तिला पावडर लावण्यासाठी आत नेलं. अगदी व्यवस्थित नीटनेटकं मांडलेलं घर पाहून तिनं विचारलं, ''तुमच्या लग्नाला बराच काळ झालाय?''

''ओह, पण आमचं लग्न झालेलं नाही.''

''मग सर्ज तुझा कोण?''

''तो माझा प्रेमी आहे.''

''तुम्ही एकत्र राहता?''

''हो. आम्ही गेली सहा वर्षं एकत्र राहतोय.''

आरशात पाहून नीलानं चेहऱ्यावर पावडर फिरवली. रीटाच्या विनंतीवरून

तिनं आज साडी नेसली होती. साडी आणि कपाळावरचं कुंकू या वेशात ती अगदी परिपूर्ण बंगाली स्त्री दिसत होती. नीला मनोमन कोलकत्यातला जाऊन परत आली.

तिथल्या शेतात दोन खुर्च्या टाकल्या होत्या. कॅमेऱ्याच्या लेन्समधून नीलाचा चेहरा आणि पार्श्वभूमीवरचं बाजीलीक सुस्पष्ट दिसतंय ना, त्याची रीटानं खात्री करून घेतली. बाजीलीक म्हणजे, सगळ्या राजामहाराजांना दफन केलेलं फ्रान्समधलं सुप्रसिद्ध ठिकाण.

आता रीटा आणि डॅनियल समोरासमोर बसल्या आणि प्रश्न सुरू झाले.

"मला सांग, नीला, तुझ्या कपाळावर गोंदलेली ही खूण, तू विवाहित असल्याची निदर्शक आहे, बरोबर?"

"नाही."

रीटा गांगरून गेली तरी, चेहऱ्यावर केविलवाणं हास्य फुलवून ती नीलाकडून 'का नाही' चं स्पष्टीकरण येण्याची वाट पाहत राहिली.

"ही विवाहित असण्याची खूण नाही. लग्नाआधीही बऱ्याचशा बायका छान दिसतं म्हणून कुंकू लावतात."

"ही तुझ्या कपाळावरची कायमची खूण नाहीय?"

त्यावर नीला हसली. कपाळावरची कुंकवाची टिकली काढून दाखवत ती म्हणाली, "ही बघ, ही अशी निघते. आत्ता आहे... आत्ता निघाली."

कट.

कुंकवाच्या टिकलीची ही जादू रीटाला मुळीच आवडली नाही. नीलाच्या कपाळावर विवाहबंधनाची खूण असणारी कायमस्वरूपी, लाल रंगाची निशाणी गोंदलेली असती, तर तिला अधिक आनंद झाला असता. मांडीवर ठेवलेल्या प्रश्नावलीच्या कागदावर नजर टाकत तिनं नीलाला पुढचा प्रश्न केला,

"तू भारतातून इथं पॅरिसमध्ये इतक्या दूरवर आलीयस ते तुझ्या नवऱ्याबरोबर राहायला, नाही का?"

"होय."

"तू तुझ्या नवऱ्याला सोडलंयस असं मी ऐकलं. त्याचं कारण सांगशील?"

"कारण माझं त्याच्याशी पटत नव्हतं."

"पण का पटत नव्हतं?"

"आम्ही दोघं भिन्न प्रकृतीच्या व्यक्ती आहोत."

"पण तुझा नवरासुद्धा भारतीयच आहे, तरी तू त्याला भिन्न प्रकृतीचा का म्हणतेस?"

''आमचे विचार निरनिराळे आहेत.''

''तुझ्या नवऱ्यानं तुझा छळ केला, असं मी ऐकलं. त्यानं तुला कशी वागणूक दिली, ते आम्हाला सांग.''

''छळाच्या परिभाषेत मोडेल, असं तो माझ्याशी काहीही वागलेला नाही.''

''तुझा नवरा तुला मारायचा? कशानं– चाबकानं, काठीनं का त्याच्या पट्ट्यानं...?''

''माझ्या नवऱ्यानं मला कधी बोटसुद्धा लावलेलं नाही.''

कट.

रीटानं हात उंचावून कॅमेरा बंद करण्याची सूचना केली.

नीलाजवळ येऊन ती तिच्यासमोर गुडघे टेकून बसली. ''नीला, बहुधा तुला माझा प्रश्न कळला नाही.''

नीलाला अवघडल्यासारखं झालं. तिची ही अस्वस्थता ध्यानात आलेल्या रीटानं पाणी आणायला फर्मावलं. ॲन लॉर नं धावत जाऊन पेलाभर पाणी आलं. नीलाला तहान लागली नव्हती, तरी तिला पाणी प्यावं लागलं. अर्धा पेला संपवून, तिनं पुन्हा गरज पडली तर म्हणून राहिलेला अर्धा पेला जवळ ठेवला.

पुन्हा कॅमेरा नीलावर रोखला गेला. रीटानं पुन्हा सुरुवात केली.

''आपल्या नवऱ्यांना सोडलेल्या इतरही काही भारतीय महिलांशी तुझा संपर्क असेलच. त्यांचे नवरे त्यांचा कशा प्रकारे छळ करायचे?''

''अशी कुठलीही बाई माझ्या माहितीत नाही,'' नीला निष्पापपणे उत्तरली.

कट.

या खेपेला मात्र रीटा डॅनियलच्या दिशेनं गेली. एका कबरीवर बसून तिनं डॅनियलशी दीर्घ चर्चा केली. त्यानंतर स्मितहास्याचा मुखवटा चेहऱ्यावर चिकटवून ती परत आली.

''साडीमध्ये तू फार छान दिसतीयस. तुला मी बरेचदा पाश्चिमात्य कपड्यांतच पाहिलंय, पण तुला साडीच सगळ्यात छान दिसतेय,'' रीटा म्हणाली.

तिनं पुढचा प्रश्न केला, ''मी तुमच्या देशातल्या सतीप्रथेबद्दल ऐकून आहे. नवरा मेला की तुम्हाला त्याच्या चितेत उडी घ्यावी लागते, होय ना?''

''ही फार जुनी प्रथा आहे. गेल्या शतकातच यावर बंदी घालण्यात आलीय.''

''भारतात मुलींचं 'क्लिटोरीस' टोचण्याची प्रथा आहे. असं किती टक्के मुलींच्या बाबतीत घडलंय?''

''ही भारतीय रूढी नाही.''

“तुझ्या वैवाहिक जीवनाविषयी आणखी काही सांग... तुला घरातलं सगळं काम करायला लागायचं, होय ना?”

“हो.”

“तू काय काय करायचीस?”

“स्वयंपाकपाणी, स्वच्छता, कपडे धुणं, भांडी घासणं...”

“तुझ्या नवऱ्याचा घरकामात काय सहभाग असायचा?”

“फारसा नसायचाच.”

“तुझा नवरा कधी स्वयंपाक करायचा का?”

“नाही.”

“घराची स्वच्छता करायचा?”

“नाही.”

“मग कामावरून घरी परत आल्यावर तो काय करायचा?”

“टीव्ही पाहायचा, दारू प्यायचा...”

रीटानं मान हलवत विचारलं, “आणि? आणखी काय करायचा?”

“आणखी काय करतोय? जेवायचा आणि झोपायचा.”

“घरातल्या मिळकतीत तुम्हा दोघांचाही सहभाग होता, होय ना?”

“नाही. माझा नव्हता. सगळा खर्च माझा नवराच करायचा.”

“पण त्याला तू नोकरी करायला नको होतं.”

“होय, नको होतं.”

“म्हणून त्यानं तुला घरात डांबून घातलं, होय ना?”

“त्याला मी बाहेर जायला नको असायचं, पण त्यानं मला घरात कधीच कोंडलं नव्हतं. माझ्याकडं किल्ल्यांचा दुसरा सेटसुद्धा होता.”

“तुझ्या नवऱ्यानं तुझे सोन्याचे दागिने ठेवून घेतले. होय ना?”

“नाही. त्यानं ठेवून घेतले नव्हते. मीच ते दागिने बरोबर घ्यायला विसरल्यामुळं, ते तिथंच राहिलेत.”

“तुझ्या नवऱ्यानं तू पडदा पाळावास, बुरख्यानं डोकं झाकावंस, यासाठी तुझ्यावर सक्ती केली नाही?”

“नाही. ही पद्धत जुन्या वळणाच्या कर्मठ मुस्लिम कुटुंबांत पाळली जाते, हिंदू घरात नाही.”

“तुझा नवरा तुला मटण-मासे खाऊ देत नव्हता. त्यानं तुला त्याच्या आवडीनिवडींनुसार खायला भाग पाडलं. होय ना?”

“खरं आहे. तो शाकाहारी होता, त्यामुळं त्याला आपलं घर मांस-मच्छीपासून दूर असावं असं वाटायचं.”

''पण तू जर त्याचं आज्ञापालन केलं नाहीस, तर तो काय करायचा? ....तुझ्यावर हात टाकायचा?''

''नाही, त्यानं मला कधीही मारलं नाही.''

''तो तुला शिवीगाळ करायचा का?''

''नाही.''

''मग तो करायचा तरी काय?''

''हिरवा-पिवळा होऊन भांडायचा.''

कट.

सांदानीतून बाहेर पडताना डॅनियल म्हणाली, ''तुला किशनबद्दल बरीच सहानुभूती दिसतीय.''

त्यावर नीलानं विचारलं, ''मग मी काय सांगायला हवं होतं? मला किशनबद्दल जराही सहानुभूती नाही, ही गोष्ट कशानं सिद्ध झाली असती?''

डॅनियल खांदे उडवत म्हणाली, ''जाऊ दे, सोडून दे.''

''हा माहितीपट कशाविषयी आहे?''

''स्त्रियांविषयी. त्यांची कशी पिळवणूक होते याविषयी.''

नीलाच्या मनात आणखी काही प्रश्न उभे राहिले.

''कोणत्या स्त्रियांविषयी? कुठल्याही स्त्रीविषयी... फ्रेंच स्त्रीविषयीसुद्धा?''

''हा माहितीपट परदेशी स्त्रियांविषयी आहे, ही गोष्ट मी तुला आधीच सांगितली आहे.''

''परदेशी? म्हणजे जर्मन, स्विस, बेल्जियन?''

''तिथल्या बायका काही फ्रान्समध्ये राहायला येत नाहीत. इथं वास्तव्य करण्यासाठी येणाऱ्या स्त्रियांविषयी हा माहितीपट आहे.''

''म्हणजे रवांडा, माली, सोमालिया, भारत, पाकिस्तान, इराण आणि अफगाणिस्तानातून येणाऱ्या स्त्रियांवर... होय ना?''

डॅनियल पुढं बराच वेळ गप्पगप्प होती. मेट्रोला असह्य गर्दी होती. तिथल्या रेटारेटीतच डॅनियलनं नीलाला प्रश्न केला, ''तुला क्लिटोरीसमधून तार ओवण्याच्या प्रथेविषयी माहीत नाही? ही प्रथा तर सगळीकडं आहे. अगदी फ्रान्समध्येसुद्धा संस्कृतीच्या नावाखाली हे अमानुष कृत्य होतं. तुझा याला पाठिंबा दिसतोय?''

त्यावर नीला तावानं म्हणाली, ''मी कशाला पाठिंबा देऊ? जे काही खरं आहे, ते मी बोलले– ही प्रथा भारतात अस्तित्वातच नाही.''

''ही प्रथा नसेल, पण इतर गोष्टी तर असतील ना, तू त्याविषयी बोलायला हवं होतंस. तिसऱ्या जगापासून स्त्रियांना कसं वंचित ठेवलं जातं, त्यांच्या बाबतीत कसा दुजाभाव केला जातो हे जगाला दाखवून देण्यासाठी हे सर्वोत्तम

व्यासपीठ होतं. एरवी तू बऱ्याच गोष्टींबद्दल बोलत असतीस.''

''तिनं मला विचारलेल्या प्रश्नांची मी उत्तरं दिली,'' नीला म्हणाली.

''खरं सांगायचं तर, रीटाला तुझी मुलाखत फारशी आवडलेली नाहीय.''

मुलाखतीसाठी मिळणारे पाचशे रुपये मिळणार आहेत ना, आणि कधी? हे नीलाला विचारायचं होतं, पण तिनं शब्द मागं रोखले. कधी कधी हाच सर्वोत्तम मार्ग असतो.

''तू इतकी गप्प का आहेस?'' डॅनियलचे क्षुब्ध तपकिरी डोळे नीलावर रोखले होते.

''काय बोलू? तू काही विचारलेलं नाहीस.''

''तुझी मुलाखत संपलीय... आता जमिनीवर परत ये... पुन्हा नेहमीसारखी हो.''

नीला वैतागानं हसली.

आता डॅनियलनं जर विचारलं, का हसलीस? तर सांगायचं, उगीच; आणि त्यावर जर ती म्हणाली, की फक्त वेड्या बायका असं विनाकारण, उगीच हसतात तर तिला सांगायचं, होय, मी आहे वेडी!

बाजीलीक सांदानीहून त्या कॉंकोर्दला आल्या. तिथून त्यांना एक नंबर लाईनवरच्या मेट्रोनं शार्ल द गॉल एत्वाल् ला जायचं होतं, पण मेट्रो त्या दिशेनं जात नव्हत्या. त्या कॉंकोर्दहूनही सुटत नव्हत्या व एत्वालूहूनही. डॅनियल आणि नीला रस्त्यावर आल्या. आता त्यांना बस पकडावी लागणार होती.

कॉंकोर्दच्या बस-स्टॉपवर त्या बसची प्रतीक्षा करत होत्या. बसेस येत होत्या, पण न थांबता जात होत्या. कारण त्या बसेसमध्ये जागाच नव्हती. मेट्रो वाहतूक थांबल्यामुळं बसेसला गर्दी असल्याचं बसस्टॉपवरची काही माणसं बोलत होती. डॅनियल हात करून टॅक्सी थांबवायचा प्रयत्न करत होती, पण एकही टॅक्सी थांबेल तर शपथ! नीलाला आपण पुन्हा भारतात आलोय की काय असा भास झाला. बसेस, आगगाड्या उशिरा धावतायत हे पाहून तिला सुटल्यासारखं झालं. इथं टॅक्सीसुद्धा नियमित, वक्तशीर होत्या, हे पाहून या परिपूर्णतेमुळं नीलाला गुदमरल्यासारखं होत होतं, आता मात्र हा गोंधळ पाहून तिला पुन्हा खुला श्वास घेता आला.

लवकरच तिथं पोलिस आले आणि त्यांनी कॉंकोर्द मेट्रो स्टेशनला वेढा दिला.

डॅनियलनं त्यांपैकी एकाला प्रश्न केला, ''काय प्रकरण आहे?''

''विशेष काही नाही. दोन आत्महत्या.''

“आत्महत्यांचं कारण.”

“नेहमीचंच, वसंत ऋतू.”

हे ऐकून नीलाचा आ वासला. डॅनियलनं त्यात वस्तुस्थितीदर्शक घटनांचा ढीगच ओतला.

वसंत ऋतू म्हणजे आत्महत्यांचा मोसम होता. दोन तरुणांनी रेल्वेरुळांवर उड्या घेतल्या होत्या. त्यांना मरणाला कवटाळायचं होतं... त्याप्रमाणे त्यांनी केलं. नेमेचि येणाऱ्या दर वसंत ऋतूत असे प्रकार घडायचेय. रेल्वे रुळावर लोक आपले प्राण गमवायचे.

“लोक असे वसंत ऋतूतच का आत्महत्या करतात?” नीलाला याचं कारण जाणून घ्यायचं होतं.

पाश्चात्त्य देशांतले लोक वसंतऋतूच्या आगमनानं हर्षभरित होतात, अशी तिची समजूत होती.

त्यावर डॅनियलनं सांगितलं, “एकाकी, कुणी जोडीदार नसलेली माणसं या काळात आपलं जीवन संपवतात. वसंत ऋतूत आपला एकाकीपणा आपल्याला वाकुल्या दाखवू लागतो... तो सांगत असतो, आता उबदार उन्हाळा आलाय, उन्हाळा... हे दिवस असतात आनंदाचे, प्रेम करण्याचे... आयुष्याचा आनंद घेण्याचे. या उबदार कालावधीत सगळे प्रेमी हातात हात गुंफून असतात, मजा करत असतात, मात्र जे जीव एकाकी असतात, त्यांना ही इतकी आनंदी जोडपी पाहिली की, एकटेपणा आणखीनच घेरून राहतो. या नैराश्यातून ते वसंत ऋतूतच म्हणजे... उबदार उन्हाळा येण्याआधीच जीवनाला पूर्णविराम देतात.”

नीलाच्या मात्र हे डोक्यात शिरलं नाही.

“अर्थातच हे तुझ्या डोक्यात शिरणार नाही. दुसऱ्याच्या दुःखाबद्दल तुला काय ठाऊक असणार म्हणा?”

डॅनियलच्या अशा उपरोधिक बोलण्याचा नीलावर काहीही परिणाम झाला नाही. इक्वेडोरच्या दिशेनं चालत असताना नीलाच्या मनात या घटनेचे खिन्न विचार येत होते... रेल्वे रुळावर पडलेले ते दोन तरुण मृतदेह... त्यांच्या मेंदूच्या ठिकऱ्या उडून इतस्ततः विखुरल्या असतील आणि त्यांच्या हाडांचा तर चुराडा झाला असेल...

या लोकांनी आत्महत्या करण्याचं कारण काय, तर यांना कुणी प्रेमी नाही... आगामी काही महिन्यांत यांना सुखोपभोग घेता येणार नाही! आपल्याला कुणी जोडीदार नसला तर आपण असं पाऊल उचलू? नीलाच्या मनात आलं, नाही. आपण असलं पाऊल नाही उचलणार. प्रेम ही काही आयुष्यातली एकमेव आनंददायी गोष्ट नाही. झाडावरून ओघळणाऱ्या पानांचा आवाज ऐकणं, क्षणभंगूर

ढगांसमवेत वाहत जाणं, आख्खी संध्याकाळभर कवितांचं सगळं पुस्तक एका बैठकीत वाचून काढणं... जीवनात अशा कितीतरी आनंददायी गोष्टी असतात... आयुष्य समृद्ध करण्याचे असे कितीतरी मार्ग असतात!

"नीला, लोकांना समजून घ्यायला, त्यांच्याशी संबंधित गोष्टींचं महत्त्व जाणायला शिक."

इक्वेडोरमधल्या दवाखान्यातली रुग्णांची गर्दी पाहून नीला अगदी उदास झाली. इतक्या सगळ्या माणसांच्या आजाराचं कारण तिला जाणून घ्यायचं होतं. तिथल्या माणसांपैकी कुणी वर्तमानपत्रं वाचत होतं, कुणी हलक्या, कुजबुजत्या आवाजात शेजारच्याशी बोलत होतं, काहीजण पेंगत होते. आपलं मांजर शू करत नसल्याच्या असह्य प्राणांतिक दुःखातून मुक्ती मिळवण्यासाठी निकोल इथंच येऊन गेली होती. आत्ता डॅनियलही नीलाची कोलकत्याला जाण्याची वेळ समीप आल्यामुळं ओढवलेल्या दुःखावर इलाज करण्यासाठी इथं झाली होती. समोरच्या पेंगणाऱ्या माणसाकडं पाहून नीलाला वाटलं की, हा पेंगणारा माणूस इथं आलाय त्याचं कारण बहुधा आदल्या काही रात्री नीट झोप लागली नाही हे असावं आणि तो कुजबुजत्या आवाजात बोलणारा इथं आलाय कारण, त्याचा बोलण्याचा आवाज फारच मोठा असावा! खिडकीतून बाहेर पाहणाऱ्या एका षोडशेकडं पाहून नीलाला खात्रीपूर्वक वाटलं की, प्रियकराशी काहीतरी बिनसल्यामुळं ही इथं आलेली दिसतेय. 'पहिल्या जगा' मधल्या माणसांना मनोवस्था अगदी काटेकोर स्थितीत, शंभर टक्के 'फिट' लागते, त्याहून जराही कमी चालत नाही. एक वेळ देह थोडा अशक्त असला तरी चालेल, पण मन... ते मात्र सुदृढ, सुस्थितीतच हवं.

डॅनियलला तिथं दोन तास लागले. कन्फेशन बॉक्समधून बाहेर पडणाऱ्या एखाद्या मद्यधुंद कॅथॉलिक माणसासारखी डॅनियल लटपटत बाहेर आली आणि दाराच्या दिशेनं चालू लागली. तिनं नीलाकडं साधा कटाक्षसुद्धा टाकला नाही. डॅनियलचं लक्ष वेधून घेण्यासाठी नीला गर्दीतून वाट काढत आली. नीलानं तिला जवळ घेतलं. तिच्यापासून बाजूला होत डॅनियल म्हणाली, "मला एकटं राहायचंय."

नीलानं तिला एकटं सोडलं नाही. एखाद्या माणसाचं काहीतरी बिनसलंय हे कळल्यावर त्याला एकटं सोडायची तिला सवय नव्हती. जेव्हा तिचं कधी बिनसायचं त्या वेळी, मोलिना प्रेमानं तिच्या पाठीवरून हात फिरवायची, तिचे अश्रू टिपायची... तिच्या दुःखाला अशा प्रेमानं आंजारलं-गोंजारलं जायचं. अशा वेळी कुणी मागं सरकलेलं पाहायची तिला सवयच नव्हती.

डॅनियलची हनुवटी धरून तिचा चेहरा आपल्याकडं वळवत नीला म्हणाली, ''तुला डॉक्टरकडं कशासाठी जावं लागलं? त्याला मी कारणीभूत असेन तर मला सांग, तुझ्या मनात काय आहे ते मला कळू दे. तुझं प्रेम आहे ना माझ्यावर, आहे ना? मग मला सांग!''

डॅनियल किंचाळली, ''तुला एकदा सांगितलंय, मला एकटं राहायचंय.''

''आधीच तुझं बिनसलंय, त्यात तू एकटी राहिलीस तर आणखीनच त्रास होईल. डॉक्टरकडं जाऊन येण्याआधी तुझी अवस्था इतकी वाईट नव्हती,'' नीला डॅनियलला मिठीत घेत म्हणाली.

डॅनियलनं तिचे हात हिसडून टाकले आणि ती बाकावर जाऊन बसली. नीलाही तिच्या शेजारी जाऊन बसली. हळुवारपणे तिच्या खांद्यावर हात ठेवून ती म्हणाली, ''हे शहर किती देखणं आहे, किती सुंदर; इथं प्रत्येकाला खायला अन्न, माथ्यावर छप्पर, अंग झाकायला कपडे आहेत आणि सुरक्षित वातावरण आहे, तरी ही माणसं मानसोपचार-तज्ज्ञांकडं का धाव घेतात?''

डॅनियलचे डोळे डबडबले होते. नीलानं तिचे अश्रू टिपायचा प्रयत्न केला, पण तिनं मान फिरवली.

''नीला, तुला समजणार नाही. अन्न-वस्त्र हेच काही सर्वस्व नाही. आपण तिसऱ्या जगाच्या दृष्टिकोनातून जगाचं मूल्यमापन करायला हवं. 'हृदय' नामकही काही चीज असते, त्याविषयी तू अनभिज्ञ आहेस.''

त्यावर नीला म्हणाली, ''तिसऱ्या जगाला सुद्धा हृदय असतं डॅनियल, ते काही पाषाणाचं बनलेलं नाही. तुला त्रास होतोय हे मला कळतंय. बरेचदा मलासुद्धा दु:खं छळत असतात, पण म्हणून मी कधी डॉक्टरकडं जात नाही. तुला दु:ख सोसण्याची इतकी भीती का वाटते? आमच्याकडं कधी कुणी दु:खावर डॉक्टरकडं गेलेलं माझ्या ऐकिवात नाही.''

त्यानंतर बराच वेळ नीला नि:शब्द होती... आणि डॅनियल अश्रू लपवायचा प्रयत्न करत होती.

''चल, आपण शाँज़ेलीझेवरून चक्कर मारूया, तुला जरा बरं वाटेल.''

पण डॅनियलला कुठंही जायचं नव्हतं. तिला घरी जायचं होतं. एकटीनं.

नीला तिचा हात ओढत म्हणाली, ''चल, आपण सिनेमाला जाऊया.''

''नको.''

''मग, कॅफेत जाऊया?''

''नको.''

''सेनवरून फिरायचं?''

''नको.''

“नाटकाला?”
“नाही.”
“मी तुला मस्तपैकी डिनर देते.”
“नको.”
“मग तू आणि तुझी विषण्णता– जा खड्ड्यात.”

*

कोलकता... नेहमीसारखंच!

नीलानं कोलकता सोडलं तेव्हा ते जसं होतं, तसंच आत्ताही होतं. उलट आणखी थोडं गलिच्छच... फूटपाथवर आणखी कचरा होता, हवा थोडी जास्त प्रदूषित वाटत होती. रस्त्यावरची वाहतुकीची वर्दळ आणखी वाढलेली दिसत होती आणि मोटारींच्या अविश्रांत वाजणाऱ्या भोंग्यांचा आवाजही आणखी वाढलेला होता. रंगांचे टवके उडालेली घरं थोडी जास्तच जुनाट दिसत होती... आणि दुकानं अधिक छोटी भासत होती... अधिक आखडून आल्यासारखी, थकल्यासारखी, माणसंही जास्तच काळवंडलेली दिसत होती. शेतातली गवताची हिरवाई आटल्यासारखी दिसत होती.

डमडमहून गाडीतून घरी जाताना नीला निखीलला फक्त इतकंच म्हणाली, “कोलकता खूपच बदललंय.”

नीला कशाबद्दल बोलतीय ते शोधायचा निखीलनं प्रयत्न केला. त्यांचा ड्रायव्हर-रामकिरण कळकट रुमालानं मान पुसत नीलाला म्हणाला, “दीदी, ‘तुम्ही’ बदलला आहात. तुम्ही इथून जाताना कलकत्ता जसं होतं, तसंच आजही ते आहे.”

नीला बालीगंजमधल्या त्यांच्या घरी आली. तिला आपलं घरही आकसून कमी झाल्यासारखं वाटलं. एकदा, नीला मोठेपणी आपल्या पूर्वीच्या शाळेची जुनी इमारत पाहायला गेली होती. तिला ती ओळखूच येईना. कधीकाळी तिनं पळापळी केलेलं भलंमोठं मैदान, तिच्या स्मृतीतलं ते विशाल तळं, आता एखाद्या पर्वतराजींमधल्या छोट्याशा सरोवरासारखं वाटत होतं.

विमानतळावरून घरी येताना वाटेत तिनं ‘मोलिनाला काय झालंय?’ याची निखील किंवा रामकिरण, कुणाकडंच चौकशी केली नव्हती. तिला घरी आलेलं पाहिल्याबरोबर चित्रा मोलिनाला ही बातमी सांगायला धावली. “दीदी आल्या, दीदी.”

असं नेहमीच घडायचं. नीला कधी थोडी उशिरा घरी परतली, तर चित्रा अशीच तिच्या आगमनाची खबर मोलिनाला द्यायला धावायची. आत्ताही नीलाला वाटलं की, आपण घरी थोडं उशिराच आलोय. वाटेत रहदारी जास्त होती; किंवा अपर्णा सेनच्या नव्या चित्रपटाला गेले होते; अशा कारणांमुळं.

घरी परतल्यानंतर ती नेहमी जे करायची, तेच तिनं आत्ताही केलं, आईला हाक मारली. आई शयनगृहात दिसली नाही, तर नीला तिला स्वयंपाकघरात शोधायची. तिथंही ती नसली तर नीला ती परसात भाज्यांच्या छोट्या वाफ्यात आहे का बघायची, मग तिथंही ती दिसली नाही, तर ती ओळखायची... मा गच्चीवर कपडे वाळत घालत असणार.

आजही नीला तिला हाक मारत शयनगृहात गेली. पूर्ण वेगात फिरणाऱ्या पंख्याखाली मोलिना घामानं निथळत पडलेली होती. तिला झोप लागलेली दिसत होती.

"मा, आत्ता या वेळी झोपलीय? ऊठ, मी आलेय."

मी आलेय, मोलीना, ऊठ. मला थोडं थंडगार पाणी प्यायला दे... माझ्याशेजारी बसून माझी हालहवाल ऐक– तुला सांगण्याजोगं माझ्याजवळ किती काय काय आहे. बोलताना माझा कंठ दाटून आला तर माझं डोकं मांडीवर घेऊन मला थोपटत म्हण, "सोन्या, आता मला सोडून कध्धी कध्धी जाऊ नकोस."

नीला बिछान्यावर मोलिनाच्या डोक्याशी बसली. मोलिनाचा काळाभोर लांबसडक केशकलाप खिडकीतून उडून गेला होता आणि घरघरत्या पंख्याखाली सापळा धापत होता.

"दीदी, चहा घेणार?"

दीदीनं काहीच उत्तर दिलं नाही.

चित्राला रडू कोसळलं. ती का रडतीय, हे दीदीनं विचारलं नाही. ती वर माडीवरच्या आपल्या शयनगृहात गेली. साडीनं डोळे टिपत चित्रा तिच्या मागोमाग गेली.

"दीदी, झोपायला जाऊ नका. आधी आंघोळ करून काहीतरी खाऊन घ्या."

"चित्रा, इथून निघ. मला एकटीला राहू दे."

तरीही चित्रा तिथंच दाराशी उभी होती.

"मावशींना काय झालंय, देवालाच ठाऊक! आदल्या दिवसापर्यंत त्या बऱ्या होत्या. दुसऱ्या दिवशी एकदम आडव्या झाल्या. आता त्यांना उभंसुद्धा राहता येत नाहीय. त्या फक्त झोपेच्या गोळ्या घेऊन दिवस-रात्र झोपून असतात. झोपतात, ते एक चांगलं आहे. नाहीतर त्या वेदनेनं किंचाळत असतात. दीदी, तुम्ही ते ऐकलंत तर सहनच होणार नाही तुम्हाला."

“तू इतकी बडबड कशाला करतीयस? मी तुला कशाबद्दल काहीही विचारलेलं नाही!” नीला तिच्यावर ओरडली.

हळूहळू चित्रा नीलाजवळ आली.

“मावशींनी सारखा तुमचा धोसरा काढला होता. दीदी. त्यांना झोप लागायच्या आधी त्या आम्हाला सारख्या सांगत होत्या, आज तुम्ही येणार आहात म्हणून तीन प्रकारचे माशांचे प्रकार बनवा, काहीतरी मिठाई आणा.”

उशीत डोकं खुपसत नीला म्हणाली, “तू इथून जा, थोडा वेळ तरी जा.”

चित्रा आपल्याशी बोलत नाहीय, तर तिच्या तोंडून शब्दांऐवजी आगीचे लोळ येऊन आपल्यावर आदळतायत असं नीलाला वाटलं.

चित्रा पुन्हा मुसमुसू लागली.

“इतकी माणसं त्यांना भेटायला येतायत, पण कुणीसुद्धा त्यांना बरं करू शकलं नाहीय. कित्ती डॉक्टर येऊन गेले. त्यांनी किती औषधं दिली... पण त्यांना बरंच वाटत नाहीय. दर दिवशी त्यांची अवस्था वाईट-वाईटच होत चाललीय. परवापरवापर्यंत त्या अगदी मऊ गुरगुट्या भात घासभर तरी खात होत्या, पण आता त्यांना तेवढंसुद्धा जात नाहीय.”

थोड्या वेळात तिथं मंजुषाही आली.

“नीला, तू अगदी शेवटी घरी आलीयस.”

मंजुषा धाय मोकलून रडू लागली.

मोठ्यानं रडत-रडत ती म्हणत होती, “तू थोडी लवकर का आली नाहीस? तुला परदेशात मिळत नसणार म्हणून तू आल्यावर बनवायच्या म्हणून त्यांनी कित्ती गोष्टी ठरवून ठेवल्या होत्या, पण आता पुन्हा कधी त्यांच्या हातच्या पदार्थांची चव तुला चाखता येईल असं मला वाटत नाही...”

नीला उशीतून डोकं बाहेर काढून खेकसली, “तुम्हाला सगळ्यांना काय धाड भरलीय? तुम्ही सगळे इतकं धाय मोकलून का रडताय? निघा इथून.”

मंजुषा तिथंच बसून नीलाला ऐकवू लागली–

“डॉक्टरांनी त्यांच्यावर उपचार करणं थांबवलंय; आता काही उपयोग होणार नाही म्हणतायत. आता ते फक्त वेदनाशामक गोळ्या देतात, पण आता त्यांचासुद्धा परिणाम दिसत नाहीय. मला वाटतं, कॅन्सर आतड्यांतून यकृतापर्यंत पसरलाय, काल ते सांगत होते की, हाडांनाही त्याचा संसर्ग झालाय आणि मला वाटतं, मेंदूवरसुद्धा झाला असावा. काल रात्रभर दीदी वेदनेनं विव्हळत होत्या, पण आम्ही नुसतं पाहण्याशिवाय काही करू शकलो नाही.”

आता नीला बिछान्यावरून उठून बाथरूममध्ये पळाली.

तिला बाहेरून मंजुषानं सांगितलं, “आंघोळ करून जेवायला ये, नीला.”

नीलाला शांतता हवी होती. मोलिनीची अवस्था किंवा तिच्या इच्छा यांबद्दल तिला कुणाकडूनही काहीही सविस्तर ऐकायचं नव्हतं. नीलाला तिच्या लहानपणापासून मोलिनाच्या इच्छा-आकांक्षा ठाऊक होत्या, पण त्यातली कुठलीही इच्छा कधीच पूर्ण झाली नव्हती. मोलिनाला अनिरबानचं फक्त थोडंसं प्रेम हवं होतं... पण ते तिला कधीही लाभलं नाही. अनिरबान मंडल कुणावर प्रेमच करत नव्हता, असा याचा अर्थ नव्हता. त्याचं प्रेम होतं, मोलिनावर नव्हे, स्वाती सेन वर. एकदा एक कांजिवरम साडी पाहून मोलिना उद्गारली होती, ''काय मस्त साडी आहे! मलाही असली साडी नेसावीशी वाटतीय.''

पण, अनिरबाननं ती साडी तिच्यासाठी नव्हे, स्वातीसाठी घेतली. ती साडी नेसून स्वाती त्याच्याबरोबर सिमल्याला गेली होती. मोलिनाची दार्जिलिंगला जायची फार इच्छा होती, पण तिला तिथं नेऊन आणायला अनिरबानला कधीच वेळ नसायचा. स्वाती मोलिनापेक्षा देखणी होती. या एकमात्र कारणासाठी अनिरबानचा तिच्यावर जीव होता. नीलाच्या आजवरच्या आठवणींनुसार तिनं अनिरबान आणि मोलिनाला एका बिछान्यावर झोपलेलं कधीही पाहिलेलं नव्हतं. मोलिना नेहमी नवऱ्याचा बिछाना अगदी काळजीपूर्वक टापटीपीनं तयार करायची. स्वातीबरोबर मजा मारून घरी आल्यावर अनिरबान टेबलावर मांडलेल्या स्वयंपाकातल्या प्रत्येक पदार्थाला नावं-टिकल्या ठेवायचा, व्यवस्थित घातलेल्या बिछान्यावर कोसळायचा आणि घोरू लागायचा.

हे मोलिनाचं जीवन होतं.

या रामरगाड्यात तिनं आपल्या इच्छांना मुरड घालून, त्या दडपून आयुष्य ढकललं होतं.

मोलिनाला पाहायला आलेल्या नातलगांनी सायंकाळी घर ओसंडून गेलं. घरासमोरचा रस्ता गाड्यांच्या गर्दीनं नुसता फुलून गेला होता. मोलिनाची बहीण, तिचा नवरा, त्यांचा मुलगा, सून, त्यांची मुलं, मोलिनाची मावशी, मोलिनाची मावस बहीण, तिचा मुलगा पोल्तू, अनिरबानचा मोठा भाऊ, बहीण, मावसभाऊ. त्याची मुलगी मिठू आणि शेजारच्या दोन बायका... इतकी गर्दी होती. आलेला एक-एक जण मोलिनाच्या खोलीत जात होता आणि प्रवेशद्वाराशी चपलांचा ढीग वाढत होता. कुणी मोलिनासाठी सफरचंद, डाळिंबं, द्राक्षं, संत्री घेऊन आलं होतं, कुणी हॉर्लिक्स आणलं होतं, काहीजण माशाचं सूप किंवा घरी बनवलेलं गोड दही घेऊन आलं होतं, काहींनी फक्त फुलं आणली होती. मंजुषानं ते सगळं मोलिनाला दाखवून बाजूला ठेवलं. या फुलांचा वास मोलिनाला

असह्य होणार आहे आणि सफरचंदाचा किंवा संत्र्याचा रस तिला दिला, तरी ती तो थुंकून टाकणार आहे, हे मंजुषाला माहीत होतं. मोलिनानं आपल्या नातलगांकडं रिक्त, भकास नजरेनं पाहिलं आणि डोळे पुन्हा मिटून घेतले, ... जणू आता डोळे उघडायचीसुद्धा तिच्यात ताकद उरली नव्हती, इतक्या वर्षांच्या अविरत सेवेनंतर तिच्यात तेवढादेखील जीव उरला नव्हता. जमलेले सगळे नातेवाईक मोलिनाकडं पाहून हळहळत होते, कुणी डोळे टिपत होते, कुणी तिला वारा घालत होते, काहीजण तिच्या कृश देहावर हलकेच थोपटत होते.

जमलेल्या गर्दीतून शब्द येत होते.

''परवापरवापर्यंत तर ती उभी होती.''

''अगबाई, किती आजारलेली दिसतीय.''

''आज तिचं पोट जरा जास्तच फुगलेलं दिसतंय.''

''डोळे जरा जास्तच पिवळे झालेत.''

नीला त्या गर्दीतून कशीबशी वाट काढून खोलीबाहेर आली. त्यातली थोडी गर्दी तिच्या मागोमाग बाहेर आली.

''जा. लाल-पांढऱ्या बांगड्या घालून, कुंकू लावून ये. ही सगळी माणसं काय म्हणतील!'' मंजुषा नीलावर खेकसली.

''ही माणसं इथं माझ्या बांगड्या आणि कुंकू पाहायला आली आहेत का?''

''नाही, ते पाहायला आलेली नाहीत, पण त्यांचं सगळ्यांचं लक्ष आहे. बघ, याविषयी चर्चा होतेय की नाही, ते तुला समजेलच.''

''मला काही फरक पडत नाही.''

नीलानं असली आभूषणं वापरणं कधीच सोडून दिलं होतं आणि असलं प्रसाधन पुन्हा सुरू करण्याचा तिचा मुळीच इरादा नव्हता. खिडकीशी उभं राहून, ती बाहेर पाहू लागली. तिची नजर शेजारच्या घराच्या मागच्या बाजूच्या भिंतीच्या पायाशी असलेल्या कचऱ्याच्या ढिगावर होती. दोन भटकी कुत्री तो ढीग उचकत होती. मोलिनाच्या मोठ्या भावाच्या आवाजानं तिची तंद्री मोडली. त्यानं इंग्रजीत संभाषण सुरू केलं.

''नीला, व्हाय डिडंट ही कम?''

''कोण?''

''किशनलाल, आय थॉट ही वॉज इन कोलकता ॲन्ड वी वील हॅव क्वाईट अ चॅट. ही इज क्वाईट अ जंटलमन.''

सगळं खरं असलं तरी तो इथं आलेला नव्हता, नीला एकटीच आली होती.

''मी कधी पॅरिसला गेलेलो नाही, बट आय नो, इटस् अ वंडरफूल सिटी.

मला तिथं जायला फार आवडेल. मी किशनलालच्या घरी येऊ का? आय ॲम शुअर, त्याचं घर मस्त असणार, बिग हाऊस.''

''तुम्ही इतके इंग्रजी शब्द का पेरताय? आपण बंगाली आहोत, तुम्हांला बंगाली बोलता येतं,'' नीला म्हणाली.

तो नेहमीच बंगाली आणि इंग्रजीची सरमिसळ करून बोलायचा, पण याआधी नीलानं त्याच्या या 'मिसळी'वर कधी आक्षेप घेतला नव्हता, उलट तीसुद्धा नेहमी अशाच प्रकारे प्रतिसाद द्यायची.

तो जोरात हसला. त्याचा अहंकार दुखावला नव्हता. उलट त्याला आनंदच झालाय, असं नीलाला वाटलं. आपल्या जिभेला बंगाली भाषेतल्या शब्दांपेक्षा इंग्रजी शब्दांचंच अधिक वळण आहे, याचा त्याला अगदी अभिमान वाटलेला दिसत होता.

अनिरबानच्या मोठ्या बहिणीनं नीलाला खिडकीतून मागं ओढलं.

''काय झालं? तू अशी गप्प का? आमच्याशी बोल. तू जितकी गप्प राहशील. तितका तुला जास्त त्रास होईल. आपण काय करू शकतो? मोलिनाला बरं करणं काही आपल्या हातात नाहीय. ही देवाची इच्छा...''

मोलिनाचा मेव्हणा सोफ्यावर रेलून सिगारेट शिलगावत म्हणाला, ''मग काय, काय म्हणतंय पॅरिस? तुझा नवरा चांगला श्रीमंत आहे ना? तो भरपूर पैसा मिळवतो असं ऐकलं मी!''

मोलिनाची मावसबहीण नीलाचं मनगट धरून म्हणाली, ''बघ हे... भुंडे हात बघ. तू सगळे दागदागिने का काढून ठेवले आहेस? आणि लाल-पांढऱ्या बांगड्या, कुंकू का लावलं नाहीस? एखाद्या विधवेसारखी दिसतीयस.''

दुसरी मावसबहीण विचारत होती, ''मुलाचा विचार कधी करणार आहात? काय जे प्लॅनिंग असेल, ते लवकर ठरवा.''

आता नीलाची एक चुलतबहीणही संभाषणात उतरली. आपल्या बाळाच्या तोंडात दुधाची बाटली कोंबत तिनं विचारलं, ''तुझं मूल तिथं जन्मलं की ते फ्रेंच नागरिक होणार ना?''

मोलिनाच्या मावशीनं पोल्तूला हाक मारली. त्याला नीलासमोर ढकलत ती म्हणाली, ''तुला दीदीला पॅरिसबद्दल विचारायचं होतं ना, आता विचार!''

पंधरा वर्षांचा पोल्तू आजीच्या मागं लपला.

''नीला, पोल्तूला परदेशी न्यायचं जमव बाई, या पोराला इथं अजिबात अभ्यास नको असतो.''

अनिरबानचा मावसभाऊ– सधनदास नीलाला जरासं बाजूला घेऊन सुस्कारत म्हणाला, ''नीला, तू मिठूसाठी काही करशील का? तू जर तिच्यायोग्य कुठलं

स्थळ पाहिलंस तर...''

आपले नातेवाईक आपल्याकडं गडगंज श्रीमंत म्हणून बघतायत, हे नीलाच्या ध्यानात आलं. विमानाच्या भाड्याचे पैसे सुनीलकडून उसने घेऊन ती इथं आल्याचं या लोकांना ठाऊक नव्हतं. कुणाचेही प्रश्न सोडवणं, नीलाला शक्य नाहीय, हेही त्यांना ठाऊक नव्हतं. कुणाचं लग्न जमत नाहीय, कुणाचं अभ्यासात लक्ष नाहीय... यातल्या कुणातही तिला काडीचाही रस नाहीय, हेही त्यांना माहीत नव्हतं. या सगळ्या माणसांनी इथून निघून जावं आणि मोलिनाजवळ बसायला आपल्याला थोडा वेळ मिळावा, असं तिला वाटत होतं. मोलिनाजवळ बसावं... ती डोळे उघडून आपल्याकडं बघेपर्यंत तिच्याकडं पाहात राहावं... तिनं डोळे उघडून पाहिलं की, तिला आपण तिच्यासाठी आणलेल्या चपला, घड्याळ आणि सुरकुत्या पळवणारं चेहऱ्याचं क्रीम दाखवू.

चित्रा आणि मंजुषा पाहुण्यांची उसाबर करण्यात गुंतल्या होत्या. चहा-बिस्किटांच्या फेऱ्या झडत होत्या.

नीला तिथं हरवल्यात जमा असलेल्या शांततेच्या शोधात होती.

पांढऱ्या, सुती साडीतली मिठू खोलीच्या एका कोपऱ्यात उभी होती. अडखळत्या पावलांनी नीलाच्या दिशेनं येत मिठूनं आजूबाजूला सावध नजर टाकली आणि ती हलक्या आवाजात नीलाला म्हणाली, ''मला तुझ्याशी बोलायचंय.''

''बोल.''

''इथं नको. आपण तुझ्या खोलीत जाऊया.''

नीलानं मिठूला माडीवरच्या आपल्या खोलीत नेलं. खोलीचं दार लावून मिठू बिछान्यावर बसली. नीलाचे हात हातात घेत मिठू म्हणाली, ''नीला, प्लीज माझ्यासाठी काहीतरी कर.''

''काय करू?''

''माझ्यासाठी मुलगा बघ, कुणीही. मी तुझ्यापेक्षा चार वर्षांनी मोठी आहे हे तुला माहीत आहे. बाबा एके ठिकाणी कारकून म्हणून कामाला होते. आता तीही नोकरी गेलीय. आता ते त्याच ऑफिसमध्ये वॉचमन म्हणून काम करतायत. दादाला नोकरी नाहीये. मला जो कुणी बघायला येतो, तो मी काळी आहे म्हणून मला नाकारतोय. माझ्यासाठी लठ्ठ हुंडा द्यायची बाबांची ऐपत नाही. नीला, तुझं लग्न झालंय गं, अविवाहित राहणं हा या समाजात केवढा मोठा गुन्हा आहे, ते तुला माहीत नाही. मला बी.ए. होऊनही बरीच वर्षं झाली आहेत आणि मी घरीच बसलेली आहे. मी अक्षरशः आईबापांवर ओझं झालीय. मी डोळ्यांत खुपतीय. परदेशातला एखादा मुलगा... मी जातीबद्दलही आग्रही नाही... कुणीही चालेल,

फक्त त्याची माझ्याशी लग्न करायची तयारी हवी. या देशात कुणीही माझ्याशी लग्न करायला तयार नाही.''

मिठूच्या टपोऱ्या डोळ्यांत अश्रू डबडबले होते. तिच्या लांबसडक काळ्याभोर केशसंभारानं तिची पाठ झाकलेली होती. तिच्या बदामी चेहऱ्यावर भीती दाटलेली होती. नीला मिठूचं उंच, सडपातळ, आकर्षक सौंदर्य पाहात राहिली.

''मी दादाला विचारलं, तू का लग्न करत नाहीस? त्यावर तो उसासून म्हणाला, तुला सासरी पाठवल्याशिवाय मी कसं लग्न करू? माझ्यामुळं त्यालाही लग्न करता येत नाहीय. नीला, मला भीती वाटतीये. मी समाजात माझं तोंडसुद्धा दाखवत नाही.''

मिठूच्या हातातून हात सोडवून घेत नीला म्हणाली, ''तू बी.ए. झाली आहेस, तू नोकरी का बघत नाहीस? लग्न न होण्यात काय गैर आहे? ते काही सर्वस्व नाही.''

''मला स्वत:साठी लग्न नकोय, नीला. आता मला काळ्याकुट्ट निराशेनं घेरलेल्या आईबाबांकडं पाहायची सुद्धा भीती वाटते. प्रत्येकाच्या चेहऱ्यावर मला माझ्या त्वचेचा रंग दिसतो. हा माझा केवढा मोठा गुन्हा आहे. नीला, एखाद्यानं माझ्याशी लग्न केलं आणि नंतर मला मोलकरणीसारखं वागवलं, तरी चालेल. मला काहीही वाईट वाटणार नाही... फक्त माझ्याशी लग्न करावं, बास! तुला कुणी आढळलं तर सांग, म्हातारा, वेडा...''

नीलानं तिला जराही आशेला लावलं नाही. चेहऱ्यावर भयाचं सावट घेऊन मिठू गेली.

अंधार पडल्यानंतर अनिरबान घरी आला. त्यानं नीलाला त्याच्या खोलीत बोलावलं. अनिरबान अगदी तसाच होता, नेहमीसारखाच. नेहमीप्रमाणंच तो घरी आला, हातपाय धुऊन सैलसर कपडे घालून सोफ्यावर बसला. त्यानंतर एक नजर दिवसभरातल्या बातम्यांवर. नीला त्याच्या खोलीत येऊन, त्याच्यासमोर बसली, तेव्हाही त्याचं वाचन सुरूच होतं.

''तुझं आणि किशनचं काय बिनसलंय?''

''काही नाही.''

अनिरबाननं चष्मा काढला. कुर्त्याच्या टोकानं चष्म्याच्या काचा पुसून, पुन्हा चष्मा नाकावर चढवत तो म्हणाला,

''आयुष्य किती छोटं आहे, तुला दिसत नाही का? तुझ्या आईची अवस्था तू बघतीयस. तुला आयुष्याचं मोल समजत नसलं तर, तू मनातल्या कल्पनारम्य आभासांच्या मागं धाव आणि भविष्य संपूर्ण बरबाद कर, पण एके दिवशी तुला समजेल की, आयुष्य संपलं. नव्यानं कुठला डाव मांडण्यासाठी किंवा एखादा

बदल घडवण्यासाठी, कशासाठीच वेळ उरलेला नाही असं तुझ्या लक्षात येईल.''

निखील आणि नीलाशी भविष्याबद्दल हा माणूस नेहमी अशाच प्रकारे बोलायचा. आपण अनिबानरला कधी रडताना पाहिलंय का, नीलानं आठवून पाहिलं.

अनिरबान त्याच विषण्ण सुरात पुन्हा बोलू लागला, ''दुसऱ्याच दिवशी मी किशनशी बोललोय. तो म्हणाला की, तू जर नीट वागलीस, बाकी बहुतांश बायकांसारखंच आपल्या नवऱ्याला खूष ठेवलंस, त्याच्या म्हणण्याप्रमाणे वागलीस तर तो तुला माफ करून पुन्हा घरात घ्यायला तयार आहे. नाहीतर हे नातं कायदेशीररीत्या संपवण्यात त्याला कसलीच अडचण नाहीय. नीला, तू या सरळमार्गी माणसाला असं त्रस्त केलं आहेस. मला इतकी चिंता लागून राहिली होती की, मला झोपसुद्धा लागायची नाही.''

नीला अनिरबानच्या ओठांच्या हालचाली बेफिकिरीनं निरखत म्हणाली, ''बाबा, तुम्ही कधी रडलाय का हो?''

''हा कसला प्रश्न झाला?''

''मला जाणून घ्यायचंय. मला जाणून घ्यायचंय की, तुमच्या आजवरच्या संपूर्ण आयुष्यात तुम्ही कधी रडलाय का. प्रयत्नपूर्वक आठवून बघा, तुमचे डोळे कधी कुणासाठी भरून आलेत? कुणासाठी नसतील तर निदान स्वत:साठी तरी... आपले डोळे ओलावल्याचं तुम्हाला कधी जाणवलंय? डोळे म्हणजे आत्ता तुम्ही पुसून, चकचकीत करून डोळ्यांवर चढवलात त्या चष्म्याच्या मागचे डोळे... मी त्याबद्दल विचारतीय. या डोळ्यांत कधी अश्रूचा थेंब तरी तरळलेला तुम्हाला आठवतोय? आपल्या काळजात कळ उठलीय आणि अचानक अश्रूधारांनी नकळत गाल ओलावलेत, असं कधी आठवतंय? आपले हात ओलावलेत, किंवा उशी भिजलीय... असं कधी झालेलं तुम्हाला आठवतंय?''

''वेड लागलंय का तुला?'' अनिरबान खेकसला.

''होय, लागलंय,'' नीलाच्या आवाजात विचित्र निश्चलपणा होता.

अनिरबाननं पुन्हा चष्मा काढला. या खेपेला तो पुसण्यासाठी म्हणून नाही, तर, नीलावर तीक्ष्ण नजर रोखण्यासाठी.

पण नीला पुढं बोलत राहिली, ''एक शब्द असतो, पश्चात्ताप. कधी ऐकला आहेत? तुम्हांला तो कधी जाणवला आहे? नाही, कधीच नाही. कधी गरजच पडली नाही. पैशाची गरज होती म्हणून तुम्ही माशी लग्न केलंत. तिनं आणलेल्या हुंड्यामुळं तुमची पैशाची गरज भागली. वैद्यकशास्त्राचा अभ्यास करण्यासाठी तुम्ही हे पैसे वापरलेत. आईचं स्थान घरात एखाद्या नोकरासारखं, नाही का? याबद्दल कुणीच काही बोललं नाही. कारण, बऱ्याच ठिकाणी बायका नवऱ्याच्या

घरात अशाच स्थितीत असतात. तिच्यावर हुकूम गाजवत तुम्ही ऐश केलीत आणि इतर सुखं मिळवण्यासाठी तुमची स्वाती सेन होतीच. लोकांनाही याचं काही वाटलं नाही याचं कारण म्हणजे पुरुषांना याचा परवाना प्राप्त असतो असं गृहित असतं किंवा दुसरं म्हणजे त्यात काही गैर नसतंच. उलट वस्तुस्थिती अशी होती की, आपल्या काळ्याबेंद्र्या, दिसायला चांगल्या नसलेल्या बायकोला तुम्ही सोडून दिलं नाहीत, म्हणून प्रत्येकजण तुम्हांलाच महान समजत राहिला. आपण वांझ नाही, हे सिद्ध करण्यासाठी तुम्ही दोन मुलांना जन्म दिलात. तुमची मुलं चांगली निघाली, शिकली-सवरली, तुम्ही तिथंही जिंकलात. मुलीच्या हुंड्यासाठी तुम्हाला एक छदामही फेकावा लागला नाही, तिथंही तुमची सुटका झाली. उलट 'माझी मुलगी परदेशात असते' असं सांगता येण्याचा तुम्हाला आणखी फायदाच झाला. परदेशातलं जीवनमान छानच असतं, त्यामुळं मुलगी कशी आहे, हे कुणी न विचारणं स्वाभाविकच आहे. आपल्या आईनं जशी आपल्या वडिलांची सेवा केली, तशी मुलीनं आपल्या नवऱ्याची केली, की वर्तुळ पूर्ण! पण, जर मुलगी घटस्फोट घेऊन माहेरी– आईवडिलांकडं परत आली, तर अरे देवा! कपाळच फुटलं! तुमच्या मुलाला चांगली नोकरी आहे, शिवाय तो राजकारणातही लुडबुडतोय. कदाचित एखाद्या दिवशी तो मंत्रीसुद्धा होईल! एक यशस्वी आयुष्य! त्यामुळं तुम्ही दुसरं काहीही कराल, पण त्यात पश्चात्ताप करणं ही गोष्ट असणार नाही, बरोबर?''

अनिरबानला तिनं एक शब्दसुद्धा उच्चारायची संधी दिली नाही. त्यानंतर ती मोलिनाच्या खोलीत आली. मोलिना डोळे मिटून पडली होती. नीलानं तिची बोटं हातात धरून, जरासं थोपटलं, त्याबरोबर अकस्मात, सूर्यफुलाची कळी सावकाश उमलावी, तसे मोलिनानं डोळे उघडले.

''मा, तुला काही हवंय?''

''तुझ्या वडिलांना काहीही बोलू नकोस. अडचणीच्या काळात ते तुला सांभाळतील.'' मोलिनाचा आवाज दमलेला, तुटलेला होता.

''मा, मी तुला पॅरिसला घेऊन जाईन, तिथं तुझ्यावर उपचार करू, मग तुला बरं वाटेल. पॅरिसमध्ये बघायला पुष्कळ काय काय आहे, मी सांगितलं का तुला? मी तुला सगळं दाखवीन.''

अचानक मोलिनाचे डोळे लकाकले.

''मी बरी होईन?''

''नक्कीच, तू बरी होशील. तिथं इतके चांगले डॉक्टर आहेत. तिथं समुद्राजवळ मी आपल्यासाठी एक सुंदर घर बांधीन. घराच्या मागं पर्वतांच्या

रांगा असतील. तुला समुद्र फार आवडतो ना?''

मोलिनानं लहान मुलासारखी मान डोलावली.

''या देशातसुद्धा पाहण्यासारखं कितीतरी आहे. मी तुला दार्जिलिंगला नेईन, सिमल्याला, काश्मीरला नेईन.''

''नको, काश्मीरला नको,'' मोलिना तशाच दमल्या आवाजात म्हणाली.

''बरं, काश्मीरला नको, तिथं सुरक्षित नाही. मा, तुला जयपूरला जायचंय? आणि गोव्याला? आपण तिथं पोहूया...''

मोलिनाच्या डोळ्यांतलं हसू पुसट झालं. तिनं डोळे गच्च मिटून घेतले... इतके गच्च की, तिचा चेहरा पिळवटून सुरकुतला... कागदाचा चोळामोळा करून त्याचा बोळा करावा तसा तिचा चेहरा दिसत होता.

नीलानं तिला घट्ट जवळ घेतलं.

अचानक मोलिना किंचाळली, ''मंजुषा!''

''मा, मंजुषा इथं नाहीये, ती गेलीय. तुला काय हवंय, मला सांग.''

तितक्यात चित्रा तिथं धावत आली. ती म्हणाली, ''दीदी, मावशींना ते लाल औषध द्या.''

लाल औषध! वेदनाशामक! नीलानं दोनाऐवजी तीन गोळ्या विरघळवून मोलिनाला दिल्या.

पण, वेदना शमली नव्हती.

नीलानं निखीलला उठवलं.

''दादा, तुला अशी झोप कशी येते रे? मा वेदनेनं किंचाळतीय. ऊठ. तिच्यावर उपचार करणाऱ्या डॉक्टरांना बोलव.''

अनिरबान घोरत होता. नीलानं त्यालासुद्धा उठवून डॉक्टरना बोलवायला सांगितलं. त्यावर अनिरबान ओरडला, ''डॉक्टरला बोलवा काय, आत्ता रात्री या वेळेला!''

झोपेच्या कुशीत शिरलेल्या घरात मोलिनाच्या कण्हण्याचे आवाज घुमत राहिले. मोलिना रात्रभर कण्हत होती, तिच्यात किंचाळण्याची ताकदच उरली नव्हती. नीला तिच्या शेजारी बसून होती... असहाय्य. आपल्या आईची सगळी वेदना आपल्याला घेता यावी, असं तिला वाटत होतं आणि तिच्या काळजातलं दुःखही.

*

आपल्या माणसांत

सकाळी कामावर जाण्याआधी अनिरबान मोलिनाच्या खोलीत डोकावला, त्याच्यापाठोपाठ निखीलही. सकाळी न्याहारी आटोपली की मोलिनाच्या खोलीत जरासं डोकावल्यासारखं करायचं की, पुन्हा दिवसभर गायब! असं वागण्यात त्यांच्या मनाला जराही काही वाटायचं नाही. नीलानं त्यांची वाट अडवून विचारलं, ''मा इतकी आजारी असताना, तुम्ही दिवसभर मजेत बाहेर कसं राहू शकता?''

''आम्हाला कामं असतात.''

''कामं? काम करून गलेलठ्ठ पगार कमवायला आयुष्य पडलंय. आज सुट्टी घ्या!''

''त्यात काय अर्थ आहे? मा बरी होणार आहे का?''

''नाही, पण निदान तिच्या जवळ बसा, तिला तुमच्याकडं पाहू दे तरी.''

''ती... आणि माझ्याकडं बघणार? सगळा वेळ ती झोपून असते.''

अनिरबान निखीलला घाई करत म्हणाला, ''वेळ फुकट घालवू नकोस, तुला उशीर होतोय. या अव्यवहारी मुलीच्या बोलण्याला अजिबात भीक घालू नकोस. कुणा एका माणसाचं आयुष्य निश्चल झालं म्हणजे बाकीच्यांनी आपापली आयुष्यं थांबवावीत, असा अर्थ नाही!''

''जा! जा, मिळवा पैसे. खरं तर, मला वाटतं तुमची इथं गरजही नाहीय. फक्त डॉक्टरला पाठवून द्या. आणि तुम्हाला तेही जमणार नसेल, तर मला त्यांचा पत्ता द्या, त्यांना इथं कसं आणायचं ते मी पाहीन.'' नीला थकलेल्या सुरात म्हणाली.

सकाळी सूर्यफूल पुन्हा उमललं.

''आज गंगेकाठी फिरायला जायचं?''

मोलिनाच्या चेहऱ्यावर एखाद्या लहान मुलासारखं हास्य उमललं... तिला फिरायला जायचं होतं. तिनं या घरातून बाहेर पाऊल टाकल्याला आता कित्येक युगं लोटली होती. नीलाला काय जेवायला घातलं, याचे तिला तपशील हवे होते. तिचा आवाज क्षीण झाला होता... तरी ती बोलत होती, तिचे डोळे मिटत होते... पण ती ते ताणून उघडे ठेवायचा प्रयत्न करत होती. ती बळ मिळवत होती.

नीलानं तिला सांगितलं की, माझं जेवणखाण अगदी छान सुरू आहे. चित्रा

माशाच्या आमट्यांचे मस्त प्रकार बनवतीय...

"तिनं आमटीत कोथिंबीर घातली होती ना?"

"होय मा, घातली होती."

मोलिना स्वत: कपभर दुधाखेरीज काहीही खाऊ शकत नव्हती... तेवढं दूधसुद्धा ती ओकून टाकायची. मोलिनाकडं पाहून नीलाच्या मनात आलं, एकेकाळी नवऱ्याचं, मुलांचं जेवण झाल्यावर काय उरेल ते ती खायची. बऱ्याचशा बायका जे करतात, ते तीही करायची, त्यामुळंच ती आजारी पडली आहे. तिनं स्वत:कडं कधीच लक्ष दिलं नाही, आपल्या वैयक्तिक सुखाकडं किंवा आरोग्याकडं कधीच पाहिलं नाही आणि घरातल्या इतरांसारखंच आपणही, मोलिनानं काय खाल्लं, तिला बरं नाही का, अशा गोष्टींकडं कधी ढुंकूनसुद्धा पाहिलं नाही. आता नीलाला वाटत होतं, आपण मोलिनाची काळजी घ्यावी, आपल्या हातानं तिला भरवावं. तिला मोलिनानं बरं व्हायला हवं होतं; पण मोलिना... ती तर नीलाच्या प्रेमाच्या, तिच्या हळव्या भावनेच्या, तिच्या मनातल्या आदराच्या, खुशामतीच्या साऱ्याच्या पलीकडं गेली होती. इतकी वर्षं हे सारं कधी घडलं नाही आणि आता... आता फार फार उशीर झाला होता. कालचक्राचे काटे उलटे फिरवून आपल्या चुकांचं परिमार्जन करावं, असं तिला तळमळीनं वाटत होतं. पण काळ... तो नेहमीसारखाच कुणासाठी न थांबता पुढं चालला होता... सोबत सगळ्या चुका, सगळे प्रमाद घेऊन.

दुपारी डॉ. प्रशान्ता आले. नीलाच्या अंगवळणी पडलेल्या नव्या सवयीनुसार तिनं हस्तांदोलनासाठी हात पुढं केला, पण डॉक्टरांची अस्वस्थता ओळखून तिनं हात मागं घेतला आणि आपण पेशंटची खोली कुठली, ते हातानं दाखवतोय असा बहाणा केला. आपल्या एकदम ध्यानात आलं आणि आपण त्यांच्या गालावर ओठ टेकायला पुढं झालो नाही, हे नशीब! नीलाच्या मनात आलं... नाहीतर, हे गावभर झालं असतं की, नीला नुसती बिघडलीच नाहीय, तर वेडीसुद्धा झालीय!

डॉक्टरांनी मोलिनाचा रक्तदाब तपासला, नाडीचे ठोके पाहिले आणि आधी लिहून दिलेलं औषधच चालू ठेवायला सांगितलं.

"त्याचा उपयोग होत नाहीय, डॉक्टर. तिला काहीतरी आणखी प्रभावी द्या... मॉर्फिन."

नाकावर धुळकट काचांचा चष्मा लटकवलेल्या करड्या केसांच्या डॉक्टरनं या कानापासून त्या कानापर्यंत डोकं हलवलं.

"मॉर्फिन आत्ता नाही द्यायचं, ते नंतर."

''नंतर म्हणजे केव्हा?''

नंतर म्हणजे केव्हा, याचं त्यांनी उत्तरच दिलं नाही... नंतर म्हणजे नंतर.

अखेर डॉक्टरांनी मॉर्फिन द्यायला नाखूष असण्यामागचं कारण सांगितलं. ते काही चांगलं नाही, त्याची सवय जडू शकते, असं त्यांचं मत होतं.

नीला आश्चर्यानं थक्कच झाली. ते आश्चर्य तिच्या शरीरातून झिरपत तिच्या संवेदनांपर्यंत पोचलं. तिच्या मनात संतापाची लाट उसळली. अखेरच्या घटका मोजणाऱ्या माणसाला मॉर्फिनची सवय लागेल याचा हा माणूस आत्ता विचार करतोय?

नीला म्हणाली, ''तिला सवय लागू दे. माझ्या आईला कधीच कुठली सवय जडली नाही. आता तिला मॉर्फिनची सवय जडायला हरकत नाही. तिला ते लिहून द्या.''

''वैद्यकशास्त्रात नीतिमत्ता नामक काही चीज असते! ती मर्यादा मी ओलांडू शकत नाही.'' धुळकट काचांचा चष्मा पुन्हा नाकावर अडकवत डॉक्टर म्हणाले.

''नीतिमत्ता गेली खड्ड्यात! प्लीज, ते लिहून द्या... मी तिला इंजेक्शन देईन,'' नीला डॉक्टरांवर ओरडली.

डॉक्टर त्यांच्या नीतिमत्तेच्या कल्पनांच्या राडीत लोळणारे... त्यांनी मॉर्फिन लिहून दिलं नाही. अचानक नीलाच्या मनात आलं, अतिवृद्ध किंवा असाध्य आजाराशी झुंज देणाऱ्या जराजर्जर माणसाचं वेदनारहित मरण घडवून आणण्याची पाश्चिमात्त्यांची कल्पना खरंच चांगली आहे. याआधी हीच पद्धत तिला अतिशय क्रौर्याची वाटत होती; पण आज मात्र तिच्या मनात आलं की, जसा एखाद्या माणसाला जगण्याचा हक्क असतो, तसा त्याला तो मरण्याचाही असला पाहिजे. हा सुद्धा एक मानवी हक्कच आहे. भविष्यात जर दुःखच वाढून ठेवलेलं दिसतंय, तर दिवस ढकलत जगत राहण्यात काय अर्थ आहे?

निघण्यापूर्वी डॉक्टर म्हणाले, ''तू अशी इतकी एक्साईट का झाली आहेस? हे आजारपण काही अकस्मात उद्भवलेलं नाही, कितीतरी दिवसांपासून ते चिघळत चाललंय. सुरुवातीला त्यांच्या आतड्यात गळू झालं होतं, त्यातून रक्तस्राव होत होता. त्यावर शस्त्रकिया अगदी सहज करता आली असती, पण त्याकडं लक्ष न दिल्यामुळं ते वाढलं आणि त्यातून कॅन्सर झाला. रुग्णाच्या कुटुंबीयांचं हेच तर अडचणीचं असतं. ते वेळेत उपचार सुरू करत नाहीत आणि एकदा वेळ टळून गेली की, मग आकाशपाताळ एक करतात.''

संध्याकाळी निखीलला घरी सोडून अनिरबानला आणायला गाडी इस्पितळात गेली. तो घरी आल्यावर नीला म्हणाली, ''रामकिरणला थांबायला सांगा, मला

बाहेर जायचंय.''

''कुठं?''

त्यावर नीलानं काहीच उत्तर दिलं नाही. तिनं निखीलला मोलिनाला उचलून गाडीत आणायला सांगितलं.

अनिरबान निखीलला थोपवत म्हणाला, ''तुझंही हिच्यासारखंच डोकं फिरलंय काय?''

हा शुद्ध वेडगळपणा आहे, या मताशी निखीलही सहमत होता. चालता येत नाही, उभंसुद्धा राहता येत नाही, अशा हातापायांत जराही बळ नसलेल्या माणसाला घेऊन नदीकिनारी जायचं!

''तिला मरण येण्याआधीच तू तिला ठार करणार आहेस का?''

तिला बाल्कनीत खस्सकन ओढत निखील तिच्यावर डाफरला.

''काय झालंय तुला? काय नाटक आहे हे? माची अवस्था तू बघतीयस. अशा वेळी तिला फरफटत, ओढत बाहेर नेण्यात काहीही अर्थ नाही.''

नीला तिथंच शांतपणे उभी होती.

निखील उसासा सोडत म्हणाला, ''माला असं एकदम एकाएकी काय झालं देवालाच ठाऊक.''

मोलिना वेदनेनं कळवळत होती. तिच्या करुण किंकाळ्या बाल्कनीतसुद्धा नीलाच्या कानावर येत होत्या. त्या भयानक वेदना आणि त्या प्राणांतिक यातनांनी पिळवटलेला मोलिनाचा चेहरा तिला पाहवत नव्हता. नीलानं बाल्कनीचे गज घट्ट पकडले होते... कुठंही न जाता, तिथंच उभं राहून ती तो यातनापट पाहणार होती. तिनं मागं वळून पाहिलं. अनिरबान आरामशीर कपड्यांत सोफ्यावर बसला होता. मांडीवर वर्तमानपत्र आणि नजर– टीव्हीवरच्या यौवनात प्रवेश केलेल्या नायिकेच्या नितंबाच्या झोक्यांवर.

नीलानं टीव्ही बंद केला. अनिरबानच्या समोर बसत तिनं विचारलं, ''काल मी तुमच्याशी पश्चात्तापाविषयी बोलले. मग, तुम्हाला कशाबद्दल पश्चात्ताप वाटतोय?''

अनिरबाननं चष्मा काढला. त्याची नजर पुन्हा तशीच बनली, तीक्ष्ण... भेदक.

''मला का वाटावा?''

''तुम्हाला वाटायला हवा, कारण तुम्ही माच्या तब्येतीकडं कधीच लक्ष दिलं नाहीत. दहा वर्षं माला अधूनमधून रक्तस्राव होत होता, त्या वेळी तुम्ही हा मूळव्याधीचा त्रास आहे, असं म्हणत होतात ना? ती मूळव्याध नव्हती, हे आता तुम्हाला समजलंय. ती पोट दुखतंय म्हणून सांगायची त्या वेळी तुम्ही म्हणायचात,

काही नाही, ही नुसती सोंगं आहेत. तिला दिवसभर सुट्टी पाहिजे आहे म्हणून तिची नाटकं चालली आहेत, असं तुम्हीच म्हणायचात ना? तुमचं लक्ष वेधून घेण्यासाठी ती विनाकारण तक्रारी करतीय असं तुम्ही म्हणायचात. आता तुम्हाला सत्य कळून चुकलंय. मग, आता तुम्हाला पश्चात्ताप होत नाहीये? इथं जेव्हा तुम्ही एकटे बसलेले असता, त्या वेळी तुम्हाला कधी आपलं चुकलं असं वाटत नाही? तिच्याकडं दुर्लक्ष न करता, आपण तिच्यावर उपचार केले असते, तर तिचं हे आजारपण टळू शकलं असतं, असं तुम्हाला वाटत नाही? तुम्ही गॅस्ट्रोएन्ट्रॉलॉजीचे प्रोफेसर होतात, अजूनही आहात. तुम्ही स्वत: डॉक्टर आहात आणि मा तुमच्यावर अवलंबून आहे, अशा वेळी तुम्ही तिच्याकडं थोडंसुद्धा लक्ष न दिल्यामुळं, ती उपचाराविना मृत्युशय्येवर पडलीय, याबद्दल तुम्हाला जराही खेद वाटत नाही? याबद्दल तरी तुम्हाला पश्चात्ताप वाटायला हवा, नाही का?''

''पण, तिच्यावर उपचार सुरू आहेत. आम्ही किमोथेरपी सुद्धा देऊन पाहिलीय,'' अनिरबानचा आवाज चढला होता.

''शी! किमोथेरपी हा काही उपचार नाही. तुमच्यामुळं हा कॅन्सर उद्भवलाय आणि आता तुम्ही किमोथेरपी देऊन लोकांना मूर्ख बनवताय, तिच्यावर उपचार सुरू आहेत, असं त्यांना भासवताय! जेव्हा तिला आवश्यकता होती, त्या वेळी तिला औषधपाणी मिळालं नाही, याचा तरी तुम्हाला काही पश्चात्ताप होतोय का?'' नीलाच्या आवाजातून संतापाच्या ठिणग्या उडत होत्या आणि डोळ्यांतून तीव्र तिरस्कार.

''आज मी ऑन्कॉलॉजिस्टला सुद्धा पाठवलं होतं.''

''हा शुद्ध देखावा आहे, तुम्ही तिच्यावर मोठमोठ्या डॉक्टरांकडून उपचार करवताय, हे लोकांना दाखवण्याचं शुद्ध ढोंग.''

आपल्याला निखीलचा पाठिंबा मिळावा म्हणून अनिरबान त्याच्याकडं पाहात म्हणाला, ''ही मुलगी काय बरळतीय! ते या शहरातले सर्वोत्तम ऑन्कॉलॉजिस्ट आहेत...''

''खड्ड्यात घाला तुमचा ऑन्कॉलॉजिस्ट.''

''काय?''

''तुम्हीही जावा खड्ड्यात.''

नीलाला रडू कोसळलं. रडून रडून तिनं घर डोक्यावर घेतलं.

रडता-रडताच तिला झोप लागली. मोलिनाच्या किंकाळ्यांनी तिला जाग आली. अनिरबान घोरत होता. असह्य वेदनेनं एका खोलीतली व्यक्ती आक्रोशतीय, त्याच वेळी शेजारच्या खोलीतला माणूस शांत झोपला होता. चाळीस वर्षं

इतक्या दीर्घकाळ ते एकाच छताखाली राहात होते. मोलिना निश्चल दिसत होती.... श्वाससुद्धा कोंडून राहिल्याइतकी निश्चल. नीलाला भीती वाटली. मोलिनाला स्पर्श करण्याची तिला भाती वाटत होती. घरघरत्या पंख्याखाली पडलेल्या मोलिनाचे पाय आत्ता उन्हाळ्यातसुद्धा बर्फासारखे थंडगार होते. ओह, मोलिना परदेशात कुत्र्याच्या जन्माला का आली नाही?

सकाळी सूर्यफूल पुन्हा उमललं.

"चित्रा, नीलासाठी चहा कर."

चित्रा खोलीत जमिनीवर चटई अंथरून झोपली होती. चटईची गुंडाळी करून ठेवून ती चहा करायला गेली. त्यानंतर मोलिना नीलाला म्हणाली, "दार लाव आणि माझ्याजवळ ये."

नीलानं दार बंद केलं.

"माझ्या उशीखालच्या किल्ल्या घे आणि माझी अलमारी उघड." कुणीतरी चंद्रावरून बोलत असावं, असा मोलिनाचा आवाज अस्पष्ट येत होता.

नीलानं अलमारी उघडली.

"उजव्या हाताच्या ड्रॉवरमध्ये काही कागद आहेत. ते इकडं आण."

नीलानं ते कागद आणले.

मोलिना म्हणाली, "हे तुझ्याजवळ ठेव. हे तुझं आहे."

नीलानं ते उघडून पाहिलं. त्यात तिच्या नावाचे वीस लाख रुपयांचे धनादेश होते.

धनादेशावरची इतकी भलीमोठी रक्कम पाहून नीला आश्चर्यचकित झाली.

"मा, मला इतके पैसे कशाला देतीयस?"

मोलिनाच्या डोळ्यांतून ओघळणाऱ्या आसवांनी उशी भिजत होती. मोलिनाचे अश्रू पुसत नीला म्हणाली, "मा, या पैशातून मी तुझ्यावर उपचार करीन. तू बरी होशील. मग तू पुन्हा पूर्वीसारखीच चालायला लागशील, पुन्हा गाणं म्हणशील."

चंद्रावरून पुन्हा आवाज आला,

"या देशातच राहा, परदेशी जाऊ नकोस."

घरात नुसता गोंधळ सुरू होता. निखीलनं नीलाला पॅरिसहून डॅनियल नावाच्या मुलीचा फोन आल्याचं सांगितलं. आज रात्री ती कोलकत्याला येणार होती. परदेशी पाहुणीसाठी उत्तम मटण-मासे आणण्यासाठी अनिरबान बाजारात गेला होता. दुपारी त्याचे दोन मित्र जेवायला यायचे होते आणि रात्री त्यांचे काही नातलग. त्यामुळं चित्रावर कामाचा एकदम बराच ताण पडणार होता. त्यामुळं त्यांनी निरोप पाठवून चित्राच्या आईला आणि मावशीला बोलावून घेतलं होतं.

घरात चाललेला हा आनंदसोहळा नीला दुरून पाहात होती. निखीलची चाललेली धावपळ पाहात होती.

''तुझ्या परदेशी पाहुणीला कुठलं ड्रिंक आवडेल? आम्ही फ्रेंच वाईन आणली नाही तर चालेल ना? मी भारतीय वाईन मिळवण्याची व्यवस्था करू शकतो.''

नीलाचा कंठ दाटून आला होता. भरून आलेल्या आवाजात ती निखीलला म्हणाली, ''दादा, प्लीज, माजवळ बस रे, तिच्याशी बोल जरासं.''

त्यावर निखील म्हणाला, ''डॉक्टर म्हणालेत की, ती अजून दोन महिने काढेल.''

''मला भीती वाटतेय, दादा.''

संध्याकाळी निखील डॅनियलला आणायला विमानतळावर गेला होता. घर पाहुण्यांनी गच्च भरलं होतं. सगळेजण मोलिनाला पाहायला जमले होते. रात्री मेजवानी झोडून झाल्यानंतर, अनिरबान मोलिनाजवळ गेला. तिची नाडी पाहिल्यानंतर त्याची मोलिनाच्या भावाशी आणि मेव्हण्याशी अंत्यसंस्कार, व्यवस्था, पैसे वगैरेंबद्दल कुजबुजती बोलणी सुरू झाली.

ते शब्द नीलाच्या कानात अग्नीलोळ घुसावा तसे घुसले आणि जाळत राहिले, तिला एकटीला.

नीलाच्या धगधगत्या खांद्याला स्पर्श करत डॅनियल तिच्या कानात कुजबुजली, ''मी तुझ्यासाठी इतक्या दुरून आलीय आणि मला पाहून तुला आनंदसुद्धा झालेला दिसत नाहीये.''

त्यावर नीला काहीच बोलली नाही.

डॅनियलची झोपायची व्यवस्था नीलाच्या बिछान्यातच केली होती. नीलाच्या मैत्रिणीनं नीलाच्या बिछान्यात झोपणं ही गोष्ट अगदी स्वाभाविक होती... सूर्य पूर्वेला उगवणं... मोलिनानं वेदनेत होरपळणं... याइतकंच स्वाभाविक. दोन जादा उशा ठेवून चित्रानं त्यांचा बिछाना तयार केला होता. त्या दोघी माडीवर त्यांच्या खोलीत झोपायला जाण्याआधी, अनिरबान आणि निखील डॅनियलशी फ्रेंच राज्यक्रांती आणि फ्रेंच सुगंध याबद्दल कितीतरी वेळ बोलत होते.

नीला मोलिनाजवळ बसली होती, एकटीच. मध्यरात्र उलटून चालली होती. त्याच दरम्यान डॅनियल मांजराच्या पावलांनी तिथं आली.

''चल, आपण झोपूया.''

''तू जाऊन झोप. मी इथंच बसणार आहे.''

"नीला, तू फार दमली आहेस. तुला विश्रांतीची गरज आहे. तू जर स्वतःच असं दुखणं आणलंस, तर तुला तिला कधीच मदत करता येणार नाही. उलट तुझ्या घरच्यांना तुझ्याकडं बघावं लागेल. रात्री थोडी झोप घे आणि सकाळी पुन्हा इथं येऊन बस," डॅनियल कुजबुजली.

सगळं घरच कुजबुजत्या आवाजांनी भरत चाललंय, हे नीलाच्या ध्यानात आलं.

नीलाचा शीणलेला देह डॅनियलनं ओढत माडीवर नेला.

त्यानंतर रात्रभर डॅनियलची तृषार्त जीभ नीलाच्या निश्चल देहाशी खेळत होती. अचानक नीलाच्या मृतवत शरीरात जीवनरस दौडू लागला. एखाद्या कुशल चित्रकाराच्या कुंचल्याच्या कसबानं डॅनियलनं तिच्या स्वप्नांची फुलपाखरं नीलाच्या देहावर जडवली.

सुखाच्या अत्युच्च बिंदूवर हेलकावणाऱ्या नीलाच्या काळ्याभोर, लांबसडक केशकलापाचं सूर्याच्या पहिल्या किरणांनी चुंबन घेतलं... त्याच वेळी तिच्या कानावर चित्राची किंकाळी आली आणि... नीला जागीच थिजली.

डॅनियल उठली. तिनं हिंदू धर्मातले अंत्यसंस्कार याआधी कधी पाहिले नव्हते. हा तिच्या दृष्टीनं नवा अनुभव होता.

नीलानं मात्र बिछाना सोडला नाही. निखील तिला हाका मारत होता. चित्रा सांगत होती, "दीदी, मावशींचा जीव घाबराघुबरा झाला होता. त्या 'नीला, नीला' म्हणत होत्या, म्हणून मी जागी झाले. मग मी त्यांना किती हाका मारल्या, पण त्या काहीच बोलल्या नाहीत. त्यांनी डोळेच उघडले नाहीत."

चित्रा गेल्यानंतर नीला बिछान्यातून बाहेर आली, नागव्यानं. तिनं दाराची कडी आतून लावून घेतली. दिवसभर दाराबाहेर आवाज घुमत होते– कुणी टकटक करत होतं, कुणी दार ढकलत होतं, कुणी तिला आईचं शेवटचं दर्शन घ्यायला यायची विनंती करत होतं, कुणी हुकूम देत होतं. मंजुषा, मोलिनाचे भाऊ, बहिणी आणि कसं काय कोण जाणे, पण अनिरबानसुद्धा तिला बोलवायला येऊन गेला; पण नीलानं यातल्या कुणालाही दार उघडलं नाही. खिडकीतून बाहेर दिसणाऱ्या सोनेरी सूर्याकडं ती टक लावून पाहात होती. रस्त्यावरच्या वर्दळीचे आवाज, अंत्यसंस्कारातल्या विधींचे आवाज... तिच्यापर्यंत काही म्हणजे काही पोचत नव्हतं.

रात्री चित्राच्या रडण्याचा बारीकसा आवाज घरातली गुदमरवणारी शांतता चिरत गेला, पण नीला कशानंही हलली नाही... कुठलेही अश्रू तिचे डोळे ओलावू शकले नाहीत.

मोलिनाच्या दु:खांवर गुलाबपाणी शिंपडून त्यांना जागं करावं असं नीलाला वाटायचं, कोलकत्याच्या रस्त्यांवर कुठंतरी पडलेल्या त्या दु:खांना डुलकी लागली असेल. ती दु:खं अलगद उचलून रात्री गच्चीवर घेऊन गेलं तर, दु:खानं झाकोळायचं विसरून ती कदाचित चंद्रकिरणांशी खेळतीलसुद्धा! या दु:खांनी मोलिनाचा पक्ष कधी सोडला नव्हता... कधीही नाही... अगदी ती आंघोळीला निघाली तरी ही दु:खं तिची सांगाती असायचीच. जणू ती तिची अगदी सख्खी असावीत... त्यांच्याविना मोलिना असहाय, शून्यवत असावी! या दु:खांच्या हाती मोलिनाला सोपवून घरातली मंडळी सुटली होती. या दु:खांना सन्मानानं आत बोलवून, या-बसा करून त्यांनी त्यांचं चहापाणी केलं होतं. या दु:खांना गुपचूप बाजूला न्यावं आणि एके दिवशी गंगार्पण करावं असं नीलाला वाटत होतं. मग ही दु:खं जलकामिनीच्या फुलांसारखी... वाळक्या काड्यांसारखी... मृत सर्पांसारखी वाहात जातील... दूर दूर वाहात; पण यातली नीलाची एकही इच्छा पूर्ण झाली नव्हती. आज ही सारी दु:खं मोलिनाबरोबरच धगधगत्या चितेवर चढली होती.

*

अशा प्रकारे आपण प्रवाहात वाहून जातो

इथल्या मुक्कामात निरनिराळ्या गोष्टींमुळं कोमेजलेली डॅनियल पॅरिसला परत गेली... धूळ, प्रदूषण, ट्रॅफिक जाम, वाहनांचे हिंस्र भोंगे... रस्त्याकडेला काहीतरी चटकमटक खाऊन, आजारी पडून, दोन दिवस पार्क स्ट्रीटवरच्या मॉनिक क्लॉड मॅथ्यूच्या फ्लॅटमध्ये तिच्याशी रंगलेल्या गप्पा, आईचा अंत्यविधी पार पाडणाऱ्या निखीलला ते करताना पाहून.

डॅनियलनं थिजल्या दगडावर टकटक करून पाहायचा प्रयत्न केला.

"पश्चात्ताप? तू जर पॅरिसहून परतली नसतीस तर मोलिनानं तुला न पाहताच डोळे मिटले असते. तू अपराधी का वाटून घेतीयेस? त्याचा काही उपयोग नसतो. अशा पद्धतीनं कधी विचार करू नकोस. तुला साचलेलं डबकं व्हायचंय का?"

पण थिजला दगड ना ढिम्म हलला ना बोलला. जवळच्या कचऱ्याच्या ढिगावर डॅनियलचे शब्द भिरकावून देत नीला म्हणाली, "तू मला पुरेसं छळलंयस, आता चालायला लाग."

डॅनियलनं मागंसुद्धा वळून न पाहता तडक पॅरिसला जावं यासाठी एवढं एकच वाक्य पुरेसं होतं. पण, डॅनियल दाराशी थांबली. मॉनिक मॅथ्यूचा पत्ता लिहिलेला कागद टेबलावर ठेवत तिनं सांगितलं की, ''ही निकोलची मैत्रीण आहे, फार चांगली व्यक्ती आहे. कधी तुला गरज पडली, तर ती तुझ्या प्रश्नात लक्ष घालेल.''

रात्र गडद शांततेत बुडून गेलेली असायची. घरात कुणीही कण्हत नव्हतं. चित्रासुद्धा आता अजिबात रडत नव्हती. तिनं मोलिनाचा बिछाना साफ केला होता. मोलिनाच्या खोलीतली चादर, उशा काढून टाकल्या होत्या. त्या खोलीत अनिरबानला रुग्ण तपासायचे होते. तिथं त्याला खुर्च्या, टेबलं आणि तपासायचं टेबल ठेवायचं होतं. त्या खोलीच्या खिडकीतून सूर्य अदृश्य झाला होता. नीला त्या अंधारात नजर लावून होती. काळ्याकुट्ट चंद्रविरहित आकाशावर तिची नजर खिळलेली होती. अशाच एका काळोख्या रात्री निखील तिच्या शेजारी येऊन बसला. सांत्वनादाखल तिच्या पाठीवर थोपटत तो म्हणाला, ''तुला काही एकटीलाच नाही, आम्हांलाही दु:ख वाटतंय, पण आपण मा ला परत तर आणू शकत नाही, आयुष्य पुढं रेटावंच लागतं. असंच असतं. वास्तव कितीही दाहक असलं तरी, आपल्याला ते स्वीकारावंच लागतं.''

नीला स्वत:च्याच तंद्रीत बोलू लागली.

''आपल्याला आई होती .ती आपल्याला खाऊ घालायची, निजवायची, आपल्याला कधी शेंबडं-लेंबडं होऊ द्यायची नाही. आपल्या मनाला कधी धक्का लागू द्यायची नाही. लोक तिला काळी म्हणायचे, सरळसोट म्हणायचे. आपणसुद्धा तेच म्हणायचो. आपण तिला मूर्ख, भोळसट म्हणायचो. तिला वाईट वाटायचं, पण आपल्याला कधी त्याची पर्वा वाटली नाही. तिच्या कशाचीच आपल्याला कधी पर्वा वाटली नाही....आपल्याला ती आई वाटली, तीसुद्धा एक मनुष्यप्राणी आहे, असं कधी नाही वाटलं. आई म्हणजे स्वत:चं आयुष्य नसणारी व्यक्ती, तिला स्वत:चं आयुष्य असताही कामा नये. प्राणांतिक दु:खानं ती कळवळली तरी आपण म्हटलं, काही नाही. तुझा निव्वळ कल्पनाविलास आहे झालं! आणि तिने डोळे मिटले तेव्हाही आपण तिला चितेवर ठेवलं आणि आपण आपलं कर्तव्य पार पाडलं असं समजलो. आता ती आपल्यात नाही, तरीही आपल्याला काही पर्वा नाहीय....आपल्याला काही फरक पडत नाहीय.''

''खुळचट बडबडू नकोस. चल, जेवून घे.''

अनिरबान आणि निखील, दोघांनीही तीन दिवस सुट्टी घेतली होती. त्या

तीन दिवसांत घरात फक्त भात आणि उकडलेल्या भाज्या एवढाच स्वयंपाक होणार होता. त्यानंतर मग गुरुजींना बोलावून नीलाच्या हातून तिच्या आईच्या अंत्यसंस्कारातले विधी व्हायचे होते. निखीलची जबाबदारी आख्खा महिनाभर होती. त्यानं फक्त एक कापडाचा तुकडा कंबरेला गुंडाळला होता, एक अंगावर घेतला होता. कुठंही बसायचं तर त्यासाठी अंथरायला म्हणून तो एक कापड बरोबर वागवत होता. उकडलेल्या भाज्या आणि भात, तसंच नुसता दहीभात असा त्यानं आहार घ्यायचा होता. महिनाभर निखील आपल्या काळजातलं दु:ख अशा तऱ्हेनं रेटणार होता. नीलासाठी मात्र दु:ख महिनाभर नव्हतं, फक्त तीनच दिवस होतं. नीला विवाहित होती. आता ती दुसऱ्याच्या घरी गेली होती. त्यामुळं आता आईसाठी तिची फारशी काही कर्तव्यं नव्हती. अनिरबाननंसुद्धा सगळे नियम अगदी श्रद्धापूर्वक पाळले. एका महिन्यानंतर मोलिनाच्या दिवसकार्याच्या समारंभाला आमंत्रित करण्याच्या पाहुण्यांची यादी करायलासुद्धा त्यानं कधीच सुरुवात केली होती. त्यानंतर अनिरबान आणि निखील पुन्हा आपापल्या व्यापात बुडून जाणार होते; स्मृतींचा काफिला मागं सोडून पुढं जाणार होते. त्या दोघांपैकी कुणालाच मागं वळून पाहण्यात आणि दु:खाच्या गर्तेत लोळण्यात काही अर्थ वाटत नव्हता. जन्म आणि मृत्यूच्या सीमारेषेवर उभी राहून प्रश्न करत होती ती नीला, फक्त एकटी नीला.

कधीकधी मोलिनाच्या खोलीत जाऊन नीला स्वत:च्याही नकळत 'मा' अशी हाक मारत होती, मग तिच्या ध्यानात येत होतं की, खोली रिकामी आहे. खोलीच्या मध्यात फक्त एक एकाकी दिवा तेवढा तेवत होता. आपण मोलिनाच्या छातीवर डोकं टेकून विसावलोय असं तिला वाटलं. सुशान्तानं तिला सोडल्यानंतर ती असं मोलिनाच्या छातीशी विसावली होती. चित्रा येऊन तिला तिथून घेऊन गेली.

"चित्रा, मा ला काय सांगायचं होतं?"

"ते मी कसं सांगणार, दीदी?"

"तिनं पाणी मागितलं? का वेदनाशमक गोळ्या?"

"दीदी, मला कळलं नाही."

"तिला मला घट्ट जवळ घ्यायचं होतं का? ती घाबरली होती?"

"दीदी, प्राण जायच्या क्षणी माणसांना काय वाटतं, त्यांना काय सांगायचं असतं, कोण जाणे! जो माणूस जातो, त्यालाच ठाऊक!"

मोलिनाच्या वियोगानं नीलाचं काळीज विदीर्ण झालं होतं. सारं सारं बेचिराख झाल्यासारखं वाटत होतं. मोलिनासारखं आपणही जावं असं नीलाला वाटत होतं.

'जायचं' म्हटलं तर त्यासाठी अनेक मार्ग होते. मॉनिक मॅथ्यूकडं जाणं हा काही त्यांपैकी एक मार्ग नव्हता, तरीही नीला तिच्या घरी गेली.

मॉनिक मोलिनाच्याच वयाची बाई होती, पण तब्येतीनं सशक्त आणि टवटवीत. हातापायाची नखं व्यवस्थित रंगवलेली, मस्काऱ्यानं खुलवलेले डोळे, चेहऱ्याची रंगरंगोटी केलेली, ओष्ठशलाकेनं रेखलेले ओठ, केसांना तपकिरी छटा दिलेली आणि वक्ष दिसतील असा फिल्मी पोशाख परिधान केलेल्या मॉनिकनं चटकन चहा केला. चहा पिता-पिता त्यांचं बोलणं सुरू झालं.

''तुला जीवनाचा अर्थ ठाऊक आहे? डग्लस ॲडम्सनं म्हटलंय की, वयाच्या बेचाळीसाव्या वर्षी आयुष्याला सुरुवात होते, मला वाटतं, त्याचं हे विधान चुकीचं आहे. आयुष्याचा प्रारंभ होतो तो वयाच्या सत्तेचाळीसाव्या वर्षी.''

मॉनिक छाती उडवत हसली. नीलाला अजिबात हसू आलं नाही.

मॉनिक चैतन्यमयी, आनंदी व्यक्ती होती. तिनं तिच्यापेक्षा वयानं बऱ्याच लहान असणाऱ्या बंगाली माणसाशी लग्न केलं होतं. आता त्यांचा घटस्फोट झाला होता. मॉनिक दिल्लीला जाणार होती. ती आलीयाँस् फ्राँसेज् मध्ये फ्रेंच शिकवत असे. आता तिला फ्रेंच दूतावासात नोकरी मिळाली होती. त्यामुळं तिला कोलकता सोडावं लागणार होतं; पण कोलकत्यातलं हे घर सोडून जायचं तिच्या जीवावर आलं होतं.

''नीला, कोलकत्यासारखं दुसरं शहर नाही! तुम्हाला राहण्यासाठी शहर निवडायचं असेल तर, एकच शहर, कोलकता.''

नीलानं उसासा सोडला.

''मग, तू पॅरिसला परत जातीयस?''

''नाही.''

लुल्लू आणि भुल्लू ही दोन जर्मन शेपर्ड कुत्री खोलीत उर्मटपणे फिरत होती. परदेशी कुत्र्यांची बंगाली नावं, लुल्लू आणि भुल्लू! मोनिकाच्या पूर्वपतीच्या नावावरून या कुत्र्यांचं नामकरण झालं होतं. मॉनिकनं त्यांना जरासं कुरवाळलं आणि मग त्यांना बागेत खेळायला पाठवलं.

''ही कुत्री म्हणजे माझं जीवन आहे. मी कित्येक पुरुषांबरोबर राहिलेय, पण पाळीव प्राण्यांसोबत राहणं कितीतरी जास्त समाधानकारक असतं असं माझ्या लक्षात आलंय. विश्वास ही महत्त्वाची गोष्ट असते. पुरुष तुमच्या विश्वासाला तडा घालवतात, पण कुत्री तसं करत नाहीत. तुझ्याकडं कुणी पाळीव प्राणी आहे?''

''नाही.''

नीला तिथं कष्टी चेहऱ्यानं आणि भकास डोळ्यांनी बसून होती. तिच्या

अंगावर पांढरी सुती साडी होती. पिंजारलेले केस, फुटलेली खरबरीत त्वचा अशा अवतारातल्या नीलाच्या नखांवरच्या नेलपेंटचेही टवके उडालेले होते.

तिचा एकंदर नूर पाहून मॉनिक म्हणाली, ''तू अनादि अनंत आहेस, कधीच मरणार नाहीस, असं मला तुझ्याकडं पाहून वाटायला लागलंय!''

तिला हे जे 'वाटायला' लागलंय, ते म्हणजे नेमकं काय, याचं स्पष्टीकरण ऐकण्यात नीलानं अजिबात रस दाखविला नाही. तरीही मॉनिक पुढं सांगतच राहिली,

''तुझ्या डोळ्यादेखत तू एका माणसाचा मृत्यू पाहिला आहेस, म्हणून तू इतकी उदास झाली आहेस. या तुझ्या खिन्न मनोवस्थेत माणूस हासुद्धा इतर अनेक प्राणिमात्रांपैकी एक आहे, ही गोष्ट तू विसरली आहेस. या विश्वामधल्या कित्येक आकाशगंगांमधल्या, एका आकाशगंगेतल्या कित्येक सूर्यमालांपैकी एका सूर्यमालेतल्या, एका ग्रहावर माणूस राहतो. त्यात आपलं अस्तित्व एखाद्या बिंदूएवढं, त्याहीपेक्षा छोटं. या इतक्या प्रचंड विस्तृत पसाऱ्यात तुला तुझं अस्तित्व कुठं जाणवतंय? का तुझ्या आईचं जाणवतंय? ती चिखलखाऊ कासवं माणसापेक्षा जास्त जगतात. हा निसर्ग आहे, आपण त्याच्याशी लढू शकत नाही. आपण येतो आणि जातो....अशा प्रकारे आपण प्रवाहात वाहून जातो. माणसाचं आयुष्य डोळ्याची पापणी लवण्याइतकं, निमिषार्धाचं असतं. जरा विचार करून बघ, कोट्यवधी वर्षांत या ग्रहावर किती जीव जन्माला आले असतील आणि मृतही झाले असतील. एके काळी डायनॉसोर्सची हुकुमत होती. आज त्यांचं अस्तित्वदेखील नाहीय. एखाद्या दिवशी माणसाचं अस्तित्वसुद्धा संपूर्ण नष्ट होईल...मानवाचा इतिहास भूतकाळाच्या खोल खोल काळ्याकुट्ट डोहात नष्ट होईल. आपण नगण्य आहोत. या अफाट पसाऱ्याच्या पार्श्वभूमीवर अगदी नगण्य.''

मॉनिकचे हिरवे डोळे विचारात हरवले होते. अचानक तिचे डोळे चमकले. तिनं प्रश्न केला,

''तुझा पुनर्जन्मावर विश्वास आहे?''

नीलानं नकारार्थी मान हलवली. तिचा विश्वास नव्हता.

''पुनर्जन्मावर विश्वास ठेवणाऱ्यांची एक सोय होते, या जन्मात त्यांना जे करता येत नाही, ते त्यांना पुढच्या जन्मात करता येतं, पण तुम्ही जर हाच एकमेव जन्म असं मानत असाल, तर अजिबात वेळ दवडू नका. प्रत्येक माणसाला स्वत:चं आयुष्य असतं आणि काळ फार जलद गतीनं पुढं सरकत असतो, त्यामुळं आपल्याला मिळणारं सगळं आपण वेचून घेतलंच पाहिजे. आपण स्वार्थी झालंच पाहिजे, नीला, दुसरा कुठला मार्गच नाही. हे समजून घे

आणि मनावर पक्कं ठसव.''

मॉनिक सलग बोलत होती. वातानुकूलित खोलीत सोफ्यावर पाय घेऊन, बागेत कोवळ्या सूर्यप्रकाशात बागडणाऱ्या विश्वासू कुत्र्यांना निरखत असं छान छान बोलणं फार सोपं असतं, हे नीलाला ठाऊक होतं.

अकस्मात नीलानं असंबद्ध प्रश्न केला,

''मॉनिक, तुझी आई अजून जिवंत आहे?''

''हो. ती एक्याण्णव वर्षांची आहे. ती टोऊलूसमध्ये एका खेड्यात राहते.''

''तिच्यासोबत कोण असतं?''

''ती एकटी राहते.''

''एकटी?''

''हो.''

''तू तिथं जाऊन तिच्यासोबत का राहत नाहीस?''

''माझ्याजवळ वेळ नाही. आईलाही मुलांनी आपली काळजी करावी असं वाटत नाही. प्रत्येकजण स्वत:चा, नीला. कुणालाही आपलं स्वातंत्र्य गमावायचं नसतं. आम्ही वर्षातून एकदा ख्रिसमसला आईला भेटायला जातो, पण कधीकधी दर वर्षी तेही शक्य होत नाही.''

''तुझी आई अजून सगळं स्वत:चं स्वत: करते? स्वयंपाक वगैरे?''

''हो, अजूनही ती करू शकतीय. जेव्हा तिचे हातपाय चालायचे बंद होतील त्या वेळी ती सरकारी वृद्धाश्रमात जाऊन राहील. तिथं तिची काळजी घ्यायला माणसं असतील.''

मॉनिकबरोबर अर्धा दिवस घालवून नीला घरी परतली. घरी आल्याआल्या निखीलनं तिला बातमी दिली– मिठूनं आदल्या रात्री साडीचा गळफास लावून घेऊन आत्महत्या केली.

*

ओ रव्वार... गुड बाय

मिठू जमिनीवर आडवी होती. लाल साडी, गळ्याभोवती पुष्पहार आणि कपाळावर चंदनी कलाकुसर. बहुधा जिवंतपणी तिला इतकं प्रसाधन कधीच लाभलं नसेल.

तिच्या अंत्यदर्शनाला येणारे लोक बोलत होते, “ओह, किती रेखीव चेहरा आहे, किती छान धारदार नाक आहे! इतका छान काळाभोर, लांबसडक केशसंभार! हनुवटीवरचा तीळ तिच्या सौंदर्यात आणखीनच भर घालतोय आणि, तिचा स्वभाव, काय सांगावा, फार फार चांगली मुलगी, अगदी सर्वोत्तम! नेहमी खाली बघून चालायची, बोलताना कधी वडिलधाऱ्यांच्या नजरेला नजर दिली नाही पोरीनं, कध्धी काही वावगं वागली नाही. आजकाल शिकलेल्या मुलींना परंपरेविषयी कुठं आदर असतो? पण मिठूला मात्र होता. सगळं घरकाम एकटी करायची, मुलगी म्हणजे हिरा होती हिरा!”

नीला मिठूच्या आईचा विलाप पाहत होती, पण त्या आक्रोशात सुटल्याच्या जाणिवेची छटा होती.

मिठूचे वडील, सधनबाबू शर्टानं डोळे टिपत होते. त्यांच्या कपाळावरच्या चिंतेच्या आठ्या मावळल्या होत्या. आता मिठूची काळजी करायचं काही कारणच नव्हतं. आता फक्त धगधगता घाट, चिता आणि राख. मिठूचं या पृथ्वीवर नामोनिशाणही उरणार नाही. तिच्या काळ्या देहाची काळी राख पाहून कुणीही टोचणार नाही. काळं असण्याच्या अपमानास्पद परिस्थितीतून मिठूनं स्वत:ची स्वत:च सुटका करून घेतली होती, पण तिच्या आत्महत्येनं अधिक सुटल्यासारखं वाटलं होतं, ते तिच्या आईवडिलांना... आणि तिच्या भावाला. आता त्याला हुंड्याचं मोठं डबोलं आणणाऱ्या सुयोग्य मुलीशी लग्न करता येणार होतं.

मिठूच्या मृत्यूनं नीला नि:शब्द झाली.

अनिरबाननं नीलाला हलवलं, तेव्हा ती भानावर आली. ती पॅरिसला केव्हा परत जाणार, याबद्दल तो विचारत होता.

“मी पॅरिसला जाणार नाहीय. मी इथंच राहणार आहे.”

“इथं कुठं?”

“इथंच, कोलकत्यात.”

“कोलकत्यात कुठं?”

“याच घरात.”

“लग्नानंतर तुझ्या नवऱ्याचं घर, हेच तुझं घर. तुझा सगळा हक्क तिथं, त्याच्या घरी. मुली वडलांच्या घरी येतात ते चार दिवस, कायमचं राहायला नाही.”

नीलानं खोलीत सभोवती नजर टाकली. तिथं तिचा बिछाना होता, तिची पुस्तकं, कपडे, जुनी पत्रं, तिचा आवडता तानपुरा, हार्मोनियम, सगळं काही होतं. पॅरिसमध्ये सुटकेसमध्ये सामावलेल्या तिच्या जीवनापेक्षा इथलं क्षितिज

जास्त विस्तृत होतं.

नीलानं पॅरिसला परत जायची काय गरज होती? होती, कारण तिनं नवऱ्याला सोडलंय अशी त्यांच्या शेजारपाजाऱ्यांच्यात आणि नातेवाइकांच्यात आधीच कुजबूज सुरू झाली होती.

"होय, मी सोडलंय. त्याचं त्यांना काय?"

"त्याचं त्यांना काही नाहीय, काय जे आहे ते सगळं मला आहे. मला कुणाला तोंड दाखवायची सोय उरणार नाही. तुला सगळ्या कुटुंबाला मान खाली घालायला लावायचीय का?" अनिरबान तिच्यावर ओरडला.

"माझं माझ्या नवऱ्याशी पटलं नाही तर त्यात मान खाली घालायला लागण्यासारखं काय आहे?"

"आहे," अनिरबान आपल्या मताविषयी आग्रही होता.

"तुला या समाजात राहायचं असेल तर, प्रत्येकाला पटेल, सगळ्यांची ज्याला मान्यता असेल असंच तुला वागावं लागेल. एकतर तू पॅरिसला परत तरी जा नाहीतर मिठूसारखं स्वत:ला संपवून आम्हाला सोडव तरी. हे मी अखेरचं सांगतोय."

नीलाला हे 'अखेरचं' निक्षून सांगून अनिरबान गेला, त्यानंतर कितीतरी वेळ नीला बाथटबमध्ये डुंबत होती. नाही, तिच्या डोळ्यांत पाण्याचं टिपूससुद्धा नव्हतं.

रात्री उशिरा, सगळं घर निद्राधीन झाल्यानंतर नीला मोलिनाच्या खोलीत गेली आणि मोलिनाच्या कुशीत शिरून नेहमी जसं झोपायची, तसा एक हात लांब करून झोपली. "मा, तू इथं का नाहीस?" ती कुजबुजत म्हणाली.

दिव्याकडं पाठ केल्यावर तिला आपल्याच अंगावर धावून येणारी स्वत:ची अजस्र सावली दिसली. तिनं निर्णय घेतला, आपण कोलकता सोडायचं.

"तुझ्या आईचं श्राद्ध झाल्यावर जा," अनिरबान आणि इतरही प्रत्येकजण तिला सांगत होता. नीलाला मोलिनाच्या श्राद्धात अजिबात रस नव्हता. भटजीला बोलवायचं आणि लोकांना जेवायला घालायचं या गोष्टी तिला अर्थशून्य वाटत होत्या.

"तुझ्या आईच्या आत्म्याला त्रास होईल. असं वागू नकोस."

नीला हसली, "मा ला त्रास सोसायची सवय आहे, आता तिचा आत्माही त्रास सोसायला समर्थ असेल, हा त्रास तर काहीच नाही."

तिनं सूटकेस भरली, पण जायचं म्हटलं तरी ते कुठं सोपं होतं? तिकिट मिळवणं, धनादेश वटवणं, पैसे या खात्यातून त्या खात्यात करणं, वगैरे वगैरे तगतग होतीच. तिच्या परतीच्या तिकिटाची मुदत उलटून गेल्यामुळं नवीन

तिकिट काढणं भाग होतं. तिची श्राद्धापर्यंत इथं राहायची तिची तयारी नसल्यामुळं, अनिरबाननं कोलकता ते पॅरिस विमानाचं स्वस्तातलं तिकिट आणण्यासाठी निखिलला पैसे दिले.

त्याची वाट अडवून नीला म्हणाली, ''ते पैसे त्यांना परत दे. माझं तिकिट मी काढीन.''

''तुला पैसे कुठून मिळणार आहेत?''

मग हळूहळू क्रमाक्रमानं वस्तुस्थिती समोर आली. मोलिनाला वारसा हक्कानं वाटणी मिळाली होती, तेव्हा ते सगळं विकून, तिनं ते पैसे बँकेत ठेवले होते. ते सगळे कागद तिच्या ड्रॉवरमध्ये नव्हते, ते नीलाच्या हातात होते.

''किती पैसे?''

''वीस लाख.''

अनिरबान जडशीळ होऊन, डोकं धरून खाली बसला.

''या सगळ्या पैशाचं तू काय करणार आहेस? किशनलाल तुझ्या सगळ्या गरजा भागवेल. ते पैसे इथं ठेवून जा, आमच्यापुढं प्रचंड खर्च वाढून ठेवलेत. घर जुनं झालंय, त्याचं काम करायला झालंय.''

''पण, ना हे घर माझं आहे, ना मी या घराची. हे तुमचं घर आहे, त्यामुळं तुमच्या घरातलं तुमचं तुम्ही बघा. माझ्या पैशावर डोळा ठेवू नका.''

''कायद्यानुसार हे पैसे तीन भागांत विभागले जातील आणि तुला फक्त त्यातला एकच हिस्सा मिळेल, हे तुला ठाऊक आहे का? एखाद्या मुलीनं अशी वडिलोपार्जित मिळकत घेतल्याचं उदाहरण तू कधी ऐकलंयस का? सर्वसाधारणपणे मुली आपला वाटा आपल्या भावाला देतात.''

''पण, माला जर या पैशाची वाटणी करायची असती, तर हे धनादेश तिनं माझ्या नावानं लिहून ठेवले नसते.''

''लिहिलं म्हणजे सगळं झालं असं नव्हे, वडिलोपार्जित मिळकतीतला वाटा म्हणूनही काही चीज असती.''

या वस्तुस्थितीची जाणीव मुलीला सविस्तर पटवून देण्यासाठी अनिरबाननं त्याच्या सगळ्या नातेवाइकांना बोलावून घेतलं. मोलिनाच्या बहिणींनी, भावांनी, मेव्हण्यानं, अगदी मंजुषानंसुद्धा प्रयत्न करून पाहिला.

''वडिलोपार्जित मिळकतीतला वाटा म्हणूनही काही चीज असती. मुली जरी नवऱ्याच्या घरी नांदायला गेल्या तरी, त्या आपल्या वडलांना, भावांना विसरत नाहीत, त्यांच्यासाठी जीव टाकतात. वडलांच्या मालमत्तेबद्दल त्या कधीही हाव धरत नाहीत आणि समजा त्यांनी हाव धरली, तर लोक त्यांच्याबद्दल चांगलं बोलत नाहीत. मुलींनी नि:स्वार्थी असायला हवं, त्यांचा हात आखडता असता

कामा नये, त्या बिघडलेल्या नसाव्यात, विवाद्य नसाव्यात, त्यांचं वर्तन हिणकस नसावं, त्यांनी चारित्र्यसंपन्न असायला हवं, नम्र असायला हवं...

''मोलिनाच्या डोक्यावर परिणाम झाला असणार; आपण काय करतोय, तेच तिला कळत नसणार. ती सही जरी खरोखरच तिची असली (किंवा कदाचित नीलानंच मोलिनाची सही ठोकली असेल) तरी, ते काही गांभीर्यानं घ्यायला नकोय आणि ती सही अगदी खरीखुरी असली तरी इतका पैसा देशाबाहेर नेण्यात काहीच अर्थ नव्हता. किशनलालला चांगला पैसा मिळत नसता, तर गोष्ट वेगळी होती, पण दोन उपाहारगृहांचा मालक किशनलाल आरामात जगत होता आणि समजा, नीलाचा अगदी आग्रहच असेल तर, तिनं हे पैसे इथल्याच बँकेत कधी अडीअडचणीला लागले तर म्हणून ठेवावेत, किंवा या पैशातून तिनं एखादं घर विकत घ्यावं. हे घर भाड्यानं देऊन त्याचं भाडं तिच्या बँकखात्यावर जमा करता येईल. लोक पैसे मिळवण्यासाठी परदेशी जातात आणि इकडं पैसे पाठवतात. भारतातून कुणी परदेशी पैसे घेऊन जात नाही. नीलाच्या डोक्यावर परिणाम झालाय की काय?''

''होय, झालाय माझ्या डोक्यावर परिणाम,'' नीला म्हणाली.

आता अशा डोकं फिरलेल्या माणसाच्या कोण नादी लागणार?

जगापुढं वाईट दिसेल म्हणून आपल्यावर कोर्टात दावा न लावण्याचा अनिरबाननं निखीलला सल्ला दिला असणार याची नीलाला खात्री होती. कधीकधी 'जग काय म्हणेल' या विचाराचे किंवा समाजनिंदेकडं लक्ष देण्याचे तोटे असतात ते असे! बँकेतल्या लोकांनी मात्र नीलाला नको जीव करून सोडलं. तिथला धूर्त व्यावसायिक मूर्खासारखं बोलत होता.

''या देशातून इतके पैसे बाहेर नेणं म्हणजे काही गंमत नाही. का? कुठं? तुमच्याकडं इतके पैसे आले कुठून? आणि करविवरण कागदपत्रं कुठं आहेत? रिझर्व्ह बँकेची परवानगी आणा, वगैरे वगैरे.''

अशा अनंत कटकटींना तोंड दिल्यानंतर, नीलाला साधारण पन्नास एक हजार रुपये काढता आले. बाकीचे पैसे तिच्या पॅरिसमधल्या बँकखात्यावर जमा व्हायचे होते. त्यासाठी तिनं आवश्यक ती कागदपत्रं सादर केली होती. अर्थात ते पैसे पॅरिसमध्ये केव्हा पोचतील ते मात्र बँकेतला माणूस सांगू शकत नव्हता. अखेर नीलानं अनिश्चिततेच्या अधांतरापुढं शरणागती पत्करली आणि पॅरिसला जाणाऱ्या विमानाचं तिकिट काढलं.

कोलकत्याहून पॅरिसला जाणारं विमान दररोज नव्हतं, नाहीतर नीलानं त्याच दिवशीचं तिकिट काढलं असतं. तिला दोन आठवडे थांबावं लागलं. तिच्या दृष्टीनं ते दोन आठवडे दोन वर्षांसमान होते. तिला या गलिच्छ समाजापासून

सुटका हवी होती. आता तिला कोलकता आपलं वाटत नव्हतं. आपल्याला हे शहर कधी ठाऊक होतं, आपण इथल्या धुळीत, मातीत कधी खेळलोय, गंगातीरावरच्या वाऱ्याच्या झुळुकीशी कधी हलकेच हितगुज केलंय, असंच तिला वाटेनासं झालं होतं, हे सारंच तिला अनोळखी वाटायला लागलं होतं. नीलाच्या लेखी आता कोलकता म्हणजे धगधगतं स्मशान होतं. आजवर तिच्या मनातलं कोलकता म्हणजे आपल्या आईची सुती साडी होतं... तिची आई घाम आणि अश्रू टिपायची ते ठिकाण... दारात उभी राहून वाट पाहायची ते गाव. कोलकता म्हणजे मोलिनाचे टपोरे, काळेशार डोळे... सूर्यप्रकाशात विहरणारे... रात्रीच्या काळोखात लहरणारे... नीला कुठंही बुडी मारून दडली, तरी सदैव तिला शोधणारे. पण आता, गुलाबी थंडीत मोलिनाचं उबदार पांघरूण गुरगुटून लपेटून घेण्यातली मजा, शेतात चटकमटक खमंग फराळ करण्यातली गंमत कुणीतरी काळ्याकभिन्न पुडक्यात गुंडाळून दूरवर भिरकावून देऊन ...शांततेचं काळीज चिरत त्यात खोलवर भोक पाडून... त्या खोल खोल पोकळीत कोलकता फेकून देऊन धूम ठोकली असावी, असं तिला वाटत होतं. आता कोलकता असं कुणी नव्हतंच, कशाचंच नाव कोलकता नव्हतं.

धगधगत्या उन्हाच्या एका तळपत्या दुपारी नीला मॉनिकच्या ऐटबाज आश्रयाला गेली.

"मॉनिक, माझ्याशी फ्रान्सविषयी बोल. कोलकताबद्दल नको."

रेड वाईनमध्ये डुंबलेली मॉनिक फ्रान्सविषयी बोलू लागली. त्या आळसावलेल्या दुपारी लुल्लू आणि भुल्लू बाल्कनीत होते; मॉनिकचा ड्रायव्हर सुरंजित उन्हाच्या ठिणग्यांपासून स्वत:चा बचाव करत झाडाखाली पहुडला होता; तिची स्वयंपाकीण बिंदिया काहीतरी गुणगुणत वेणीफणी करत होती; मॉनिकच्या बागेची देखभाल करणारा हरिदास माळी एखाद्या थोरल्या चुलत भावानं आपल्या इतर भावंडांना गोष्टी सांगत शेजारी पडलेलं असावं, तसा कुत्र्यांच्या शेजारी आडवा झाला होता आणि थंडगार खोलीत मॉनिक एकेक गोष्ट सांगत होती, त्याबरोबर तिचे हिरवे डोळे लकाकत होते. मॉनिकचे पूर्वज दक्षिण फ्रान्समधल्या शातो माँतेन्यमध्ये राहत असत. मॉनिस बड्या खानदानातली होती. त्या आठवणीत रममाण झालेल्या मॉनिकच्या मन:चक्षूंसमोर क्षणात शातो उभं राहत होतं, तर पुढच्याच क्षणी बास्तीयमध्ये वादळ उठलं असावं आणि क्रांतीची हाक ऐकू येत असावी, तसे तिचे डोळे विझल्यासारखे होत होते.

त्यानंतर मग फक्त उल्लेख झाला तो सर्वांसाठी समान हक्कांचा. सर्वांसाठी समान हक्क... हे शब्द तिनं दोनदा उच्चारले.

''उद्या मी दिल्लीला निघालीय. मी तिथं तीन दिवस राहणार आहे, पण मला लुल्लू-भुल्लूच्या खाण्याची फार चिंता लागलीय, त्यांना जेवायला कोण घालणार?'' मॉनिकच्या शेवाळी डोळ्यांत काळजी दाटली होती.

''माझ्यासाठी एवढं करशील, नीला? मी तुझ्याजवळ किल्ल्या ठेवून जाते. त्यांचं खाणं कुठं ठेवलंय तेही दाखवून ठेवते... थोडं अन्न फ्रीजमध्ये आहे, थोडं बाहेर ठेवलंय आणि मिनरल वॉटरच्या दोन बाटल्या. त्यांचं पाणी दिवसातून तीनदा बदलावं लागतं आणि त्यांना दोनदा खायला द्यावं लागतं.''

''हो, करीन, पण...''

''पण काय?''

''ही बिंदिया, सुरंजित किंवा हरीदास इथं थांबणार नाहीयत?''

''हो, ते इथं असतीलच.''

सिगरेट शिलगावून, भिंतीवर लावलेल्या सुनील दासच्या घोड्यांवर काही धूम्रवलयं उडवत मॉनिक म्हणाली, ''ते इथंच राहतील, पण...''

''पण काय?''

''माझे लुल्लू आणि भुल्लू इथल्या कुत्र्यांसारखं काहीही घाणेरडं किंवा उरलंसुरलं खात नाहीत. ते पॅरिसहून आणलेलं 'पॅक्ड' अन्नच घेतात.''

''मग?''

''म्हणून मला ते कुत्र्यांना खायला घालणार नाहीत असं वाटतं,'' मॉनिक हलक्या आवाजात म्हणाली.

''का घालणार नाहीत?''नीलाचं कुतूहल चाळवलं.

''कारण, ते स्वतःच ते अन्न खाऊन टाकतील.''

''ते खातील? धन्य आहे! याआधी कधी त्यांनी असं केलंय का?''

''नाही.''

''मग?''

''ते करू शकतात.''

घरी परतली तेव्हा नीला चांगलीच दुखावली होती.

निखील अंगणात भाताची शितं फेकून कावळ्यांना बोलवत होता. एकदा का कावळ्यांनी खाल्लं की, मगच त्याला जेवता येणार होतं. आईचे अंत्यविधी पार पाडणं काही सोपं नव्हतं!

नीला त्याच्या पाठीमागं उभी होती.

''दादा, मा कावळा झालीय यावर तुझा खरोखर विश्वास बसतोय?''

आकाशातून नजर बाजूला काढत निखील म्हणाला, ''वेडी आहेस का? मी

हे करतोय कारण, अशी रीत आहे.''

''तू स्वत:ला कम्युनिस्ट म्हणवतोस, पण तारापीठात मंदिरात जातोस, स्वत: जेवायच्या आधी कावळ्यांना खाऊ घालतोस... हे काही पटत नाही,'' बागेतला एक नासका टोमॅटो नीलाच्या पायाखाली चिरडला.

निखीलच्या चेहऱ्यावर कंटाळलं हसू उमटलं. नीलानं त्याला आत ओढलं आणि त्याच्या मानेवरचं कापड बाजूला करत ती म्हणाली, ''बघ हे, तू यावरच आंघोळ केलीयस आणि आता वाळेपर्यंत अंगावर तसंच ठेवून बसला आहेस! चल, शर्ट घाल. आपल्या आईच्या ऋणातून मुक्त होण्याचा हा काही मार्ग नाही– भिकार सालं! जा, आंघोळ कर, कपडे घाल. आपण हॉटेलमध्ये जेवायला जाऊया.''

''जाऊ दे. आणखी फक्त थोडे दिवस.''

निखील अगदी कंटाळून गेला होता. त्याला कुठंही जाता येत नव्हतं आणि उकडलेल्या अन्नपदार्थांवर राहावं लागत होतं.

''मग निदान कावळ्यांच्या आधी तरी खा,'' नीला त्याच्या तोंडात घास कोंबत म्हणाली.

जेवणानंतर निखिल आतल्या जीव घुसमटवणाऱ्या उष्णतेतून बाहेर आला आणि बाहेर गवतावर पाय पसरून बसला. तिथं वाऱ्याची हलकी झुळूक येत होती. नीलाही तिथं येऊन त्याच्याशेजारी बसली.

''दादा, मला खरं सांग. तुझा हिंदू धर्मातल्या या सगळ्या धार्मिक संस्कारांवर, नियमांवर खरंच विश्वास आहे?''

''यावर कधी कुणाचा विश्वास असतो का?''

''मग तू हे का करतोस?''

''त्यात मजेचाही भाग असतो.''

''मजा? मला या तर्कदुष्ट नियमांच्या आणि अर्थशून्य भावनांच्या जंजाळात अजिबात मजा दिसत नाही.''

''समज, अचानक पूजा रद्द केल्या, तर तुला आनंद वाटेल? तुला चुकल्याचुकल्यासारखं होणार नाही? मग तुला आनंदोत्सव, मजा कशी अनुभवता येणार?''

''दादा, तुला आठवतंय, आपण इथं लपाछपी खेळायचो त्या वेळी तू नेहमी त्या दगडी बाकाच्या मागं लपायचास ते? आणि मी नेहमी पहिल्यांदा तुला शोधून काढायची.''

''तुझी लपण्याची जागा वेगळी होती... तू आंब्याच्या झाडाच्या सर्वांत उंच फांदीवर लपायचीस.''

“तुला प्रफुल्लाचं पेरूचं झाड आठवतंय? तू तिथले सगळे पिकलेले पेरू चोरून तोडून आणले होतेस आणि प्रफुल्ला बाबांकडं तक्रार घेऊन आला होता.”

निखील मोठ्यानं हसला.

“बाबांचा खरपूस मार कसा वाटायचा?”

“आणि रात्री, चांदण्यात मा इथं बसून रजनीकांतांची गीतं गायची. त्या वेळी इथं अवतीभवती इतकी घरं नव्हती. काय गोड गळा होता तिचा...”

बराच वेळ कुणीच काही बोललं नाही.

मावळत्या सूर्याच्या गुलाबी रंगछटांकडं नीला तटस्थपणे पाहत होती. शांततेचा भंग करत ती म्हणाली, “दादा, मा एके दिवशी परत येईल. नळाशी पाय धुवेल आणि म्हणेल की, अचानक मी दार्जिलिंगला गेले होते, तुम्ही सगळे ठीक आहात ना? रात्री ती आपल्याला दार्जिलिंगचा वृत्तांत सांगेल, आपल्याला भरवेल... डांबराच्या गोळ्यांचा गंध येत असलेली लाल काठाची साडी नेसून ती इथं बसून पूर्वीसारखंच आपल्याला गाऊन दाखवेल...”

अचानक नीला उठून उभी राहिली आणि म्हणाली, “आज मी एक पंच्याऐंशी वर्षांचा माणूस रस्त्यावरून चालताना पाहिला. त्यानं जिवंत असायला नको होतं! सध्या मला कुणीही जिवंत असण्याचा तिटकारा येतो. आज जर जगातली सगळी झाडं उन्मळून पडली, सगळे पर्वत जमीनदोस्त झाले, नद्या-समुद्र आटले तर अशा वैराण प्रदेशातले सगळे प्राणी, माणसं मरून जातील आणि जर ही पृथ्वी कक्षेच्या बाहेर पडून, आकाशाच्या अगदी समीप गेली तर ठिकऱ्या ठिकऱ्या... संपूर्ण राख!”

आपण थरथरतोय असं नीलाला जाणवलं. तिला अशक्तपणा वाटू लागला. गवतावर निखिलच्या शेजारी आडवं होत ती हळुवारपणे म्हणाली, “दादा, तुला सांगू, मला फार एकाकी वाटतंय रे, अगदी एकटं एकटं.”

“तू पॅरिसला खरंच परत जाणार आहेस?”

“मला दुसरा पर्याय आहे का, दादा?”

“तू परत केव्हा येणार?”

“कुठं?”

“कुठं म्हणजे? अर्थातच, कोलकत्याला.”

त्यावर नीला काहीच बोलली नाही.

“तू बाबांवर रागावली आहेस, होय ना? पण तू इथून गेलीस, की ते नेहमीसारखी तुझी काळजी करायला सुरुवात करतील, तू कशी आहेस, तू सुखी आहेस की नाही?”

''सुखी''... नीलाच्या उसासण्याबरोबर एक शब्द हवेत विरला.

''किशनलालचं आधी एक लग्न झालं होतं ही गोष्ट बाबांना ठाऊक नव्हती. सुनीलनं मला दुसऱ्या दिवशी सांगितलं तेव्हा मला कळलं. मी कुणाला बोललो नाही.''

''कुणाला सांगूही नकोस. सांगून काय उपयोग आहे? आपल्या कुटुंबाच्या प्रतिष्ठेला धक्का लागेल म्हणून बाबांना काळजी लागून राहील एवढंच.''

''यामुळंच तू किशनला सोडलंस असं सुनील म्हणत होता. ते लग्न म्हणजे त्याला नागरिकत्व मिळावं यासाठी केलेली व्यवस्था होती. ते तू मनाला लावून घेऊ नकोस.''

''मी नाही लावून घेतलेलं.''

''या वेळी मला 'शॅनेल'ची चांगली बाटली पाठव. पहिल्यांदा तू पाठवलेली बाटली बनावट होती.''

''तू या निष्कर्षावर कसा काय आलास?''

''त्याचा वास बरोबर नव्हता. कोलकत्यात मी विकत घेतलेल्याचा वास उग्र होता.''

''मी पाठवलेलं 'शॅनेल'च अस्सल होतं.''

''ते मी फेकून दिलं.''

''अस्सल ते फेकून तू बनावट ठेवून घेतलंस? ते सगळे पैसे पाण्यात गेले!''

गवतावर पडून राहणं नीलाला सुखद वाटत होतं. वाऱ्याच्या झुळुकीनं तिच्या केसांच्या बटा चेहऱ्यावर रुळत होत्या. पक्षी थव्याथव्यानं आपल्या घरट्यांकडं परतत होते. शेजारच्यांच्या कुंपणावर बसलेली दोन मांजरं आपापल्या घराकडं निघाली होती.

निखिलसुद्धा म्हणाला, ''मी जातो. इन्टरनेटवर चॅटिंग करतो.''

नीला तिथंच गवतावर पडून राहिली. आभाळात हळूहळू चांदण्या डोळे मिचकावू लागल्या. नीला त्यांतला सर्वांत तेजस्वी तारा शोधत होती. नीला लहान असताना मोलिना तिला सांगायची की, माणसं मेल्यानंतर त्यांच्या आभाळात चांदण्या बनतात.

नीलाचा परत जायचा दिवस उजाडला. त्या दिवशी तिच्या सामानाची बांधाबांध करायला मंजुषा आली होती. ती नीलाला सारखं बजावत होती, ''किशनलालशी जमवून घ्यायचा प्रयत्न कर. लग्न करताना तुझ्यावर कुणीही सक्ती केली नव्हती. तूच पसंती दिली होतीस.''

अनिरबाननं पॅरिसला किशनलालला फोन करून नीला तिथं केव्हा पोचेल त्याची खबर दिली. वडील म्हणून त्यांनी आपलं कर्तव्य पार पाडलं होतं.

विमानतळावर प्रवेश करण्याआधी निखिलनं खिशातून एक बाटली काढली. नीलाच्या हातात ती देत तो म्हणाला, ''हे ठेव.''

''हे काय?''

''आईची रक्षा.''

''मा माझ्यालेखी रक्षा नाही.'' नीलानं ती बाटली त्याला परत केली.

नीला विमानात आली. सीटवर मागं रेलून बसत तिनं कोलकत्याला ओ रव्वार म्हणजे गुड बाय केलं.

त्यानंतर तिनं स्वत:लाचा प्रश्न केला, ''नीला, तू कुठं चालली आहेस, कुणाकडं चालली आहेस तुला ठाऊक आहे?''

तिनं स्वत:लाच उत्तर दिलं, ''नाही.''

''आपल्याला या आयुष्याचं काय करायचंय, ते तुला ठाऊक आहे?''

''नाही.''

*

बेनॉयर ड्यूपॉन्ट

डमडम ते शार्ल् द गॉल. या प्रवासात बेनॉयर ड्यूपॉन्ट प्रकरणाला सुरुवात झाली.

नीलाला खिडकीजवळची जागा मिळाली होती. बेनॉयर तिच्याशेजारी होता. गोऱ्यापान, निळ्याशार डोळ्यांच्या, गुलाबी ओठांच्या, सहा फूट तीन इंच उंचीच्या या फ्रेंच माणसानं निळी जीन्स पॅन्ट आणि पांढरा टी शर्ट परिधान केला होता. त्याच्याजवळ मॅकिन्टॉश लॅपटॉप होता.

त्याची अस्वस्थ, भिरभिरती नजर नीलावर येऊन थांबली होती... तिच्या अलिप्त डोळ्यांवर... लांबसडक काळ्याभोर केशकलापावर,... तिच्या गालावरच्या तिळावर... तिच्या कपाळावरच्या त्या छोट्याशा खुणेवर. बाहेरच्या विचित्र अंधारात नजर लावून नीला एकाकी तारा शोधत होती.

ढगांचा पांढरा कापूस इथंतिथं उडत होता, बहुधा घरी निघाले असावेत. प्रत्येकजण घरी चालला होता, फक्त नीला सोडून. विमानात जेवण आलं, तेव्हा

तिनं काही नको असल्याचं सांगितलं.

“अंधारात तू काय शोधतीयस?” शेवटी बेनॉयरनं तिला विचारलंच.

“मला काही म्हणालास?”

“होय.”

नीला फिकट हसत म्हणाली, “अंधारात मी अंधार शोधतीय.”

“अंधारात तुला काही पाहता येतं?”

“हो, अंधारात पाहता येतं.”

“विचित्र वाटतं.”

“अंधारातसुद्धा सौंदर्य दडलेलं असतं. ते आगळंच असतं.”

शॅम्पेनचा सावकाशीनं घोट घेत बेनॉयर म्हणाला,

“मी कधी नाही पाहिलं.”

शॅम्पेन रिचवून त्यानं रात्रीचं जेवण घेतलं. त्यानंतर तो म्हणाला, “काहीही न खाता-पिता फक्त अंधारात नजर लावून बसलेलं या विमानात बहुधा दुसरं कुणी नसावं.”

नीलावर त्याचा काहीही परिणाम झाला नाही.

“तू पॅरिसला पर्यटक म्हणून चालली आहेस?”

नीला ढिम्मच.

“माफ कर. मला वाटतं, मी तुला त्रास देतोय.”

नीला त्याच्याकडं वळून म्हणाली, “मला काही म्हणालास?”

“तू पॅरिसला पर्यटक म्हणून चालली आहेस?”

“नाही.”

“मग?”

“राहायला.”

“तू तिथं काय करतीस? ...अभ्यास?”

“नाही.”

“नोकरी?”

“नाही.”

बेनॉयरच्या निळ्याशार डोळ्यांत औत्सुक्य चेतलं होतं.

“तू एकटी राहतेस का तुझं कुटुंब वगैरे आहे तिथं?”

त्यावर नीला काहीच बोलली नाही.

“तिथं तुझे कुणी नातेवाईक आहेत का?”

नीलानं नकारार्थी मान डोलावली.

“तिथं कोण असतं?”

“कुणी नाही.”

“म्हणजे, तू तिथं एकटी राहतेस?”

जेवणानंतर बेनॉयरनं रेड वाईनची बाटली मागवली.

तो म्हणाला, “मी बेनॉयर ड्यूपॉन्ट.”

नीलानं मान डोलावली.

“तुझं नाव?”

“नीला.”

“नीला, मूर्तिमंत भारतीय सौंदर्य.”

बेनॉयर ड्यूपॉन्टला आपल्याशी बोलायचंय हे नीलाच्या स्पष्ट ध्यानात आलं. ते स्वाभाविक होतं. इतक्या प्रदीर्घ प्रवासात एका जागी ढिम्म बसून राहणं कंटाळवाणं असतं. त्यामुळं सर्वसाधारणपणे लोक आपल्या शेजाऱ्यांची चौकशी करतात, तुम्ही कुठं राहता, लग्न झालंय की नाही, मुलं-बाळं किती, आवडते खाद्यपदार्थ कोणते, संगीत-साहित्य यांत आवड कोणती, छंद कुठले वगैरे वगैरे. बेनॉयर ड्यूपॉन्टलाही कंटाळा घालवायचा होता. या रहस्यमयी स्त्रीच्या रहस्यावरचा पडदा खुला करायचं त्याला फार औत्स्युक्य होतं. पॅरिसला येताना पहिल्या वेळी नीलानं शेजारच्या डच बाईला असेच प्रश्न विचारले होते. इतर कोणत्याही कारणापेक्षा गोऱ्या माणसाबद्दल जास्त खोदून माहिती मिळवण्याच्या औत्सुक्यानं. त्रेचाळीस वर्षीय गॅब्रिएला गेली पाच वर्षं भारतातून कापड विकत घेऊन ते आपल्या देशात विकायला नेत असे. ती येथून पेस्ट, दागिने, धूप वगैरे वस्तूही नेत असे. प्रवासखर्च आणि भांडवल वजा करता आपल्याला किती नफा होतो, आपल्याला किती भाडं द्यावं लागतं, अन्नपदार्थांचा दर किती असतो अशा गोष्टींचे बारीकसारीक तपशील तिनं नीलाला सांगितले होते. तिनं अगदी खाजगी, व्यक्तिगत गोष्टीसुद्धा नीलाला सांगितल्या होत्या. ती एकटी होती, एकटीच राहायची, पण नेहमी नाही. तिची प्रेमप्रकरणंही होती. कधीमधी वर्ष-दोन वर्षं ती त्यांच्याबरोबर राहायची. तिचा सर्वांत शेवटच्या नंबरावरचा प्रेमी होता इजिप्तचा अबू नाजर. काही महिन्यांनंतर तिनं त्याला सांगितलं होतं, झालं तेवढं पुरे, आता चालायला लाग. तिच्या बोलण्याचा अर्थ त्यानं समजून न घेतल्यामुळं तिला त्याच्यामागं पोलिस पाठवावे लागले होते. त्यानंतर आणखी जवळकीनं तिनं माहिती पुरवली होती, “नाजर वॉज डन इन टू मिनिटस् फ्लॅट.”

“तू कधी ॲमस्टरडॅमला गेली आहेस?”

“नाही. तिथं कसलं आकर्षण असणार? वेश्यांचं. एखाद्या स्थळी कुणी वेश्या पाहायला म्हणून जातं का? जातात. नक्कीच जातात. रस्त्यांवर काचेच्या

खिडक्यांमागं वेश्या विवस्त्रावस्थेत उभ्या असतात आणि हजारो लोक त्यांना पाहायला गर्दी करतात.'' नीलाला कसंसंच झालं. याखेरीज तिथं दुसरं काय होतं? स्वातंत्र्य. कसलं स्वातंत्र्य? पंख लावून उडण्याचं स्वातंत्र्य. मारिजुआना तुम्हाला उसने पंख जडवून देतं... मग तुम्हाला शहरभर भिरभिर उडता येतं. विमान उतरल्यानंतर गॅब्रिएला तिचा निरोप घेऊन गेली होती... पुन्हा मागंसुद्धा वळून न पाहता. तिनं नीलाचा पत्ता विचारला नव्हता. पॅरिसहून कोलकत्याला येताना नीलाला पुन्हा असाच अनुभव आला होता. बारा तासांचा प्रवास जरा बरा व्हावा म्हणून फक्त या गप्पा असतात, हे तिला कळून चुकलं होतं, त्यामुळंच तिनं बेनॉयरच्या बेलगाम औत्सुक्याला भीक घातली नव्हती.

बेनॉयरची ही पहिली भारतवारी होती. तो दिल्लीला गेला होता, तिथून आग्र्याला. त्यानंतर तो चंदननगर आणि कोलकत्याला गेला होता. आता कुठलंही मोठं अरिष्ट किंवा आजारपण न ओढवून घेता तो सुखरूप पॅरिसकडं प्रयाण करत होता. पॅरिसमधून निघण्याआधी अर्थातच त्याच्या पॅरिसमधल्या डॉक्टरनं त्याला मलेरिया आणि जगातल्या सर्व रोगांची प्रतिबंधक लस टोचली होती. आफ्रिकेला जातानासुद्धा त्याला असंच लसीकरण करून घ्यावं लागलं होतं.

''पण मला कुठंही जाताना लसीकरण करू घ्यावं लागत नाही. तुला का लागतं?''

''आम्हाला लागतं.''

'' 'आम्हाला' म्हणजे तुला काय म्हणायचंय?''

''युरोपियन्सना... गोऱ्यांना.''

''ओह.''

''मला एक सांग, भारतीय स्त्रिया इतक्या सुंदर कशा असतात?''

या प्रश्नानं नीला अचंबित झाली.

''पण मी सुंदर नाही.''

बेनॉयर हसला.

''भारतीय बायका इतकं सुंदर खोटंसुद्धा बोलतात हे मला ठाऊक नव्हतं.''

''मी सुंदर कशी असेन, मी गोरी नाही.''

''गोऱ्या बायका सुंदर असतात? त्या पंडूरोगी असतात. कशा हेंगाड्या चालतात, कशा कर्णकटू बोलतात बघ एकदा. छाती पुढं ताणून, करकोच्यासारखी मान काढून चालतात.. अगदी उंटासारख्या दिसतात. त्यांच्याबरोबर झोपणं शक्य आहे पण, त्यांच्यावर प्रेम करणं काही शक्य नाही,'' बेनॉयर नीलाच्या बाजूला झुकून बोलत होता.

''मग, आजवर तू कुणा गोऱ्या बाईच्या प्रेमात पडलेला नाहीस?''

''मी एका इथिओपियन मुलीच्या प्रेमात पडलो होतो, लवलवत्या ज्वाळांसारखी तेजस्वी देखणी होती. पण ती... शी इज गॉन विथ द विंड. मी ठरवलंय की, कधी प्रेमात पडलोच तर, भारतीय स्त्रीच्या प्रेमात पडायचं,'' बेनॉयर डोळे मिचकावत म्हणाला.

''ती तुला कुठं मिळणार? तू भारतात राहत नाहीस.''

''म्हणून काय झालं? पॅरिसमध्ये काही भारतीय स्त्रियांची वानवा नाहीय.''

''त्या सगळ्या विवाहित आहेत.''

''तू सुद्धा विवाहित आहेस?''

''होय.''

बेनॉयरच्या कपाळावर आठ्यांच्या सुरकुत्या पडल्या.

''पण, तू तर तिथं तुझं कुणी नाही म्हणालीस.''

''मी माझ्या नवऱ्याबरोबर राहत नाही.''

''सगळी गुंतागुंतच आहे!''

त्यानंतर बेनॉयरनं तिला त्याच्या लग्नाबद्दल सांगितलं. त्याचं एका गोऱ्या बाईशी लग्न झालं होतं. त्याला जॅकलीन नावाची एक मुलगी होती.

''नीला, तुझं वय किती, विशीच्या पुढं नक्कीच नाही, होय ना?''

''सत्तावीस.''

''खरंच? तू एकोणीस वर्षांपेक्षा एक दिवससुद्धा जास्त वयाची दिसत नाहीस.''

''तुझं वय काय?''

''पंचवीस.''

''खरंच?'' नीलाला आश्चर्य वाटलं होतं.

''का? मी आणखी मोठा दिसतोय का? केवढा वाटतोय?''

नीलाला त्याचं वय बेचाळीस तरी असणारच असं वाटलं होतं, त्यापेक्षा कमी नाही. पण त्याला सांगताना ते कमी करून ती म्हणाली, ''साधारण तिशीच्या जवळपासचा.''

त्यावर बेनॉयर मोठ्यानं हसून म्हणाला, ''तू मला अगदी पुरातनच करून टाकलंस.''

त्याच्या कपाळावर सात आणि दोन्ही डोळ्यांशी प्रत्येकी चार चार सुरकुत्या दिसत असताना, तिला दुसरं काय वाटणार?

प्रवाशांना आपापल्या खुर्च्या मागं ताणून झोपता यावं यासाठी विमानातले दिवे मंद करण्यात आले. ज्यांना झोपावंसं वाटत नसेल त्यांनी टीव्ही पाहावा, टीव्ही आवडत नसेल तर सतत संगीत दिमतीला होतंच. पण, बेनॉयरला यातलं

काहीच नको होतं. रेड वाईनच्या बाटल्यावर बाटल्या रिचवत तो तिच्याशी बोलत होता. त्याचं चार वर्षांपूर्वी लग्न झालं होतं. लग्नानंतर सुरुवातीला नव्याची नवलाई होती, लग्नबंधन छान वाटलं, पण आता त्यातला थरार ओसरला होता. त्याला आता असलं बेचव, अळणी आयुष्य खरोखर नकोसं झालं होतं. त्याला पाहिजे होतं काहीतरी दुसरं... काहीतरी अनोखं.

"अनोखं म्हणजे कशासारखं?"

"ते मला नेमकं सांगता येणार नाही, पण काहीतरी वेगळं... काहीतरी अनोखं."

वाचनासाठी असणारा दिवा लावून काही प्रवासी वाचनात मग्न होते, काहीजण झोपले होते. कुणाही प्रवाशाला त्रास होऊ नये म्हणून बेनॉयर हलक्या आवाजात कुजबुजत्या गप्पा मारत होता. कुजबुजण्यासाठी त्याला नीलाकडं झुकावं लागत होतं. नीलालाही त्याच्या बाजूला झुकावं लागलं होतं.

"पॅरिसमध्ये तू कुठं राहतेस?"

"सुरुवातीला मी गार द्यू नॉरमध्ये राहायचे, त्यानंतर गार दोस्तेर्लित्ज़जवळ फिफ्थ आरोंदिसमाँमध्ये एका मैत्रिणीच्या घरी."

"तू आत्ता तिथं तिच्याकडंच चालली आहेस का?"

"मला ठाऊक नाही."

"तू समलिंगी आहेस?"

नीलानं खिडकीतून बाहेर नजर टाकली. तांबडं फुटू लागलं होतं.

"का बायसेक्श्युअल?"

नीला एखाद्या बिनधास्त निर्वासितासारखी आहे याचा सुगावा बेनॉयरलादेखील लागला होता. नीलाच्या आवाजातून तिची द्विधा मन:स्थिती प्रकट होत होती.

"पॅरिसमध्ये तू कधी कुणाच्या प्रेमात पडली नाहीस?"

नीलानं नकारार्थी मान हलवली.

"कुणीही फ्रेंच प्रियतम नाही?"

"नाही."

"तू नेहमी इतकं कमी बोलतेस?"

"हे कमी नाही."

"मी जरा बडबड्या आहे, हे मला माहीत आहे, पण भारतीय माणसंसुद्धा बरीच बडबडी असतात, असं मी ऐकलंय, पण मला तर तू भारतीय असण्यापेक्षा युरोपियन जास्त वाटतीयस."

"युरोपियन माणसं कमी बोलतात?"

"ते शब्द तोलून-मापून बोलतात. ते कुणाशीही किंवा विनाकारण बोलत नाहीत."

''आणि तुम्ही?''

''मी शब्द तोलून-मापून बोलत नाहीय, पण त्यामागं काहीतरी कारण आहे हे नक्की.''

''काय कारण?''

''माझ्या लेखी तू अजूनही एक रहस्य आहेस. या रहस्याच्या शोधात खोलवर जाणं, हे कारण आहे.''

नीलानं बेनॉयरच्या निळ्याशार डोळ्यांत पाहिलं. तिच्या कल्पनाविश्वातल्या कोणत्याही देखण्या पुरुषापेक्षा बेनॉयर कितीतरी देखणा होता. त्याच्या कपाळावर बेफिकिरीनं रुळणाऱ्या तपकिरी बटा मागं साराव्यात असं नीलाला वाटत होतं. त्या बहाण्यानं तिला त्याच्या मुलायम त्वचेला स्पर्श करायचा होता, पण तसं न करता, नीलानं खिडकीतून बाहेर पाहिलं. आभाळात काहीतरी विलक्षण प्रकाश दिसत होता, असला उजेड तिनं याआधी कधी पाहिला नव्हता.

''वा!'' नीला पुटपुटली, ''रंग इतके विलोभनीय असू शकतात?''

क्षितिजावरच्या त्या रंगांना स्पर्श करावा, ती रंगांची उधळण ओंजळीत भरून घ्यावी आणि आपल्या अंगाला माखून घ्यावी असं तिला वाटत होतं. बेनॉयरसुद्धा पुढं झुकला होता... खिडकीच्या दिशेनं... नीलाच्या बाजूला.

आपला हात हातात घेऊन बेनॉयर आपली बोटं हळुवारपणे कुरवाळतोय, हे नीलाच्या ध्यानातसुद्धा आलं नाही.

नीलाच्या डोळ्यांत उमटलेलं आश्चर्य निरखत बेनॉयर म्हणाला, ''वंडरफुल.''

''आहे ना?''

''आहेच.''

''इतका सुंदर प्रकाश मी याआधी कधीच पाहिलेला नाही.''

''मीसुद्धा नाही पाहिला. नीला, असा विलक्षण प्रकाश कुठून मिळवलास?''

नीलानं वळून पाहिलं. तिला आश्चर्याचा धक्काच बसला. बेनॉयरचे डोळे आभाळावर नव्हे, तर तिच्यावर खिळले होते.

''तू आभाळातला हा प्रकाश पाहिला नाहीस?''

''पाहिला, मी तुझ्या डोळ्यांत प्रकाश पाहिला.''

थोड्याच वेळात बेनॉयरची ही आतुरता मावळणार आहे ही गोष्ट नीला ओळखून होती. पॅरिसला पोचलं की बेनॉयर 'टाटा' करून निघून जाणार. हेच स्वप्नाळू डोळे हरवून जाणार. बिनचेहऱ्याच्या गर्दीत बेनॉयर मिसळून जाणार आणि नीला तिथंच उभी राहणार... ना इकडची, ना तिकडची.

पण, पॅरिसला पोचल्यानंतर बेनॉयरचं बोलणं ऐकून तिला आश्चर्याचा धक्काच बसला. बेनॉयर तिला म्हणाला,

''तू गडबडीत नाहीस असं मी समजतो. तू गार दोस्तेर्लित्ज़जवळ मैत्रिणीच्या घरी जाणार आहेस ना? कॉफी प्यायला तू माझ्या घरी आलीस तर तुझ्या मैत्रिणीची त्याला काही हरकत असणार नाही असं मला वाटतं.''

''तिला मी इथं आल्याचं देखील ठाऊक नाही.''

नीला हसली.

''म्हणजे पॅरिसमध्ये कुणीही तुझी वाट पाहत नाहीय. किती भाग्याची गोष्ट आहे. चल, आपण जाऊ या.''

विमानतळावरच्या कार पार्किंगमध्ये बेनॉयरनं गाडी लावली होती. त्याची गाडी होती लाल पिजॉट.

त्यांची गाडी ऱ्यू द रेन्नच्या दिशेनं धावू लागली. पॅरिसमधली ती शांत, सुंदर सकाळ... नीला टक लावून पाहत होती. तिनं श्वासात ताजी हवा भरभरून घेतली. हा वसंत ऋतू आहे की उन्हाळा, यावर तिला थांबून चिंतन करावं लागलं नाही. तिला हवेतच वसंत ऋतूचा गंध आला. केळीच्या पानासारखं हिरवंगार गवत... या टवटवीत हिरवाईनं पॅरिस श्रृंगारलं होतं... झाडांवर, गवतावर, खिडकीच्या टप्प्यांवर फुलं पसरलेली होती. नीलानं ऐन बहरातलं पॅरिस नव्या दृष्टीनं पाहिलं.

गाडी पार्क करून बेनॉयरनं आपली सूटकेस घेतली. नीलाचं सामान गाडीच्या डिकीत होतं.

त्याचं घर सुंदर सजवलेलं होतं.

नीलानं विचारलं, ''तुझी बायको घरी नाही?''

''ती स्ट्रासबर्गमध्ये राहते. ती महापौर कार्यालयात काम करते. सुटीत ती घरी येते.''

ही माहिती पुरवताना बेनॉयरचा आवाज निर्विकार होता. सोफ्यावर बसून नीलानं खोलीत सभोवती नजर टाकली. जाडजूड पडद्यांमधून सूर्यप्रकाश फारसा आत येऊ शकत नव्हता. सोफ्याच्या शेजारी फूटोन आणि त्याशेजारी टेप टेक होता. तिथंच शेल्फमध्ये काही पुस्तकं, काही सीडीज आणि व्हिडिओ टेप होता. त्या खोलीच्या बरोबर समोर स्वयंपाकघर होतं. कॉफी यंत्रात पाणी ओतून बेनॉयरनं विचारलं, ''साखर?''

''मी कॉफी घेत नाही.''

''मग काय घेतेस?''

''चहा.''

''माझ्याकडं कुठलाच चहा नाहीय.''

नीला जायला निघाली. त्यानं आपल्याला कॉफी प्यायचं निमंत्रण दिलं

त्याच वेळी आपण त्याला आपण कॉफी पीत नाही ही गोष्ट सांगायला हवी होती, असं तिला वाटलं. आपण त्याला याची आधीच कल्पना दिली नाही आणि आत्ता या क्षणी चहाची व्यवस्था करणं शक्य नाही, त्यामुळं आता इथून निघणं हाच एकमेव समयोचित मार्ग असं तिनं गृहित धरलं. बेनॉयर तिच्यासमोर येऊन उभा राहिला. त्यानं तिच्यावर नजर रोखली, त्याबरोबर तिनं पापण्या झुकवल्या.

"केवळ प्यायला काही नाही म्हणून तू निघाली आहेस?" बेनॉयरनं विचारलं.

नीला काहीच बोलली नाही. ती पायाच्या नखांकडं पाहत राहिली.

तिचा हात हातात घेऊन बेनॉयर तिच्या जवळ येऊ लागला... अगदी जवळ... तिच्या धडकत्या काळजाजवळ. नीला झटक्यात मागं झाली पण, बेनॉयरनं हे भारतीय सौंदर्य पटकन पकडून, तिला जवळ ओढलं आणि तिच्यावर चुंबनांची बरसात करायला सुरुवात केली.

"काय करतोयस हे!" नीला बाजूला होत म्हणाली.

बेनॉयर अतिशय भावुक स्वरात म्हणाला,

"मला पिऊन टाक, नीला, पिऊन टाक."

नीलाला हे खरंच वाटेना. आपण अजूनही विमानातच आहोत... आकाशातल्या त्या विलक्षण प्रकाशाकडं पाहत, काहीतरी अद्भूत स्वप्नं पाहत आहोत असं तिला वाटत होतं.

आजवर कुणीही नीलाला अशा प्रकारे चुंबून घेतलं नव्हतं. चुंबन इतकं गहिरं असू शकतं ही गोष्टच तिला ठाऊक नव्हती. तिला आपलं शरीर पिसासारखं झाल्यासारखं वाटलं. तिचा तो पिसासारखा हलका देह उचलून बेनॉयरनं अगदी हळुवारपणे ढगांसारख्या मऊ मुलायम बिछान्यावर ठेवला आणि हळूहळू तिचे कपडे उतरवायला सुरुवात केली.

"तू फार सुंदर आहेस, नीला, ओह नीला, देवानं तुला अगदी काळजीपूर्वक घडवलंय."

त्यानं तिचं सर्वांग चुंबून घेतलं...

तिचं कपाळ, कान, डोळे, नाक, ओठ, जीभ, गाल, हनुवटी, मान, खांदे, पाठ, वक्ष, बाहू, हात, बोटं, पोट, मांड्या, मांड्यांमधला त्रिकोण, गुडघे, घोटे, तळवे... सगळीकडं त्यानं चुंबनांचा वर्षाव केला. नीलाचं सर्वांग चुंबनांनी ओलं झालं होतं. तिनं डोळे मिटून घेतले होते. असं सुख तिला तिच्या सत्तावीस वर्षांच्या आयुष्यात कधी लाभलं नव्हतं. आपल्याला असं सुख कधी लाभेल असं तिला कधी वाटलं देखील नव्हतं. या दुष्ट, पाशवी, विचित्र जगात प्रेम ही चीज इतकी भावोत्कट असू शकते, प्रणय इतका परिपूर्ण असू शकतो ही गोष्ट तिनं

कधी कल्पिलेली सुद्धा नव्हती.

नीलाच्या आयुष्यात तिच्याही नकळत बेनॉयर ड्यूपॉन्ट प्रकरण घडलं.

*

बेनॉयर नामक विलक्षण रसायन

नीलाचा दिवस बधिरलेल्या अवस्थेत गेला. संध्याकाळी बेनॉयरनं तिला डॅनियरच्या घरी सोडलं आणि आठवण करून दिली, "उद्या संध्याकाळी, सात वाजता, क्लोजरी दे लिला मध्ये, ओके?"

"ओके."

दार उघडल्यावर समोर नीलाला पाहताच डॅनियल थक्कच झाली.

"तू? तू पॅरिसला कधी आलीस?"

"आजच."

नीला आत आली. खोलीत कुणी वेगळीच मुलगी दिसत होती, तेवढं वगळलं तर तिथं बाकी सगळं तसंच होतं.

"ही नताली, माझी प्रेमिका."

झिरझिरीत पोशाख घातलेली नताली बिछान्यावर पडली होती. ती उठून बसली. अनोळखी माणसाशी ओळख करून दिल्यावर कुणीही व्यक्ती जे करते, तेच नीला आणि नतालीनं केलं, त्या दोघींनी हस्तांदोलन केलं. डॅनियल आणि नीलानं एकमेकींच्या गालांवर चुंबनं दिली.

नताली प्रोव्हेन्सची होती. पॅरिसमध्ये ती नवखी होती आणि होय, ती इथंच राहणार होती. ती गोड हसली. आखूड केस कापलेल्या नतालीचे डोळे तपकिरी होते. नतालीला नीलाबद्दल सगळं काही ठाऊक होतं. डॅनियलनं तिला सगळं सांगितलं होतं.

"तू पॅरिसला परत येणार नाहीस, असं मला वाटत होतं," डॅनियल म्हणाली.

नीलानं खुर्ची ओढली.

"मलाही तसंच वाटत होतं, पण मला इथं यावंच लागलं."

"तू कुठं राहिली आहेस?"

या प्रश्नाचं नीलानं लगेच उत्तर दिलं नाही. आपण डॅनियलकडं राहायचं असा तिचा विचार होता, पण डॅनियलचा हा प्रश्न तिच्या जडशीळ जिभेवर ठाण

मांडून बसला, ते तिला जीभच हलवता येईना.

सिगरेटचा प्रदीर्घ झुरका घेत डॅनियल म्हणाली, ''नताली आणि मी, आम्ही दोघी या खोलीत राहतोय, हे मी आत्ताच तुला सांगून ठेवते. तुला तुझी सोय कुठंतरी दुसरीकडं करावी लागेल.''

डॅनियलनं ती सिगरेट नतालीला दिली.

''त्यामुळं कुठं जायचं ते ठरवलं आहेस का?''

डॅनियलकडं राहता आलं नाही तर कुठं जायचं याचा नीलानं विचारच केला नव्हता. तिनं बेनॉयरचा पत्ता लिहिलेला खिशातला कागद चाचपला... जणू ती बेनॉयरलाच स्पर्श करत होती. बेनॉयरचे सुखाच्या अत्युच्च बिंदूवरून उमटलेले चीत्कार अजून तिच्या कानात रेंगाळत होते. त्याच्या विलक्षण रसायनानं तिचं शरीर अजूनही चिंब चिंब होतं. अजूनही ती बधिरलेलीच होती.

नतालीनं ती सिगरेट पुन्हा डॅनियलला दिली.

''तू जरासं मारिजुआना घेणार?''

नीलानं यापूर्वी कधी मारिजुआनाचा आस्वाद घेतला नव्हता. एक झुरका घेतल्याबरोबर तिचं डोकं गरगरू लागलं.

खोलीत नतालीचे कपडे, बूट-चपला पसरलेल्या होत्या. तिथं आता आणखी काही पुस्तकं दिसत होती आणि टेबलावर एकाच्या जागी दोन संगणक दिसत होते.

''माझी चित्रं? आणि कॅनव्हास लावण्याचा घोडा?'' नीलानं प्रश्न केला.

भकाभक झुरके सोडत डॅनियल हसून म्हणाली,

''इथं जागा नव्हती त्यामुळं मला ते फेकून द्यावं लागलं.''

नीलाला वाटलं, डॅनियल गंमत करतीय.

''खरं सांग, कुठं आहे? मला पुन्हा चित्रकला सुरू करायची आहे.''

''मी ते कचऱ्यात फेकलं,'' डॅनियलनं पुन्हा तेच सांगितलं.

डॅनियलला ती चित्रं तापदायक वाटली म्हणून तिनं ती कचऱ्यात फेकून दिली होती. त्यामुळं त्याविषयी चर्चा करणं सुद्धा तितकंच त्रासदायक होणार हे उघड होतं.

नीलानं विषय बदलला.

''कोलकत्यात मी तुझ्या मॉनिकला भेटले.''

ते ऐकताच डॅनियल एकदम रोमांचित होत चीत्कारली, ''खरंच? तिचं व्यक्तिमत्त्व विस्मयकारक आहे ना?''

मॉनिक कोलकता या विषयानं झपाटलेली आहे. या शहराबद्दलचं तिचं ज्ञान पाहून भलेभले तज्ज्ञ शरमेनं मान खाली घालतील. कोलकत्याबद्दल तिला जीन

रेसिनपेक्षा जास्त माहिती आहे. कोलकता धुळीनं इतकं माखलेलं आहे, गर्दीनं इतकं व्यापलेलं आहे आणि इतकं गलिच्छ आहे, तरी तिचं कोलकत्यावर प्रेम आहे, तरीही ती तिथं राहतीय. गरिबांना ती उदारपणे मदत करतीय. तिचं हृदय विशाल आहे. तिच्याइतकं बंगाली माणसांवर कुणीच प्रेम केलं नसेल.

डॅनियलची गाडी मध्येच अडवत नीला म्हणाली, ''मला नाही तसं वाटत.''

''काय नाही वाटत?''

''मॉनिकचं हृदय विशाल आहे किंवा तिला कोलकत्यातल्या माणसांबद्दल खराखुरा आदर वाटतो, असं मला वाटत नाही.''

नीलाच्या शब्दांची एवढी काडी डॅनियलला भडकवायला पुरेशी होती. तिनं घर डोक्यावर घेतलं.

''नीला, तू म्हणजे विचित्रच प्राणी आहेस. तुला कुणाचं कौतुकच करता येत नाही. मॉनिकसारख्या व्यक्तीची तुला स्तुती करता येत नाही? मी तुझ्यासाठी इतकं केलंय, तुझा हात धरून, तुला आधार द्यायला मी इतक्या दूरवर कोलकत्याला आले आणि त्याबदल्यात तू मला काय दिलंस? तू माझ्याशी भयानक वागलीस, माझ्याकडं दुर्लक्ष केलंस, माझा अपमान केलास. तुला जायला कुठं ठिकाण नव्हतं त्या वेळी तुला आसरा देणारी मी एकमेव होते, पण, तू मात्र अगदी पहिल्या दिवसापासून खोटं बोललीस... तुला नृत्य येत असताना तू मला नाचता येत नाही म्हणून सांगितलंस. मी तुला निकोलकडचं आमंत्रण मिळवून द्यायची व्यवस्था केली, तिथं तू पोशाखाऐवजी मुद्दाम जाणूनबुजून जीन्स घातलीस. निकोल इतकी शिष्टाचारसंपन्नपणे वागली आणि तू तिथून निघताना तिचे साधे आभारसुद्धा मानले नाहीस. कॅथेरिननं तरी तुला काय कमी मदत केली? पण तू तिच्याकडं अचानक धडकलीस. या देशात कुणीही असं करत नाही आणि समजा कुणी केलं असतं, तर तिनं पोलिसांना बोलावलं असतं. पण, तुझी फॅक्टरीत ओळख करून द्यायला, तुला पोस्ट ऑफिस, उपाहारगृह दाखवायला तीच तर पुढं होती! आणि तरीही तू तिच्याशी कधी ना सभ्यपणे बोललीस, ना तिच्याकडं पाहून हसलीस. इतरांनी आपली गुलामी करणं हे त्यांचं कर्तव्यच आहे, असं तुला वाटतं आणि तू एखाद्या सम्राज्ञीसारखं ते सगळं कौतुक करून घेणार! तू किती प्रतिष्ठित कुटुंबातून आलीयस ते मी पाहिलंच. तिथंच तू बिघडली आहेस. तुला हवं ते कायम मिळत आलंय आणि काहीही मिळवण्यासाठी तुला कधीही घासावं लागलेलं नाही. नीला, ही वृत्ती बदल, नाहीतर फार त्रास होईल. तुझी गुलामी करण्यासाठी कुणी तिष्ठत थांबलेलं नाहीय. भारतासारख्या गरीब देशात तू ज्या पद्धतीनं वाढलीस, त्या पद्धतीनं युरोपमधला कुणी श्रीमंत माणूससुद्धा राहत नाही आणि तू इथं पुन्हा मजुराचं आयुष्य जगायला परत

आलीयस? या दारिद्र्यात राहायला? तुला तर छंद-बिंद सुद्धा आहेत! तुला ती चित्रं आणि कॅनव्हास लावायचा घोडा हवा होता... तो मी फेकून दिलाय. तुला कलेतलं ओ की ठो कळत नाही. ती चित्रं अगदी भिकार होती, त्यामुळं मी ती टाकून दिली. आता, आम्हाला उशीर होतोय. आम्हाला डिनरला जायचंय. आम्ही तुला आणखी वेळ देऊ शकत नाही. खूप छळलंस मला, आता बास!''

जडजड बॅगा घेऊन नीला तिथून झटकन बाहेर पडली. जिन्यावरून तिनं एकेक करत बॅगा खाली आणल्या. इथं तिच्या मदतीला ना रामकिरण होता, ना तिच्या प्रतीक्षेत दाराशी गाडी उभी होती. इथं तर तिला जायला ठिकाणही नव्हतं. जिने उतरून खाली आल्यावर, जवळच्या फोन बूथवरून बेनॉयरला फोन करावा असं तिला वाटत होतं.

पण... त्याला काय सांगायचं! मला तुझ्या घरात राहू दे, म्हणून! पण, यात लाज का वाटावी? त्या दिवशी बेनॉयरच्या वादळी प्रणयात तिची शरम तर केव्हाच वाहून गेली होती!

बेनॉयरला फोन करावा की करू नये या विचारांच्या द्वंद्वात नीला क्षणभर घुटमळली, पण नंतर तिनं बेनॉयरचा नंबर फिरवला.

त्यानं फोन उचलला.

''तू काय करतोयस?''

''तुझाच विचार करतोय.''

''खरंच?''

''खरं, अगदी, अगदी खरं.''

''मीसुद्धा तुझ्याबद्दलच विचार करतीय.''

''तुला पाहून तुझी मैत्रीण खूष झाली असणार.''

नीला काही क्षण थांबली. आपल्याला पाहून मैत्रीण खूष झाली नाही असं तिच्या अगदी ओठावर आलं होतं. ते शब्द तिच्या तोंडून गेले असते तर, ती या शहरात नकोशी आहे, ही गोष्ट बेनॉयरला समजली असती. बेनॉयरलासुद्धा आपण नकोशा होऊ या गोष्टीची नीलाला भीती वाटत होती. एका माणसानं कुत्र्याच्या पेकाटात लाथ घातली की, बाकीचेही त्याला लाथा घालतात हे तिला ठाऊक होतं. ओठांतून बाहेर पडू पाहणारे शब्द गिळून ती म्हणाली– ''हो.''

''तू तिला माझ्याविषयी सांगितलंस?''

''हो.''

''ती काय म्हणाली?''

''ती म्हणाली की मग तू त्याच्याबरोबरच का जाऊन राहत नाहीस?''

नीला वाट पाहत होती... मग, तू का येत नाहीस, माझं हृदय, माझा आत्मा खूप आतुरतेनं तुझी वाट पाहतोय. ओह, प्रिये, ये, माझ्याकडं ये, अशा बेनॉयरच्या शब्दांची ती वाट पाहत होती.

बेनॉयर हसून म्हणाला, ''उद्या, क्लोजरी दे लिला, एकशे एक्काहत्तर, बूलवार मॉंपार्नास, विसरू नकोस.

नीलाच्या लक्षात होतं. तिची स्मृती अद्याप शाबूत होती, पण आत्ता या क्षणी तिला उपाहारगृहातल्या भोजनापेक्षा चार भिंती आणि माथ्यावर छप्पर या गोष्टीची जास्त गरज होती.

तिनं विचारलं, ''आपण तिथं जाऊन जेवू. नंतर काय करायचं?''

''नंतर आपण कॉफी घ्यायला माझ्या घरी यायचं.''

''मग?''

''ओळख!''

''मला नाही ओळखता येत आणि मी कॉफी पीत नाही, हे तुला माहीत आहे.''

''मग तू मला पिऊन टाक.''

''मला तसली तहान नाही लागलेली.''

''तुला लागलीय.''

''तुला काय माहीत?''

''मला माहितीय.''

''अगदी तज्ज्ञ असल्यासारखं बोलतोयस!''

''थोडासा. तूच सांग की?''

बेनॉयर हसला. नीला शांत होती. तिला त्याचे शब्द ऐकू येत होते, ''तुझ्या मैत्रिणीला उद्या रात्री घरी यायला उशीर होईल म्हणून सांगून ठेव. काळजी करू नकोस. मी तुला घरी नेईन.''

जवळ पैसे असते तर तिला हॉटेलमध्ये जाता आलं असतं. लोकांना विनंत्या करणं, त्यांना पिडणं हे तरी टळलं असतं. आत्ता या क्षणी तिला मदत करू शकतील अशा दोनच व्यक्ती होत्या, किशन आणि सुनील. अनिरबानचं किशनशी बोलणं झालं होतं तेव्हा तिच्याशी कायमचं तुटल्याचं त्यानं सांगितलं नव्हतं. तिनं टॅक्सी केली आणि टॅक्सीवाल्याला टॅक्सी ऱ्यू द्यू फूबोकडं घ्यायला सांगितली, पण नंतर तिचा विचार बदलला आणि तिनं टॅक्सी ऱ्यू द रिवोलाकडं

घ्यायला सांगितली.

चैताली घरी होती. नीलाला समोर पाहून ती चमकलीच.

''कुठं होतीस तू?''

आपण येऊ असं कुणालाच वाटत नसल्याचं नीलाच्या लक्षात आलं. डॅनियलनंही तिला अगदी अशाच स्वरात विचारलं होतं. कोलकत्याची ही मुलगी तिथंच राहणार असं सगळ्यांनाच वाटलं होतं. पॅरिस नीलासाठी नाही आणि नीला पॅरिससाठी नाही... सोपी सरळ आकडेमोड मांडून चैतालीसुद्धा समीकरण मांडून रिकामी झाली होती. नीलानं आत पाऊल टाकलं... जराही स्वागत न होता, कुणीही न बोलावता.

चैतालीच्या विस्फारलेल्या डोळ्यांत प्रश्नचिन्ह होतं, ''हा काय प्रकार आहे?''

''काही नाही. मी कोलकत्याहून आलीय. मी राहायला ठिकाण शोधतीय.''

''आत्ताच किशनचा फोन आला होता. सकाळी विमानतळावर गेलो होतो म्हणाला. तसंच ठरलं होतं.''

''माझ्याशी ठरलं नव्हतं.''

''तू एका फ्रेंच माणसाचा हात धरून तिथून बाहेर पडलीस, त्याच्याकड पाहिलंसुद्धा नाहीस, असं तो सांगत होता.''

नीलाचं डोकं गरगरू लागलं. तिनं पाणी प्यायला मागितलं.

''तुझं काय बिनसलंय?''

''काही नाही!''

''काहीतरी असलंच पाहिजे.''

नीला सोफ्यावर मागं रेलून बसली. तिचं सामान-सुमान दारातच होतं. चैतालीनं बॅगा आत घे असंही सांगितलं नव्हतं किंवा प्रवास कंटाळवाणा झाला का, आंघोळ करून घे, जेवणार का, याचीही चौकशी केली नाही. नीला पहिल्यांदा पॅरिसमध्ये आली त्या वेळी याच चैतालीनं तिची बहिणीसारखी काळजी घेतली होती.

काही वेळ चैताली विषण्ण मुखवटा धारण करून बसली. त्यानंतर तिनं सुनीलला फोन केला.

''सुनीलदा काय म्हणाला?''

''हे बघ, नीला, सुनीलचे किशनशी संबंध तुझ्यामुळं बिघडले आहेत. आता तू आमच्याकडं राहतीयस हे किशनला कळलं तर तो सुनीलला नको जीव करून सोडेल. हे चांगलं दिसणार नाही.''

नीला म्हणाली, ''कोलकत्याहून मी इथं आलीय ते किशनकडं जाऊन

राहायला नाही.''

''मग?''

''नाही, मी इथंही राहायला आलेली नाही. अगदी लवकरच मी एखादं घर भाड्यानं घेईन, पण माझे पैसे कोलकत्याहून इथं येईपर्यंत मला इथं राहायचंय. कृपा करून मला दुसरीकडं कुठं जायला सांगू नका.''

चैताली पुन्हा सुनीलला फोन करायला उठली. तिच्या चेहऱ्यावरची खिन्नता नीलानं बॅगा उचलून चालू लागायला पुरेशी होती. चैतालीनं नीलाला माघारी बोलवलं नाही किंवा तिला 'इथं राहा' असंही म्हटलं नाही. तिथून नीला रस्त्यावर आली, तितक्यात सुनीलची गाडी करकरत तिच्याशेजारी येऊन थांबली.

''कुठं चालली आहेस, नीला?''

आपण कुठं चाललोय, ते तिला तरी कुठं ठाऊक होतं. 'तुला किशनकडं जायचं असेल तर चल, मी तुला तिथं नेऊन सोडतो,' सुनीलनं तिला सुचवलं. पण, नीलाला तिथं जायचं नव्हतं. मग ती कुठं जाणार होती, मैत्रिणीच्या घरी? सुनीलची तिला तिथं नेऊन सोडायचीही तयारी होती. पण नाही, नीलाला मैत्रिणीकडंही जायचं नव्हतं. मग ती कुठं जाणार होती? ती कुणाच्याही घरी जाणार नव्हती. कुठलाही रस्ता, कोणताही फूटपाथ आता तिचा पत्ता म्हणून सांगता येणार होता. निदान तिला रस्त्यावरून तरी कुणी हाकलू शकणार नव्हतं. नीला जागीच घट्ट उभी होती. सुनीलनं तिला आत ओढून नेलं. मग तिला शांत करून, त्यानं तिला किशनकडं का परत जायचं नाहीय, हे विचारलं.

''मला किशनकडं जावंसं वाटत नाही,'' नीलानं थंडपणे उत्तर दिलं.

''नकोशा वाटणाऱ्या कितीतरी गोष्टी बायकांना कराव्या लागतात, नीला.'' चैतालीचा स्वर कडक होता.

नीलानं कोलकत्याला परत जावं असं सुनीलचं मत पडलं.

पण नीलाला तेही करायचं नव्हतं. कोलकत्यातल्या त्या गलिच्छ समाजात तिला परत जायचं नव्हतं. तिथं ती वडलांच्या घरी परत गेली, तर तिच्या कुटुंबाचं नाव खराब होणार होतं आणि तिथं जाऊन ती शहरात दुसरीकडं कुठं राहिली असती तरी लोक तिला नावं ठेवणार होते. सदैव नोकरी करून ती एकटी राहू शकली असती, पण ते आयुष्य किती भयानक असेल याची तिला कल्पना होती. नवऱ्याला सोडून आलेली बाई पतिता समजली जाणार, हिडीस मानली जाणार आणि वासनांध लाळटपकू माणसं क्षणार्धात तिच्यावर झडप घालणार.

मग त्यांनी तिच्या पुनर्विवाहाचा प्रश्न उपस्थित केला.

एकदा लग्न झालेल्या बाईशी पुन्हा कोण लग्न करणार? आणि समजा

कुणी लग्नाला तयार झालाच, तर तो अवघे सत्तर वयोमान असणारा असणार किंवा कुणी एखादा रासवट किंवा वेडा मनुष्य...

चैतालीनं प्रसंगोचित प्रश्न केला.

''विमानतळावर तू कुणाचा हात धरला होतास? कोण होता तो?''

नीलाच्या घशाला कोरड पडली होती. या खेपेला पाणी मागण्याऐवजी तिनं स्वत:च पाणी ओतून घेतलं. पाणी पिऊन झाल्यानंतर तिनं उत्तर दिलं, ''मित्र होता.''

''तो फ्रेंच माणूस तुझ्याबरोबर कोलकत्याहून आला होता का तो तुला आणायलाच आला होता?''

''माझी आणि त्याची विमानात भेट झाली.''

''आणि इतक्या झटपट तुमची मैत्री झालीसुद्धा?''

सुनील निर्जीवपणे हसला.

''नीला, मैत्री जोडणं इतकं सोपं नसतं. परस्परांना बारा वर्षं तरी ओळखत असल्याशिवाय खरीखुरी मैत्री जुळू शकत नाही.''

''पण कधी कधी अकस्मात आपले एखाद्याशी सूर जुळतात, असं घडू शकतं ना?''

सुनील हसला. अर्थात त्याचं हे हास्य तिच्याशी सहमती दर्शवणारं नव्हतं.

''ते काहीही असू दे. पॅरिस असो की कोलकता, आयुष्याचा खेळ सोपा नसतो हे कालांतरानं तुझ्या लक्षात येईल.''

सुनील बोलणं थांबवून पाय ताणून सोफ्याच्या पाठीवर हात पसरून बसला, ''किशनलालची मन:स्थिती पाहता, तो तुला कोणत्याही क्षणी घटस्फोट देईल असं दिसतंय. मग तुला कोलकत्याला परत जावंच लागेल.''

चैताली टुम्पाला झोपवायला उठली. जाता जाता ती म्हणाली, ''का? हिच्या फ्रेंच मित्रानं हिच्याशी लग्न केलं तर हिचे सगळेच प्रश्न सुटतील.''

आता नीला सुनीलच्या जवळ सरकली. थोडे पैसे उसने हवे असल्याचं ती त्याला सांगू लागली... कोलकत्याहून पैसे आले की, पूर्वीच्या देण्यासहित, सगळे पैसे मी परत करीन. तिला साधारण पाच हजार फ्रँक्स पुरणार होते. त्यासाठी काही दिवस थांबायचीसुद्धा तिची तयारी होती. तिला इतके पैसे कशाला हवेत तेच सुनीलला समजत नव्हतं... ती त्याच्या घरी राहणार होती, त्याचं भाडं द्यायचं नव्हतं, ना जेवणाखाण्याचा खर्च होता. हे सगळं खरं असलं तरी तिला पैशाची गरज होती. तिच्या काही योजना होत्या. शिवाय पॅरिसमध्ये ती नुसती राहायला आली नव्हती. तुला शंका असेल तर निखिलला फोन करून

माझ्याकडं खरोखरच वीस लाख रुपये आहेत की नाही, याची खात्री करून घे, ती म्हणाली.

चैतालीच्या देवघरात नीलाचा बिछाना घातला होता. लक्ष्मी, सरस्वती, दुर्गा यांच्या मधोमध नीलाला झोपावं लागलं. रात्रभर ती या कुशीवरून त्या कुशीवर तळमळत होती. रात्र सरेल, मग सकाळ उजाडेल, त्यानंतर दुपार होईल आणि अखेर हळूहळू संध्याकाळ होईल... त्यानंतरच तिला त्या सुखसागरात पुन्हा बुडी घेता येणार होती. नीला घड्याळाचे काटे निरखत होती. आजवर काळ इतक्या संथगतीनं पुढं सरकल्याचं तिला कधीच आठवत नव्हतं.

संपूर्ण दुपारभर ती बाथटबमध्ये पडून होती. अगदी काळजीपूर्वक आंघोळ करून तिनं आपल्याकडचे सर्वांत सुंदर पोशाख चढवून पाहिले. अखेर त्यातला सर्वोत्तम पोशाख चढवून तिनं चेहऱ्याचं प्रसाधन केलं, हलकीशी लिपस्टिक लावली, सर्वांगाला 'पॉयजन'च्या सुगंधात लपेटून ती तयार झाली... आत्ता फक्त साडेपाच वाजले होते. ती एकाजागी स्तब्ध बसून राहिली. आळसावत पडून राहिलं तर तिचा पोशाख चुरगळला असता आणि केसही पिंजारले असते, काही खाल्लं-प्यायलं तर चेहऱ्याचं प्रसाधन पुसलं जाण्याची भीती होती, त्यामुळं स्वत:च्याच धडकत्या काळजाची ठकठक ऐकणं आणि घड्याळाचे पुढं सरकणारे काटे निरखणं एवढं सोडून तिनं काहीही केलं नाही.

भारतीय सौंदर्याची ती मूर्ती क्लोज़री दे लिला ला आली, त्या वेळी तो फ्रेंच माणूस तिच्या टपोऱ्या डोळ्यांकडं पाहतच राहिला आणि तिच्या स्वागताला जवळपास उडतच गेला. तिला आपल्या बाहुपाशात घेत त्यानं आपली जीभ तिच्या मुखात खोलवर आत सरकवली. त्यांच्या जिभांचा परस्परांशी संवाद सुरू झाला. एकमेकांचं अस्तित्व त्यांनी मधुररसासारखं पिऊन घेतलं. गुडघ्यातून पाय ढेपाळवणाऱ्या या चुंबनाच्या आस्वादानं सौंदर्याची मूर्ती थरारून गेली.

बेनॉयर म्हणाला, "नीला, तू मला वेड लावलंयस."

लाल ओष्ठशलाकेनं काळजीपूर्वक रेखलेल्या नीलाच्या ओठांनी पुन्हा पूर्ववत गडद तपकिरी रंगछटा धारण केली. नीला बाथरूमला गेली, त्या वेळी तिनं पुन्हा लिपस्टिक लावली. ती पुन्हा लाल ओठ घेऊन आत्मविश्वासानं आली.

बेनॉयरच्या समोर बसत तिनं विचारलं, "इतक्या लोकांच्या समोर तू असं कसं काय करू शकतोस?"

"काय केलं मी?"

नीलाने ओठ चावले. तिच्या ओठांवर हसू फुललं होतं आणि डोळ्यांत लज्जा.

"आपण काय केलं, ते तुला ठाऊक नाही?"

पुढं झुकून नीलाच्या डोळ्यांत स्वत:ची छबी पाहत बेनॉयर म्हणाला, ''हा गुन्हा होता?''

''तू माझं चुंबन घेतलंस.''

बेनॉयर हसला, ''पण तू प्रतिकार केला नाहीस.''

मेनूकार्ड स्वत:कडं ओढून, नीलानं त्याआड चेहरा लपवला. ते कार्ड बाजूला सरकवून तिच्या डोळ्यांत बघत बेनॉयरनं विचारलंस, ''केलास?''

नीलानं हसून नजर खाली वळवली, त्याचबरोबर तीळवाली हनुवटीसुद्धा.

''मी माझं माझं चुंबन घेतलं, त्यात इतर कुणाला काय करायचंय?''

नीलानं रस्त्यावर, बागांत, मेट्रोत कुठल्याही वेळेला कायम स्त्री-पुरुषांना चुंबनं घेताना पाहिलं होतं. हळूहळू ते मेपलची पानं किंवा सफरचंद झाडावर लटकताना पाहावं तसं झालं होतं, पण जेव्हा तिच्यावर आलं, तेव्हा मात्र गोष्ट वेगळी होती. अर्थातच वेगळी... गोरापान, देखणा पुरुष असेल आणि त्याचं चुंबन 'फ्रेंच चुंबन' असेल तर नक्कीच वेगळी!

''तू काय घेणार? फॉई ग्रास?''

''म्हणजे काय असतं?''

''बदकाचं यकृत. बदकांना चांगलंचुंगलं खायला घालून पोसतात आणि नंतर हा खास पदार्थ बनवण्यासाठी त्यांचं यकृत काढून घेतात.''

हे वर्णन ऐकल्यावर नीलाची भूकच मेली.

''मग सॅलड चालेल... मोझरेला आणि टोमॅटो?''

''कॉटेज चीज? मला ते आवडत नाही.''

''मग, काय घेणार?''

''इथं कुठला मासा मिळेल? मी किनारपट्टीच्या प्रदेशातून आलीय.''

''इथं काही सागरी मासे मिळतील.''

''नको, ते चांगले नसतात. नदीतला मासा मिळेल?''

मेनूवर नजर टाकून बेनॉयरनं मान हलवली, नाही.

''तुला आंत्रकोत पाहिजे? पण, तुला नाहीतरी ते चालणार नाहीच.''

''का नाही? एकदा मी खाल्लंय.''

''पण, गाय तुझ्या दृष्टीनं पवित्र नाही?''

नीला हसू लपवत म्हणाली, ''मी आंत्रकोत घेईन.''

''तू धार्मिक नाहीस?''

''माझा धर्म वैयक्तिक आहे.''

बेनॉयर भुवया उडवत म्हणाला,

''म्हणजे, तुझा वैयक्तिक धर्म तुला गोमांस खायची परवानगी देतो?''

नीला गंभीरपणे सांगत होती, ''हिंदू धर्मात गोमांस भक्षणाला मनाई नव्हती. वेदकाळात आम्ही सगळे गोमांस खायचो. त्यानंतर ब्राह्मण लोकांनी आपलं इतरांपेक्षा वेगळेपण दाखवून देण्यासाठी काही बंधनं मानायला सुरुवात केली आणि त्यांनी गोमांस भक्षण सोडलं. हळूहळू त्यांच्या खालच्या जातींनीसुद्धा याचं अनुकरण केलं. अशा प्रकारे गोमांस न खाणं हे प्रतिष्ठेचं प्रतीक बनलं आणि तीच प्रथा पडली.''

''पण, इथं गोमांस खाणं हे प्रतिष्ठेचं प्रतीक आहे,'' बेनॉयर म्हणाला.

नीलाच्या आवाजात अविश्वास होता, ''इथंसुद्धा वर्गपद्धत आहे? म्हणजे, फ्रेंच राज्यक्रांती यापासून सुटका देऊ शकली नाही? गरीब-श्रीमंत हा भेदाभेद दूर झाला नाही? गरीब माणसं श्रीमंतांच्यात मिसळून जाऊ शकली नाहीत?''

बेनॉयरला त्या क्रांती-बिंतीत रस नव्हता. त्याला 'बोरदो'मध्ये रस होता. त्यानं आख्खी बाटली मागवली.

जेवताना नीलानं त्याला सांगितलं की मी मैत्रिणीबरोबर नाही, ऱ्यू द रिवोलीमध्ये राहतीय.

''अगदी झकपक भाग आहे. कुणा फ्रेंच व्यक्तीचं घर आहे का?''

''नाही.''

मग कुणाचं घर आहे हे बेनॉयर विचारेल म्हणून नीला वाट पाहत होती, पण त्याला त्याविषयी अजिबात रस नाहीय, हे तिच्या ध्यानात आलं. त्यामुळं तिनं आपणहूनच त्याला माहिती पुरवली.

''ते भारतीय व्यक्तीचं घर आहे.''

ते ऐकताच अकस्मात बेनॉयरचे डोळे बटाट्यासारखे झाले.

''का? एखाद्या झकपक भागात एखाद्या भारतीयाचं घर असणं ही इतकी विचित्र गोष्ट का वाटतीय?''

''नाही. मला तसं म्हणायचं नव्हतं.''

पण, मग काय म्हणायचं होतं, हे मात्र त्यानं सांगितलं नाही. त्याऐवजी बोरदोचा ग्लास उंचावत तो म्हणाला, ''साँते.''

नीलाही म्हणाली, ''साँते.''

क्लोज़री दे लिलामध्ये एकदा जेवायला येऊन गेलेल्या सुप्रसिद्ध लेखकांची आणि कलाकारांची नावं त्यांच्या बशांखाली अंथरलेल्या टेबलक्लॉथवर लिहिलेली होती. ती यादी वाचण्यात नीला पूर्ण गुंगून गेली. : बोदलेर, इझ्रा पाऊंड, स्कॉट फिज्गराल्ड, अर्नेस्ट हेमिंग्वे, जॉर्ज ऑर्वेल, सॅम्युअल बेकेट.

''लेनिन आणि ट्रॉटस्की वरचेवर यायचे ते ठिकाण हेच का?''

आजूबाजूला बघत बेनॉयर म्हणाला, ''मला नाही तसं वाटत.''

क्षणभर विचार करून नीला म्हणाली, ''मला वाटतं, हेमिंग्वेनं सहा आठवड्यात 'द सन ऑलसो राईजेस' लिहून पूर्ण केलं ते इथल्याच टेरेसवर. तो इथं जवळच राहायचा. पिकासोसुद्धा कवी मित्र, एपोलेनियरबरोबर इथंच यायचा.''

''पिकासो!'' बेनॉयरचे डोळे चमकले.

''होय, पिकासो. पण मला हेमिंग्वेबद्दलचं एक समजत नाही... गरम पाण्याची सोय नसलेल्या एका दमट खोलीत तो दरिद्री आयुष्य कंठत होता. शेकोटीसाठी लाकडं आणून खोलीत ऊब निर्माण करायची म्हटलं तर लाकडं विकत घ्यायला त्याच्याकडं पैसा नव्हता. त्याच्या घराला स्वच्छतागृहं नव्हती. तो बादली वापरायचा, पण तो नेहमी कॅफेमध्ये, उपाहारगृहात जायचा आणि प्लास से मिशेलमधल्या काफ़े ओज़ आमातार मध्ये काफ़े ओ ले प्यायचा. शिवाय, घोड्यावर पैसे लावायचा. हे सगळं त्याला कसं जमायचं? हे जरा विचित्रच वाटतं, नाही का?''

नीलानं बेनॉयरकडं पाहिलं. रम स्टेक खाता-खाता तो तिच्याकडं टक लावून पाहत होता. नीलाच्या नजरेनं ग्लासांची किणकिण टिपली, मद्यपींच्या आरोळ्या ऐकल्या. त्याचबरोबर ताजे टवटवीत शब्द, गद्य, पद्य.

शतकाच्या अखेरीस अमेरिकेनं प्रतिबंधक नियम जाहीर केल्यानंतर कितीतरी लेखक पॅरिसमध्ये आले. वेड्यासारखं मद्य ढोसून त्यांनी या उपाहारगृहांतून रात्ररात्र आरोळ्या ठोकल्या होत्या. त्यांच्या मुखातून उडालेल्या शब्दांत अलौकिक कल्पनेच्या भराऱ्या असायच्या. ते दृश्य नीलाच्या मनात घट्ट बसलं होतं आणि तिचे डोळे हरवून गेले.

बेनॉयरच्या बोरदो गटागट पिण्याच्या आवाजानं ती भानावर आली.

''हेमिंग्वेची अवस्था बघ. जेव्हा जेव्हा तो अन्नपदार्थ विकत आणायला जायचा, तेव्हा त्याला कायम पैशाची चणचण असायची. पुस्तकांच्या बाबतीतसुद्धा असंच व्हायचं. पुस्तकांच्या दुकानांतून तो कायम पुस्तकं उसनी आणायचा. सेजानची चित्रं उपाशीपोटी पाहण्याच्या अनुभवाचं त्यानं अगदी अप्रतिम वर्णन केलंय. एकदा मी दाली संग्रहालयात उपाशीपोटी गेलो होतो. मस्तक गरगरत होतं. नजरेच्या टप्प्यात कुठं एखादं झाड दिसलं असतं तर त्या दालीच्या घड्याळांसारख्या झाडाच्या फांदीला फास लावून घेतला असता. आधी बाहेर येऊन मामार्त्रमधल्या तिथल्या त्या पर्यटकी स्थळांपैकी एके ठिकाणी खाल्ल्यावाचून गत्यंतर नव्हतं. मग मी पुन्हा आत गेलो. सेजानच्या बाबतीत प्रयोग करून पाहिला तर असंच घडेल असा माझा अंदाज आहे.''

वाईन संपली. बेनॉयरनं पुन्हा दोन्ही ग्लास भरले. नीलानं एका दमात अर्धा ग्लास रिचवला आणि ती पुढं बोलू लागली, ''पण बेनॉयर, हेमिंग्वेचे बोल

किती अनमोल आहेत... पॅरिसमध्ये राहणं कधीच निष्फळ ठरत नाही. तुम्ही पॅरिसला जे जे काही द्याल, त्याच्या बदल्यात हे शहर पुरेपूर परतफेड करतं. अर्थात, ते पूर्वीचे दिवस होते. त्या काळात पॅरिस तसं होतं. हेमिंग्वे आणि इतर माणसं भले गरीब असतील, पण ती सुखी होती. आता चित्र पालटलंय. आज तुमच्याकडं पैसा नसला, तर तुमचं स्थान रस्त्यावर.''

नीलाचे डोळे ओलावले होते की काय? होय, अर्थातच. तिच्या डोळ्यांत पाणी जमा झालं होतं. नाही, खरं तर तिनं आंत्रकोतवर मिरपूड जरा जास्तच पेरल्यामुळं तसं घडलं असावं. बेनॉयरचे डोळे चुरचुरत नव्हते किंवा कानांतून वाफाही निघत नव्हत्या, भरपूर बोरदो ढोसल्यामुळं त्याच्या नाकाचा शेंडा जरासा लालसर झाला होता इतकंच. बाकी तो लालबुंद वगैरे झालेला नव्हता.

त्यानं प्रश्न केला, ''नीला, तू मैत्रिणीचं घर का सोडलंस?''

नीला काहीच बोलली नाही. एका अर्थानं ते बरंच झालं असं तिला वाटलं. डॅनियलच्या नतालीशी जुळलेल्या संबंधांना धन्यवाद द्यायला हवेत. दर रात्रीच्या त्या वखवखलेल्या जिभेपासून नीलाची सुटका झाली होती.

ती जीभ तिच्या नजरेसमोर लोंबकळू लागली. ती बाजूला सरकवून नीला म्हणाली, ''एखाद्या माणसावर प्रेम न करताच तू त्याच्याशी सेक्स करू शकतोस?''

बेनॉयर म्हणाला, ''ते काही गोष्टींवर अवलंबून आहे.''

''अवलंबून? कशावर?''

''एकूण परिस्थितीवर आणि....''

''आणि काय?''

''भावना, वगैरे, वगैरे.''

नीलानं त्याची अस्पष्ट पुटपुट ऐकली. चेहरा उंचावून ती म्हणाली, ''मी नाही करू शकत.''

प्रेमाच्या हळुवार झुळकीनं नीला जणू पुन्हा बालपणात पोचली होती.

''प्रेमानं मला अकस्मात असं कधी गिळून टाकलं तेच मला कळलं नाही. चालताना, कुणाशी बोलताना, एकांतात एकटीच असताना, झोपताना, उठताना, आपलं कुणावरतरी प्रेम बसलंय हे मला अगदी सुस्पष्ट जाणवतंय.

''तू अजून आंत्रकोत खाल्लं नाहीस.''

''मी प्रयत्न करून पाहिला, पण एक म्हणजे असलं अळणी खाणं खायची मला सवय नाहीय आणि दुसरं म्हणजे गोमांस खायचीही नाही.''

''आणि तुला परमेश्वराला खायचीही सवय नाहीय! हा, हा, हा.''

नीला हसली.

''आइस्क्रीममध्ये परमेश्वर नसतो. तुला आइस्क्रिम नक्की चालेल.''

आइस्क्रिम खाता-खाता नीलानं त्याला आपले बेत सांगितले... भाड्याचं घर घेणं, नोकरी बघणं याबद्दल. तिला कायमचं स्वतंत्र व्हायचं होतं.

"तू भाड्याचं घर कुठं घेणार आहेस?"

"अजून ठरवलेलं नाही, पण ते इतकं सोपंही नसणार आहे... एखाद्या श्रीमंत माणसाचा जामीन द्यावा लागणार."

"माझ्या घराजवळच भाड्याची जागा बघ, म्हणजे एकदम झकास होईल."

बेनॉयरचे हात तिच्या हातांपर्यंत पोचले होते. तो तिची नाजूक बोटं कुरवाळत होता.

'हे पुरुष प्रणय किती छान करू शकतात,' तिच्या मनात आलं.

वेटरनं बेनॉयरपुढं बिल ठेवलं. नीलानं ते हिसकावून घेतलं. त्यावर त्यानं वादळी प्रतिकार केला.

"काय करतीयस तू हे? मी पैसे देणार आहे. मी तुला बोलवलंय."

"म्हणून काय झालं?"

आठशे पन्नास फ्रँक्स टेबलावर ठेवून ती म्हणाली, "केवळ मी गरीब देशातून आलीय म्हणून मी काही भिकारी होत नाही."

तिला न अडवता बेनॉयर म्हणाला, "ठीक आहे. पुढच्या वेळचं बिल माझ्याकडं."

वेटरनं बेनॉयरच्या पुढं बिल ठेवलं म्हणजे तो आपली बिल द्यायची ऐपत नाही असं समजला असणार, असं नीलाला वाटत होतं... काळी, शिवाय स्त्री. बिल देताना एक प्रकारच्या अभिमानाच्या जाणिवेनं तिचा उर भरून आला.

पण अभिमानाच्या जाणिवेसोबत त्याचं मोलही आलंच. आता नीला बेनॉयरच्या गुलाबी ओठांवर आपले ओठ अगदी सहज टेकवू शकणार होती.

उपाहारगृहातून बाहेर पडल्यानंतर, ते नेहमीसारखंच बेनॉयरच्या ऱ्यू द रेन्न मधल्या अपार्टमेंटमध्ये कॉफीपानासाठी आले. तिथं पुन्हा तोच 'मला कॉफी नको, प्लीज चहा कर' हा सगळा देखावा पार पडलाच.

"माझ्याकडं चहा नाही, पण मी तुला दुसरं काहीतरी दिलं तर चालेल? त्यानं चहाची तहान भागेल का? पिऊन बघ."

बेनॉयरनं कुठलंसं संगीत सुरू केलं. रेड वाईनचा ग्लास भरला, वाईनचा आस्वाद घेत तो हळूहळू नीलाच्या दिशेनं आला... अगदी एकेक पाऊल टाकत.

'व्हेन यू वॉन्ट इट, व्हेन यू नीड इट, यू विल ऑलवेज हॅव द बेस्ट ऑफ मी, आय कान्ट हेल्प इट, बिलिव्ह मी...'

जेव्हा तुला हवं असेल, जेव्हा कधी तुला गरज असेल, त्या वेळी माझ्यातलं सर्वोत्तम तेच तुला सदैव मिळत राहील. मी ते टाळूच शकत नाही... माझ्यावर

विश्वास ठेव...

त्यानं तिला बिछान्यावर निजवलं आणि तिचे कपडे दूर केले. त्यानंतर ओठांचं एक प्रदीर्घ चुंबन घेतलं. तिच्या ओठांची लाली त्यानं पिऊन घेतली... जणू फक्त त्या लालीतच मध सामावला होता. तिच्या ओठांवरून आपले ओठ विलग न करताच त्यानं स्वत:च्या अंगावरचे कपडेही दूर केले. नीलानं लाजून डोळे मिटून घेतले आणि अंगावर चादर ओढून घेतली. बेनॉयरनं ती ओढून बाजूला केली. नीलानं दोन्ही हातांनी वक्ष झाकले होते. बेनॉयरनं तिचे हात बाजूला केले आणि 'ते' आश्चर्य तो स्तिमित होऊन पाहत राहिला. कापऱ्या आवाजात तो म्हणाला, ''नीला, तू सुंदर आहेस.''

नीला ते लपवायचा प्रयत्न करत कुशीवर वळली.

''माझ्यात इतकं सुंदर काय आहे?''

''तुझा वर्ण.'' बेनॉयरचा स्वर भावनेनं ओथंबला होता.

नीला म्हणाली, ''वर्ण? पण तो तर गोरा नाहीय.''

''म्हणून तर सौंदर्य इतकं खुललंय.''

अकस्मात तिच्या मनात मिठूचा चेहरा अवतरला.

बिच्चारी मिठू, माझ्या या सावळ्या त्वचेमुळं मला प्रेम लाभतंय, हे तुला पाहता आलं असतं. बिच्चारी मिठू, तू आणखी वाट पाहिली असतीस तर कदाचित तुझ्याही आयुष्यात कुणी येऊ शकलं असतं. बिच्चारी मिठू, आयुष्याची ही आश्चर्यकारक सुंदर बाजू न पाहताच तू गेलीस. बिच्चारी मिठू...

''तुझा वर्ण इतका छान आहे, तुझी त्वचा कशी मृदू-मुलायम आहे, तुझे केस कसे काळेभोर, दाट, गडद आहेत; आणि तुझे वक्ष... अशी खरबुजांची जोडी मी आजवर कधी पाहिलेली नाही. नीला, तू मला पार वेडं करणार.''

तिच्या वक्षावर वाईनचे थेंब ओतून तो त्यांचा आस्वाद घेऊ लागला.

''आता वाईन आणखीनच छान लागतीय.''

''खरंच?''

''खरंच.''

त्यानंतर त्यानं राहिलेली वाईन नीलाच्या पोटावर, मांड्यांवर ओतली आणि पिऊन घेतली. नीलाची बोटं त्याच्या सोनेरी केसांत, दाढी घोटून गुळगुळीत केलेल्या गालांवर, लालसर नाकाच्या शेंड्यावर, हनुवटीवर, त्याच्या सगळ्या चेहऱ्यावर फिरत होती. ब्रायन अॅडम्सच्या सुरात सूर मिसळून बेनॉयर गात होता, ''आय मे नॉट ऑलवेज नो व्हॉट इज राईट, बट आय नो वॉन्ट यू हिअर टूनाईट, गॉन्ना मेक धिस मूमेंट लास्ट फॉर ऑल युवर लाईफ, ओह येह धिस इज लव्ह, अॅन्ड इट रियली मिन्स सो मच, आय कॅन टेल फ्रॉम एव्हरी टच...''

सर्वांत आधी तिच्या वक्षांना पिसांचा स्पर्श झाला. त्यानंतर त्याच्या चोचीसारख्या नाकानं त्यांचं चुंबन घेतलं आणि बेनॉयरची जीभ त्यांवरून हळुवार फिरू लागली. तिच्या वक्षांवरच्या कळ्या हळूहळू उमलू लागल्या. पापणीसुद्धा न लववता तो त्याकडं पाहत होता. त्यानंतर त्याच्या ओठांच्या पाकळ्या त्या उमलत्या कळ्यांवर विसावल्या. त्यानं कळ्यांचं हळुवार चुंबन घेतलं. कळ्या पूर्ण उमलून फुलून आल्या त्या वेळी बेनॉयर जिभेनं त्यांचा आस्वाद घेऊ लागला. ...जणू त्यात अमृतसंचय असावा... बेनॉयर म्हणाला, "या माझ्या चेरी आहेत."

नीलाला वाटलं, हा बेनॉयर नाही, हा आहे आपला अपोलो... ॲफ्रोडाईटवर खोल, गाढ... घट्ट, जीवापाड प्रेम करणारा अपोलो.

तिच्या वक्षाचं, तिच्या पोटाचं चुंबन घेत बेनॉयर खाली सरकला. तिनं मांड्या घट्ट आवळून धरल्या होत्या. त्या हातांनी बाजूला करत बेनॉयर म्हणाला,

"नीला, मला तुझा स्वाद घेऊ दे, तुझा स्वाद घेऊ दे."

"नको."

"का?"

"किळस वाटते."

"तुझी मऊ-मखमल किती छान आहे. त्याखाली मधुसंचय आहे, मला ठाऊक आहे, प्लीज, मला पिऊ दे."

त्यानं तिच्या मांड्या हळुवारपणे विलग केल्या. नीलानं लाजेनं डोळे मिटून घेतले. आपल्या जिभेनं ओठ ओलेचिंब भिजवून तो आणखी खळाळत्या नद्यांच्या शोधात खोल खोल गेला. मेणबत्तीच्या मंद प्रकाशात तो खोल सागरात बुडी घेणाऱ्या जलतरणपटुसारखा दिसत होता. एखाद्या झपाटलेल्या बेभान माणसासारखा तो तिला पिऊन घेत होता, जणू तो जीवनरसाच्या कारंज्याशी आला होता आणि तो सगळा रस पिऊन टाकला नाही, तर त्याचे प्राण जाणार होते.

बेनॉयर कुजबुजल्या स्वरात म्हणाला, "नीला, डोळे उघड, माझ्याकडं बघ. मला स्पर्श कर. माझं चुंबन घे."

नीलानं डोळे उघडून पाहिलं. तिला धक्काच बसला. तिच्यासमोर होतं शेकोटीच्या ज्वाळांसारखं धगधगतं... त्याचं भव्य पौरुष. तिने डोळे मिटून घेतले.... भयानं आणि लज्जेनं. तिच्या आजवरच्या सगळ्या आयुष्यात तिला प्रणयासाठी दोनच व्यक्तींनी स्पर्श केला होता. एक– सुशान्ता; तिनं लाजेनं त्याच्याकडं पाहिलंसुद्धा नव्हतं आणि दुसरा– किशन, एकदा तिची नजर योगायोगानं 'त्या'वर पडली, तेव्हा तिनं पाहिलं होतं... ...त्याचा आकार म्हणजे करंगळी किंवा उंदराची शेपटी म्हणा ना! त्याच्या पौरुषाला मुंग्यांचं वारुळ म्हणायचं

ठरवलं तर, त्या तुलनेत बेनॉयरच्या पौरुषाला हिमालयच म्हणायला हवं होतं. अखेर नीलानं हिमालयाला स्पर्श केला. तिची बोटं वलयाकार फिरत होती... तिचा हात कापत होता. बेनॉयरनं ती धगधगती ज्वाला तिच्या ओठांजवळ आणली, चुंबून घेण्यासाठी.

"तू अशी ताठ उताणी, निष्क्रियपणे का पडून राहतेस? कालही असंच झालं. डोळे उघडून बघ, नीट निरख, अनुभव घे. गंमत कर. याला स्पर्श कर, पिऊन घे, तुझ्या वक्षांमध्ये सामावून घे... मला चेतव, माझ्याशी खेळ."

'श्वास तुझा मालकंस, स्पर्श तुझा पारिजात' असा अनुभव तिला कधी ठाऊकच नव्हता. निष्क्रियपणे ढिम्म, उदासीन पडून राहायची नीलाला सवयच होती. हा जणू या खेळाचा नियमच असतो, अशी तिची समजूत होती... बाईनं डोळे मिटून पडून राहायचं आणि पुरुषानं तिच्या देहावर चढून सुख लुटायचं... त्यातून बाईला काही सुख मिळालं तर छानच... नाहीतर तिच्यासारखी करंटी तीच!

बेनॉयरनं आपलं शरीर तिच्या अंगावर दाणकन लादलं नव्हतं. दोन्ही हातांवर देह तोलत तो अधांतरी होता. त्याचं ते भरभक्कम प्रचंड पौरुष तिच्या महासागराचा अखेरचा थेंबसुद्धा चिंब चिंब करत गेलं. नीला अस्वस्थ झाली. ती तृषार्त होती. ती आवेगानं उधाणली होती. त्याच वेळी हिमालय किनाऱ्याकडं पळून गेला होता. तिच्या महासागराला त्याची आस लागली होती आणि तो तर समीप येत नव्हता. कसला खेळ म्हणायचा हा? नीलानं डोळे उघडून पाहिलं तर, बेनॉयर हसत होता. नीला त्याला बिलगली आणि तिनं त्याला आपल्याकडं ओढून घेतलं.

"तुला काय हवंय ते मला सांग," बेनॉयर कुजबुजला. मंद प्रकाशात त्याचा चेहरा उजळून निघाला होता. नीलानं इतकं राजबिंडं रूप इतक्या जवळून कधीच पाहिलं नव्हतं. ती प्रेमभावनेनं थरारून उठली.

"सांग ना, तुला काय हवंय ते."

नीला लाजेनं चूर झाली. काय हवंय, ते ती सांगू शकली नाही. तिनं उजवीकडं मान वळवली की तोही उजवीकडं कलत होता आणि तिनं डावीकडं मान वळवली की तोही डावीकडं झुकत होता.

"तुला आणखी धीर धरता येणार नाही, होय ना?"

ते खरंच होतं, पण ते त्याला सांगण्याचा मार्ग तिला ठाऊक नव्हता... असं सांगायला ती कधी शिकलीच नव्हती, असं काही बोलायची तिला सवय नव्हती. मर्यादेनं तिच्याभोवती बुरखा पांघरला होता.

नीलाचा आवेग, तिची आतुरता पाहून बेनॉयरच्या चेहऱ्यावर गोड, खट्याळ

हास्य उमटलं होतं. अचानक... काहीही पूर्वसूचना न देता... हिमालय तिच्या किनाऱ्याशी आला आणि तिच्या सखोल जलाशयात प्रवेश करता झाला. त्याबरोबर नीलानं किंकाळी फोडली. तिच्या शरीराची धनुष्यासारखी कमान झाली.

बेनॉयरनं म्हणा किंवा अपोलोनं, प्रलय घडवला होता. तो म्हणत होता, तू कुमारी आहेस, अनाघ्रात, फक्त मी, मी आणि मीच काय तो तुला स्पर्श केलाय, बाकी कुणीही तुला स्पर्श केलेला नाही, ...तू अस्पर्श आहेस!

त्यानं तिचे पाय उचलून आपल्या छातीवर घेतले आणि जणू तुफानच घुमलं. त्यानं तिचे पाय चुंबून घेतले... त्याच्यात जणू विध्वंसक खूळ संचारलं होतं. वादळाचे चाबकी फटकारे सुरू झाले... जलद... आणखी जलद... तुफानदेवता हसत होती. नीलाच्या देहात सुखद वेदना व्यापून राहिली होती... तेजाळ विजेच्या धारदार वेगवान सुखाची.

अकस्मात बेनॉयरनं उताण्या स्थितीत झोपलेल्या नीलाला उचलून आपल्या मांडीवर घेतलं आणि अवघडलेले हात सैलावून तो पाठीमागं आडवा झाला.

"तू कधी घोड्यावर स्वार झाली आहेस?"

नाही, नीलानं कधीच घोडेस्वारी केली नव्हती. ती तशीच बसून राहिली, निश्चल. बेनॉयरनं तिला आपल्या हातानं उचलून पुन्हा खाली ठेवलं आणि कसं स्वार व्हायचं ते शिकवलं. त्यानं तिला आवेगाला जलद वाट करून द्यायला सांगितलं. एखाद्या कुशल रतीसारखी स्वार हो, तो तिच्या कानात कुजबुजला. तिला आपल्याजवळ ओढून दोन्ही हातांनी तिच्या छातीवरचं वैभव कवेत घेत त्यानं चेरी पिऊन घेतल्या.

आलिंगनात बद्ध होऊन परस्परांभोवती लपेटलेली दोन शरीरं बिछान्याच्या या टोकापासून त्या टोकापर्यंत लोळत लोळत शेवटी जमिनीवर पडली.

"तुला नृत्य येतं?" बेनॉयर पुन्हा कुजबुजला.

नीलाला नृत्य करणं शक्य नव्हतं, तिला ते कधी ठाऊकच नव्हतं.

"नृत्य कर, बेभान होऊन नाच, माझ्याकडं पाठ कर आणि नाच."

बेनॉयरनं तिला पाठमोरं करून नाचायला लावलं. याआधी ती अशी कधीच नाचली नव्हती. तिच्या पाठीवर थोपटून त्यानं तिला कसं नाचायचं ते शिकवलं. त्यानंतर त्यानं तिला पुढं वाकवलं, तिचा चेहरा खाली झुकवला आणि आपल्या देखण्या देहाखाली तिचं सुंदर शरीर झाकून टाकलं. पार्श्वप्रदेशात तुफान कडाडलं आणि पुन्हा एकदा प्रलयाचा हाहा:कार माजला. विजांच्या लखालखाटानं नीला किंचाळली. तुफान एक रेसभरही कमी झालं नव्हतं, फक्त नीलाचं ओटीपोट वर उचललं गेलं होतं. तिच्या कमरेखालचा मांसल पार्श्वभाग त्याच्या हातात होता. त्यानं गुडघे टेकून, तिच्या महासागरात पुन्हा लाटांचं उधाण आणलं. नीला धापा

टाकत होती. बेनॉयरनं तिला जमिनीवरून उचलून, बिछान्यावर झोपवलं. पेलाभर पाणी आणून त्यानं अर्धा पेला स्वत: पिऊन राहिलेलं पाणी तिला दिलं. पाणी पिता-पिता डोळ्यांच्या कोपऱ्यातून तिनं पाहिलं, 'तो' लालबुंद, अवाढव्य राक्षस लवलवती जीभ बाहेर वासून होता.

बेनॉयरनं तिला उचलून सोफ्यावर बसवलं. नीलाला मांडीवर बसवून त्यानं तिचं सर्वांग चुंबून घेतलं. तिला पुन्हा चेतवत तो म्हणाला, "इतके देखणे 'हिप्स' तू असे थंड का ठेवतीस? हलव, हलव, माझं आख्खं विश्व थरारून सोड."

ते कसे हलवायचे ते तरी नीलाला कुठं ठाऊक होतं! बेनॉयरला तिला तेही शिकवावं लागलं. झंझावाती तुफान अगदी पराकोटीला पोचलं त्या वेळी नीलाला आहे त्या स्थितीत धरून बेनॉयर उठून उभा राहिला. त्यानं तिला उचलून भिंतीकडं सरकवलं. तिला भिंतीशी धरून त्यानं तिच्या अंतरंगात तुफान उधाणवलं... पुन्हा... पुन्हा. नीला सुखाच्या सर्वोच्च बिंदूवर पोचली, त्या वेळी आख्खी खोली हेलकावत होती आणि बेनॉयरही. झोके घेतच त्यानं तिला बिछान्यावर निजवलं... अगदी एखाद्या लहान बाळासारखं. त्यानं तिला पाठीमागून कवेत घेतलं... तिचे वक्ष, तिच्या चेरी त्याच्या हातात होते. त्यानंतर ते वादळ पुन्हा झंझावाती घुमलं... नीलाच्या शांत मंदिरात घुसून तिचे तुकडे तुकडे केले त्या विध्वंसक, झपाटलेल्या वादळानं. विजांच्या कडकडाटात घाम मिसळत गेला... धक्क्यांच्या लाटा नीलाकडून बेनॉयरकडं... आणि पुन्हा नीलाकडं फुटत गेल्या. बेनॉयरनं तिला व्यापून टाकलं होतं... ...तिचं अवघं विश्व चिंब चिंब होऊन गेलं होतं.

बेनॉयरच्या छातीवरून, पाठीवरून, केसांतून घर्मबिंदू ठिबकत होते. नीलाचं धपापतं शरीर कुशीत घेऊन बेनॉयर तिथंच पडून राहिला.

एव्हाना मेणबत्तीची जळती ज्योत शांत झाली होती आणि ब्रायन ॲडम्सचे सूरही स्तब्ध झाले होते. घड्याळाचे काटे साडेतीन वाजल्याचं दाखवत होते... म्हणजे मध्यरात्र उलटून गेली होती. अर्धवट झोपेत असलेली नीला बेनॉयरच्या छातीचा सुगंध भरून घेत होती. हा जणू आपल्या स्वप्नीचा राजकुमार आहे... आपल्याला घोड्यावरून घेऊन जायला आलेला, असं तिला वाटत होतं. हा जणू तो राजमहाल होता आणि तो तिचा राजपुत्र. तिच्या देहात विलक्षण शांती होती आणि काळजात आनंदाचं थुईथुई कारंजं. ही सुखाचा परिसीमा आहे, असं तिला खात्रीनं वाटत होतं... यापेक्षा सुखी... कुणी असूच शकणार नाही. प्रेमाची इतकी समर्थ अनुभूती याआधी तिला कधी जाणवलीच नव्हती.

"बेनॉयर, माझं तुझ्यावर खूप खूप प्रेम आहे," हे म्हणताना तिचा आवाज

थरथरत होता.

बेनॉयरनं डोळे उघडून तिच्या ओठांचं हळुवार चुंबन घेतलं.

"तू मला आवडतेस, खूप खूप आवडतेस."

"तुझं माझ्यावर प्रेम नाही?" नीलानं विचारलं.

"अजून नाही."

हतबुद्ध नीला उठून बसली.

"काय म्हणालास तू? तुझं माझ्यावर प्रेम नाही?"

"नाही," बेनॉयरनं शांतपणे सांगितलं.

"तुझं माझ्यावर प्रेम नाही म्हणतोस, तर तू उत्कट प्रेमिकासारखं हे सगळं कसं काय करू शकलास? ज्या व्यक्तीवर आपलं प्रेम नाही, त्याच्या नुसत्या दर्शनानं तुझं शरीर कसं काय फुलून उठतं?"

"तू मला आवडतेस, मग तुझं शरीर मला का चेतवणार नाही?"

"मला स्वत:चीच किळस वाटतीय, श्शीऽ!"

बेनॉयर उठून बसला.

"काय बोलतीयस तू?"

"तुला वाटलं असेल, ही काय, गरीब देशातून आलीय, हिला जेमतेम खायला किंवा कपडालत्ता मिळत असेल. आपण हिला बिछान्यात सहज नेऊ शकतो!"

बेनॉयरच्या कपाळावर आठ्या उमटल्या होत्या आणि डोळ्यांत प्रश्नचिन्ह. नीलानं शक्य तितक्या झटपट कपडे घातले.

"वेडी आहेस का तू? इतक्या चटकन कुणावर कसं प्रेम करता येईल? कदाचित एखाद्या दिवशी मी प्रेम करीनही." बेनॉयर म्हणाला.

"किंवा कदाचित करणारही नाहीस."

"तू निघाली आहेस?"

"हो."

"खूप उशीर झालाय. नीला, इथंच राहा."

"इथं राहू? तुला भीती वाटत नाही? पास्कल... तू प्रेम करतोस ती पास्कल अचानक धाडकन् टपकू शकते."

बेनॉयरचं 'तुफान' पूर्णपणे शमून, मरगळलं होतं. बेनॉयर तसाच बसून होता. सुन्न, विवस्त्र. नीला तिथून बाहेर पडली.

अपमानित नीला रस्त्यावरून चालत होती... अपमान... तो तिच्या पुढंच चालत होता, कधी तिच्या सोबत, तिच्या बाजूनं... तिला भिंतीशी धरून तो

प्रलयाचा हाहा:कार माजवत होता. नीलाला आता कळून चुकलं होतं की, बेनॉयरला प्रेमा-बिमाशी काहीही देणंघेणं नव्हतं; त्यानं फक्त तिचं शरीर उपभोगलं होतं... वखवखलेल्या बलात्काऱ्यानं मूर्ख, गधड्या मुलीला भोगावं तसं. किती लाजीरवाणं आहे, नीला, किती शरमेचं! तू मरून का जात नाहीस? गळफास लावून घे, मिठूसारखा.

हे कोलकता नव्हतं, हे होतं पॅरिस... रात्रभर जागं असणारं. हात करा, टॅक्सी हजर; हात करा, प्रेमिकसुद्धा हजर.

*

मॉरोनिस वेर्निस

नीला घरी परतली त्या वेळी सुनीलनं झोपेतून उठून तिला दार उघडलं.

"कुठं होतीस तू?" त्यानं विचारलं.

"मैत्रिणीच्या घरी."

"कुणा मिस्टर बेनॉयरचा दोनदा फोन आला होता. त्यानं तुला फोन करायला सांगितलंय."

सुनील त्याच्या शयनगृहाकडं गेला.

नीलाही तिच्या झोपायच्या खोलीत गेली. दिवा बंद करून ती बिछान्यावर आडवी होणार, तितक्यात फोनची रिंग वाजली. टुम्पाच्या रडण्याचा आवाज आला, "मा, मा."

सुनीलनं हाक मारली, "नीला, तुझा फोन आहे."

बेनॉयरचा फोन होता.

"तू आत्ता या वेळी कशाला फोन केला आहेस? माणसं झोपली आहेत."

"मला तुझ्याशी बोलायचंच आहे."

"आत्ता, या वेळी?"

"हो."

"नाही, मला झोप आलीय, मी आता झोपणार आहे."

"तू मला उद्या भेटशील?"

"नाही."

नीलानं फोन ठेवला. ती तिथून निघाली. तितक्यात पुन्हा फोन वाजला. मग फोनचा रिसीव्हर बाजूला काढून ठेवून ती झोपायला गेली.

नीला सकाळी लवकर घरातून बाहेर पडली. घरी थांबलं तर शंभर प्रश्नांना तोंड द्यावं लागणार हे तिला ठाऊक होतं... हा बेनॉयर कोण, रात्री इतक्या उशिरा फोन करून तो सगळ्यांना का उपद्रव देत होता, काय असेल ते तू त्याच्याशी बाहेरच का निस्तरून आली नाहीस, वगैरे, वगैरे. घरातनं एकदाचं बाहेर पडून नीला निरुद्देश भटकत राहिली. रस्त्यावर सगळीकडं माणसंच माणसं होती. वॅक्सिंग केलेले, तुळतुळीत पाय दाखवत, उघड्या पाठीचे पोशाख घातलेल्या बायका अवतीभवती दिसत होत्या. चालताना त्यांचे वक्ष उसळत होते आणि ढुंगणं हेलकावत होती. संपूर्ण हिवाळाभर कच्च्या भाज्या-फळं चघळून त्यांनी आपलं शरीर प्रमाणबद्ध राखलं होतं आणि आता त्या त्याचं खुलं प्रदर्शन करत होत्या. आत्ता उन्हाळा होता... म्हणजे आनंदसमय. अंगाची लाही लाही करणाऱ्या उन्हानं नीला घामाघूम झाली होती. नीला सावलीच्या शोधात होती, पण बाकीची माणसं मात्र उन्हातान्हात फिरत होती. त्यांची शरीरंही घामानं निथळत होती, पण त्यांना ऊन हवं होतं... उन्हात भाजून निघून त्यांची गोरी त्वचा रापणार होती, म्हणून त्यांना ऊन हवं होतं. सूर्य उष्ण किरणांची आग ओतत होता आणि लोक घरातून बाहेर पडत होते. चित्रपटगृहं, नाट्यमंदिरं ओस पडली होती. चार भिंती आणि छताची ऊब हिवाळ्यात, उन्हाळ्यात नाही. कॅफेत, उपाहारगृहांत असं आतमध्ये, सावलीत कुणी बसत नव्हतं... सर्वजण सदैव गच्चीवर ऊन खात खात खात-पीत होते. नीलानं दुपारच्या होरपळत्या उन्हात शंभर एक स्त्री-पुरुष अर्धनग्न अवस्थेत जार्दें दे त्वीयरीमध्ये पहुडलेले पाहिले. उन्हानं नीलाच्या जीवाची तगमग होत असतानाच दुसरीकडं या हिवाळी प्रदेशातली माणसं मात्र ऊन म्हणजे जगातली सर्वांत स्वादिष्ट 'डिश' असावी अशा थाटात ही 'डिश' मटकावत होते. माणसांच्या त्या अलोट गर्दीत, एकट्यानंच निघालेली अशी नीला एकमात्र होती. बाकी प्रत्येकाला जोडीदार होता, प्रत्येकजण चुंबनांच्या आदानप्रदानात मग्न होता. जार्दें द ल्युक्साँबुर मध्येही असंच चित्र होतं.

ल्युक्साँबुर बागेतून बाहेर पडल्यानंतर नीला काही वेळ चालत राहिली. त्यानंतर 'विल्यम्स ॲन्ड स्मिथ' मधून काही पुस्तकं विकत घेऊन ती भारतीय भोजन मिळणाऱ्या 'पॅसेज ब्रादिस' मध्ये गेली. प्रेमिक नसलेल्या व्यक्तींसाठी पुस्तकं हे एकमात्र आश्रयस्थान होतं. अशा व्यक्ती आपलं एकाकीपण लपवण्यासाठी बागेत, कॅफेत, ट्रेनमध्ये पुस्तकांचा आधार घ्यायच्या. पॅसेज ब्रादिसमध्ये त्या दिवशी तिनं प्रथमच एक मुलगी एकटी असल्याचं पाहिलं. ती मुलगी काळी कुळकुळीत होती, पण तिचं नाक जाड, नकटं नव्हतं आणि तिचे केसही कुरळे

नव्हते म्हणजे ती आफ्रिकेतली नसणार. तिथं ती मुलगी सोडून आणखी कुणी ग्राहक नव्हतं. नीला तिच्या शेजारच्या टेबलाशी बसली. 'ही मुलगी भारतीयच असली पाहिजे' नीलाच्या मनात आलं. पण, ती मुलगी कोणत्याही भारतीय भाषेत न बोलता अगदी अस्खलित फ्रेंच बोलत होती. तिनं वेटरकडं पाणी, खाणं (कमी मसालेदार) मागितलं. नीलानं पुस्तकातून डोकं काढून त्या मुलीला नव्या दृष्टीनं जोखायचा प्रयत्न केला. त्या दोघींची बरेचदा प्रत्यक्ष नजरानजरही झाली, त्यामुळं नीलाला तिच्याशी चार वाक्यं बोलली पाहिजेत अशी बांधिलकीची जाणीव टोचू लागली.

तिनं विचारलं, "तुझी मातृभाषा कोणती?"

"फ्रेंच," ती मुलगी उत्तरली.

ही मुलगी तामिळ किंवा मल्याळम म्हणणार असं नीलाला वाटत होतं.

"तू भारतीय नाहीस?"

"नाही."

"मग कुठली आहेस?"

"फ्रान्स."

नीलाचं कुतुहल जागं झालं.

"तुझा जन्म कुठं झाला?"

"भारतात."

नीला हसली. परदेशी माणसं मिनिटभरात स्वत:ला फ्रेंच म्हणवून घेतात, तिथलं नागरिकत्व मिळवतात आणि मग आपल्या स्वत:च्या देशाबद्दल पूर्ण सगळं विसरून जातात. नीलानं हातातलं 'अम्बर्टो इको' पुस्तक बाजूला ठेवलं.

"भारतात कुठं?"

"बहुधा कोलकता."

"कोलकता?" नीलाचे डोळे चमकले.

तिनं बंगालीत विचारलं, "तू इथं कधीपासून आहेस?"

ती मुलगी हसून उत्तरली, "मला भारतीय भाषा येत नाहीत."

नीलानं तिला पुन्हा बंगालीतच प्रश्न केला, "तू कोलकत्याची आहेस तरी तुला बंगाली येत नाही?"'

ती मुलगी तिच्याकडं मख्खपणे पाहत राहिली. तिचं बिनमसाल्याचं अळणी जेवण आलं, ते ती खाऊ लागली. आपण या मुलीशी बोलणं वाढवावं का आपलं-आपलं बघावं, तेच नीलाला समजत नव्हतं. अर्थात तिला स्वत:चा असा काही उद्योग नव्हताच म्हणा! समाजाची चौकट झुगारून स्वच्छंदीपणे उडणाऱ्या जीवांना तसे ते क्वचितच असतात. नीलानं त्या मुलीच्या आकर्षक चेहऱ्याकडं,

मोठ्यामोठ्या डोळ्यांकडं पाहिलं. ती काही आपल्याशी संपर्क टाळत नाहीय, नीलानं नोंद केली.

नीला आपणहून पुढं सरसावली, ''मी कोलकत्याहून आलेय.''

त्या मुलीनं हात पुढं केला, ''मी मॉरोनिस वेर्निस.''

एव्हाना नीलाचही जेवण आलं, भात आणि चिकनचा रस्सा. नीलानं जेवायला सुरुवात केली, पण आपलं तिच्याविषयीचं औत्सुक्य कमी झालेलं नाहीय, हे तिला कळून चुकलं. आपण कोलकत्याच्या आहोत हे कळल्यानंतरसुद्धा मॉरोनिसला आपल्याशी बोलण्यात जराही रस कसा नाही, याचं तिला कुतूहल वाटत होतं.

जेवण झाल्यानंतर मॉरोनिसनं सिगरेट शिलगावली. तिनं काळा टी-शर्ट आणि शॉर्टस् घातली होती. तिच्याजवळ बॅकपॅक होतं. ती 'पॅसेज'कडं अनोळखीपणे पाहत होती.

नीलानं विचारलं, ''तू इथं बऱ्याच पूर्वीपासून आहेस वाटतं?''

मॉरोनिस म्हणाली, ''हो.''

''मी तुला इतके प्रश्न विचारतीय त्याचं तुला काही वाटत नाहीय ना?''

मॉरोनिस हसून म्हणाली, ''नाही, अजिबात नाही.''

तिचं हास्य मोठं गोड होतं.

कॉफीचा आस्वाद घेत मॉरोनिस म्हणाली, ''खरं तर माझं इंग्रजी फारसं चांगलं नाहीय, त्यामुळं मला बोलताना जरा लाजल्यासारखं होतं.''

''चांगलं नाही, कोण म्हणतं? तू चांगलं बोलतीयस.''

नीला मॉरोनिसचं अवघडलेपण दूर करायला उत्सुक होती.

''तुझ्या इंग्रजीपेक्षा कितीतरी वाईट इंग्रजी मी ऐकलंय. तुझं व्याकरण चांगलं आहे. सध्या कटेकोर इंग्रजीत कुणीही बोलत नाही.''

''तुझं शिक्षण इथंच झालं?'' नीलानं विचारलं.

''हो.''

''तू पॅरिसला कधी आलीस?''

''सत्तावीस वर्षं झाली.''

मग मॉरोनिस वेर्निस तोडक्या-मोडक्या इंग्रजीत बोलू लागली. : कोलकत्याला ती मदर टेरेसांच्या आश्रमात होती. तिथून तिला एका फ्रेंच दांपत्यानं दत्तक घेतलं. तेव्हापासून, म्हणजे अवघी दोन महिन्यांची असल्यापासून ती पॅरिसमध्ये होती. ती अगदी नखशिखांत 'पॅरिसी' होती. आश्रमातल्या लोकांनी तिला एक महिन्याची असताना कचऱ्याच्या कोंड्याळ्यातून आश्रमात आणलं होतं. तिचं मॉरोनिस हे नामकरणही त्यांनीच केलं होतं.

नीला तिची कहाणी आश्चर्यानं ऐकत होती.

''मग?''

''मग काही नाही.''

''तुझे आई-वडील कोण, ते तुला ठाऊक नाही?''

''नाही.''

मॉरोनिसनं आणखी एक कप कॉफी मागवली.

''त्यानंतर तू पुन्हा कधी कोलकत्याला गेली नाहीस?''

''नाही.''

''तुला जावंसं वाटत नाही?''

इतर कुठल्याही शहराबद्दल तिची जी भावना असेल, तीच कोलकत्याबद्दल होती. तिथं जावंसं वाटण्याजोगी कुठलीच खास भावना तिच्या मनात नव्हती.

''मॉरोनिस, आपल्याला स्वत:च्या गावात, आपल्या देशात राहता येत नाही, याचं तुला कधी दु:ख वाटतं?''

''मुळीच नाही, आणि का वाटावं? उलट मला झालं ते चांगल्यासाठीच असं वाटतं, नाहीतर मी त्या कचऱ्याच्या ढिगातच मरून गेले असते.''

तिनं सत्यकथन केलं, पण नीलाच्या काळजात कुठंतरी वेदनेची कळ उठली. वेदनेचं ते उडतं पीस तिच्या काळजात रुतून राहिलं.

आपल्याला त्या कचऱ्याच्या ढिगात कुणी फेकलं हे मॉरोनिसला ठाऊकही नव्हतं, ना तिला ते कधी समजू शकलं होतं. आपला जन्म कधी झाला, ते सुद्धा तिला ठाऊक नव्हतं. मोठं झाल्यानंतर तिच्या दत्तक आईवडिलांनी तिला हे सगळं सांगितलं होतं. आश्रमातल्या कागदपत्रांवरसुद्धा तिचं नाव तेवढं होतं, पण जन्मतारीख, जन्मस्थळ या रकान्यांत प्रश्नचिन्हं होती आणि मातापित्याचे नाव या रकान्यातही प्रश्नचिन्हच होतं... मोठं प्रश्नचिन्ह!

''समजा, तुला कचऱ्याच्या कोंडाळ्यावर तुझ्या आईनंच फेकलं असलं, तर तिनं हे कृत्य का केलं असेल याबद्दल तुला काही कल्पना आहे?'' नीलानं विचारलं.

मॉरोनिसनं नकारार्थी मान हलवली. तिला याबद्दल अजिबात काही कल्पना नव्हती.

नीला म्हणाली, ''कारण, तू काळी आहेस. काळ्या बायकांशी कुणीही लग्नाला तयार होत नाही, किंवा कदाचित तुझी आई अविवाहित असेल आणि कुमारी माता बनणं हे तर घोर पाप मानलं जातं, किंवा कदाचित तू मुलगी असल्यामुळं तुला फेकून दिलं असेल, कुणालाही मुलगी नको असते; तिला हुंडा द्यावा लागतो ना; किंवा तुझे आईवडील दरिद्रीनारायण असतील आणि

त्यांना आधीच्या काही मुलीच असतील.''

मॉरोनिस हसली.

''तुला याचा राग येत नाही?''

मॉरोनिस पुन्हा हसून म्हणाली, ''नाही.''

तिची समाधानी वृत्ती पाहून नीला थक्क झाली.

''तुला भारतीय भोजन आवडतं?''

''हो, खूप आवडतं.''

''माझं इथं पॅरिसमध्ये घर असतं ना, तर मी तुझ्यासाठी बंगाली स्वयंपाक केला असता. भारतीय उपाहारगृहात तुम्हाला खरंखुरं, अस्सल भारतीय भोजन मिळत नाही. माझ्याकडं कोलकत्याचे बरेच फोटो आहेत, मी दाखवीन तुला. तुला काही बंगाली शब्द शिकायचे असतील तर मी तुला ते शिकवीन.''

नीलाच्या सळसळत्या उत्साहानं मॉरोनिसची करमणूक होत होती. तिची काही बंगाली शिकायची किंवा कोलकत्याचे फोटो पाहायची इच्छा आहे, असं नीलाला वाटलं नाही.

मॉरोनिस आनंदी, देखणी मुलगी होती. तिच्याकडं पाहिल्यावर व्यथेचा कुठं लवलेशही दिसत नव्हता. तुझ्या आईनं तुला कचऱ्याच्या कोंडाळ्यावर का फेकलं असेल, याची संभाव्य कारणं नीलानं तिला सांगितली होती, तरी तिच्यावर त्याचा काहीही परिणाम झालेला दिसत नव्हता.

''तुला या शहरातले कुणी भारतीय माहीत आहेत?''

''नाही.''

''त्यांना भेटावं असं तुला कधी वाटलं नाही?''

मॉरोनिसनं खांदे उडवले. तिनं हा प्रश्न स्वत:ला कधीही विचारला नव्हता. एखाद्या भारतीय व्यक्तीला भेटणं काय किंवा एखाद्या पोर्तुगीज माणसाला भेटणं काय, मॉरोनिसच्या लेखी समानच अनुभव असणार, हे नीलाच्या ध्यानात आलं. तिच्या मनात आलं, समजा हिला कुणीतरी, हिच्या आईवडिलांनी एखाद्या रात्री कचऱ्याच्या कोंडाळ्यावर निष्ठुरपणे फेकले नसतं, तर ती कोलकत्यातच वाढली असती, बंगाली बोलली असती, साडी नेसत असती. काळी असल्यामुळं हिच्याशी कुणी लग्न केलं नसतं, मग मिठूसारखंच हिलाही फास लावून जीवन संपवावं लागलं असतं.

चहा, कॉफीची तिसरी फेरी झाल्यानंतर, मॉरोनिसच्या वयाचाच एक फ्रेंच तरुण कॅफेत आला. तिचं चुंबन घेऊन, तिच्या कमरेभोवती हात टाकून... ते दोघं बाहेर गेले. जाण्यापूर्वी मॉरोनिसनं नीलाला आपला फोन नंबर दिला आणि नीलाचा तात्पुरता फोन नंबर घेतला. ती केवळ जिवंतच नाहीय तर ती आनंदी

आहे, हे नीलानं पाहिलं. तो फ्रेंच माणूस तिच्यावर दिवसभर चुंबनांचा वर्षाव करत असणार; इतर फ्रेंच माणसांसारखीच मॉरोनिससुद्धा उन्हात पडून आपली आधीच काळी असणारी त्वचा आणखी रापवत असणार. उन्हापासून बचाव करण्यासाठी सावलीत मोठ्या छत्रीखाली बसणं, स्वतःचा रंग उजळवण्यासाठी दिवसभर लोशनं, क्रीमं चोपडणं या गोष्टी ती करत नसणार, नीलानं गृहीतच धरलं. या फ्रेंच तरुणानं तिला लक्षावधी वेळा ऐकवलं असेल, ''मॉरोनिस, तुझा रंग काय अप्रतिम आहे!''

नीला घरी आली. आन्सरिंग मशीनवर नोंद झालेल्या बारा निरोपांपैकी अकरा निरोप बेनॉयरचे होते.

''नीला, प्लीज मला फोन कर. मी तुझाच विचार करतोय. प्लीज, घरी ये, मी तुझी वाट पाहतोय.''

चैताली आणि सुनील अजून कामावरून घरी परतले नव्हते. नीलानं आन्सरिंग मशीनवरचे बेनॉयरचे निरोप पुसून टाकले. संध्याकाळी ते दोघं घरी परतले. पण त्यांच्यापैकी कुणीही तिला बेनॉयरबद्दल किंवा त्याच्या नीलाशी असलेल्या नात्याबद्दल विचारलं नाही. टुम्पा खोलीत खेळत होती आणि सुनील आणि चैतालीची पूजा समारंभाला भारतात जावं की नाही या विषयावर चर्चा सुरू होती. पॅरिसमधल्या पूजा समितीमध्ये फारच राजकारणं सुरू असल्यामुळं, भारतात पूजेला जावं असं चैतालीला वाटत होतं. तर, मागच्याच वर्षी भारतात जाऊन आलोय, आता या वर्षी कुठंतरी दुसरीकडं, युरोपला जावं, असं सुनीलला वाटत होतं. कुठं जायचं? लंडनमध्ये सुनीलचे काका राहात होते, त्यांच्याकडं जाता येईल आणि लंडनमधली पूजा काही कोलकत्यातल्यापेक्षा कमी थाटात साजरी होत नाही, असं सुनीलचं मत होतं.

''नीला, तुला काय वाटतं?'' सुनीलनं विचारलं.

नीला खांदे उडवून म्हणाली, ''ते सर्वस्वी तुम्ही दोघांनी ठरवायचंय, पण माझ्यापुढं लंडन आणि कोलकता असे दोन पर्याय असते, तर मी त्यांतला पहिला पर्याय निवडला असता.''

चैताली म्हणाली, ''आपली सगळी माणसं कोलकत्यात आहेत आणि आपल्याला वर्षातनं फक्त एकदा त्यांना भेटायची संधी असते. ही संधी आपण वाया घालवायला नको. तुला लंडनला जायचं असलं तर आपण युरोस्टारनं कोणत्याही शुक्रवारी तिथं जाऊ शकतो आणि तिथं विकेंड घालवून, पुन्हा सोमवारी इथं परत येऊ शकतो.''

''ठीक आहे. मग बाजारहाटाला सुरुवात कर, सामान बांधायला लाग. नातेवाइकांची लांबड न संपणारी आहे. तुला सांगतो नीला, प्रत्येकाला काहीतरी

हवं असतं. म्हणजे त्यांना त्या गोष्टीची गरज असते असं नाही, पण त्यांना घरात अशा परदेशी वस्तू हव्या असतात. त्यात आम्हाला इतके नातेवाईक आणि मित्रमंडळी आहेत. त्यांतल्या प्रत्येकासाठी काहीतरी घेणं शक्य नसतं. टुम्पाच्या कपड्यांनी सामानातली निम्मी जागा व्यापली जाते. आम्हाला काही अपेक्षाभंग झालेले चेहरे पाहावे लागतात, पण त्यामुळं आम्ही कोलकत्याला जाणं रद्द करत नाही.''

दोन तास उलटले, तरी त्यांचा सुट्टीचा बेत नक्की झाला नाहीच.

त्या दिवशी रात्री, झोपायला जाण्याआधी नीलाला मॉरोनिसचा अनपेक्षितपणे फोन आला.

''तुला पॅरिसमध्ये कुठं जायचं असेल किंवा फिरायचं असेल तर, मी तुला घेऊन जाऊ शकते. मला उद्या-परवा दोन दिवस सुट्टी आहे.''

नीलाला आनंद झाला. तिला क्लोद मोने ज गार्डन्स पाहायला जीवेर्नीला जायचं होतं. मॉरोनिसनं तिला कधी आणि कुठं भेटायचं ते सांगितलं. रात्री कितीतरी वेळ नीला मॉरोनिसचा विचार करत होती. तिला नीलाला फोन करायची काही गरज नव्हती. असं कोलकत्यात घडू शकत होतं, पण पॅरिसमध्ये असं काही घडलेलं नीलानं कधीच ऐकलं नव्हतं. मॉरोनिसमध्ये कोलकत्याचा काहीच अंश नव्हता, तर नीलाच्या बाबतीत हे औदार्य कशासाठी होतं?

मॉरोनिसनं जरी नाकारलं असलं तरी, तिला आपल्यात काहीतरी नात्याचं सूत्र जाणवतंय, असं नीलाला वाटत होतं. मॉरोनिसच्या मनात आपल्या जन्मदात्या आईचे विचार कधीकधी डोकावत असतील... आपली आई कशी दिसते, तिचं नाव काय, याबद्दलचे विचार तिच्या मनात येत असतील, याची नीलाला खात्री वाटत होती. ती बाई आपल्या या निष्ठुर कृत्याबद्दल स्वतःला कधी माफ करू शकली असेल? भयावह स्वप्नानं दचकून ती कधी रात्री दचकून उठली असेल? माणसं एकाच वेळी अतिशय हिंस्र निष्ठुरपणे वागू शकतात आणि त्याच वेळी अगदी मृदू मुलायमही असू शकतात. अशा वागण्याचा अर्थ नीलाला कधीच समजला नव्हता.

दुसऱ्या दिवशी मॉरोनिसनं नीलाला तिच्या मर्सिडिजमधून जीवेर्नीला नेलं. हायवेवरून ताशी एकशेऐंशी किलोमीटर वेगानं गाडी चालवत असलेल्या मॉरोनिसचा मोबाईल कितीतरी वेळा वाजला. डाव्या हातात गाडीचं स्टिअरिंग धरून ती उजव्या हातानं फोन घेत होती. क्लोद मोनेज गार्डन्समधल्या एका छोट्या तळ्यापुढं उभं राहून, अस्वस्थ पाण्यावर तरंगणारी कमळाची पानं पाहात असताना तिच्या मनात मॉरोनिसचा विचार होता. आता मॉरोनिस श्रीमंत आईवडिलांची

लाडाची मुलगी होती. सोर्बोन्नमध्ये तिनं तत्त्वज्ञानाचा अभ्यास केला होता. कदाचित एक दिवस ती महान तत्त्ववेत्तीसुद्धा बनली असती. ती जर कोलकत्यात राहिली असती तर तिला कदाचित गमभनची सुद्धा ओळख झाली नसती किंवा पोटाला दोन घास अन्नसुद्धा मिळालं नसतं, उपासमारीनं तिचा भूकबळी गेला असता.. आणि तिच्या खडतर आयुष्याची कुंटणखान्यात अखेर झाली असती. तिथंसुद्धा तिला गिऱ्हाईकं कमीच मिळाली असती.... कारण तिचा काळा रंग.

जीवेर्नीमध्ये काही तास घालवल्यानंतर मॉरोनिसनं नीलाला रुआँमधल्या, मॉनेटनं निरनिराळ्या छटांत रंगवलेल्या सुप्रसिद्ध चर्चमध्ये नेलं. त्यानंतर आणखी एका चर्चच्या पाठीमागं, जान्न दार्कचं ज्या गवताच्या गंजीत दहन झालं ती जागा तिनं नीलाला दाखवली. तिनं नीलाला चर्चेस दाखवली आणि आपला धर्माबिर्मावर विश्वास नाही, हेही सांगितलं. नीलाच्या मनात आलं, ही मुलगी जर कोलकत्यात असती तर ती धार्मिक असती, शंकराची पूजा करत असती, 'मैल्या' गंगेत आंघोळ करत असती.

नीलाला कला आणि साहित्यात रस आहे हे समजल्यावर मॉरोनिसनं तिला दुसऱ्या दिवशी 'ऑवर स्युर ओसी' ला नेलं. हे ठिकाण पॅरिसपासून वीस किलोमीटरवर होतं. ओसी नदीकाठी वसलेलं ऑवर नावाचं छोटं गाव. डॉबिग्नी, कॅमिली, पिसारो हे सुप्रसिद्ध चित्रकार कधी काळी या गावात राहात होते. पॉल सेझेनसुद्धा इथं राहात होता. डॉ. गॉसेट या कलातपस्व्याच्या निमंत्रणावरून व्हॅन गॉगसुद्धा इथं येऊन गेला होता. मक्याच्या शेतातून चालत त्या दफनभूमीत आल्या. नीला व्हॅन गॉगच्या कबरीच्या कडेला टेकली. त्याची कबर वेलींनी आच्छादली होती. मॉरोनिस थिओच्या कबरीच्या कोपऱ्यावर बसली. थिओ-व्हॅन गॉगचा भाऊ.

नीलानं विचारलं, ''एकाच आयुष्यात सगळ्या इच्छाआकांक्षा पुऱ्या झाल्यात आणि सगळी स्वप्नं सत्यात उतरलयीत, असं कुणाच्या बाबतीत घडलं असेल?''

तशी कुणी व्यक्ती असेल असं मॉरोनिसला वाटत नव्हतं, त्यामुळं आयुष्यातली गंमत हरवून बसेल असं तिचं मत होतं.

नीला म्हणाली, ''आयुष्य किती अल्प असतं नाही, माणसाचं आयुष्य कमीतकमी दोनशे वर्षं तरी असायला हवं होतं.''

मॉरोनिस तिच्या त्या मताशी सहमत नव्हती.

अचानक नीलाच्या मनात काहीतरी विचित्र विचार आला.

''मॉरोनिस, मला सांग, तुला नदीत दोन व्यक्ती बुडताना दिसल्या, त्यांतली एक मी असले आणि दुसरी एक फ्रेंच मुलगी असली आणि तुला आमच्या दोघींपैकी फक्त एकीलाच वाचवता येणं शक्य आहे, अशा वेळी तू कुणाला

वाचवशील?''

मॉरोनिस म्हणाली, ''तुला.''

''का?''

''कारण तू माझ्या ओळखीची आहेस.''

''समजा, ती फ्रेंच मुलगीसुद्धा तुझ्या ओळखीची असेल तर?''

मॉरोनिस हसली, ''मग ठरवणं अवघड होईल.''

''समजा, तू तिला चांगलं ओळखतेस, तुम्ही मैत्रिणी आहात, तर?''

''तर मी तिला वाचवीन.'' मॉरोनिस म्हणाली.

''समजा, तू आम्हाला दोघींनाही ओळखत नाहीस, आम्हाला तू याआधी कधी पाहिलेलंसुद्धा नाहीस, अशा वेळी?''

''अशा वेळी मी जी वयानं लहान असेल तिला वाचवीन.''

''समजा त्या एकाच वयाच्या असतील तर?''

मॉरोनिस हसली. या प्रश्नाला तिनं काहीच उत्तर दिलं नाही.

मी भारतीय मुलीला वाचवीन असं काही तिच्या तोंडातून येत नाहीय, ही गोष्ट नीलाच्या लक्षात आली.

मक्याच्या शेतातून येणाऱ्या वाऱ्याच्या गरम झुळुकीबरोबर मॉरोनिसचे जाड, काळेभोर केस मागं उडत होते. तिच्याकडं पाहात नीला पानावेलींवर रेलून रबींद्रसंगीत गुणगुणू लागली, ''वेड्यापिशा वाऱ्या, शीळ हळू घाल, हळू घाल, हळू घाल.''

मॉरोनिस तल्लीन होऊन गाणं ऐकत होती.

रबींद्रनाथ ठाकूर यांच्याबद्दल ऐकलंयस? तिनं मॉरोनिसला विचारलं. नाही, तिनं ऐकलं नव्हतं.

''ते कोण?''

अचानक नीला उठली, ''चल, आपण जाऊया, मला तुला काहीतरी दाखवायचंय.''

त्या ऑवरमधून निघाल्या आणि पॅरिसला परतल्या. नीलानं तिला डेटलीच्या दिशेनं गाडी घ्यायला सांगितली. तिथं एका छोट्या रस्त्यावर गाडी थांबवायला सांगून, तिनं रोमांचित होऊन मॉरोनिसचा हात धरला.

''हे बघ, या रस्त्याचं नाव आहे 'र्‍यू टागोर.' ज्या माणसाचं गीत मी गात होते, तो हा माणूस.''

त्या रस्त्याच्या एका टोकाला एक बाग होती. त्या बागेचं नामकरण मिरो या स्पॅनिश कलाकाराच्या नावानं करण्यात आलं होतं आणि रस्त्याच्या दुसऱ्या

टोकाला असणाऱ्या रस्त्याला मार्क शॅगल या रशियन चित्रकाराचं नाव देण्यात आलं होतं.

"टागोर मिरो आणि शॅगलसारखेच कलावंत होते?" मॉरोनिसनं प्रश्न केला.

नीला म्हणाली, "त्यांचं नाव टागोर नाही, त्यांच्या नावाचा अचूक उच्चार आहे ठाकूर, रबींद्रनाथ ठाकूर. ब्रिटिशांना त्यांच्या नावाचा उच्चार करता येत नसल्यामुळं त्यांनी ते टागोर केलं."

मॉरोनिसनं नीलाच्या हातातून हात सोडवून घेतला. त्या दोघी मिरो बागेत आल्या. मॉरोनिसबरोबर चालता चालता नीला सांगत होती, "रबींद्रनाथांनी चित्रंसुद्धा रेखाटली आहेत, पण त्यांच्या गीतांना, काव्याला आणि गद्यलेखनालाच अधिक कीर्ती लाभली. बंगाली माणसाच्या लेखी तर ते परमेश्वरासमान आहेत. आजदेखील जवळजवळ प्रत्येक बंगाली घरात रबींद्रसंगीताचे स्वर गुंजत असतात. त्यांनी घडवलेली कामगिरी आजवर कोणताही संगीतकार घडवू शकलेला नाही. त्यांची गीतं अमर आहेत."

"तू मिरोची कला पाहिली आहेस?" मॉरोनिसनं विचारलं.

बार्सिलोनामध्ये मिरोचा कलाविष्कार पाहिला आणि त्याच्या कशी प्रेमात पडले याबद्दल मॉरोनिसनं नीलाला सांगितलं. तू तिथं कधी गेलीस तर त्याची कला जरूर बघ, असं तिनं नीलाला आग्रहानं सांगितलं.

"मी तुला रबींद्रनाथांच्या कवितांची फ्रेंच आवृत्ती देईन. वाचून बघ, तुला त्या नक्की आवडतील."

गाडीच्या दिशने जात मॉरोनिस म्हणाली की, सध्या मी नीत्शेवर लेख लिहिण्यात गर्क आहे, त्यामुळं रबींद्रनाथांचं काहीही वाचायला मला अजिबात वेळ नाही. जेव्हा वेळ असेल, तेव्हा मी तुला सांगीन असंही तिनं सांगितलं.

अकस्मात नीलाला आतमध्ये रितेपणाची टोचणी जाणवू लागली, उगीचच... विनाकारण.

*

'ज तेम, ज तेम, ज तेम'... आय लव्ह यू...

नीलानं बँकेत जाऊन चौकशी केली, पण अजून पैसे आले नव्हते.

मग तिनं कोलकत्याला बँकेत फोन केला. त्यांनी पैसे पाठवल्याचं सांगितलं.

तो काळ नीलाच्या दृष्टीनं असह्य अस्वस्थतेच्या प्राणांतिक वेदनांचा ठरला.

दररोज ती बेनॉयरची कळकळीची आर्जवं आन्सरिंग मशिनवरून पुसून टाकत होती.

माझ्यासाठी भाड्याची जागा बघ, म्हणून तिनं सुनीलच्या मागं बरेचदा टुमणं लावलं होतं. तो त्यासाठी प्रयत्न करत नव्हता. एके दिवशी सकाळी नीलानं त्याला 'घर बघ' अशी पुन्हा विनंती केली. त्या वेळी चैताली तिथंच होती. ती म्हणाली, ''त्याला वेळ कुठून मिळणार आहे?''

सुनील म्हणाला, पुढच्या आठवड्यात वेळ काढतो.

चैताली म्हणाली, ''भाड्यानं घर घेणं सोपं नाही. जामीन कोण राहणार?''

सुनीलला तीही भूमिका पार पाडायची होती!

चैताली भडकून म्हणाली, ''सुनील जर जामीन राहिला तर, त्याचे काय परिणाम होतील सांगता येत नाही. त्यापेक्षा त्या फ्रेंच माणसानंच जामीन राहावं हे बरं, तुला फ्रेंच मित्र आहे ना?''

नीला म्हणाली, ''नाही, मला कुणीही नाही.''

चैताली पुन्हा आधीच्याच उखडलेल्या स्वरात म्हणाली,

''सुनीलनं इतका मोठा धोका का पत्करावा?''

''यात धोक्याचा प्रश्न येतोच कुठं? मी काही भाडं बुडवणार नाही. मला जामीन राहण्याआधी सुनीलदाला माझ्या पैशांची खातरजमा करून घेऊ दे.''

सुनीलनं नीलाकडं पाहून नेत्रपल्लवी केली. तिनंही डोळ्यांनीच प्रत्युत्तर दिलं, ...ठरलं तर मग!

त्या दिवशी दुपारी नीला उन्हाळ्यानं बेचैन झाली होती. घरात पंखे नव्हते आणि बाहेर ऊन रणरणत होतं. रस्त्यावरची माणसं पाहात काही वेळ ती खिडकीशी उभी राहिली.

दिवसभर ती घरीच होती. तिनं सुकुमारी भट्टाचार्यांचं पुस्तक वाचून संपवलं. त्यानंतर तिनं स्वत:साठी कपभर चहा करून घेतला आणि ती जॉय गोस्वामीच्या कविता वाचू लागली, मोठ्यानं. ती नेहमी कविता अशाच वाचायची.

नीला चहाचा कप समोर घेऊन बसली. तिच्या समोर होतं जॉयचं काव्य आणि काळजात होती अत्यंत प्रफुल्लता. त्याच वेळी सुनील घरी आला आणि सरळ तिच्या खोलीत आला– दुर्गा, लक्ष्मी आणि सरस्वतीच्या खोलीत.

नीला म्हणाली, ''काय विशेष? इतक्या लवकर घरी?''

बिछान्यावर मागं रेलून, उशी जवळ ओढत सुनील म्हणाला, ''काही विचारू नकोस! आज मला अजिबात काही करावंसं वाटत नाहीय.... सारखं काम, काम, दुसरं काही नाही!''

तिच्या हातातून पुस्तक काढून घेऊन ते बघत सुनील म्हणाला, ''कविता वाचतीयस होय, मला कविता वाचून युगानुयुगं लोटली असतील! गेले ते दिन गेले....''

नीला गाणं गुणगुणत होती. सुनील चमकून उठून बसला, ''वा, वा, तुला इतकं छान गाता येतं हे मला ठाऊकच नव्हतं.''

भुवया आक्रसून नीला म्हणाली, ''छे रे, कोणे एके काळी गाता येत असेलही, पण आता मी जेमतेम गुणगुणू शकते, एवढंच.''

सुनील मागं झुकून बसला होता. ते पुस्तक नीलाकडे देत तो म्हणाला, ''मला काहीतरी वाचून दाव. जॉय गोस्वामी खरोखर फार चांगलं लिहितो असं मी ऐकलंय.''

काहीतरी चांगलं... ते शोधण्यासाठी नीला पानं उलटू लागली. तिचा डावा हात तिच्या मांडीवर होता. सुनीलनं तो उचलून हातात घेतला. तिच्या हातावरच्या रेषा पाहत तो म्हणाला, ''तू किती वेळा लग्न करणार आहेस ते आपण पाहूया.''

''लग्न? पुन्हा? एक झालं तेवढं पुरे आहे.''

नीलानं तिचा हात अलगद बाजूला घेतला. ती वाचत होती ... सुनील तिच्याकडं आश्चर्यानं पाहत होता. तो रेलून अर्धवट आडवा होता, तिची स्थितीही तशीच होती.

''सगळा चहा एकटीच पितीयस होय? मीसुद्धा घेऊ का थोडा?'' सुनील फुरंगटून म्हणाला. जणू नीला नव्हे तर, तोच इथं पाहुणा असावा! तिनं त्याला एक कप दिला आणि स्वत:साठी दुसऱ्या कपात ओतून घेतला. या खेपेला ती सुनीलपासून लांब... बिछान्याऐवजी खुर्चीत बसली.

''माझ्यासाठी घर कधी बघणार ते सांग.''

''काय घाई आहे?''

''घाई नाहीय! पण मी अशी तुमच्यावर भार होऊन किती दिवस राहू?''

''का, तू इथं आरामात नाहीस?''

''मी अगदी आरामात आहे, पण इथं अशी खोली अडवून मीच तुम्हाला किती त्रास देतीय.''

''तू आम्हाला इतकं परकं आणि औपचारिक का वाटायला लावतीयस?''

या शहरात आपली म्हणावी अशी एकमेव व्यक्ती म्हणजे सुनील, हे नीला जाणून होती. तो जर जवळचा नसता तर, तिला त्यांच्या घरात राहता येणं शक्यच नव्हतं.

ती म्हणाली, ''मला जर नोकरी मिळाली तरच मी खुला श्वास घेऊ

शकेन.''

''नोकरी मिळून जाईल, काळजी करू नकोस. मी नारायणला बोललोय. तो उपयोगी पडणारा प्राणी आहे. तो नोकऱ्या पाहतोय, पण तुला जर भाषा अवगत असती तर, तुला चांगल्या संधी मिळाल्या असत्या.''

''मला चांगली नोकरीच पाहिजे असं नाही, अगदी कोणतंही काम चालेल.''

नीलानं गरम चहाचा घुटका घेतल्यामुळं तिचे ओठ भाजले.

''ओह मा,'' ती उसासली.

चहा तिच्या मांडीवर सांडला, पुस्तकावर सांडला. हातातला कप खाली ठेवून तिनं सुनीलकडं पाहिलं. तो हसऱ्या नजरेनं पाहत होता.

''तुझी जीभ भाजली का?''

नीलानं त्याची नजर टाळून, ती जमिनीवर वळवली. फरशी बुद्धिबळाच्या पटासारखी होती. काळे आणि पांढरे चौकोन. या बाजूला ना राणी होती ना उंट ... इथं फक्त प्यादं होतं, तेसुद्धा नि:शस्त्र. पलीकडच्या बाजूनं घोडा अडीच चाल चालून आला, ''बघूया, तुला किती भाजलंय ते, तुझी जीभ दाखव...''

पुढच्याच क्षणी सुनीलची लांब, आरक्त जीभ नीलाच्या भाजलेल्या जिभेवर सरकली. तिनं आपली जीभ मागं घेतली, खुर्ची मागं केली आणि सुनीलच्या तावडीतून स्वत:ला सोडवलं.

''काय करतोयस तू!'' नीला त्याला बाजूला ढकलून उभी राहिली.

सुनीलनं एका फटक्यात तिला बिछान्यावर खेचलं. चहाचा कप आणि जॉयचं पुस्तक धाडकन जमिनीवर आदळलं. आपल्या शरीराखाली तिला जखडून, एका हातानं त्यानं तिची सलवार सोडून ओढून काढली. स्वत:च्या पँटची चेन काढून त्यानं पँट बाजूला केली आणि त्यानं आपलं उधाणलेपण तिच्यात लोटलं.

हा ओंगळवाणा प्रकार पाहत नीला पडून होती, नि:शब्द, शक्तिहीनपणे.

सारं कसं शांत शांत होतं. फक्त सुनीलचा कण्हला स्वर उमटत होता, ''ओह नीला, ओह नीला,''

काही क्षणांत सुनीलचं उधाण ओसरलं. त्याला बाजूला ढकलायला म्हणूनसुद्धा नीलानं त्याला स्पर्श केला नाही. मोकळ्या भिंतीवर नजर खिळवून ती पडून होती.

सुनीलनं पटकन कपडे घातले, मग त्याच्या लक्षात आलं की नीलाच्या अश्रूधारांनी तिची उशी भिजतीय.

''तू रडतीयस?'' तिचे अश्रू पुसत सुनील म्हणाला, ''तू का रडतीयस?''

भिंतीकडं पाहत नीला कर्कश, घोगऱ्या स्वरात म्हणाली, ''मी रडत नाहीय. मी रडत नाही. माझी आई मला एकटं सोडून गेली तरी मी रडले नाही. कसल्याही दबावाखाली मी चूर चूर होत नाही. आयुष्य इतकं कुरूप आहे. मला... मला वाटतंय की, माझ्या भावानं, निखिलनं आत्ता माझ्यावर बलात्कार केला.''

''मी तुझा भाऊ नाही, मी त्याचा मित्र आहे.''

''आपल्या भावाच्या मित्रांना भाऊच मानायचं अशी आपल्याला शिकवण मिळालीय.''

''पण, कधीकधी एखादी त्यांच्याशी लग्नसुद्धा करते, नाही करत?''

''खरं आहे, पण माझं काही तुझ्याशी लग्न झालेलं नाही. आम्ही परस्परांना अनुरूप नव्हतो म्हणून मी किशनला सोडलं. मला त्याच्याशी जवळीक कधीच वाटली नाही. मला वाटायचं की, या शहरात मला जवळची, आपली असणारी व्यक्ती म्हणजे तू. हा असला अपमान सोसण्यापेक्षा पुन्हा त्याच्याकडं जाणं केव्हाही चांगलं. त्यानंही माझ्यावर बलात्कार केला तरी, निदान तो माझा नवरा आहे, भाऊ नाही.''

सुनीलचा स्वर जडावला.

''मला वाटलं, तुलाही हवंय. जॉयच्या कविता वाचत असताना तू माझ्याकडं सहेतूक कटाक्ष टाकत नव्हतीस?''

सुनील तिथून गेल्याक्षणी नीला बाथरूममध्ये गेली. ती कितीतरी वेळ आंघोळ करत होती. तिनं साबणाची आख्खी वडी अंगाला लावून संपवली... जणू तो देह नव्हता. ...ते होतं कचऱ्याचं कोंडाळं. नीला स्वत:वरच थुंकली. देहाच्या प्रत्येक कानाकोपऱ्यात, प्रत्येक भेगेत, फटीत साबण चोळून चोळून तिथं शरीरावरचा वासनेचा, विखाराचा, तिरस्काराचा, शेंबडाचा, थुंकीचा, वीर्याचा, रक्ताचा कण न् कण धुऊन काढला. काहीही घडलेलं नाही, आपण विनाकारण फसाफसा साबण फासतोय, हा तुझ्या गलिच्छ मनाचा खेळ आहे, हे ती स्वत:ला पुन्हापुन्हा पटवत होती. सुनील घरी लवकर आलाच नव्हता, आपल्या बिछान्यावर आडवा झाला नव्हता, आपल्याला स्पर्शही केला नव्हता... आणि समजा हे घडलंच असलं तर, तो कुणी निराळाच माणूस होता किंवा... कदाचित गाढ झोपेत हे स्वप्न पडलं असावं... किंवा, कदाचित एखादा, शेजारी, एखादा गुन्हेगार घरात घुसला असावा आणि आपण एकटेच आहोत हे पाहून त्यानं बलात्कार केला असावा... किंवा, आपल्यावर बलात्कार झालाच नसावा, आपल्यालाच असला जबरदस्तीचा संभोग हवाहवासा वाटत असावा. सुनील

नेहमीसारखाच संध्याकाळी घरी परत येईल. चैतालीशी आणि आपल्याशी गप्पा मारेल, भात-मासे ओरपेल आणि या आख्ख्या जगात तोच आपला सर्वांत जवळचा असं आपल्याला वाटेल...

संध्याकाळी साडेपाच वाजता ती बेनॉयरला मॉंपारनासमधल्या 'सिलेक्ट' मध्ये भेटली. त्यानं नीलासाठी चहा आणि स्वत:साठी कॉफी मागवली. ते गच्चीवर बसले होते, रस्त्याकडं तोंड करून.

नीलानं काळा टी-शर्ट आणि पांढरी विजार घातली होती. तिनं केशभूषा केली नव्हती, चेहऱ्याचं प्रसाधन केलं नव्हतं, तिचे ओठ गडद तपकिरी दिसत होते. बाथरूमला जाऊन येते असं सांगून ती आपल्या ओठांचा खराखुरा रंग ओष्ठशलाकेच्या मदतीनं लपवण्यासाठी कुठंही जाणार नव्हती. चहा पिता पिता ती त्रयस्थपणे रस्ता निरखत होती.

"आज दिवसभर काय केलंस?"

"वाचलं."

"कुठं बाहेर गेली नाहीस?"

"नाही."

"तू फोनला उत्तर का दिलं नाहीस? मी तुला दिवसभर फोन करत होतो."

"मी फोन काढून ठेवला होता."

"म्हणजे तुला माझ्याशी बोलायचं नाहीय, होय ना? तुला असं अचानक माझ्याबद्दल काय वाटायला लागलं?"

"मला माहीत नाही."

"नीला, माझ्याकडं बघ."

तिनं त्याच्या निळ्याशार डोळ्यांत पाहिलं.

"तुला या डोळ्यांत काही वाचता येतंय?"

"नाही."

"तू आंधळी आहेस का?"

"नाही."

बेनॉयरनं आपल्या उबदार हातांनी तिचे हात धरून त्यांचं चुंबन घेतलं.

"मला वचन देशील?"

"कसलं?"

"तू रस्त्याकडं का बघतीयस? माझ्याकडं बघ."

नीलानं पुन्हा त्याच्या डोळ्यांत पाहिलं.

"तुझं काही बिनसलंय का?"

"नाही."

"मला सांग."

"काही झालेलं नाही."

"त्या दिवशी रात्री तू तशी निघून गेलीस आणि माझा रात्रभर डोळ्याला डोळा लागला नाही."

नीला उदासीन होती. त्याच्या डोळ्यांतून नजर काढून तिनं पुन्हा रस्त्यावर भिडवली. रस्ता माणसांनी ओसंडून वाहत होता.

तिचा हात हातात घेऊन, बेनॉयर चालत होता. हा हात कायमचा धर, कध्धी कध्धी सोडू नकोस, असं त्याला सांगावं असं तिला वाटत होतं. बेनॉयर ऱ्यू द रेन आणि ऱ्यू सें प्लासीद हे दोन रस्ते परस्परांना छेदत होते त्या ठिकाणी असणाऱ्या एका पाचमजली इमारतीच्या चौथ्या मजल्यावर राहत होता. घरी आल्यानंतर बेनॉयरनं तिचं चुंबन घेतलं नाही. तिला बसायला सांगून तो स्वयंपाकघरात गेला. आता हा रेड वाईनची बाटली आणणार, ती आपल्या नग्न शरीरावर ओतणार आणि ते पिऊन घेणार... नीलाला खात्री होती. काहीही असलं तरी, सुनीलकडून बलात्कार भोगण्यापेक्षा हे कितीतरी चांगलं!

बेनॉयर बाहेर आला. त्याच्या हातात दोन चहाचे कप होते. ते पाहून नीला चाटच पडली.

"मला वाटलं तुझ्याकडं चहा नसतो."

"मी थोडा 'एर्ल ग्रे' विकत आणलाय, खास तुझ्यासाठी. चालेल ना?" बेनॉयरचा स्वर शांत, सुंदर होता.

नीला हसून म्हणाली, "चालेल."

बेनॉयर उठला, तिच्या पायाशी बसून त्यानं डोकं तिच्या मांडीवर ठेवलं. काय करावं, तिला समजेना.

तिनं काही केलं नाही... ती चहाचा आस्वाद घेत राहिली. गरम चहाच्या घुटक्यानं तिची जीभ पुन्हा भाजली. तिच्या तोंडून "ओह मा" निसटलं आणि तिच्या काळजाचा थरकाप उडाला... आता कुठल्याही क्षणी बेनॉयर 'तुझी हुळहुळी जीभ बघू,' म्हणणार आणि जीभ बाहेर काढून आपल्या दिशेनं येणार...

त्यानं वर पाहिलं, "काय झालं?"

"काही नाही."

तुझी जीभ भाजली का? हा प्रश्न त्यानं केला नाही. चहा पिणाऱ्या नीलाकडं तो फक्त पाहत राहिला, अनिमिष...

"ज तेम", तो म्हणाला.

चहाचा कप थरथरला. कप दोन्ही हातांनी घट्ट पकडून तिनं विचारलं,

"काय म्हणालास?"

"ज तेम.. आय लव्ह यू."

बेनॉयरचा आवाज अतिशय शांत होता. आधीची ती अस्वस्थता कुठल्या कुठं पळाली होती. ती इतक्या समीप असतानासुद्धा, स्वत:ला तिच्यात हरवून टाकण्याचा पागल कैफ दिसत नव्हता. गेल्या काही दिवसांत तो बदललेला दिसत होता, अधिक शांत झालेला, अधिक संयमी. नीला उठली चहाचा थरथरता कप टेबलावर ठेवायला आणि धक्का बसल्याचं लपवण्यासाठीसुद्धा. ती खिडकीशी उभी राहिली, थोडा वेळ माणसं निरखून, ती पुन्हा परत आली. बेनॉयरपासून अंतरावर बसून तिनं चहाचा कप उचलला आणि चहा प्यायला सुरुवात केली... जणू 'ज तेम' हे शब्द आलेच नसावेत.

सुनीलनं आज आपल्याशी काय प्रकार केलाय हे बेनॉयरला कळलं तर, तो 'ज तेम' पुन्हा कधी म्हणणार नाही, याची नीलाला भीती वाटत होती. तिनं डोळे मिटून घेतले, दात घट्ट आवळले, मुठी घट्ट मिटल्या आणि आपल्या एकाकी कोशात सगळी असहाय्यता आणि तिची सारी गुप्त वेदना कोंडून टाकली. बेनॉयरचं प्रेम ही तिच्या अभिमानाची गोष्ट होती. आपला कुठलाही अपमान ती त्याला सांगणार नव्हती. नीलाचं सर्वस्व लुटलं गेलं होतं आणि या लुटलं जाण्यात तिची लुटलं जाण्यातली वेदनाही लुटली गेली होती. नीला जगायला आतुर होती. या विचित्र जगात आपल्या स्वप्नपूर्तीसाठी सौंदर्य आणि बुद्धी यांच्या जोडीनं नीलाला मार्गक्रमण करायचं होतं.

एका वेळी तिनं एकच पाऊल उचललं. ती बेनॉयरच्या मागं गुडघे टेकून बसली. तिनं बेनॉयरच्या खांद्यावर एक हात ठेवला. बेनॉयरनं त्यावर आपला हात अगदी हळुवारपणे ठेवला. दोन हातांच्या स्पर्शाबरोबर बेनॉयरच्या हातातून आनंद झिरपत नीलाच्या हातात आला आणि तिच्या सर्वांगात भरून राहिला.

"तुझं माझ्यावर खरंच प्रेम आहे?"

बेनॉयर मागं वळला. त्याचे डोळे स्वप्नाळू होते, गडद निळे, गडद निळे.

नीलाला जवळ ओढून तिचं उत्कट चुंबन घेत तो म्हणाला, "ज तेम, ज तेम."

फ्रेंच माणसं 'प्रेम' हा शब्द इतक्या पटकन उच्चारत नाहीत हे नीलाला एव्हाना कळलं होतं. खरोखर प्रेम करत असले तरच ते हा शब्द उच्चारतात. तिच्या मायदेशासारखं इथं नव्हतं. दूरवर सज्जात उभ्या असलेल्या मुलीची नुसती झलक पाहून एखादा बंगाली तरुण तिच्या प्रेमात पडतो, तिची ओळख नसताना तो तिच्यावर शेकडो कविता रचतो किंवा तिला न जाणताच तो तिच्यासाठी जीव द्यायला तयार असतो. ही माणसं मात्र खरंखुरं प्रेम करतात

आणि या सच्च्या प्रेमानं तिची जीवनेच्छा फुलवली, तिच्या जीवनाला अर्थ दिला.

बेनॉयरच्या मांडीवरून उठून नीला बिछान्यात पडली. प्रेमानं तिला पंख बहाल केले होते. तिला खिडकीतून उडत उडत बाहेर जाऊन रस्त्यांवरच्या प्रत्येक जीवाला सांगायचं होतं, आता मी एकटी नाही, आता कुणी मला वापरून घेत नाही, खरोखर कुणीतरी माझ्यावर प्रेम करतंय, खरंखुरं प्रेम.

बेनॉयर तिच्या शेजारी आडवा होत म्हणाला, ''तुला फ्रेंच शिकायचंय ना, ते शिकायचा सर्वोत्तम मार्ग तुला ठाऊक आहे?''

''कोणता?''

''तू तुझ्या प्रियतमाकडून शिक, बिछान्यात पडून, गुजगोष्टींतून शिक.''

त्यानं तिला जवळ ओढलं. तिच्या केसांचा गंध श्वासात भरून घेत त्यानं विचारलं, ''तुझं माझ्यावर प्रेम आहे?''

''आहे.''

''मग म्हण, ज तेम.''

''ज तेम.''

''आँब्रास-म्वा– (माझं चुंबन घे).''

''आँब्रास-म्वा.''

''ला वी ए बेल– (जीवन सुंदर आहे).''

''सा, से ला वी– (हे जीवन आहे).''

''से ला वी– (हे जीवन आहे).''

बेनॉयरनं तिचं पुन्हा चुंबन घेतलं.

तिच्या पायांतल्या स्लिपर्स बाजूला करून त्यानं तिचे तळवे चुंबून घेतले, तिच्या पायाचं प्रत्येक बोट त्यानं चुंबून घेतलं. नीलाला सुशान्ताची आठवण झाली. माझं तुझ्यावर प्रेम आहे, असं तो म्हणायचा, पण असं प्रेम त्यानं कधी केलं नव्हतं. बेनॉयरमध्ये कलावंत होता. जगातल्या सगळ्या पुरुषांपेक्षा तो वेगळा होता की सगळेच फ्रेंच पुरुष आपल्या बायकांशी असाच प्रणय करतात? नीलाला ठाऊक नव्हतं, पण, ती प्रेमात बुडत होती एवढं नक्की.

''मी तुझ्यापेक्षा मोठी आहे. आमच्या देशात आपल्यापेक्षा वयानं मोठ्या असलेल्या स्त्रियांना 'दीदी' म्हणतात, म्हणजे बहिणीसमान,'' नीला म्हणाली.

''तुला हवं असेल तर मी तुला दीदी म्हणेन.''

''प्लीज, तेवढं करू नकोस, नाहीतर मी पुन्हा कधी तुझं चुंबन घेऊ शकणार नाही.''

बेनॉयरनं तिच्या ओठांवर ओठ टेकले. मग वर बघत तो म्हणाला, ''दीदी.''

असं त्यानं पुन्हा पुन्हा केलं.

"मग, तू माझ्यापेक्षा मोठी आहेस, त्यामुळं काय फरक पडतो?"

"आमच्या समाजात, प्रेम किंवा लग्न मोठा पुरुष आणि त्याच्यापेक्षा वयानं लहान असणारी स्त्री यांच्या दरम्यानच होऊ शकतं."

"हा तुमचा समाज नाही, हा आमचा आहे. हा आमचा समाज आहे म्हणून नशीब, नाहीतर मला तू मिळाली नसतीस," बेनॉयर हसला.

"तुला शहरभर भटकणाऱ्या, वयात आलेल्या तरुणींपैकी कुणा मुलीला 'ज तेम' म्हणावंसं वाटत नाही?"

तो खांदे उडवत म्हणाला, "नाही."

"तुला सावळी त्वचा आवडते, असं तू म्हणालास, पण या मुलीही त्वचा रापवून घेऊन सावळा रंग मिळवतच असतात की!"

त्यावर बेनॉयर बराच वेळ हसला आणि म्हणाला, "त्यांचा तो रंग लवकरच मावळेल, तो नकली असतो."

तिचं पुन्हा चुंबन घेत तो म्हणाला, "तू माझ्यापेक्षा वयानं मोठी आहेस, ही चांगलीच गोष्ट आहे. मला तुझ्याकडून बरंच शिकता येईल."

"तुलाच माझ्यापेक्षा जास्त माहिती आहे."

"तुझ्यापेक्षा मलाच जास्त काय माहिती आहे?"

त्याचं नाक चिमटीत पकडत नीला म्हणाली, "मी कशाबद्दल बोलतीय ते तुला कळतंय."

"नाही, मला नाही समजलं, सांग."

"मी नाही सांगणार."

"नाही?"

"नाही."

"का?"

"माझी मर्जी."

"माझीही एक मर्जी आहे."

"ती कोणती?"

"ती सांगायची नसते."

"मग ती कशासाठी असते?"

"ती अनुभवायची असते."

नीलानं डोळे मिटून घेतले. ती त्याच्या स्पर्शाची वाट पाहत होती... त्याच्या त्या विध्वंसक तुफानाची. पण, बराच वेळ झाला तरी तिला त्याचा स्पर्श झाला नाही. तिनं डोळे उघडून पाहिलं तर, बेनॉयर जमिनीवर होता, नीलाच्या कवेच्या

बाहेर... तो हसत होता.

"तुला ती अनुभवता येतीय?"

नीला बिछान्यावरून खाली उतरली. त्याच्या छातीवर डोकं विसावून आडवं होत ती म्हणाली, "नाटक करतोयस?"

बेनॉयरनं एका हातानं तिला कवेत घेतलं. तिची सावळी बोटं त्याच्या गोऱ्यापान छातीवरून फिरू लागली. तिथून फिरत त्याच्या मानेवर आली, मग हनुवटीवर आणि नंतर ओठांवर आली.

दोन्ही हातांनी तिला घट्ट आलिंगन देत बेनॉयर म्हणाला, "ज तेम, ज तेम, ज तेम."

काळ इथंच... या क्षणी का थांबवता येत नाही? नीलानं श्वास रोखून धरला. नीलाला तहान शमवण्यासाठी पाण्याचा फक्त एक थेंब पुरेसा होता, पण बेनॉयरनं तिच्यासाठी आख्खा महासागरच रिता केला होता. तिच्या पात्रतेपेक्षा हे खूपच होतं. ती होती नीला... हाकलून लावलेली... कुणी मित्र नसलेली, कणा मोडलेली असहाय्य प्राणी... चुरगळून चोळामोळा झालेली, पार बुडालेली.

तिनं डोळे मिटून घेतले. बेनॉयरनं तिच्या मिटलेल्या पापण्यांचं चुंबन घेतलं. नीलाला त्याचं प्रेम सर्वांगाला जाणवलं तसंच आत्म्यालाही. तिच्यात ते आत खोलवर जसजसं झिरपत जाईल, तसतसं तिला उमगत गेलं की, हा केवळ सेक्स नाहीय, हे खरंखुरं प्रेम आहे. या प्रेमानं शरीराची भूक शमवली, शरीर सैलावलं, थंडावलं त्याचबरोबर तिचं मनही प्रफुल्लित झालं, तिच्यातलं चैतन्य आणखी झळाळलं, चैतन्याचा बहर आणखी विस्तारला.

रात्री ते दोघं बाहेर गेले. अजूनही आभाळात दिवसासारखा तेजस्वी प्रकाश होता. हिवाळ्यात उजेड लवकर काढून घेणाऱ्या निसर्गानं केलेली ही भरपाई होती. शाँज़ेलीझेमध्ये ते गवतावर बिलगून बसले. बेनॉयरनं मार्गराईट नावाचं एक छोटंसं पांढरं फूल उचललं आणि त्याची एकेक पाकळी तोडत तो म्हणत होता, "ज तेम अं प, बोकू, पासी ओनेमाँ, आ ला फोली, पा द्यू तू" (माझं तुझ्यावर थोडंसं प्रेम आहे, खूप खूप प्रेम आहे, झपाटून प्रेम आहे, वेड्यासारखं आहे, अजिबात नाहीय.)

पाकळ्या तोडण्याच्या या खेळात बेनॉयरची सम होती 'आ ला फोली' आणि नीलाची होती 'पा द्यू तू.'

"बघ, मी तुझ्यावर वेड्यासारखं प्रेम करतोय आणि तू माझ्यावर अजिबात प्रेम करत नाहीस," तो म्हणाला.

नीला हसली, "तुला असं वाटतंय?"

तिचं चुंबन घेत तो म्हणाला, ''नाही. तू माझ्यावर खूप खूप प्रेम करतीस हे मला माहीत आहे.''

''आणि तू माझ्यावर खरंखुरं प्रेम करतोस. आ ला फोली?''

''हो.''

एका कॅफेत जेवताना नीला चैतन्यपूर्ण उत्साहानं माणसं निरखत होती.

शाँज़ेलीझे रात्रभर जागं असायचं आणि सदैव गर्दीनं फुललेलं. कॅफेत साठीच्या, सत्तरीच्या बायका जेवायला आलेल्या दिसत होत्या.

नीला म्हणाली, ''म्हाताऱ्या माणसांनासुद्धा झोप आलेली दिसत नाही.''

बेनॉयर तिच्या कानात कुजबुजत म्हणाला, ''या श्रीमंत थेरड्या इथं 'गिगोलो' पटवायला बसल्या आहेत.''

'' 'गिगोलो' म्हणजे काय?'' नीलानं हळू आवाजात विचारलं.

''आता तरुण पुरुष येतील आणि या बायका आपापल्या आवडीनुसार त्यांना निवडतील.''

''काय?''

''फक्त बघत राहा.''

नीला पुन्हा पुन्हा मागं वळून पाहत होती आणि बेनॉयर म्हणाला तसं खरोखरच घडलं. एक वयस्क स्त्री एका तरुणाचा हात धरून खुशीत निघून गेली, अगदी आई आणि मुलानं सोबत जावं तशी.

''आता पुढं काय होईल?''

''ती बाई त्याला घरी नेईल, गंमत करेल, त्याला भेटवस्तू घेऊन देईल, मस्तपैकी डिनर होईल. ते दोघं एकत्र नृत्य करतील, प्रणय फुलवतील आणि नंतर त्या मुलानं पैसे मागितले की, ती बाई पैसे चुकते करेल.''

शाँज़ेलीझेच्या या टोकापासून त्या टोकापर्यंत, आर्क द त्रीऑंफपासून कोंकोर्दपर्यंत ते एकमेकांना घट्ट बिलगून चालत होते. अधूनमधून ते आइस्क्रीम खायला किंवा कॉफी प्यायला थांबत होते, कॅफेत टेरेसवर बसून आस्वाद घेत होते आणि पुन्हा चालायला सुरुवात करत होते.

त्या दोघांमध्ये थोडंफार संभाषण झालं. आवडते रंग : नीलाला निळा रंग प्रिय होता तर बेनॉयरला फिकट हिरवा.

नीलाला माशाचा रस्सा आणि भात आवडायचा तर बेनॉयरला कॅनरी आणि बटाटा.

आवडतं शहर : नीलाला पॅरिस आवडलं होतं आणि बेनॉयरला रोम.

नीला कधी रोमला गेली होती का? नाही.

नीलाला अभ्राच्छादित आभाळ आवडायचं तर बेनॉयरला निरभ्र, चमचमत्या सूर्यप्रकाशाचं.

नीलाला पाऊस प्रिय तर, बेनॉयरचा नावडता.

बालपणीच्या कटू स्मृती : परीक्षेत नीलाला अगदी कमी मार्क मिळाले म्हणून अनिरबाननं तिला चांगलं झोडपून काढलं होतं. बेनॉयरच्या बाबतीत, मादाम ड्यूपॉन्टनं त्याला जास्त चॉकलेट खाणं दातांच्या दृष्टीनं वाईट असतं असं सुनावलं होतं, हा प्रसंग.

गोड स्मृती : नीलानं परीक्षेत छान यश मिळवलं होतं तेव्हा तिला लाल फ्रॉक मिळाला होता आणि बेनॉयर ऑस्ट्रियात मित्रांबरोबर स्किईंगला गेला होता, तो प्रसंग.

थकून भागून नीलाचे डोळे मिटू लागले तेव्हा बेनॉयर म्हणाला, ''आपण घरी जाऊया?''

''हो.''

ती स्वत:शीच म्हणाली, ''घरी गेल्यावर मी तुला घट्ट धरून झोपेन, अगदी शांत, निर्भयपणे झोपेन.''

नीलाला वाटलं, बेनॉयर सेन् पार करून बूलवार सें जेर्मे वरून ऱ्यू द रेन्नकडं निघालाय, पण गाडीनं काही अंतर पार केल्यावर तिच्या लक्षात आलं की, ते सेनजवळ नाहीयत, पण कॉंकोर्दवरून ते ऱ्यू द रिवोली कडं निघाले आहेत.

''तू कुठं निघाला आहेस?'' नीलानं विचारलं.

''तुला घरी सोडतोय.''

''ओह.''

''त्यांचं तुझ्यावर खूप प्रेम आहे ना?''

नीलाला म्हणावंसं वाटत होतं की, ''त्यांचं माझ्यावर मुळीच प्रेम नाहीय. प्लीज, मला तुझ्या घरी घेऊन चल, आणखी अपमान सोसण्यातून मला वाचव, वाचव मला,'' पण तिचे स्वररज्जू कशानंतरी जखडले गेले, तिच्या तोंडून शब्द फुटला नाही.

''ते तुझ्यावर अर्थातच प्रेम करतात, नाहीतर त्यांनी तुला इतके दिवस ठेवून घेतलं असतं का?''

अगदी तर्कशुद्ध विचार!

''तू बेल वाजवल्यावर त्यांची झोपमोड होणार नाही?''

''नाही, माझ्याकडं किल्ली आहे.''

''ठीक आहे, माझ्या पिल्लू मनीमाऊ, जा आणि शांत झोप.''

त्यानं तिला घराशी सोडलं, तिची कितीतरी चुंबनं घेतली आणि पुढची भेट केव्हा आणि कुठं याची तिला आठवण करून देऊन तो गाडीतून भुर्रकन गेला.

मोठ्या दरवाजावर ३०ँ ५९ क्रमांकावर 'पंच' केल्यानंतर तो दरवाजा उघडला. ती दुसऱ्या मजल्यावर आली, मात्र तिला त्या बिछान्यावर झोपावंसं वाटेना, त्यामुळं ती जिन्यावर मुटकुळं करून बसली आणि बेनॉयरनं आपल्याला माझ्यासोबत राहा असं का म्हटलं नाही, याचा विचार करत राहिली. पास्कल तिथं येणार होती अशातलाही भाग नव्हता. प्रचंड थकव्यामुळं नीला बधिर झाली होती, मानसिक आणि शारीरिक... दोन्ही. पहाटे पहाटे तिला पावलांची चाहूल लागली. ती घाबरून उठून बसली. जणू कुणीतरी तिच्यावर बलात्कार करायला येत असावं. ती भीतीनं थरथरली. रात्रभर पार्टी जागवून काही फ्रेंच माणसं घरी परतत होती. त्यांपैकी कुणीही तिच्याकडं मागं वळून पाहिलं नाही, तू कोण म्हणून तिला विचारलं नाही, की इथं का पडली आहेस, असा प्रश्न केला नाही. पॅरिसमध्ये तिला निर्धास्त वाटण्याचं हे आणखी एक कारण होतं. तुमच्या भानगडीत कुणीही नाक खुपसत नाही. इतरांच्या इच्छेच्या आड येणं त्यांच्या स्वभावाविरुद्ध होतं. नीलाला तिथं झोपायचंय ना, मग तिला तिथं झोपायचा अधिकार आहे... जोवर त्याचा इतरांना उपद्रव होत नाही तोवर.

पहाटे नीला रस्त्यांवरून एकटीच भटकू लागली. वाऱ्याची थंडगार झुळूक तिच्या चेहऱ्याला स्पर्श करत होती. जगातलं कुठलंही शहर पाहण्याची ही बहुधा सर्वोत्तम वेळ असावी. कॅफेमध्ये चहा घेत तिनं दहा वाजेपर्यंतचा वेळ काढला. तिच्या दिवसाला ना प्रारंभ होता, ना अखेर. तिला ना ऑफिस होतं, ना जायला कुठलं ठिकाण. सकाळी दहा वाजून गेल्यानंतर, आता घरी कुणीही नसणार याची मनोमन खात्री वाटल्यानंतर ती घरी गेली. तिनं सुटकेस भरली. हॉटेल शोधण्यासाठी तिनं फोनबुकची पानं चाळली. तिनं फोन करून पाहिलेल्या हॉटेलांत एकतर अजिबात जागा तरी नव्हती नाहीतर ती हॉटेलं महागडी तरी होती. अखेर, बऱ्याच शोधानंतर तिला ऱ्यू द ला कोर्वोझीयाँ मध्ये स्टुडिओ हॉटेलमध्ये एक खोली मिळाली. त्याचं भाडं होतं तीनशे फ्रँक्स. आपल्या क्रेडिट कार्डावर भिस्त ठेवायचं ठरवून तिनं खोली आरक्षित केली आणि टॅक्सी बोलवली. टॅक्सी तीन मिनिटांत येणार होती. जॉय गोस्वामीचं पुस्तक जमिनीवर पडलं होतं. ते पुस्तक आणि सुटकेस उचलून ती दाराकडं निघाली, तितक्यात फोनची रिंग वाजली. बेनॉयरचा फोन असेल म्हणून ती गडबडीनं फोन उचलायला धावली– पण, फोनवर डॅनियल होती.

थोडंफार नेहमीचं इकडचं-तिकडचं बोलणं झाल्यानंतर डॅनियल म्हणाली, "तुझं पत्र आलंय; महत्त्वाचं दिसतंय, बँकेचं आहे."

नीला एकदम रोमांचित झाली, ''मला ते पत्र हवंय.''

''मी तुझ्या नवऱ्याच्या घरी फोन केला होता, कुणी उचलला नाही. मग मी इथं रिव्होलीत फोन केला, म्हटलं तुझ्या मित्राकडं निरोप ठेवावा. तू म्हणत असलीस तर मी हे पत्र तुझ्या मित्राच्या घरी पाठवेन.''

''नको, नको, मला कुणी मित्र नाही. हा माणूस माझ्या भावाचा मित्र आहे, असं मी समजत होते, पण खरं तर तो शत्रू आहे. मी हे घर आजच सोडतीय.''

डॅनियल थंड स्वरात म्हणाली, ''तसं असेल तर मी हे पत्र बँकेला पाठवते.''

''तू ते पत्र उघडून, मला वाचून दाखवशील?'' आधीच अंदाज आल्यामुळं औत्सुक्यानं नीलाचा आवाज थरथरला.

डॅनियलनं ते पत्र उघडलं. भारतातून पैसे आले होते. आता तिच्या खात्यावर दोन लाख नव्वद हजार सातशे ऐंशी फ्रँक्स होते.

हे पैसे येणार आहेत, हे तिला ठाऊक होतं, पण प्रत्यक्षात ते पैसे इथं आल्यावर तिला आश्चर्य वाटलं... तिला जणू लॉटरी लागली होती. रोमांचित, भावनोत्कट स्वरात ती म्हणाली, ''डॅनियल, तू मला वाचवलंस.''

''मी तुला वाचवायला तू काही मरत नव्हतीस. इतर कितीतरी माणसांपेक्षा तुझं छानच चाललंय,'' डॅनियल तोडत म्हणाली.

त्यानंतर डॅनियल थोडं स्वत:विषयी बोलली. तिला करविषयक अडचणी आल्या होत्या. सध्या उत्पन्नाचा अर्धा भाग कर भरण्यातच जात होता आणि या देशातल्या सामान्य माणसाचं जीवन अधिकाधिक खडतर बनत चाललं होतं. अत्यंत गरीब देशांना मदत पुरवण्यात सरकार गुंग होतं.

किशनच्या घरातून निघताना नीलानं किल्ल्यांचा जुडगा टेबलावर ठेवला होता, तसंच तिनं आत्ताही किल्ली टेबलावर ठेवली आणि अगदी तशाच पद्धतीनं तिनं नव्या आयुष्याच्या दिशेनं पाऊल टाकलं. अशा प्रकारच्या आयुष्यात अनिश्चितता असणार हे ती ओळखून होती, पण त्याच्या विचारानं आधीही तिचा पाय अडखळला नव्हता आणि आत्ताही नाही.

*

मुक्तते, तुझ्या नावाची मोहर उठवते मी आकाशावर, वाऱ्यावर, पाण्यावर आणि गवतावर...

स्टुडिओ रूममध्ये नीलाला गाढ झोप लागली. जाग आली, तेव्हा तिला कडकडून भूक लागली होती. बँकेत तिच्या खात्यावर पैसे जमा होते, त्यामुळं ती एका चांगल्या उपाहारगृहात जेवायला निघाली. याआधी कधी ती या भागात आली नव्हती. ती इकडंतिकडं भटकत होती. तिला तो भाग फारच आवडला... कॅफेज, उपाहारगृहं, चित्रपटगृहं, मेट्रो, बसस्टॉप, किराणामालाची दुकानं, बूलाँजरी (बेकऱ्या)... सगळं काही जवळ होतं. त्या दिवशी गुरुवार होता, म्हणजे कोर्वोझीयाँमधला बाजाराचा दिवस. बेडस्, फर्निचर पासून ते चीज आणि वाईन्सपर्यंत, सगळ्या गोष्टी विकायला होत्या. एक फेरीवाली मुलगी फिरत्या सळईवर भाजलेली चिकन आणि ससे विकत होती. नीलानं एक ससा घेतला. त्या गजबजलेल्या उत्सवी बाजारातून वाट काढत नीलानं वाईनच्या दोन बाटल्या, थोडी संत्री, कॅमेम्बर्ट चीज अशी खरेदी केली आणि भाड्यानं देण्याच्या घरांच्या जाहिरातीचं त्या दिवशीचं माहितीपत्रक घेतलं.

हॉटेलमध्ये परत आल्यावर तिनं बेनॉयरला फोन केला. तो म्हणाला, सुनीलकडं मी कितीदातरी फोन केला, पण तुझा ठावठिकाणा कुणालाच माहीत नव्हता. कुणालाही न सांगता तिचं असं गायब होणं त्याला आवडलेलं नव्हतं.

"रहस्यमयी स्त्रिये, कुठं आहेस तू?"

"तुला ससा आवडतो असं म्हणालास ना?"

"हो, आवडतो. तू सशाचं रूप घेतलंयस का? तसं असेल तर मी मीठ, मिरपूड घेऊन येतो तुझ्याकडं."

"प्लीज, तसंच कर."

तिनं बेनॉयरला हॉटेलचा पत्ता दिला. तो येण्याआधी नीलानं पाच ते सात हजार फ्रँक्स भाडं असणाऱ्या घरांच्या जाहिराती अभ्यासून, जागामालकांना फोन केला. त्यांतली बरीचशी घरं आधीच भाड्यानं दिलेली होती. अद्याप भाड्यानं जायच्या बाकी असलेल्या घरांसाठी तिनं घरमालकांशी भेटीच्या वेळा आगाऊ मुक्रर केल्या.

बेनॉयर हॉटेलमध्ये तिच्या खोलीत आला. त्यानं खुर्चीत अंग टाकलं. नीला हॉटेवर का आलीय हे त्याच्या अजिबात लक्षात येत नव्हतं.

"त्या घरात काही अडचण होती का?"

"नाही."

बेनॉयर घोटभर पाणी प्यायला. तिच्या हॉटेलमध्ये येऊन राहण्यामागचं कारण शोधायचा प्रयत्न करत म्हणाला, "आपलं स्वत:चं घर असावं हे केव्हाही चांगलंच, नाही का?"

नीला म्हणाली, "होय, तुझ्यासारखं, स्वत:चं घर."

टेबलावर ससा, वाईन आणि चीज पडलं होतं. त्याला तहान लागली होती, पण ती वाईनची नव्हती. तो तृषार्त होता तिच्या चुंबनांसाठी. त्याला भूकही लागली होती, पण टेबलावर पडलेल्या त्या मेलेल्या सशाची नाही. त्यानंतर कितीतरी वेळ त्याचं 'जेवण' चाललं होतं.

संध्याकाळी त्या दोघांनी एकत्र आंघोळ केली आणि एमिल झोला ॲव्हेन्यूत घर पाहायला ते दोघं बाहेर पडले. त्या घराचं भाडं होतं आठ हजार. नीलाला ते घर आवडलं होतं.

तिनं बेनॉयरला विचारलं, "मी हे घर घेऊ का?"

तो खांदे उडवत म्हणाला, "तुला आवडलं असलं तर घे."

त्याचं बरोबर होतं. तिला आवडलं असलं तरच तिनं ते घ्यावं, त्यात त्याचं काही मत नव्हतं.

पण, नीलाच्या इच्छेवर सगळं काही अवलंबून नव्हतं. नीलाला नोकरी नाही म्हणून त्या जागामालकानं तिला जागा नाकारली. बँकेत तिच्या खात्यावर पैसे जमा होते, पण जागामालकाला त्याच्याशी काही देणं-घेणं नव्हतं.

व्यवहार फिसकटला.

मग त्यांनी आणखी एक घर पाहिलं. नीलाला ते घर पाहताक्षणी आवडलं. ते घर केव्हा ताब्यात मिळू शकेल, याची तिनं चौकशी केली, पण मालकानं प्रश्न केला, तिला जामीन कोण राहणार. नीलानं बेनॉयरकडं आर्जवी नजर टाकली. पण, त्याचा उदासीन चेहरा पाहून तिनं नकारार्थी मान हलवली, जामीनदार राहण्यासारखं कुणी नाही.

व्यवहार फिसकटला.

गाडीत बसल्यावर बेनॉयर मान हलवत म्हणाला, "जामीनदाराविना तुला पॅरिसमध्ये घर मिळणार नाही."

"मी लक्षाधीश असले तरी?"

"तू लक्षाधीश असलीस तरी नाही मिळणार."

"मग मी काय करावं?"

मी जामीन राहतो असं त्याच्याकडून येण्याची नीलाला आशा वाटत होती,

पण तो काहीच बोलला नाही.

''तुला भारतीय मित्र आहेत... तू त्यांना का नाही विचारत?''

''नको, मला त्यांना विचारावंसं वाटत नाही.''

''तुझ्या रिवोलीतल्या मित्राला विचार.''

''तो माझा मित्र नाही.''

''पण तू त्यांच्याबरोबर इतके दिवस राहिली होतीस!''

'बेनॉयर, तूच का जामीन राहत नाहीस; तुला अल्कॅटेलमध्ये चांगल्या पगाराची नोकरी आहे,' नीलाच्या अगदी ओठावर आलं होतं.

पण, तिनं ते बोलून दाखवलं नाही कारण, ही मुलगी पुढं काय करेल, काही सांगता येत नाही, ती भाडं बुडवण्याचा प्रकार अगदी सहज करू शकेल, असं त्याला वाटत असणार, असं तिच्या मनात आलं. त्याच्या मनाला चाटून गेल्या असू शकतील अशा कुठल्याही शंका-कुशंका तिला झटकून लावायच्या होत्या.

म्हणून ती म्हणाली, ''माझ्या आईनं माझ्यासाठी खूप पैसा मागं ठेवलाय. मी पॅरिसमध्ये कमीत कमी तीन वर्षं तरी नोकरीविना आरामात राहू शकते.''

ती सुस्कारा सोडून म्हणाली, ''माझ्या आईला मी परदेशात राहू नये असं वाटायचं. मी जर कोलकत्यात असते, तर भाड्याचं घर मिळवण्यात अजिबात अडचण आली नसती. तिथं कुणीही जामीन मागत नाही, भाडेकरू पैसेवाला असेल तर कुणीही मालक त्याला जागा नाकारत नाही.''

ही पॅरिसमधली फार पुरातन पद्धत असल्याचं बेनॉयरनं तिला सांगितलं. ही पद्धत का आणि कशी सुरू झाली, त्याबद्दलसुद्धा त्यानं तिला सविस्तर माहिती पुरवली. घर भाड्यानं देण्या-घेण्याच्या शेकडो नियमांचं त्यानं तुणतुणं वाजवून दाखवलं. तो इतकंही म्हणाला की, ऱ्यू द रेन्न मध्ये त्यानं फ्लॅट विकत घेतला म्हणून, नाहीतर त्यालासुद्धा भाड्यानं जागा मिळवण्यात अशाच अडचणी आल्या असत्या. त्याचा अंदाज घेण्याची आणखी चाचपणी न करून, तिनं त्याची सुटका केली. शिवाय, आता तू जागा कशी मिळवणार, याबद्दल त्यानं तिला एका शब्दानंही काही विचारलं नाही.

पिगलकडं जाणाऱ्या रस्त्यावर कार थांबवून, झगमगत्या रस्त्यावरून चालत जाताना तो पुन्हा पुन्हा म्हणत होता, ''ज तेम.''

रस्त्याच्या दुतर्फा झगमगत्या दिव्यांचा लखलखाट होता. सेक्स टॉय दुकानांतून प्लॅस्टिकची लिंगं आणि योनी डझनावारी विकले जात होते. प्रणयमुद्रांचं खुलं प्रदर्शन सुरू होतं, चित्रफितीद्वारे किंवा कळसूत्री बाहुल्यांद्वारे नव्हे... तर खऱ्याखुऱ्या

जिवंत माणसांद्वारे.

या रस्त्यावरून आपण एकटीनं कधीही फिरू शकलो नसतो, हे नीला ओळखून होती. तिला ते अत्यंत लाजिरवाणं वाटलं असतं आणि भीतीदायकसुद्धा. आता मात्र ती इथून आरामात फिरायचं धैर्य दाखवू शकत होती, कारण बेनॉयर तिच्यासोबत होता.

ती म्हणाली, ''आपण मॉलिन रॉगला जाऊया.''

''ओह, नको. माझ्याकडं पैसे घालवायला नाहीत.''

''मी देईन. चल, टॉउलूज लॉट्रेकनं कसलं नृत्य पाहिलं होतं, ते पाहूया.''

''आता तुला ते पाहायला मिळणार नाही.''

नीलाला ते ठाऊक होतं, तरी ती आत गेली. हा केवळ पर्यटकांना जाळ्यात ओढायचा डाव असतो, हेही तिला ठाऊक होतं, पण तिला बेनॉयरला आपलं कार्त् ब्ल (क्रेडिट कार्ड) दाखवून लठ्ठ बिल चुकतं करून दाखवायचं होतं. आपण दरिद्री नाही हे त्यानं पाहावं, असं तिला वाटत होतं. आईनं दिलेला भरपूर पैसा आपल्याजवळ आहे, ही गोष्ट खरीच आहे. आपण कधीही खोटं बोलत नव्हतो, हे त्याला कळू दे.

मॉलिन रॉगमधून बाहेर पडल्यावर बेनॉयर म्हणाला, ''मी खूप स्त्रिया पाहिल्या आहेत, पण तुझ्याइतकं सळसळतं चैतन्य नाही पाहिलं. आयुष्याचा आनंद कसा उपभोगायचा ते तुला उमगलंय. तुझ्याइतकं उत्स्फूर्त वागणं मी कुठंच पाहिलं नाही. तू अपवादात्मक आहेस. फ्रेंच बायका फार मतलबी असतात.''

''आणि फ्रेंच पुरुष नसतात?''

नीलावर स्तुतिसुमनांचा वर्षाव करण्यात बेनॉयर इतका हरवून गेला होता की, त्याला नीलाचा प्रश्नच ऐकू आला नाही.

त्या रात्री बेनॉयर नीलाच्या खोलीतच राहिला. ती रात्र प्रणयाची होती. सकाळी बेनॉयर कामावर गेला आणि नीला बाहेर पडली. ग्राहकांना आमंत्रित करणाऱ्या दलालांच्या झगमगत्या कार्यालयात जाऊन ती भाड्यानं जागा मिळेल का, याची चौकशी करत होती. तिला जागा नक्कीच मिळू शकणार होती, कधीही, पण जामीनदार कोण राहणार? तिनं प्लेस दी इटाली आणि ऱ्यू द वूयेर मध्ये दोन घरं पाहिली आणि खोलीत येऊन आत्यंतिक असहाय्य भावनेनं घेरून बिछान्यावर पडून राहिली. तिनं त्यांना तिच्याजवळची बँकेची कागदपत्रं दाखवली, पण काही उपयोग झाला नाही. बेनॉयरला तिची ही असहाय्य अवस्था दिसत होती, पण त्यानं मदतीचा हात पुढं केला नाही.

डॅनियलनं फोन करून बँकेचं पत्र आल्याचं सांगितलं, कॅनव्हास लावण्याचा

घोडा आणि चित्रं तिनं फेकून दिली तसं बँकेचं पत्र फेकून दिलं नाही; म्हणजे तिचा राग मावळला असावा अशी मनोमन आशा करत नीलानं डॅनियलला फोन लावला.

पुढच्या आठवड्यात निकोल आणि मिशेलबरोबर स्वीडनला जाणार असल्याचं डॅनियलनं सांगितलं. रीटालाही त्यांच्याबरोबर जायचं होतं, पण ती एका फिल्मच्या चित्रीकरणासाठी इस्रायलला गेली होती. समुद्रकिनारी बांधलेल्या रेडवूडच्या नव्या घराला भेट देण्याचं मारिया स्वेन्सननं त्यांना आमंत्रण दिलं होतं. ते घर तिनं स्वत:च्या हातांनी बांधलं होतं.

''स्वत:च्या हातांनी?''

''हो. या देशांत बरीचशी माणसं आपापली घरं स्वत:च बांधतात.''

मारिया त्यांना आणखी उत्तरेकडं नेणार होती, लॅप्स राहायचे त्या ठिकाणी... तिथं त्या मध्यरात्रीचा सूर्य पाहणार होत्या. तुलाही आमच्याबरोबर यायचंय का, असं डॅनियलनं नीलाला साधं एकदाही विचारलं नाही. निकोलच्या घरी त्या रात्री जमलेल्या सगळ्याजणींना, फक्त नीला वगळता सगळ्याजणींना मारियानं बोलावलं होतं हे स्पष्ट होतं.

सभ्यतेचा भाग म्हणून डॅनियलनं नीलाची चौकशी केली.

व्हॅन गॉग जिथं साडेतीन फ्रँक्स रुपयात राहत होता, त्या हॉटेलमध्ये नीलानं एक खोली घेतली होती. व्हॅन गॉगचा काळ आणि आत्ताचा काळ यात एक आख्खं शतक वाहून गेलं होतं आणि दर शेकडो पटींनी वाढलेले होते.

''पण तू पैसेवाली आहेस, तुला कसली चिंता! माझ्या आजवरच्या आयुष्यात ना मी कधी इतके पैसे मिळवलेत ना पाहिलेत.''

नीला म्हणाली, ''कोलकत्यात तू जे काही पाहिलंस ते सगळं माझ्या वडिलांचं आणि भावाचं होतं. माझ्या आईनं माझ्यासाठी थोडे पैसे मागं ठेवलेत आणि माझ्याजवळ आयुष्यभरासाठी एवढीच काय ती पुंजी आहे. पैशानं काहीही विकत घेता येतं, असं मी ऐकून होते, पण इथं, पॅरिसमध्ये मात्र पैशानं भाड्याची जागा विकत घेता येत नाही.''

या बाबतीत काहीतरी मदत करण्याची नीलानं तिला कळकळीची विनंती केली.

''भाडं किती आहे?''

''साधारण सहा हजार रुपयांच्या जवळपास.''

''मग तुला तेवढ्या रकमेच्या चौपट उत्पन्न असणारा कुणीतरी गाठायला हवा. माझं तेवढं उत्पन्न नाही. मी तुझ्या काही कामाची नाही.''

''मग तुझ्या कुणी मैत्रिणी, निकोल, रीटा, मिशेल?''

“त्या तयार होतील की नाही शंका आहे. तू तुझ्या बंगाली मित्राला का विचारत नाहीस? त्याची मिळकत चांगली आहे. तो नक्की तयार होईल असं मला वाटतं.”

नीलाची सुनीलशी बोलायचीसुद्धा इच्छा नव्हती. ती नुसती पडून राहिली होती. बेनॉयर कामावरून थेट तिथंच आला, हॉटेलमध्ये आणखी एक रात्र घालवायला. त्याच्या स्पर्शानं तिची स्वप्नं पुन्हा तरारून उठली... घराचं स्वप्न... कुटुंबाचं स्वप्न. तो तिला “ज तेम” जितके वेळा म्हणेल, तितकी तिला पायाखालची जमीन आणखी आणखी घट्ट हवी होती. मोलिनासारखं प्रेमाचा लवलेशही नसलेलं वैराण आयुष्य ढकलायची तिला भीती वाटत होती.

बेनॉयर अगदी एखाद्या लहान मुलासारखा तिच्या बाहुपाशात शिरला तेव्हा नीलाचं भान हरपलं... ती पार विरघळली. ती त्याचं देखणेपण निरखत होती. त्याला बिछान्यातून खाली ढकलून द्यावं किंवा त्याला खोलीतून बाहेर हाकलून द्यावं असं तिला वाटत नव्हतं असं नव्हे, पण पुढच्याच क्षणी भविष्याची चाहूल तिच्यापुढं अक्राळविक्राळ आ वासून उभी राहिली... होपलेस अवस्था, सुनीलच्या वासनेचं रोज बळी व्हायचं, एखाद्या असहाय्य बाईसारखं जगायचं. बेनॉयर तिच्यावर प्रेम करत असला तरी अजून त्याचा तिच्यावर विश्वास नव्हता. एका लाजिरवाण्या अस्पष्ट जाणिवेनं तिचे ओठ शिवले होते.

दुसऱ्या दिवशी तिनं सुनीलला फोन केला आणि ती त्याच्या क्लिनिकमध्ये गेली.

“तू अशी निघून का गेलीस? हे वागणं बरोबर नाही, असं चैतालीसुद्धा म्हणाली,” सुनील अगदी निष्पापपणे म्हणाला. जणू त्यानं तिच्याबाबतीत लक्ष्मणरेषा ओलांडली नव्हती किंवा काहीही आक्षेपार्ह कृत्य केलं नव्हतं.

“मी घर का सोडलं, त्याचं कारण तू चैतालीला सांगितलं नाहीस का?” नीलाचा संतापानं भडका उडाला होता.

“कसलं कारण?”

नीलानं मुठी आवळल्या. या माणसाचं तोंड पाहायची किंवा त्याचा आवाज किंवा त्याचं विचित्र हास्य ऐकायची तिची मुळीच इच्छा नव्हती, पण त्यावाचून तिच्यापुढं पर्यायच नव्हता. तिला घर हवं होतं. त्यासाठी सुनीलला जामीनदार हो, असं विनंतीच्या नव्हे, तर हुकूम देण्याच्या स्वरात सुनावताना आपल्या स्वराचं तिचं तिलाच आश्चर्य वाटलं.

“तू पॅरिसमध्ये राहायचं ठरवलंयस? आधी तुझी कागदपत्रं का नियमित

करून घेत नाहीस? किशननं तुला घटस्फोट दिला तर काय होईल? ओह, अर्थात तुला फ्रेंच प्रियतम आहे म्हणा. मग काय, तू त्याच्याशी लग्न करतीयस?''

नीलानं त्याच हुकमती स्वरात त्याला गप्प केलं.

अखेर तिला भाड्यानं जागा मिळाली. र्‍यू द वूयेर मध्ये तिला सत्तर चौरस मीटरची, चार खोल्यांची जागा मिळाली. जागेचं भाडं होतं सात हजार. तिनं दोन महिन्यांचं भाडं आगाऊ भरलं, दलालाला सात हजार रुपये दिले. सुनीलची कागदपत्रं आणि जामीन त्यांना दाखवला आणि मगच तिला घराची किल्ली मिळाली. चौथ्या मजल्यावरच्या घरात पाऊल टाकल्यावर तिनं स्वातंत्र्याचा खोल खोल श्वास भरून घेतला. "इतक्या मोठ्या घराचं काय करणार आहेस, तू स्टुडिओत गेली असतीस तरी चाललं असतं,'' असं सुनील म्हणाला होता. चाललं असतं, सरकारनं राहण्यायोग्य नाहीत म्हणून जाहीर केलेल्या चाळीतसुद्धा ती राहू शकली असती, वीज, गरम पाणी याविना निर्वासित तिथं राहायचे, तसंच. सरकारनं राहण्यायोग्य नाहीत म्हणून जाहीर केल्यामुळं भाडेकरू तिथं कब्जा करून वर्षानुवर्षं भाडं न भरताच तिथं राहायचे. मोजम्मल आणि बरेचसे कृष्णवर्णीय तसंच सावळे लोक राहायचे त्या ठिकाणी.

बेलवीलमध्येसुद्धा ती स्वस्त भाड्याची जागा घेऊ शकली असती. तिला बरंच काही करता आलं असतं, पण तिनं तसं केलं नाही. तिला त्याची अजिबात खंत नव्हती. ती घर कसं सजवायचं याचे बेत आखत होती... सजवलेल्या अपार्टमेंटमध्ये पाऊल टाकताच तो कसा थक्क होईल... आपलं चुंबन घेऊन तो म्हणेल, "तुला भेटलं की, प्रत्येकवेळी तू मला आश्चर्याचा धक्क देतेस. यू आर वंडरफुल!''

सगळ्या खिडक्या उघडून नीला जमिनीवर बसली होती... भिंतीला टेकून... पाय पसरून. खोलीत वाऱ्याची झुळूक आली. एक एकुलता पक्षी आला, बाल्कनीच्या कठड्यावर बसला, तिथं हगला आणि भुर्रकन उडून गेला.

नीलाच्या मनात आलं आपण सुनीलचं देणं चुकतं केलं... आणि त्यानंही त्याचं चुकतं केलं. सगळी देणी फेडल्यानंतर माणसांच्या चेहऱ्यावर जसलं हास्य असतं तसलंच हास्य त्याच्या चेहऱ्यावर होतं.

तिनं शेझ लुल्लूमध्ये खाल्लेलं सगळं अन्न भाडकन उलटलं.

*

नव्या जीवनाचा प्रारंभ

नीलाला आयुष्यात फारसा राम वाटत नव्हता तरी, तिनं घराची सजावट करण्यासाठी महागड्या वस्तूंची खरेदी केली. मोलिनाला त्यांचं घर कधीही स्वत:च्या इच्छेनुरूप सजवता आलं नव्हतं. सोफा कुठं ठेवायचा, बेड कुठं ठेवायचं हेही अनिरबानच ठरवायचा, एवढंच नव्हे, तर आज घरात स्वयंपाक काय करायचा, हेही तोच ठरवायचा. मोलिनानं फक्त त्याच्या इच्छेनुसार कार्यपूर्ती करायची. घर मोलिनाचं नव्हतं, घराचा मालक होता अनिरबान, ही गोष्ट त्यानं अगदी स्पष्ट केली होती. नीलानं मायदेश आणि मोलिनानं जग सोडेपर्यंत ही स्थिती तशीच होती.

संध्याकाळी दुकानातल्या माणसांनी घरात फर्निचर मांडून दिलं, अगदी नीलाला हवं तस्सं. घराला आपल्या मनाजोगतं स्वरूप द्यायला तिला दोन दिवस लागले. बाल्कनीत पुष्पदाण्या, जेवणाच्या टेबलावर ऑर्किडस्, कॉफी टेबलवर लिलीज आणि अभ्यासिकेत कॉम्प्युटर, बेनॉयरला वापरायचा असेल तर म्हणून. तिथल्या टेबलावर तिनं दहा लाल गुलाब रचले.

आपल्या घरात तिनं फेरी मारली. तिचं मन प्रफुल्लित झालं. शयनगृह, दिवाणखाना, अभ्यासिका आणि पाहुण्यांसाठी एक खोली आणखी काय, नीला? तिनं स्वत:लाच प्रश्न केला, तुला तर सगळंच मिळालंय! मग तिनं स्वत:च्याच प्रश्नाला उत्तर दिलं, पण मला खूप खूप एकटं वाटतंय!

आंघोळ झाल्यावर ती बाल्कनीत उभी राहून खालून जाणारी माणसं पाहत होती. तिच्या मनात आलं, यापैकी कुठली व्यक्ती आपल्याला हवीय, यातलं आत्ता कोण इथं आपल्याजवळ असलेलं आपल्याला आवडेल? दारावर टकटक झाली म्हणून दार उघडून पाहिलं तर बाहेर मोलिना उभी, असं झालं तर! नीलाचं पॅरिसमध्ये कसं काय चाललंय, ते बघायला ती आली असेल. मग नीला तिला मिठी मारून म्हणेल, "मा, माझं तुझ्यावर खूप प्रेम आहे. मला कध्धी कध्धी सोडून जाऊ नकोस." असं तिनं यापूर्वी कधीच म्हटलं नव्हतं. मग तिनं मोलिनाला बिछान्यावर झोपवून, तिच्याशेजारी पडून तिनं तिला या निष्ठुर जगाबद्दल सगळं काही सांगितलं असतं, सगळं. हे सगळं दुसऱ्या कुणाला सांगणं तिला कधीच शक्य होणार नाही. या सगळ्या साचलेल्या ओझ्याने तिला कधीकधी काळीज जडशीळ होऊन गेल्यासारखं वाटायचं.

आईशी गप्पा मारण्याच्या नादात ती बेनॉयरबद्दलची आतुरता विसरली. दिवस सरला. सरत्या दिवसाच्या पंखांवर रात्रीनं काळोख माखला त्या वेळी तिनं

बेनॉयरला फोन करून आपल्या नव्या घराविषयी सांगितलं.

“तुझं काय चाललंय ते तू मला का नाही सांगितलंस? माझी तुला काहीच पर्वा नाही?”

त्यावर नीला काहीच बोलली नाही.

घरी आल्यावर बेनॉयर सुन्नच झाला.

“कुणाचं घर आहे हे?”

“तुला काय वाटतं?”

“मला नाही माहीत. तू सांग.”

“माझं आहे,” नीला हसून म्हणाली.

बेनॉयर सोफ्यावर बसला. इकडं तिकडं नजर टाकत कपाळावर नापसंतीच्या आठ्या आणून म्हणाला,

“तुझं?”

“हो, माझं.”

“तुला घर कसं मिळालं? मला वाटलं, तुला भाड्याची जागा हवीय, त्यासाठी मी तुला मदत करत नव्हतो का?”

“तू मला मदत करत होतास?”

“नव्हतो करत? एमिल झोला आणि व्हॉयजिरेमध्ये मी तुला घरं पाहायला घेऊन गेलो होतो.”

“ओह.”

“इथं आणखी कोण राहणार आहे?”

“फक्त मी.”

“आणि?”

“आणि तू.”

“मी इथं कसा राहणार?”

नीला म्हणाली, “तुला राहायचं नसेल, तर नको राहूस. मी इथं एकटी राहीन.”

“तुझ्या एकटीसाठी इतकं मोठं घर?”

“कोलकत्यात मला खूप प्रशस्त घराची सवय आहे. मला वाटतं काही सवयी तशा सहजासहजी जात नाहीत.”

“पण, तुला नोकरी नाहीय. तू भाडं कशातून भरणार आहेस?”

“मी तुला एकदाच सांगितलंय. मला नोकरी नसली तरी चालणार आहे. घाबरू नकोस.”

“हं.”

बेनॉयर दुर्मुखला होता.

नीला त्याच्याकडं पाहून हसली.

''तुला आनंद नाही झाला?''

''आनंद होण्यासारखं काय आहे?''

''काही नाहीय? एखाद्या निर्वासितासारखी भरकटत माझी किती काळ फरफट झालीय हे तू पाहिलं आहेस... दारोदार आसऱ्याची भीक मागत. माझी मैत्रीण, डॅनियल... तिनं मला तिच्या घरातून बाहेर काढलं. सुनीलच्या घरातसुद्धा मी सुखी नव्हतेच. अत्यंत वाईट पद्धतीनं त्यानं माझा अपमान केलाय. खऱ्या अर्थानं अवलंबून राहावं असं कुठलं जाण्याजोगं ठिकाण मला कधी नव्हतंच. हॉटेलमध्ये जाऊन राहण्याखेरीज माझ्यापुढं दुसरा पर्यायच नव्हता. आता माझं माझं स्वत:चं घर आहे. आपलं स्वत:चं घर असलं की किती छान वाटतं, ते तुला माहीत आहे. स्वत:चं घर असलं की किती शांत वाटतं ते तुला ठाऊक नाही? आपलं परस्परांवर कितीही प्रेम असलं तरी, तू म्हणालास तरच फक्त मी तुझ्या घरी येऊन राहू शकते. समजा पहाटे तीन वाजता तू मला उठवून सांगितलंस की, आत्ताच्या आत्ता इथून निघ, तर मला निघायला पाहिजे, होय किनई?''

बेनॉयर आवाज उंचावून म्हणाला, ''तुला वेडबिड लागलंय का? मी तुला निघून जायला कशाला सांगीन?''

''तू नाहीस सांगणार, पण एखाद्या दिवशी सांगशीलही, तसंच मीही सांगेन. नाही का?''

''तू मला जायला सांगतीयस?''

सोफ्याच्या हातावर बसून त्याला आलिंगन देत ती म्हणाली, ''मुळीच नाही. तू मला सदैव हवा आहेस... ... दिवसा, रात्री, सकाळी उठल्यावर, रात्री झोपताना.''

बेनॉयर सभोवती नजर टाकत म्हणाला, ''तुला काय लॉटरी-बिटरी लागलीय काय?''

फिकट हिरव्या रंगाचे पडदे, तशाच रंगाचा सोफा आणि बिछान्यावरचं लिनन त्याच रंगाचं.

''तुलासुद्धा फिकट हिरवा रंग आवडतो?''

नीला हसून म्हणाली, ''नाही, मला निळा आवडतो.''

''मग इथं सगळं फिकट हिरवं कसं काय?''

''तुला आवडतं म्हणून.''

बेनॉयरनं ओठ चावला आणि तो गोड हसला. त्याच्या ओठांवर तर्जनी

टेकवून नीला म्हणाली, ''मी जेव्हा प्रेम करते ना, तेव्हा असं करते... शंभर टक्के.''

''तुला जादूटोणा येतो वाटतं? तू हे सगळं इतक्या कमी वेळात कसं काय केलंस?''

नीलानं चुटक्या वाजवल्या.

बेनॉयरनं सुस्कारा सोडला.

''अर्थात, तुमच्याजवळ पैसा असेल तर हे सगळं दोन मिनिटांतसुद्धा होऊ शकतं म्हणा.''

बेनॉयर बेडरूममध्ये गेला. नीलाच्या कमरेभोवती हात टाकून तो सभोवती पाहत होता. फिकट हिरवा बिछाना, त्याला लागून दोन टेबलं, त्यावर दिवे, या भिंतीपासून त्या भिंतीपर्यंत लाकडी कपाट... त्यानं च्युक् असा आवाज काढला.

''हे सगळं तुला 'आयकीया'मध्ये स्वस्त मिळालं असतं. तू थांबली असतीस तर, मी तुला तिथं नेलं असतं.''

सगळ्या लाकडी फर्निचरवर टकटक करून तो म्हणाला, ''हे लाकूड चांगलं नाही. तू फसली आहेस. हे तू कुठं घेतलंस?''

''हॅबिटॅटमध्ये.''

''ते फालतू दुकान आहे, श्शीऽ. ही सगळी खरेदी करण्याआधी तू मला विचारायला हवं होतंस. उफ, कधी कधी तू अगदी मूर्खासारखं वागतीस.''

नीलानं त्याला हाताला धरून कपाटाशी आणलं.

''उघडून बघ.''

बेनॉयरनं कपाट उघडलं.

''हे तू कुठं घेतलंस? केवढ्याला? दुसऱ्या दुकानांत तुला हे नक्की स्वस्त मिळालं असतं.''

''आत बघ तरी.''

बेनॉयरनं कपाटात पाहिलं. त्यात पुरुषांचे कपडे, बूट, दाढीचं सामान, ओ द त्वालेत असं साहित्य होतं.

''कुणाचं आहे हे?''

''ओळख!''

''किशनचं?''

''प्रश्नच उद्भवत नाही.''

''मग?''

''अंदाज कर.''

''सुनीलचं?''

''सुनीलच्या वस्तू इथं कशाला असतील?''

''मग?''

''ओळख!''

''मला नाही ओळखत.''

नीला हसली. त्याच्या छातीवर बोटं फिरवत ती म्हणाली, ''तुझं आहे.''

आश्चर्यानं थक्क झालेला बेनॉयर ओरडला,

''तुला वेड लागलंय का, नीला?''

''का?''

फिकट हिरव्या बिछान्यावर बसत तो म्हणाला, ''माझ्याकडं या सगळ्या गोष्टी आहेत.''

नीला म्हणाली, ''म्हणून काय झालं? पण, मला या बूटांबद्दल जरा शंका वाटतीय, ते तुला नीट मापाचे होतायत ना तेवढं बघ.''

तिनं कपाटातून इटालियन लेदर बूट बाहेर काढून त्याच्यासमोर ठेवले.

''बूट? साईज काय आहे?''

''मला साईज माहीत नाही, पण हे बूट पाहिल्यावर ते तुला बसतील असं मला वाटलं.''

बेनॉयरनं बूट उलटा करून, तळात लिहिलेला नंबर पाहिला. मग ते बूट बाजूला ठेवत तो म्हणाला, ''नाही, हे माझ्या मापाचे नाहीत.''

कपाळावर आठ्यांचे पंधरा फाळ पाडून बेनॉयरनं तिला विचारलं, ''माझ्यासाठी इतकी खरेदी कशाला केलीस?''

नीला त्याच्याजवळ बसली. त्याच्या डोळ्यांत पाहत ती उत्तरली, ''माझं तुझ्यावर प्रेम आहे, म्हणून.''

आणखी एक आश्चर्य अजून खुलं व्हायचं होतं. बेनॉयरला नीलानं शेवटच्या खोलीत नेलं. त्या खोलीत शेल्फमधल्या कप्प्यांत पुस्तकांच्या रांगा होत्या आणि डेस्कवर कॉम्प्युटर.

बेनॉयरनं भुवया उंचावून विचारलं, ''तू कॉम्प्युटर वापरणार आहेस?''

''नाही, मी नाही वापरत. हा तुझ्यासाठी आहे.''

''माझ्यासाठी? पण माझ्याकडं कॉम्प्युटर आहे,'' बेनॉयर हसायचा प्रयत्न करत म्हणाला.

''मला ठाऊक आहे.''

बेनॉयर फिरत्या खुर्चीवर बसला. गुलाबांच्या दोन वाळलेल्या पाकळ्या खुडून टाकत नीला म्हणाली, ''या घरात असताना तुला कॉम्प्युटर वापरायचा असला तर...''

"हा किती गिगॅबाईटस्‌चा आहे."

"मला नाही माहीत."

"तुला रॅम माहीत आहे?"

"नाही."

बेनॉयरनं पुन्हा च्यक् केलं. नीला त्याच्या खुर्चीमागं उभी होती. त्याच्या केसात बोटं रुतवून त्याच्या दाट तपकिरी केसांवर ओठ टेकवत तिनं विचारलं, "तुला नाही आवडला?"

बेनॉयरनं कॉम्प्युटर सुरू केला.

"तुला कॉम्प्युटरमधलं माझ्यापेक्षा जास्त कळतं का?"

नीला गोड हसून म्हणाली, "मला जास्त कळतं असं मी म्हटलेलं नाही. मी हा कॉम्प्युटर तू वापरशील म्हणून आणलाय."

बेनॉयरनं पुन्हा च्यक् केलं.

"मी या प्रकारचा कॉम्प्युटर वापरत नाही. तू तुझे पैसे केवळ फुकट घालवले आहेस."

"पैशाची काळजी करू नकोस, तुला कोणता हवाय तेवढं मला सांग, मी हा कॉम्प्युटर बदलून तो आणीन."

"आणि ते बोंबाबोंब न करता इतकं सरळ बदलून देतील होय?"

त्याच्या चेहऱ्यावर पुन्हा खोल फाळ अवतीर्ण झाले होते.

"बरं बाबा, तुला कॉम्प्युटर नाही आवडला तर, पण हे गुलाब, ते तरी आवडलेत का?"

नीलानं गुलाबपुष्पांत नाक बुडवलं.

बेनॉयर म्हणाला, "छान दिसतायत."

पण त्यानं त्यांचा वास घेतला नाही. पाश्चिमात्यांच्या नजरेला फुलं फक्त सुखावतात. फुलांच्या प्रफुल्लित करणाऱ्या सुगंधात त्यांना आनंद वाटत नाही, हे नीलाला समजलं होतं.

पुस्तकांच्या शेल्फजवळ उभं राहून बेनॉयरनं विचारलं,

"ही पुस्तकं तू पॅरिसमध्ये विकत घेतलीस?"

"थोडी इथं घेतली, बाकीची मी कोलकत्याहून आणली आहेत."

"ही सगळी क्लासिक दिसतात."

"सगळी नाही, काही क्लासिक आहेत. आपल्या स्वतःच्या घरात आपलं ग्रंथालय असावं असं मला नेहमी वाटत आलंय."

'उलीसीज'कडं निर्देश करत त्यानं विचारलं,

"हे वाचलंयस?"

नीलानं खांदे उडवले.

"वीस पानांच्या पुढं मी कधी जाऊ शकलेली नाही आणि त्यापेक्षा मला कधी जास्त वाचवेल असं वाटत नाही."

बेनॉयर स्वयंपाकघराच्या दिशेनं निघाला.

"मला थोडी कॉफी हवीय; तू घेणार?"

नीला त्याच्या पाठोपाठ जात म्हणाली, "अर्थात."

स्वयंपाकघराच्या दाराला टेकून ती म्हणाली, "पण कॉफी कशी करायची ते माहीत नाहीय."

बेनॉयरनं स्वत:साठी कॉफी बनवायला सुरुवात केली. नीला त्याच्याशेजारी उभी होती.

"मला चहाचं वेड आहे, तुला ठाऊक आहेच."

नीला मशीनमधली कॉफी करायला शिकली, बेनॉयरनं तिला मार्गदर्शन केलं. कॉफीचा कप उचलून तो जेवणाच्या टेबलाशी येऊन बसला. नीलानं तिच्यासाठी चहा केला. चहा घेऊन ती त्याच्यासमोर येऊन बसली; तिच्या डोळ्यांत हास्य फुललं होतं, तिच्या ओठांवर हास्य खुललं होतं. कॉफीत साखर घालून ती ढवळत बेनॉयरनं विचारलं,

"तू टॉम क्लॅन्सीचं काही वाचलं आहेस?"

"नाही."

"स्टीफन किंगचं?"

"नाही."

"एड मॅक्बेनचं? टोरी ब्रूक्सचं?"

"नाही."

"मग...." बेनॉयर क्षणभर थांबला.

नीला म्हणाली, "खरं तर मी समकालीन पाश्चात्त्य साहित्य फारसं वाचलेलं नाही. मी बंगाली जास्त वाचलंय."

"एल्मोर लिओनार्डचं?"

"नाही."

"जॉर्ज सायमेनॉटचं?"

"नाही."

"डेव्हिड एडविंग्जचं?"

"नाही."

बेनॉयर कॉफीचे घुटके घेत होता.

"तू टेरी प्रॅचेटचं वाचलंयस?"

''नाही.''

''काय? तू इतक्या सुप्रसिद्ध लेखिकेचं साहित्य वाचलेलं नाहीस?''

''नाही.'' नीला खचून गेल्यासारखी दिसत होती.

''तू तिचं नावदेखील ऐकलेलं नाहीस?''

''नाही.''

''तू तर वाचनप्रिय आहे म्हणत होतीस आणि तरी... काळजी करू नकोस, मी माझ्याकडची तिची काही पुस्तकं तुला वाचायला देईन.''

त्यानं कपात आणखी कॉफी ओतून घेतली.

''ती कोणत्या प्रकारच्या कादंबऱ्या लिहिते?'' नीला समोर चहा ठेवून बसली होती.

''ओह, त्याचं वर्णन मला नाही करता येणार. पण, तू पुस्तक हातात घेतलंस आणि वाचायला सुरुवात केलीस, की ते संपवल्याशिवाय खाली ठेववणार नाही.''

बेनॉयरचा हात हातात घेत ती म्हणाली,

''मी तुझ्यासाठी आणखी काय काय आणलंय ते पाहायचं नाहीय?''

''काय?'' बेनॉयरचा स्वर थंड होता.

तिनं 'मोएत् ए शाँदो' शॅम्पेनची बाटली आणून त्याच्या हातात ठेवली.

''या नव्या घरात फक्त काय हवंय, तर ही फेना... फेसाळती, बरोब्बर?''

''मला गाडी चालवायचीय. त्यामुळं आत्ता पिणं योग्य नाही.''

नीला चमकलीच. तिनं त्याला इतकं सावध कधीच पाहिलं नव्हतं.

''पण थोडी प्यायल्यानंतर तू गाडी चालवतोस.''

''कदाचित तसं घडलं असेल, पण ते योग्य नाही.''

''या नव्या घरात तू काय योग्य आणि काय अयोग्य याचा कसला विचार करतोयस, आणि तेसुद्धा आज? ओह, प्लीज, फक्त ही शॅम्पेन ग्लासमध्ये ओत, मग झालं.''

नीलानं दोन शॅम्पेन ग्लास आणले.

एक उसासा सोडत बेनॉयर म्हणाला, ''ठीक आहे, तुझा इतका आग्रहच असेल तर मला घ्यायलाच पाहिजे.''

चिडक्या आविर्भावात त्यानं बाटलीचं बूच उघडलं. शॅम्पेनचा फेस आवाज करत बाहेर उसळला. नीलाच्या आनंदाच्या चीत्कारात तो आवाज बुडून गेला.

शॅम्पेनचे ग्लास हातात घेऊन ते दोघं बाल्कनीत गेले.

''इथं बाहेर किती छान वाटतंय, नाही?''

त्यानं या प्रश्नाचं हो किंवा नाही उत्तर द्यायच्या आत, बेनॉयरच्या खिशातला

फोन वाजला. फोनवर बोलता बोलता तो आत खोलीत गेला. नीला बाहेरच उभी होती वाऱ्याची सुखद झुळूक डोळे मिटून अनुभवत.

बेनॉयर पुन्हा बाल्कनीत आला.

''पास्कल उद्या पॅरिसला येतीय.''

नीलाच्या हातातला शॅम्पेनचा ग्लास थरथरला. नीला झटकन विषय बदलत म्हणाली, ''शॅम्पेन मस्त आहे ना?''

''नीला, पास्कल उद्या पॅरिसमध्ये परततीय.''

''ऐकलं मी.''

''मग काहीतरी बोल!''

''मी काय बोलू?''

''पास्कलला मी आपल्याबद्दल सगळं सांगितलंय, तुला माहीत आहे?''

''नाही, हे तू मला सांगितलं नाहीस.''

''बरं, आत्ता सांगतोय. तिला आपल्याविषयी कळलंय.''

''मग आता तुझी माझ्याकडून काय अपेक्षा आहे?''

''पास्कलला आणि मला जॅकलिन नावाची मुलगी आहे, हे तुला माहीत आहे का?''

''मला माहीत आहे.''

''आपले संबंध स्विकारणं पास्कलच्या दृष्टीनं किती मुश्किल आहे याची तुला कल्पना येतीय का?''

नीला आणखी शॅम्पेन घेण्याआधी आत गेली. तिनं त्याच्या ग्लासमध्ये आणखी शॅम्पेन ओतायचा प्रयत्न केला, पण त्यानं ग्लास बाजूला घेतला आणि टेबलाच्या कडेला दाणकन् आदळला.

तिचे खांदे धरून तिला गदागदा हलवत त्यानं विचारलं, ''तू काही बोलत का नाहीस? जीभ झडलीय का तुझी? आत्तापर्यंत तुझ्याजवळ बोलण्यासारखं बरंच काही होतं, तू मला घर दाखवलंस, तू विकत आणलेल्या सगळ्या महागड्या गोष्टी दाखवल्यास, मग, आता बोल की!''

पाणी प्यावं तसं नीलानं शॅम्पेनचे मोठे मोठे घुटके घेतले. तिनं बेनॉयरच्या डोळ्यांत पाहिलं... निळेशार डोळे... तिचे आवडते.

ती म्हणाली, ''पास्कलच्या दृष्टीनं हे स्वीकारणं शक्य नाही, हे मला कळतंय. तू जा, तिची क्षमायाचना कर, आणि पुन्हा कधीही माझ्याकडं परत येऊ नकोस. मीही तुला कधी फोन करणार नाही.''

बेनॉयरनं ग्लास दाणकन् जमिनीवर फेकला.

''तुला हेच व्हायला हवंय का?'' बेनॉयर ओरडला.

त्याच्या ओरडण्यानं नीलाचा थरकाप झाला. तिला खुर्चीतून ओढत तो म्हणाला, ''माझ्या डोळ्यांत बघ.''

नीला पायाशी पडलेले ग्लासचे तुकडे टक लावून पाहत होती.

''काय बघतीयस..... मी तुझ्या ग्लासच्या महागड्या सेटची वाट लावलीय ना?''

तिनं त्याच्या डोळ्यांत पाहिलं. आपुलकीनं त्याचे डोळे थरथरत होते.

''तुला आपल्या नात्याला पूर्णविराम द्यायचाय? हीच तुझी इच्छा आहे का?''

नीलाच्या डोळ्यांच्या कडांशी आसवं स्तब्ध होऊन राहिली होती. बेनॉयरनं तिची हनुवटी धरली. तिच्या गालांवरून आसवांच्या धारा ओघळायला लागेपर्यंत तो त्या स्तब्ध अश्रूंकडं टक लावून पाहत होता.

''नाही, मला असं व्हायला नकोय'' ती स्फुंदत म्हणाली.

तिला घट्ट मिठीत घेऊन बेनॉयर वेड्यासारखी तिची चुंबनं घेऊ लागला. नीलाला पायांतलं बळ गेल्यासारखं झालं होतं. तिचा हलकीफुलका देह उचलून त्यानं बिछान्यावर ठेवला. तिच्या छातीवर ओठ घासत तो म्हणाला, ''ज तेम, ज तेम.''

नीलानं सुटकेचा निःश्वास सोडला. अनिरबाननं मोलिनावर कधी असा प्रेमवर्षाव केला असेल? बेनॉयरं तिला छातीशी घट्ट घट्ट जवळ घेत होता तसं अनिरबाननं मोलिनाना कधीच दृढ आलिंगन दिलं नव्हतं आणि आपलं प्रेम कधी शब्दातून व्यक्त केलं नव्हतं. मोलिनाला जर खिडकीच्या कठड्यावरचा पक्षी होता आलं तर तिला पाहता येईल. कुणीतरी तिच्या मुलीवर प्रेम करतंय.

''एऽ कसला विचार करतीयस?'' तिची हनुवटी धरून तिचा चेहरा आपल्याकडं वळवत बेनॉयरनं विचारलं.

''कसला नाही'' तिनं सुस्कारा सोडला.

''काहीतरी नक्की आहे, सांग मला.''

''बेनॉयर, तुझं माझ्यावर खरंच प्रेम आहे?''

''तू मला हे का विचारतीयस? तुला नाही माहीत?''

''कधीकधी....''

''कधीकधी काय?''

''तू माझ्यावर प्रेम करतोस, ते मला कधीकधी इतकं फार विचित्र वाटतं. कोण मी? मी कुणीही नाही. नो बडी. मला कुणी मित्र नाहीत, नातेवाईक नाहीत. माझं आयुष्य म्हणजे नुसता विचका आहे.''

''तुला मी आहे! मी तुला सगळं काही देईन, सगळं.''

बेनॉयरनं तिला सगळं काही दिलं. तिच्या देहाच्या गरजेपेक्षा जास्त. एकदाच नव्हे....कितीदा तरी.....संपूर्ण रात्रभर.

पहाटेच्या पहिल्या किरणाचा स्पर्श झाला तेव्हा ती म्हणाली, ''तुला झोपायचं नाही? आत्तापर्यंत सात वेळा झालंय.''

डाव्या हातावर डोकं तोलत, उजव्या कुशीवर झोपून बेनॉयर त्याच्या आवडत्या चेरींशी खेळत म्हणाला, ''नीला, तू माझी झोप उडवलीयस. तू म्हणजे आश्चर्यांची भलीमोठी टोपलीच आहेस. जितकं खोलवर जावं तितकं अधिकाधिक जाणून घ्यायची इच्छा होतीय. प्रत्येक वेळी वाटतं ही पहिली वेळ आहे. माझी तहान भागवण्याचा मी जितका प्रयत्न करतोय, तितकी माझी तृषार्तता वाढतीय. तुला सुखानं कण्हताना पाहणं मला फार आवडतं. आनंदाच्या अत्युच्च शिखरावरून तू माझ्या खांद्यांना बिलगतीस तेव्हा मला आपण खरेखुरे पुरुष आहोत असं वाटतं.''

सकाळी बेनॉयरच्या हळुवार स्पर्शानं नीलाला जाग आली.

''गुड मॉर्निंग, मादाम.''

त्याच्या हातात ट्रे होता. त्यात चहा आणि क्रोजंटस् होते. त्याचा चेहरा अगदी शांत दिसत होता, स्थिरचित्त.

नीलाला, आपण चहा नाही, मधुरसच पितोय असं वाटलं.

बेनॉयर म्हणाला, ''मला माफ कर, नीला, काल माझा स्वत:वर ताबा राहिला नाही.''

त्यानं स्वत:साठी कॉफी बनवली होती. अनिरबान किंवा किशन कुणीच स्वत:चा चहा किंवा कॉफी स्वत: कधीच बनवून घेतलं नव्हतं. ना तिनं त्यांना कधी आपल्या चुकांबद्दल दिलगिरी व्यक्त करताना ऐकलं होतं. आश्चर्यचकित नजरेनं नीला बेनॉयरकडं थक्क होऊन पाहत होती. ती स्वत:कडं पाहत होती आणि स्वत:च्या सुदैवाकडे.''

''मी तुझ्याकडं, झोपली होतीस तेव्हा, खूप वेळ पाहात होतो. तू एखाद्या लहान मुलासारखी झोपली होतीस. तुझी झोपमोड होऊ नये म्हणून मी हळूच उठलो. शॅम्पेनचे ग्लास उचलले. खोलीचा स्वच्छ केर काढला. आंघोळ केली आणि बूलाँजरीतून क्रोजंटस् घेऊन आलो, चहा केला आणि तुला उठवलं.''

बेनॉयरनं तिची अगदी मोजून शंभर चुंबनं घेतली. घराच्या दोन किल्ल्यांपैकी एक किल्ली बरोबर घेऊन तो कामावर गेला. तिथून दर दोन तासांनी फोन करून तो तिला तिच्यावर प्रेम असल्याचं सांगत होता. कामावरून निघाल्यावर पास्कलला आणायला स्टेशनवर जायचंय आणि त्यानंतर घरी, हेसुद्धा त्यानं फोनवर

सांगितलं. त्या रात्री त्याला घरी रहावं लागणार होतं, जॅकलीनसाठी, पास्कलसाठी नव्हे.

नीलानं दिवसभर वाचनात, टीव्ही बघण्यात, लोळण्यात, गाणी ऐकण्यात वेळ काढला. ती स्वयंपाकघरात गेली, पण तिला काही रांधावंसंच वाटेना. तिनं फोनचा रिसीव्हर उचलला, पण नंबर फिरवला नाही. आरशासमोर उभं राहून कपडे उतरवून ती स्वत:लाच न्याहाळत होती. आरशात पाहून वेडीवाकडी तोंडं करून हसत होती.

रात्री ती बिछान्यात पडली. काळ्या आभाळात नजर लावून. तिच्या मनात आलं, बेनॉयर आपल्यासारखंच पास्कललाही चुंबत असेल, जॅकलिनला झोपवून पास्कल बेडरूममध्ये आली असेल....बेनॉयर तिला मिठीत घेऊन झपाटल्यासारखा "ज तेम ज तेम" म्हणत असेल. तो आपले कपडे उतरवतो तसंच तिलाही विवस्त्र करत असेल. आपल्या छातीवरच्या कळ्या त्याच्या चेरी असतील, तर पास्कलच्या लिंगोनबेरीज असणार. तिची गोरीपान त्वचा हळुवारपणे कुरवाळत तो म्हणत असेल, 'किती सुंदर रंग! तुझी त्वचा किती नितळ आहे.' त्याचं पौरुष उधाणलं असेल. पास्कलमध्ये प्रवेशण्यासाठी आत्यंतिक आतुरलं असेल. आणि रात्रभर तो पास्कलला सुख देईल, आपल्याला देतो तसं.

पास्कलचा उष्ण श्वास नीलाला रात्रभर जाळत राहिला.

*

संध्याकाळी पाच ते सात

त्यानंतरच्या आठवड्यात बेनॉयर नीलाकडं संध्याकाळी पाच वाजता यायचा आणि सात वाजता परत जायचा. त्याला परत जावंच लागायचं कारण तो रात्री पास्कलबरोबर जेवण घ्यायचा. जॅकलीनबरोबर बूगी-मॅन होऊन खेळायचा. कधीकधी त्याला त्यांना घेऊन बाहेर जावं लागायचं किंवा कधी त्यांना रात्री बाहेर कुठंतरी जेवायचं आमंत्रण असायचं.

नीला दिवसभर घरीच असायची. तिला जायला कुठलं ठिकाणच नव्हतं. संध्याकाळी पाच वाजता बेनॉयरच्या येण्याची वाट पाहात ती दिवस ढकलायची. सात वाजता तो परत गेला की ती उरलेली सायंकाळ आणि आख्खी रात्र त्याचा स्पर्श, आपल्या देहावरचा त्याचा गंध मनात जपत रहायची.

शुक्रवारी संध्याकाळी बेनॉयर आला आणि नेहमीप्रमाणे तिचं चुंबन घेऊ लागला, तेव्हा ती बाजूला सरकली.

''काय झालं? तुझं काही बिनसलंय का?''

''पास्कलचंही तू असंच चुंबन घेतोस?''

''तू मला हे असलं का विचारतीयस? मी तुझ्यापासून काहीही लपवलेलं नाहीय. मी विवाहित आहे हे तुला माहीत होतं.''

नीला हे नाकारू शकली नाही. सगळं सगळं माहीत असूनसुद्धा तिनं त्याला सर्वस्व बहाल केलं होतं, ही गोष्ट ती नाकारू शकली नाही. पण, जेव्हा तो तिच्या समीप झुकला, तेव्हा ती बाजूला झाली आणि तिनं प्रश्न केला, ''तू हे सगळं पास्कलशी करतोस?''

बेनॉयरनं हात मागं घेतले आणि तो उताणा पडून राहिला. त्याचे निळेशार डोळे पापण्यांच्या कवचात दडले होते. फक्त त्याच्या पौरुषाचा लालभडक नेत्र आभाळाकडं पाहात राहिला.

नीला त्याच्याकडून उत्तर येण्याची वाट पाहत होती.

''मी पास्कलच्या प्रेमात पडून तिच्याशी लग्न केलंय, हे तुला ठाऊक नाही?''

''मला माहीत आहे.''

''तरी तू मला हे सगळे प्रश्न का करतीयस?''

''तुला कुणाशीतरी शेअर करण्याची मला चीड येतीय.''

''नीला, तू फार स्वार्थी आहेस.''

नीला गप्प झाली.

''जरा, पास्कलचा विचार करून बघ! तिचंसुद्धा माझ्यावर प्रेम आहे.''

''तुझंही तिच्यावर प्रेम आहे, असंच ना?''

''हे बघ नीला, मी खोटं बोलणार नाही. इतर कुठलाही विवाहित पुरुष आपल्या प्रेयसीला, मी माझ्या बायकोचा तिरस्कार करतो, माझं फक्त तुझ्यावर प्रेम आहे, असं सांगेल, पण नीला, मी यावर खूप विचार केलाय आणि खरं सांगायचं तर, माझं तुम्हा दोघींवरही प्रेम आहे.''

''असं शक्य आहे?''

''का नाही?''

''दुसऱ्या माणसावर प्रेम करणं, त्याच्याबरोबर झोपणं या गोष्टींची मी कल्पनासुद्धा करू शकत नाही.''

''काही काही सत्यं जोवर समोर उभी ठाकत नाहीत, तोवर माणूस त्यांची कल्पना करू शकत नाही,'' पौरुषाचा लालभडक नेत्र खिडकीकडं झुकला होता.

"तुला समजणार नाही, नीला. तू प्रेमात पडून मग विवाह केलेला नाहीस, तुला मुलं नाहीत. तुला हे समजणंच शक्य नाही."

आहे तशाच विवस्त्रावस्थेत बेनॉयर उठला. जमिनीवर पडलेल्या पँटच्या खिशातून त्यानं पैशाचं पाकीट काढलं. त्यातून त्यानं चार फोटो काढले : एक होता जॅकलिन आणि पास्कलचा... मुलगी आईला पापा देतीय अशा पोजमधला, बेनॉयरनं पास्कलला मागून मिठी मारलीय, जॅकलीन तिच्या मांडीवर बसलीय अशा पोजमधला पास्कल आणि बेनॉयरचा एक आणि चौथा फोटो होता जॅकलीनचा, एकटीचा, दोन वर्षांपूर्वीचा. नीलानं ते फोटो पाहिले. बेनॉयरनं त्यावर बराच वेळ नजर फिरवली. पौरुषाचा लालभडक नेत्र मरगळून पडला होता.

"जॅकलीन अगदी माझ्यासारखीच नाही वाटत?" नीलानं अगदी निरखून पाहिलं, पण त्यांच्यात तिला यत्किंचितही साम्य आढळलं नाही.

"तिचं नाक म्हणजे तर अगदी माझ्या नाकाची प्रतिकृती आहे."

"तुझ्यासारखं? पण, तिचं नाक अपरं आहे." नीला मृदूपणे म्हणाली.

"हो, आहे. पण ती मोठी होईल तसं नाकही मोठं होईल. तिचे कान बघ."

त्यावर नीला काहीच बोलली नाही. जॅकलीनचे कान... ती मोठी झाल्यावर अगदी हुबेहूब बेनॉयरच्या कानांसारखेच होणार होते... अगदी खात्रीनं.

"तुझे केस तपकिरी आहेत. तिचे तांबूस दिसतायत."

"कारण पास्कलचे केस लाल आहेत, ती म्हणते की जॅकलीनचे केसही आता फारसे लाल राहिले नाहीयत, हळूहळू ते तपकिरी होतायत."

"ओह!"

"किती छान मुलगी आहे ना?"

नीलानं फोटो हातात घेतला. कपाळावर तांबड्या केसांच्या काही बटा विखुरलेल्या, चेहऱ्यावर तांबड्या फोडांच्या खुणा, प्रचंड वासलेल्या हास्यात प्रकट होणाऱ्या हिरड्या आणि दोन किडके दात...

"हो," नीलाच्या आवाजात जराही कौतुक नव्हतं.

"जगात तिच्याइतकं देखणं कुणी मूल नसेल."

बेनॉयरनं तिचा फोटो हृदयाशी धरला. त्याच्या चेहऱ्यावर संतोषाचं हास्य उमटलं. "जॅकलीन माझं 'रेझाँ देत्र' आहे. माझ्या जीवनाचा उद्देश. माझ्या आयुष्यातला ती एकमात्र अर्थपूर्ण भाग आहे."

बेनॉयर अचानक उठला.

"तुला तिला कधी पाहावंसं वाटत नाही?"

यावर काय उत्तर द्यावं ते नीलाला कळेना. तिच्या दृष्टीनं जॅकलीन काय

आणि इतर कुठलं मूल काय, सगळं सारखंच होतं. आपल्या शिक्षकांसमवेत वस्तुसंग्रहालयात जाणारे चिमुरड्यांचे घोळके तिनं बरेचदा पाहिले होते. अशाच घोळक्यातलं एखादं मूल आणि जॅकलीन... सारखंच.

''नीला, जॅकलीन माझा अंश आहे. तुझं माझ्यावर प्रेम असेल तर तुला तिच्यावरही प्रेम करावंच लागेल.''

''जॅकलीनला मी कधी पाहिलेलंसुद्धा नाही. प्रेम काही आभाळातून पडत नाही. कुठल्याही नातेबंधाची वीण फुलायला काही काळ जावा लागतो,'' नीला थंडपणे म्हणाली.

''काय हे, श्शीऽ नीला, तुला एका निष्पाप मुलावर प्रेम करता येत नाही! कुठल्याही मुलावर माया करणं किती सोपं असतं. खरं तर तू जॅकलीनवर जळतीयस.''

''चल! मी कशाला जळू तिच्यावर?''

''तेच तर आश्चर्य आहे, तिनं तुझं काही घोडं मारलेलं नाही. तुला लहान मुलावर अगदी सहज प्रेम करता यायला हवं, नाही का?''

''ते मूल तसं अलौकिक असेल तर जमेल मला.''

''जॅकलीन तशी नाही, हे तुला कसं कळलं?''

''ती अलौकिक नाही, असं मी म्हटलेलं नाही. कदाचित ती चुणचुणीत, हुशार मुलगी असेल, आमच्या दोघींची चांगली गट्टी जमेल, कदाचित माझा तिच्यावर खूप जीव जडेल. मी तिच्यावर तिच्या गुणांमुळं प्रेम करीन, ती तुझी मुलगी आहे याखातर नाही. ते चुकीचं ठरेल. बाकी कुठल्याही गोष्टी लादता येतील, प्रेमाची मात्र कुणी सक्ती करू शकत नाही.''

''समजा, तुला मुलगी असती, तर मी तिच्यावर स्वत:च्या मुलीसारखं प्रेम करावं असं तुला वाटलं नसतं?''

''मला तसं वाटलं असतं, पण मी तुला सक्ती करू शकले नसते.''

''पण, मी तिच्यावर प्रेम केलं असतं तर तुला आनंद झाला असता, बरोबर?''

''हो.''

''मग आता, तू जॅकलीनवर प्रेम केलंस तर मला आनंद वाटेल, हे तू का समजून घेत नाहीस? आपण परस्परांना आनंददायी वाटणाऱ्या गोष्टी करण्याचा प्रयत्न करायला हवा. तू तुझ्या घराची सजावट फिकट हिरव्या रंगसंगतीत केलीस, का तर हा माझा आवडता रंग आहे म्हणून, बरोबर? त्या बाबतीत कुणीही तुझ्यावर सक्ती केली नव्हती.''

नीला बिछान्यातून उठली. तिच्या मनात आलं, आता याची यापुढची इच्छा

असायची की, आपण पास्कलवरसुद्धा प्रेम करावं... कारण ती याची बायको आहे! आणि समजा आपण नाही म्हटलं तर, लगेच आपण प्रचंट स्वार्थांध, हलकट ठरणार!

बेनॉयर तिच्याजवळ गेला. त्यानं तिला जवळ ओढलं. तिचं मस्तक आपल्या छातीवर टेकवून तिच्या लांबसडक, काळ्याभोर केशकलापाचा सुगंध भरून घेत तो म्हणाला,

"तुला मूल नकोय, नीला? या खोलीत छोटुकला जीव खेळेल, आपण ते दृश्य पाहू,... किती छान, रसरशीत चैतन्य वाटेल! एका बाळाला... एका निष्पाप बाळाला जन्म दिल्यावर तुझं आयुष्य परिपूर्ण होईल."

नीलानं डोळे मिटून घेतले. एक गोंडस, बाहुलीसारखं, सोनेरी केसांचं, गोरंपान बाळ तिला हाक मारत तिच्याकडं धावत येत होतं, "मा, मा." तिनं त्या सानुल्याला उचलून कडेवर घेतलं. बेनॉयरनं त्या दोघांनाही मिठीत सामावून घेतलं. तिच्या मनात स्वप्नांची नक्षी विणत बेनॉयर तिच्या कानात मुलांविषयी कुजबुजत होता... त्याच्या छातीवर असंच विसावलेलं राहावं, कायमचं, असं तिला वाटत होतं.

"तुला मुलगा हवाय?"

बेनॉयर म्हणाला, "मुलगा किंवा मुलगी, काहीही चालेल."

बेनॉयरनं तिचं चुंबन घेतलं.

"पण त्या मुलाची ओळख काय?"

"आपल्या प्रेमाचं प्रतीक... तेवढी ओळख पुरेशी नाही का?"

नीलानं खिडकीकडं नजर वळवली.

"आपलं लग्न झालेलं नाही."

खिडकीबाहेर झगमगता सूर्यप्रकाश होता.

"एकदा तू म्हणाली होतीस की, माझा लग्नबंधनावर विश्वास नाही, फक्त प्रेमावर विश्वास आहे. आज तू लग्नाच्या विचाराकडं कशी काय झुकलीस?"

आपल्या दिशेनं तिची मान वळवत बेनॉयरनं प्रश्न केला, "सनातनी भारतीय रूढींविषयी तुला तिरस्कार आहे, असं म्हणत होतीस, मग आज तू तिकडं कशी काय वळलीस?"

नीलाचा कंठ दाटला.

"बेनॉयर, तू माझ्यावर का प्रेम करतोस? तुला बायको आहे, मुलगी आहे, सुखी कुटुंब आहे, मग यात काय अर्थ..."

"आपलं फक्त पास्कलवर प्रेम आहे, असं मला वाटायचं, पण माझ्या अंतरंगात खोलवर काहीतरी घडलं. एखाद्या विद्युतशलाकेसारखी तू माझ्या

जीवनात अकस्मात चमकलीस. आता मला तुझी गरज आहे, माझ्यापुढं कुठला पर्यायच नाहीय, माझं तुझ्यावर प्रेम आहे. दिवसभर माझ्या मनात तुझाच विचार असतो. तुझ्या विचारांनी रात्री अकस्मात मला जाग येते. रात्री झोपेत मी तुझं नाव घेऊन हाक मारत होतो, असं आज सकाळी पास्कल सांगत होती.''

''म्हणजे तिला माझ्याबद्दल सगळं काही माहीत आहे.''

बेनॉयरनं उसासा सोडला, ''होय, तिला माहिती आहे. ती मला काहीच म्हणत नाही, पण हे स्वीकारणं तिला खूप जड जातंय. तिनं मला तुझ्याबद्दल कधी एका शब्दानं काही विचारलेलं नाही. मला तिच्याबद्दलसुद्धा वाटतं. पण मी काय करू शकतो? माझं तिच्यावाचून चालत नाही, ती माझ्या जॅकलीनची माता आहे... आणि माझं तुझ्यावाचूनही चालत नाही, कारण तू माझ्या मनाचं वेड आहेस... सर्वाधिक उत्कट, बेलगाम. तुझ्याविना मी शून्यवत आहे, निर्जीव आत्मा.''

नीला उठून स्वयंपाकघरात गेली.

बेनॉयर तिच्या मागोमाग स्वयंपाकघरात येऊन तिच्या मागं उभा राहिला. त्याच्या पौरुषाचा लालभडक नेत्र निस्तेज होऊन, मरगळून मांड्यांशी घरंगळला होता.

''काय झालं? तू निघून का आलीस?''

''चहा करायला.''

''तू काही बोलणार नाहीस?''

''बेनॉयर, मला वाटतं, आपले संबंध फार गुंतागुंतीचे होत चाललेत. तुझं कुणावर प्रेम आहे, उर्वरित आयुष्य तुला कुणाबरोबर काढायचंय, खरंच मला काही समजतच नाहीय. तुझं आम्हा दोघींवरही प्रेम आहे, तुला आम्ही दोघीही हव्या आहोत, असंही तू म्हणतोयस. उद्या तुझ्या आयुष्यात समजा आणखी एखादी स्त्री आली, तर तू काय करशील? तुला तीही आपल्या जीवनात असावी असं वाटणार, होय ना?''

''माझं दुसऱ्या कुणावर कधीच प्रेम बसणार नाही.'' बेनॉयरचा स्वर उदासीन होता.

''पण असं तू मी भेटण्याआधी पास्कलला म्हणाला होतास. होय ना? तू माझं एकमात्र प्रेम, असं तू तिला नक्कीच म्हणाला असशील, पण प्रत्यक्षात काय घडलं? तू माझ्यावर प्रेम करतो म्हणालास. हे खरंखुरं प्रेम आहे का तुला दुसरा स्त्रीदेह उपभोगण्याची संधी गमावायची नाहीय, कोण जाणे! येनकेन प्रकारेण... काहीही करून एका गाढव मुलीला मूर्ख बनवायचं...''

''काय बोलतेस काय, नीला!''

बेनॉयर आकसून तिच्यापासून दूर झाला. बेडरूममध्ये जाऊन त्यानं कपडे चढवले. नीला चहा घेऊन बाहेर आली तेव्हा तो बुटाच्या नाड्या बांधत होता.

''निघालास? मी तुझ्यासाठी स्वयंपाक केलाय... बंगाली पद्धतीचा स्वयंपाक. तुझी आवडती मस्तपैकी वाईनसुद्धा आणलीय.''

''तूच घे.''

''तुला खायचं नाही का? तुला भूक लागली असणार. दुपारी जेवलास?''

''सॅन्डविचेस.''

''तेवढ्यावर झालं? चल, खाऊन घे,'' नीला त्याला हातात धरून ओढत म्हणाली.

तिच्या हातातून हात हिसडून सोडवून घेत बेनॉयर म्हणाला,

''खाण्यापिण्याची तुझ्या दृष्टीनं अपूर्वाई असेल. मला त्याचं मुळीच अप्रूप नाही. तुझ्या दृष्टीनं भातापेक्षा दुसरं काही अमूल्य असणार नाही, कारण तुझा अर्धा देश उपासमारीनं मरतोय.''

तो गेल्यानंतर नीला बाल्कनीत खुर्ची टाकून बसली. आपल्या आयुष्यातल्या आनंदाच्या बहराला ओहोटी लागलीय... तो बहर आपल्या आवाक्याबाहेर, दूर निघालाय... असं तिला वाटत होतं.

त्या रात्री एक जाडजूड पुस्तक घेऊन ती सोफ्यावर येऊन बसली. त्या रात्री तिला मनातले बेनॉयरचे विचार हद्दपार करून लावायचे होते. आयुष्यातल्या गुंतागुंतीच्या प्रश्नांची तिच्यापाशी उत्तरंच नव्हती. हॉमर वेल्स हा त्या क्षणी फार चांगला पर्याय होता. आयुष्याचा प्रारंभ अनाथाश्रमात झालेला, विलक्षण आणि चौकस हॉमर. नीलाच्या मनात आलं, आपणही त्याच्यासारखेच आहोत, अनाथ, कुणालाच नकोसे... कुणाचीच कवाडं आपल्यासाठी खुली नाहीत.

रात्री उशिरा फोनची रिंग वाजली. नीलानं उडीच मारली. पुस्तक जमिनीवर गडगडत गेलं.

''ज तेम, नीला.''

नीलानं ओठावर आलेल्या ''म्वा ओस्सी'' (माझंसुद्धा) या शब्दांना माघारी परतवलं.

''काय चाललंय?''

''वाचन.''

''काय वाचतीयस?''

''विशेष काही नाही, सफरचंदाची दारू तयार करत असतात त्या घरात घडणाऱ्या काही विचित्र गोष्टी...''

“आज रात्री काय घडलं माहीत आहे?” मी पास्कलला सोडलं– असंच जणू जाहीर करत असल्याचा बेनॉयरचा आविर्भाव होता?

“काय झालं?” नीलानं एक्साईट होऊन विचारलं.

“मी रात्री जेवलो नाही.”

“ओह.”

“मला तुझ्याबरोबर जेवायचं होतं.”

नीलानं जमिनीवर पडलेलं पुस्तक उचललं. शेवटच्या पानावर नजर टाकून तिनं पुस्तक मिटलं.

“नीला, तुझं माझ्यावर प्रेम आहे?” बेनॉयरनं विचारलं.

“तुला माहीत नाही?”

“माहीत आहे, पण मला ते तुझ्या तोंडून ऐकायला आवडतं.”

नीलाला “ज तेम” म्हणावं लागलं.

कारण तिच्या तोंडून हे शब्द ऐकणं बेनॉयरला आवडायचं.

दुसऱ्या दिवशी सकाळी तिला बेनॉयरच्या स्पर्शानं जाग आली. त्याला चालायला लाग म्हणून सांगावं, असं तिला वाटत होतं. हे एकाकी आयुष्य ती एकटीनं व्यतित करणार होती, पण जेव्हा त्याची जीभ तिच्या जिभेच्या शोधात खोल खोल शोध घेऊ लागली, चेरींचा बहर धुंडू लागली आणि ....एखादा आजवर गुपित असलेला खजिना सापडावा तसं त्यानं तो बहर शोधला, त्याचं उन्हानं रापलेलं शरीर अधीरपणे तिचे शीतल झरे शोधून तहानलेल्या जीवासारखं ते पिऊ लागलं आणि त्याच्या लवचिक देहाखाली तिचं शरीर संपूर्ण झाकलं गेलं, त्या क्षणी तिची एकटं राहायची इच्छा बारगळली. त्या क्षणी तिच्या मनात आलं की, बेनॉयरनं पास्कलवरच काय पण, शंभर बायकांवर प्रेम केलं तरी काही हरकत नाही. त्याचा एक शतांश हिस्सा आपल्या वाट्याला आला तरी पुरे. बेगर्स आर नॉट चूजर्स. बेनॉयर आपला एकटीचाच असावा, एवढी आपली लायकी नाही, हे ती ओळखून होती.

त्या दिवशी पास्कल दिवसभर एका मैत्रिणीकडं गेली होती, त्यामुळं बेनॉयर नीलासोबत आख्खा दिवस घालवू शकणार होता. पास्कल गाडी घेऊन गेली होती. बेनॉयर मेट्रोनं आला होता. बाहेर इतका छान चमचमता सूर्यप्रकाश असताना घरात बसून दिवस काढणं बेनॉयरला वेडगळपणाचं वाटत होतं, त्यामुळं ते बाहेर गेले. आधी ते कार्तीये लातें ला जाणार होते आणि त्यानंतर इकडंतिकडं भटकणार होते. तिथं कोण राहायचं? जीन जेकस. काही दिवस त्याचं पॅरिसमध्ये वास्तव्य होतं; तो मार्सिलिजमध्ये राहायचा. तो अत्यंत बुद्धिमान

होता, पण या देशात बुद्धिवंतांची वानवा नसल्यामुळं नीलानं या जीन जेकसबद्दल काहीही प्रश्न केला नाही. टॅक्सी करून ते कार्तीयें लातेंमधल्या ऱ्यू पीयेर ए मारी क्यूरी वरच्या एका सहा मजली इमारतीत गेले आणि बेनॉयरच्या घड्याळानुसार बरोब्बर अकरा वाजून पाच मिनिटांनी ते वरच्या मजल्यावर गेले. एका लांब केसांच्या दाढीवाल्या माणसानं दार खाडकन उघडलं. भेटीला आलेल्यांकडं पाहिलं आणि त्यांच्या तोंडावर दार आपटून बंद केलं. त्यानंतर काही मिनिटांतच सुहास्य वदनाच्या दुसऱ्या एका माणसानं दार व्यवस्थित पूर्ण उघडून त्यांना आत बोलावलं. बेनॉयरनं स्वत:चा परिचय करून दिला. जीन जेकस कोण, हे बेनॉयरला ठाऊक नाही असं नीला समजत होती. त्या सुहास्य माणसानं त्यांना आत खोलीत बोलावलं. बेनॉयरनं नीलाचा हात घट्ट धरला होता. तिच्या हातांच्या पकडीत त्याचे तळवे घामेजले होते.

नीलाला त्याला काही विचारायला उसंतच मिळाली नाही. दोन रिकाम्या खोल्यांवरून पुढं गेल्यानंतर, त्या माणसानं त्यांना एका छोट्याशा, अंधाऱ्या खोलीत नेलं. तिथं फक्त दोन स्टुलं आणि एक सोफा होता. तो सोफ्यावर बसला. त्याचं लालबुंद नाक अंधारात अर्धच दिसत होतं. त्याच्या चेहऱ्यावरचं हास्य मावळलं. त्यानं विषण्ण स्वरात विचारलं,

''तू बेनॉयर ड्यूपॉन्ट, होय ना?''

''हो.''

''ओर्लेयाँमध्ये जन्म झाला?''

''हो.''

''ऑक्टोबर एकोणीसशे एकोणऐंशी मध्ये?''

''हो.''

''लहान असल्यापासून अगदी सुदृढ, निरोगी?''

''हो.''

''लहान असल्यापासून अगदी सुदृढ, निरोगी?''

''या मुलीची भेट अगदी अकस्मात झाली?''

''हो.''

''तुझं तिच्यावर प्रेम आहे?''

''हो.''

''पण, तुला पत्नी आहे.''

''आणि एक मुलगी.''

''ती खूप लहान आहे?''

''हो.'' बेनॉयरचा स्वर यांत्रिक होता.

"जॅकलीनला आजार आहे. होय ना?"

जीन जेकसनं पेन उचलून त्याचं टोक चावलं. त्याची नजर तीक्ष्ण होती. अकस्मात, बेनॉयरच्या माथ्यावर एक झगझगीत हिरवा प्रकाश आला. त्याच्या भुवयांवर घर्मबिंदू जमा झाले होते.

जीन जेकस पुन्हा बोलू लागला.

"फार जुनं दुखणं आहे?"

"हो, कानांचं."

"तिला ऐकायला जरा कमी येतं, बरोबर?"

बेनॉयर म्हणाला, "हो, तसं कधीकधी होतं."

तो चिंतातुर दिसत होता.

"तुझ्या बायकोचं नाव काय? फॅबियन? फ्रँकॉइस? पास्कल?"

"पास्कल."

जीन जेकस नीलाकडं वळला.

"ही मुलगी... हं, हे बरं.. पुढं जा. ही भारतीय आहे. भारतीय स्त्रिया समंजस असतात, त्या मनात आलं म्हणून धाडकन काही करून बसत नाहीत... हा, हा, हा."

जीन जेकस हसला आणि बेनॉयरच्या माथ्यावरचा दिवा विझला. खोलीत पुन्हा अंधार पसरला. तो अंधार चिरत एक धारदार आवाज आला,

"मला सांग, काय अडचण आहे?"

खोली पुन्हा प्रकाशमान झाली. या खेपेचा दिवा लाल रंगाचा होता.

त्या दिव्यांखाली बेनॉयर भूतासारखा दिसत होता. त्याचा आवाज आणखी यंत्रवत झाला होता. नीलानं त्याचा हात हातात घेतला. तो बर्फासारखा थंडगार झाला होता.

"अल्कॅटेलची घसरण सुरू आहे, बरोबर?"

"हो."

"तू एरिकसनमध्ये नोकरी बघायचासुद्धा विचार केला आहेस?"

"मी अर्ज केलाय."

"पण, तुला अल्कॅटेलमध्येच राहायचंय."

"होय. माझी बढती जवळ आलीय."

"पण, तिथं तशी अद्यापी काही चिन्हं दिसत नाहीयत, बरोबर?"

"हो."

त्या माणसानं शर्टच्या खिशातून पत्त्यांचा कॅट काढला. पत्ते पिसून त्यानं ते टेबलवर पालथे मांडले. बेनॉयरला त्यातला एक पत्ता उचलायला होता. बेनॉयरचे

हात कापत होते. त्यानं पान उचललं. ती इस्पिक छक्की होती. त्यानं ते पान जीन जेकसच्या हातात दिलं. दिवे पुन्हा विझले. खोलीत शांतता भरून राहिली होती. फक्त बेनॉयरच्या श्वासोच्छ्वासाचा तेवढा आवाज येत होता.

नीला म्हणाली, "काय चाललंय हे सगळं, चल, आपण जाऊया."

तिचा हात घट्ट धरत बेनॉयर म्हणाला, "शूऽऽ."

या खेपेला लाल किंवा हिरव्या दिव्याऐवजी एक निराळाच प्रकाश आला. या वेळी तो प्रकाश बेनॉयरच्या माथ्यावर नव्हता, तर जीन जेकसच्या पायाशी, लाकडी जमिनीतल्या फटींवर आला होता. उदबत्तीच्या वासानं खोली भरून गेली होती. नीलाला फार अस्वस्थ झालं.

बेनॉयरनं भुवयांवरचा घाम टिपला. तो आता थोडा शांत दिसत होता.

जीन जेकस त्याच्या डोळ्यांत भेदकपणे पाहत म्हणाला, "आज संध्याकाळी, एक किलो मका घे आणि तो कुठल्यातरी रानात पसरून टाक. दोन आठवड्यांनी पुन्हा असंच करायचं, त्या वेळी दोन किलो मका घ्यायचा. पॅरिसमधलं रान चालेल का असा विचार करतोयस का? नाही, ते नाही चालणार, तुला शहराबाहेर जावं लागेल."

बेनॉयरनं त्या माणसाला दोन हजार फ्रँक्स दिले. त्यानंतर ते तिथून बाहेर पडले. बाहेर जिन्याशी आल्यानंतर नीला खो खो हसत सुटली.

"हसायला काय झालं?"

"तू ज्योतिषाकडं गेला होतास?"

बेनॉयर तिला घेऊन तिथून झटकन निघाला.

"तिथंच काय खिदळतीयस?"

बेनॉयर त्रासला होता.

नीला हसू लपवत म्हणाली, "तुझा असल्या सगळ्यावर विश्वास आहे?"

"अर्थातच." बेनॉयर गंभीर होता.

नीला हसून म्हणाली, "चेष्टा करतोयस."

"नाही नीला. पुष्कळ माणसं त्याच्याकडं येऊन गेली आहेत, त्यांना गुण आलाय."

"म्हणजे तू मका उधळलास की, तुला ॲल्केटलमधून डच्चू मिळणार नाही?"

"कदाचित."

बेनॉयर चालू लागला.

नीलानं त्याचा रस्ता अडवून प्रश्न केला, "तू हे करणार आहेस?"

बेनॉयर तिला बाजूला करून पुढं निघाला होता.

तो म्हणाला, "नक्कीच."

नीलाचा स्कार्फ सैल होऊन खाली पडला. ती तिथंच उभी होती, बेनॉयर चालत पुढं गेलाय हे तिच्या एकदम लक्षात आलं. ती त्याच्याकडं धावत गेली. त्याचा हात हातात धरून तिनं प्रश्न केला, ''कुठं निघालायस?''

''चल, तुला 'पाँतेआँ' दाखवतो.''

''ठीक आहे. मला वाटलं तू मका पसरून टाकायला निघालास की काय!''

बेनॉयर त्यावर काहीच बोलला नाही, फक्त ''तू अशी बेपर्वा आहेस!'' एवढंच म्हणाला. तितक्यात एक माणूस बोटांच्या चिमटीत तिचा स्कार्फ धरून ''मादम्वाझेल, मादम्वाझेल'' म्हणत त्यांच्या मागं धावत आला.

पाँतेआँ! १७४४ मध्ये पंधरावा लुईस मृत्यूच्या दाढेत जाता जाता वाचला, तेव्हा त्यानं जिवंत राहिल्याच्या खुशीत, त्यानं सेंत जनवीयेव चर्च बांधायचं ठरवलं. जेकस जर्मेन या फ्रेंच वास्तुशास्त्रज्ञानं वीस वर्षांनी उच्च दर्जाच्या आधुनिक शैलीत कामाला सुरुवात केली. हे चर्च पूर्ण व्हायला पंचवीस वर्षं लागली. क्रांतिकारकांनी हे चर्च जसंच्या तसं अबाधित ठेवलं आणि त्याला पाँतेआँ बनवलं... सुप्रसिद्ध फ्रेंच व्यक्तींचं चिरविश्रामधाम. त्यांनी व्हिक्टर ह्युगो, एमिल झोला, व्हॉल्टेअर, रॉसे आणि मादाम व पेरी क्युरी यांच्या कबरी उकरून काढल्या. १८०६ मध्ये नेपोलियननं हे पुन्हा चर्च म्हणून घोषित केलं. पाँतेआँ ला पुन्हा पाँतेआँ होण्यासाठी आणखी ऐंशी वर्षं प्रतीक्षा करावी लागली. तिथं घुमटापासून एक लंबक लटकवलेला होता. फ्रेंच भौतिकशास्त्रज्ञ लिओ फाऊकॉल्ट यानं हा लंबक, पृथ्वी तिच्या कक्षेत फिरते हे दर्शवण्यासाठी खूण मानली होती.

मादाम क्यूरी यांच्या शवपेटीशेजारी उभं राहत नीला म्हणाली, ''या पोलंडचा अभिमान आहेत, फ्रान्सचा नाही.''

बेनॉयर म्हणाला की, त्या फ्रान्सचाच अभिमान आहेत कारण त्या इथं राहत होत्या, त्यांचा जन्म कुठं का झालेला असेना.

नीलानं सावकाशीनं शब्द उच्चारले, ''मी इथं राहते. समजा मी एखादं महान संशोधन केलं असतं, तर मला फ्रान्सचा अभिमान म्हटलं असतं का?''

त्यावर बेनॉयरनं काहीच उत्तर दिलं नाही.

नीलाच पुढं म्हणाली, ''होय, म्हटलं असतं, पण तोपर्यंत मात्र मी भारतीयच असते... गरीब, उपासमार सोसणारी, भिकारी, फ्रेंच संस्कृती नष्ट करण्यासाठी इथं आलेली स्थलांतरित.''

नीला मोठ्यानं हसली. इथं इतक्या मोठ्यानं हसायची परवानगी नाही, बेनॉयरनं बजावलं.

नीला मोठ्यानं, खोटंखोटं मुसमुसत म्हणाली,

''इथं रडलं तर चालतं ना?''

''नाही.''

व्हॉल्टेयरच्या पुतळ्यासमोर उभं राहत नीलानं विचारलं, ''त्या शवपेटीत व्हॉल्टेअरचे अंश आहेत?'' बेनॉयर हसला.

''आतापर्यंत थोडी हाडं शिल्लक असतील.''

नीलाही हसली.

''खरं आहे, पण मला काय वाटतं सांगू? मला वाटतं इथं व्हॉल्टेअरचं काहीसुद्धा असणार नाही.''

''अर्थातच आहे.''

''पण माझ्या माहितीनुसार, ख्रिश्चन मूलतत्त्ववाद्यांनी त्यांचा देह चोरला आणि तो कचऱ्याच्या ढीगात फेकून दिला. मात्र त्यांनी त्याचं काळीज 'बीब्लीयोतेक' मध्ये जपून ठेवलं आणि त्याच्या मेंदूचा कित्येकदा लिलाव मांडला आणि तेव्हापासून तो नाहीसा झाला आहे.''

नीलानं सांगितलेली कहाणी ऐकून बेनॉयर हसला.

पाँतेआँ मधून बाहेर आल्यावर तो म्हणाला, ''व्हॉल्टेअर इतका महान वगैरे होता असं मला वाटत नाही.''

आपल्याला असं का वाटतं याविषयी खोलात गेला नाही, पण त्याच्या मते डेस्कर्टस मध्ये खरंखुरं विशेष होतं. त्यानं डेस्कर्टसच्या थक्क करणाऱ्या असामान्य गणिती कौशल्याचे, त्याच्या भौमितिक सिद्धान्तांच्या कहाण्यांची पान् न् पानं तिच्यासमोर खुली केली. तरीही नीला व्हॉल्टेअरच्याच चिंतनात होती.

''कोगितो एर्गो सम.'' बेनॉयर दोनदा म्हणाला.

''म्हणजे काय?'' नीलानं विचारलं.

''डेस्कर्टसची सुप्रसिद्ध लॅटिन म्हण.''

नीलाला ती माहिती नव्हती.

बेनॉयरनं तिला त्याचा अर्थ सांगितला,

''मी विचार करतो, म्हणून मी आहे.''

नीला म्हणाली, ''डेस्कर्टस्चा देवावर विश्वास होता ना?'' बेनॉयर स्वतःच शोधलेला सिद्धान्त असल्याच्या थाटात सांगू लागला, ''या विश्वातली प्रत्येक गोष्ट परमेश्वरानं घडवली आहे. माणसाचं मन त्याच्यासारखं असतं, ते विचार करतं. माणूस स-आकार आहे आणि परमेश्वर निराकार. माणूस मेला की त्याच्या मेंदूचं विचार करणं थांबतं, पण परमेश्वर अमर आहे, त्याचे विचार सदैव टिकून राहतात. तो आपल्या अस्तित्वासाठी निर्मात्यावर अवलंबून नसतो.''

बेनॉयरचे डोळे ब्रह्मानंदी टाळी लागावी तसे दिसत होते. नीलाच्या हातावरची

पकड सैल करून त्यानं प्रश्न केला, ''तुझा देवावर विश्वास आहे?''

''माझा फ्राँस्वा मारी आरुए वर विश्वास आहे.''

''हा कोण?''

''फ्रेंच माणूस, पॅरिसमध्ये जन्मलेला.''

''तुझं त्याच्यावर प्रेम जडलंय?''

नीला हसून म्हणाली, ''हो, फार पूर्वीपासून.''

''तो कसा दिसतो?''

''देखणा, सडपातळ, चपळ देहाचा.''

''तू त्याच्याबरोबर झोपली आहेस?''

''नाही, अजून नाही,'' नीला त्याच्या बोटांत बोटं गुंफत म्हणाली.

बेनॉयरनं विचारलं, ''तो माझ्यापेक्षा मोठा आहे का लहान आहे?''

''मोठा आहे,'' क्षणभर विचार करून नीला म्हणाली,

''फार नाही, तुझ्यापेक्षा साधारण दोनशे पंच्याऐंशी वर्षं मोठा आहे.''

बेनॉयर हसला.

नीलाही त्याच्या हास्यात सामील झाली.

''पण, तुझा त्याच्यावर का विश्वास आहे?''

बेनॉयर हे जाणून घ्यायला आतुर झाला होता.

''बरीच कारणं आहेत. आयुष्यभर फ्राँस्वानं खूप सोसलं. त्यानं त्याच्या काव्यातून फ्रेंच सरकारवर टीका केली. त्यामुळं सरकारनं त्याला बास्तीयमध्ये अकरा महिने तुरुंगवासात ठेवलं होतं. तिथून सुटल्यानंतर त्यानं लेखनाला सुरुवात केली. त्यानंतर एकदा त्यानं समाजातील कुणा ताकदवान माणसाचा अपमान केला, त्याची त्याला शिक्षा मिळणार होती... एकतर तुरुंगवास तरी, नाहीतर हद्दपारी तरी. फ्रॅन्कॉईसनं हद्दपार होण्याचा पर्याय निवडला. तो एका शेजारच्या देशात गेला, कुठल्या देशात ते मी सांगत नाही. तिथं तो तीस वर्षं राहिला, पॅरिसमध्ये परतल्यानंतर त्यानं त्या देशाच्या स्तुतीपर पुस्तक लिहिलं. तो देश म्हणजे फ्रान्सचा जुना शत्रू...''

''मला माहीत आहे, इंग्लंड. हा माणूस म्हणजे कोण? ड्रेफस? अल्फ्रेड ड्रेफस?''

''तू ड्रेफसपेक्षा दोनशे पंच्याऐंशी वर्षांनी लहान असतास, तर तू अजून जन्माला यायचा असतास. ड्रेफस राहिला होता त्या इंग्लंडमध्ये बेट नाही, असो. फ्रेंच सरकारला हे चाललं नाही. फ्रॅन्कॉईजला पुन्हा शिक्षा होणार होती. तो पुन्हा हद्दपार झाला. या खेपेला तो फ्रान्सपासून फार दूर गेला नाही. यावेळी त्यानं महासागर ओलांडला नाही.

“तो बेल्जियमला गेला होता?”

“नाही.”

“इटलीला?”

“नाही.”

“स्पेन?”

“नाही. हद्दपारीच्या काळात त्यानं अज्ञानाच्या विरोधात आणि इतरांना समजायला कठीण असलेल्या विषयांवर खूप पुस्तकं लिहिली. वयाच्या त्र्याऐशीव्या वर्षी तो मायदेशी परतला तेव्हा त्याचं भव्य स्वागत झालं. त्याचं पॅरिसमध्ये निधन झालं, पण त्याचं दफन चर्चमध्ये होऊ शकलं नाही कारण त्याचं धर्मविरोधी ठाम मत होतं. अखेर चॉपिनच्या मोठ्या चर्चमध्ये त्याला ठेवण्यात आलं. अठराव्या शतकाच्या अखेरीस त्याला पुन्हा पॅरिसमध्ये आणण्यात आलं, अर्थातच मोठ्या सन्मानानं.”

बेनॉयरचं आपल्या बोलण्याकडं लक्ष नसल्याचं नीलाच्या लक्षात आलं. एका भव्य इमारतीकडं बोट दाखवून तो म्हणाला, “ती इमारत बघ, ही माझी शाळा एकोल नोर्माल स्यू पेरीयर. ही फ्रान्समधली सर्वात प्रसिद्ध शाळा आहे. इथं शिकणं फार सन्मानाचं मानलं जातं. इथं जर प्रवेश मिळवता आला तर तुम्हाला दरवर्षी नव्वद हजार फ्रँक्स मिळतात. मलासुद्धा मिळाले आहेत. इथं खूप माणसं शिकून नोबेल पारितोषिक स्वीकारायला गेली आहेत. तू लुई पाश्चरचं नाव ऐकलंयस?”

नीलानं होकारार्थी मान हलवली.

“मायकेल फॉकॉल्ट? जीन पॉल सार्त्र? रोमेन रॉलंड? हेन्री बर्गस्सन?”

नीलाला या व्यक्तीही माहीत होत्या.

“हे सगळे या शाळेतून पदवीधर झाले.”

बेनॉयरनं तिला जवळ ओढलं. त्याच्या चेहऱ्यावर समाधान दिसत होतं.

बेनॉयरनं फिक्कट हिरवा टी-शर्ट आणि खाकी शॉर्टस् घातली होती. नीलानं आखूड स्कर्ट आणि तंग काळा टॉप घातला होता. त्या आखूड स्कर्टमधून तिच्या निम्म्या मांड्या दिसत होत्या. उंच टाचांची पादत्राणं घालूनही तिला आपण बुटकेच आहोत असं वाटत होतं. आपलं थोडंसं मोठं पोट तिला नेहमी खटकत असायचं, पण बेनॉयरनं तिला सांगितलं होतं की, बायकांना ते चांगलं दिसतं. सध्या बायका कुठंही थुलथुलीतपणा असला तर तो घालवण्याबाबत इतक्या आग्रही होत्या की, त्या आजारी पडायच्या, मग छातीचा उभार किंवा मांड्या नावालाही उरत नव्हत्या. बेनॉयरच्या शब्दांनी तिला धैर्य दिलं. आता ती अशा आखूड कपड्यात अगदी आरामात बाहेर जात होती. नीलाच्या लक्षात आलं होतं

की, फ्रेंच पुरुषांनी बायकांकडं पाहिलं तर त्यांची नजर बायकांच्या टाचा व पाय यांवर जास्त वळते. भारतीय पुरुषाची नजर पहिल्यांदा छातीवर पडते. बायकांचे पाय ही, मग ते किती व मुलायम आणि देखणे असेनात, ती भारतीय पुरुषांच्या आकर्षणाची गोष्ट नव्हती. नीलाला ही गोष्ट फार विचित्र वाटली. भारतामध्ये नीला अतिशय हडकुळी मानली जात असे, मात्र पॅरिसमध्ये ती अगदी सुदृढ स्त्री समजली जात होती. एवढंच नव्हे तर कॅथरिननं तिला 'काही पौंड वजन कमी कर' असं सांगितलं होतं.

त्यांनी कार्तीये लातें मध्ये एका ब्रासरीत जेवण घेतलं. नीलानं सॅलड मागवलं.

''हे काय, तुला त्या पंडूरोगी बायकांसारखं व्हायचंय का?''

हे काही अगदीच खोटं नव्हतं. नीलानं रस्त्यावर जाड्या बायक्या पाहिल्या होत्या. त्यांपैकी बऱ्याचशा बायका एकट्या असतात ही गोष्ट तिच्या मनानं टिपली होती. कदाचित एखाद्या दिवशी बेनॉयर म्हणायचा, ''तुझं वजन भलतंच वाढलंय!'' पास्कलचं वजन आपल्यापेक्षा कमीतकमी पाच किलो तरी कमी असल्याची तिची खात्री होती.

सॅलड संपवल्यानंतर नीला म्हणाली, ''तू इतक्या उत्तम, आधुनिक शाळेत शिकला आहेस, तरी तुझा गूढ गोष्टींवर विश्वास आहे? तो माणूस लबाड आहे.''

''काहीही माहिती नसताना कुणाला नावं ठेवू नकोस, नीला. त्याला माझं वय, पास्कलचं नाव, जॅकलीनचं आजारपण हे कसं कळलं?''

''ते त्यानं शोधलं असणार.''

''नाही. माझ्या एका सहकाऱ्याच्या भावाच्या मित्राची बहीण त्याच्याकडं गेली होती. माझा सहकारी त्याच्याकडं कधीही गेलेला नाही. त्यानं फक्त माझ्यासाठी त्या माणसाचा पत्ता आणला आणि माझ्या सहकाऱ्याच्या भावाला किंवा त्याच्या मित्राला माझ्याविषयी सुतराम माहिती नाही.''

''अपॉईंटमेंट घेताना त्यांनी तुझं नाव त्याच्याकडं दिलं असणार, त्यावरून त्या माणसानं तुझ्याविषयी माहिती मिळवली असणार.''

''पॅरिसमध्ये हजारो बेनॉयर ड्यूपॉन्ट असतील. जीन जेकस तर इथलाही नाहीय. तुझ्या लक्षात आलं नाही, की तो मार्सिलीज उच्चारांचं फ्रेंच बोलत होता?'' बेनॉयर तिची चूक दुरुस्त करत म्हणाला.

''त्यांच्याकडं खबरे असतात, हे तुला माहीत नाही का? ही माणसं त्यांच्याकडं येणाऱ्या माणसांची खडा न् खडा माहिती मिळवतात आणि विशिष्ट उच्चारात बोलणं अजिबात अवघड नसतं.''

बेनॉयरला हे पटलं नाही. त्यानं नकारार्थी मान हलवली. उपहारगृहात बाहेर

पडल्यानंतर त्यानं नीलाला आश्चर्याचा धक्का दिला... त्यानं एक किलो मका विकत घेतला... तो पॅरिसबाहेर ब्वा द बूलोन्य परिसरात गेला... आणि जंगलात तो पसरून टाकला.

घरी आल्यानंतर नीला फेसाळत्या बाथटबमध्ये शिरली, दिवसभरातील आश्चर्यांच्या धक्क्यांतून सुटण्यासाठी. बेनॉयरही तिच्यासोबत तिथं आला. टबच्या काठाला दोन वाईनचे ग्लास होते. दिवे मालवलेले होते. जादूई मेणबत्त्यांच्या ज्योती तेवू लागल्या. मऊ-मुलायम फेसांत बुडून त्यांनी वाईनचा आस्वाद घेतला. बेनॉयरनं एका टॉवेलवर थोडा लिक्विड सोप ओतला आणि नीलाच्या देहावर चोळला. नीलाला सुखद वाटू लागलं. दिवसभरातल्या तिला छळणाऱ्या घटना जाणीवेच्या पटावरून मागं सरकू लागल्या. साबणाच्या फेसात बुडबुड्यांत तिचा देह लपला होता, फक्त चेरीज तेवढ्या बाहेर डोकावत होत्या. त्या चेरींचा आस्वाद घेण्यासाठी बेनॉयर पुढं झुकला, पण त्या चेरी बुडाल्या. त्याची जिव्हा आणि चेरी यांचा लपाछपीचा खेळ सुरू होता. प्रतिसादादाखल बेनॉयरचं शरीर चेतलं. त्याचा नीलाच्या सर्वांगाला स्पर्श झाला, तिचा श्वास वाढला होता. त्यानं तिचे पाय पाण्यातून वर उचलले. तो त्याकडं थक्क होऊन पाहत होता– तुकतुकीत सावळे पाय. बेनॉयरचं उधाणलेलं शरीर बीथोवेनच्या सुरावटींवर नीलाच्या देहावर लहरत होतं... निःस्तब्धतेचं काळीज चिरणारा मोबाईलच्या रिंगचा राक्षसी आवाज घुमेपर्यंत.

रात्री अकरा वाजता बेनॉयर निघाला. जाता जाता त्यानं शेवटचा धक्का दिला. उद्यापासून पुढं दहा दिवस तो येणार नव्हता. तो पत्नी आणि मुलीसमवेत रिव्हिएराला सुटी घालवायला निघाला होता, सूर्यस्नानासाठी. मग नीलानं इथं राहून काय करायचं? ती त्याचा विचार करू शकते, त्याचं आपल्यावर कित्ती कित्ती प्रेम आहे, तो कुठंही असला तरी आपण सदैव त्याच्या हृदयात आहोत असा विचार करू शकते...

नीलानं दार बंद केलं, खिडक्या लावल्या, दिवे बंद केले आणि बीथोवेनलाही थांबवलं. शांततेच्या डोहात शिरून ती स्वतःचेच उसासे ऐकत होती, तितक्यात दारावर थाप पडली.

जिना उतरून खाली गेलेला बेनॉयर पुन्हा आला होता, एक प्रश्न विचारायला.

"तुझा फ्रॉंस्वा कोण होता?"

"व्हॉल्टेअर."

*

या परदेशी भूमीतला प्रणयबहर

सुट्टीवरून परत आल्यानंतर बेनॉयरनं नीलाला बाहेर फिरायला नेलं. ते वेर्साय गार्डन्समध्ये गेले. ला नोत्रचं रेखाटन असलेल्या, दोन हजार एकरांत फुललेल्या या मनोहर बागेत ती मोठ्या कालव्याशेजारी, प्रासादाकडं तोंड करून बसली होती. कारंज्यांच्या तुषारांनी ती अर्धी भिजली होती.

''तुला प्रासाद पाहायचाय? महाराजांचा महाल, मारी तेरेझ् चा महाल?''

नीलानं गवताची काडी मोडून ती चावली.

तिनं विचारलं, ''राजा-राणीची निरनिराळी शयनगृहं का आहेत?''

बेनॉयर म्हणाला, ''हा प्रासाद अतिभव्य आहे. एकाच खोलीत अडचण करत राहण्यात काही अर्थ नाही.''

गवताचं पातं त्याच्या ओठांवर टेकवत नीला म्हणाली, ''किंवा तुझा लुईस त्याच्या तीन रखेल्यांसोबत वेळ घालवत असल्यामुळं असेल.''

नीलाचं चुंबन घेत बेनॉयर म्हणाला, ''आमच्या लुईसनं त्याच्या रखेलीशी लग्नसुद्धा केलं होतं.''

गवतावर अस्ताव्यस्त पसरत आभाळावर नजर लावत नीला म्हणाली, ''तिच्याशी लग्न केल्यानंतर त्यानं त्या पत्नीलासुद्धा निराळं शयनगृह दिलं असणार.''

''ते जाऊ दे. तुला प्रासादात आत जायचंय का?'' बेनॉयर तिला घाई करत म्हणाला.

नीला अद्याप तिथंच पडून होती. ती म्हणाली.

''जाऊ दे, झगमगतं, लखलखतं वैभव पाहिलं की माझा थरकाप उडतो.''

''पण का?''

''मला आपण अगदी दरिद्री, दुर्दशेत आहोत असं वाटतं, मला राजे विनाकारण चाबकानं फोडून काढतायत असं वाटतं.''

बेनॉयर कोपरं टेकवून मागं झुकत म्हणाला, ''निदान मला तुला आरसेमहाल तरी दाखवू दे, वेर्सायच्या तहासाठी प्रसिद्ध असलेला.''

नीलानं त्याचा डावा हात हातात घेऊन, त्याची बोटं आपल्या गालांवर टेकवली. त्याच्या अनामिकेतील सुवर्ण अंगठीचा स्पर्श तिच्या गालांना झाला. ती सुवर्ण अंगठी त्याच्या आणि पास्कलच्या भावबंधाचं प्रतीक होतं.

''तो महाल पाहण्यात काय अर्थ आहे? वेर्सायच्या तहामुळं शांती लाभली

नाहीच, उलट त्यानं आणखी एका जागतिक युद्धाला निमंत्रण दिलं.''

बेनॉयर उठून बसत म्हणाला, ''काहीतरी खुळचटासारखं बडबडू नकोस. तुला इथून उठावंसं वाटत नाहीय असं सांग.''

नीलाचे केस वाऱ्यावर विहरत होते. त्यांनी तिचा चेहरा, तिचे वक्ष आच्छादले होते. नीला उठली. सगळे केस पटकन हातांनी पकडून त्यांचा अंबाडा वळता वळता ती म्हणाली, 'त्याऐवजी मला बारा नंबरला जायचंय, ऱ्यू द शातीएरला.

''तिथं काय आहे?''

''तो काही प्रासाद नाही. ते आहे एक लहानसं खोपटं. तिथं एकेकाळी एक कवी राहायचा. एक थोर कवी.''

''नाव काय त्याचं?''

''मधुसुदन दत्त.''

''हे कसलं नाव? हे फ्रेंच नाव नाही.''

''ऑस्कर वाईल्ड किंवा गेरट्रूड स्टीन किंवा हेर्निक इस्बेन ही नावंही फ्रेंच नाहीत. ही नावं तुला विचित्र वाटतात का?'' तिनं विचारलं.

मग तीच पुढं म्हणाली, ''नाही वाटत. मधुसुदन दत्त बंगाली होते.''

''ओह, असं आहे होय! बंगाली.''

बेनॉयरनं सुटकेचा निःश्वास टाकला. एखाद्या बंगाली कवीचं नाव माहीत नसणं आणि ॲमेझॉनमधल्या एखाद्या किचकाण्या कीटकाचं नाव माहीत नसणं, दोन्ही सारखंच! त्यानं खरोखरच काही फरक पडत नाही. बंगाली साहित्यातल्या सर्वांत थोर कवींपैकी एक असणाऱ्या मधुसुदन दत्त यांचं नाव त्याला का माहीत असावं? तेसुद्धा साईबाबा, दीपक चोप्रा, स्वामी प्रभुपाद यांच्याबद्दल ठाऊक असण्याऐवजी!

बेनॉयरनं मधुसुदन दत्त यांच्याविषयी अजिबात रस दाखवला नसला तरी नीलानं त्याला कहाणी ऐकवलीच : मधुसुदन जमीनदारपुत्र होते. अगदी बालपणापासूनच त्यांचा युरोपियन कला व संस्कृतीकडं प्रचंड ओढा होता. ते युरोपियन पोषाख करायचे, इंग्रजीत कविता लिहायचे. त्यांनी ख्रिस्ती धर्म स्वीकारला होता. त्यांना स्वतःच्या वंशाचा इतका तिरस्कार होता की ते म्हणत असत, ''परमेश्वरानं हिंदूंना वाचवण्यासाठी, त्यांना सुसंस्कृत करण्यासाठी आणि त्यांचं धर्मांतर करण्यासाठी 'अँग्लो-सेक्सन्स' लोकांना पाठवलं आहे.''

मद्रासमध्ये असताना त्यांनी हेन्रिटा नावाच्या फ्रेंच मुलीशी लग्न केलं. त्यांच्या वडिलांनी त्यांना घरातून हाकलून दिलं. त्यानंतर ते इंग्लंडमध्ये येऊन वकील बनले. त्यांनी त्यांच्या आयुष्यातले अतिशय खडतर दिवस इथं वेर्सायमध्ये काढले होते. त्यांचे मित्र कोलकत्याहून त्यांच्यासाठी पैसे पाठवायचे. सुरुवातीला

ते फ्रान्समध्ये खूश होते कारण, इंग्लंडमधल्यासारखं इथं त्यांना कुणी 'डॅम निगर' म्हणत नव्हतं. उलट, त्यांनी फ्रेंच सम्राटाला व सम्राज्ञीला नमस्कार केला, तर तेही उत्तरादाखल नमस्कार करायचे. हळूहळू त्यांचं युरोपियन भाषेतला थोर लेखक बनण्याचं स्वप्न विरलं, त्यांचं झपाटलेपण लोपलं. त्यांना भूतकाळ आठवला... नदीकाठचं वडाचं झाड, दंतकथा व कहाण्या, प्राचीन भारताची थोरवी आठवली. वेर्सायमध्ये असताना, इटालियन कवी पेट्रॅर्चकडून स्फूर्ती घेऊन त्यांनी काही सॉनेटस् रचली. पेट्रॅर्च आणि मधुसुदन यांच्यात काही गोष्टी समान होत्या : पेट्रॅर्च यांचे वडीलसुद्धा वकील होते. त्यांनी मुलालाही वकील बनवलं, पण पेट्रॅर्च यांनी सगळं सोडून दिलं आणि कलाविश्वात बुडी घेतली. मधुसुदन यांनीही तेच केलं. फरक इतकाच की, मधुसुदन यांनी फक्त आपल्या प्रियतमेवरच 'सॉनेटस्' रचली नाहीत. त्यांच्यामध्ये आणि बोदलेर यांच्यामध्येही काही समान गुणविशेष होते : हे दोघंही समाजाचे नियम झुगारून स्वच्छंदपणे, जिप्सीसारखं जीवन जगणारे होते आणि मद्य व इतर व्यसनांचा आनंद उपभोगणारे होते. मधुसुदन वेर्सायहून कोलकत्याला परत गेले. त्याबद्दल परमेश्वराचे आभार मानले पाहिजेत, नाहीतर बंगाली साहित्य आपल्या संपदेतल्या सर्वात महान काव्यापैकी काहींना मुकलं असतं.

नंबर बारा, ऱ्यू द शातीएरसमोर उभं राहून नीला दगडी फरशीकडं पाहत होती.

त्यावर अक्षरं कोरली होती :

LE POETE INDIEN
MICHAEL MADHUSUDAN DATTA
(1824-1873)
A DEMEURE DANS CETTE MAISON DE 1863 A 1865 ETYA.
COMPOSE EN BENGALI DES SONNETS ET DES FABLES

नीला गुडघे टेकून बसली आणि तिनं तिथली चिमूटभर धूळ कपाळाला लावली.

त्यावर बेनॉयर हसून म्हणाला, "हे काय केलंस?"

"मी मधुसूदनना वंदन केलं."

"हे मधुसूदनना होतं का फ्रान्सच्या मातीला?"

"मी असं केलं कारण, कधीकाळी मधुसूदन या मातीवरून चालले होते." बोलता बोलता नीला उदासीनपणे पावलं टाकत होती.

"पण तेव्हापासून आजपर्यंत कितीतरी जण या मातीवरून चालले असतील, कितीतरी लुईस, फिलीप, व्हॅलरी..."

नीला त्याचंच अनुकरण करत म्हणाली, ''कितीतरी बेनॉयर, पास्कल, जॅकलीन...''

नीलानं विषय बदलत विचारलं, ''मग, तुझी सुट्टी कशी काय गेली?''

बेनॉयरनं काहीच उत्तर दिलं नाही. गाडीत बसल्यानंतर सुस्कारा सोडत तो म्हणाला,

''तू खूप बदलली आहेस, नीला.''

''असं का म्हणतोस?''

''तू नेहमी माझा हात धरून चालतेस. आज तू माझा हात धरला नाहीस.''

नीलानं त्याचा आरोप अमान्य केला आणि ते वेर्साय गार्डन्समध्ये बसलेले असताना तिनं त्याचा हात हातात घेतला होता, याची आठवण करून दिली. त्याच्या सुंदर, गोऱ्यापान बोटात ती सुवर्ण अंगठी किती छान बसलीय, ते आपल्या लक्षात आल्याचंही सांगितलं.

बेनॉयर पडल्या आवाजात म्हणाला, ''नीला, तू मला मूर्ख बनवतेयस.''

मी तुला कसं मूर्ख बनवणार, मी कमकुवत आहे, गरीब, सामान्य, दुर्बल आहे!

कॉफी घेण्यासाठी ते रस्त्याकडेच्या एका कॅफेशी थांबले. बेनॉयरची कुरकुर सुरू होती... उत्पन्नाच्या तीस टक्के रक्कम फ्रेंच सरकारकडं करापोटी भरावी लागते... त्याच वेळी मोनॅकोतली माणसं मात्र कशी सुखी होती, कारण त्यांना कर भरावा लागत नाही. तो मोनॅकोत असता, तर त्याचे तेवढे पैसे वाचले असते. पाँ नफशी गाडी पार्क करून, ते नोत्र दामच्या दिशेनं, पुलाच्या दिशेनं चालू लागले. तिथून आख्ख्या पॅरिसचा सुस्पष्ट नजारा दिसत होता. नीलाला त्या पुलावर उभं राहून सेन पाहायची होती. जेव्हा जेव्हा ती सेन्मध्ये डोकावली होती, तेव्हा तिला जान्न दार्कची रक्षा पाण्यावर वाहताना दिसायची. आपण जान्न दार्कच्या पाण्यातल्या प्रतिबिंबाची निसटती झलक पकडली असल्याची तिला खात्री होती. अकस्मात तिच्या मनात एक प्रश्न लहरला, एखादं पीस लहरावं तसा : गंगा आणि सेनमध्ये काही साम्य आहे का? गंगेचं पाणीसुद्धा गढूळ होतं. त्यानंतर तिनं तिथून पुलावर नजर वळवली. तिचं मन पुन्हा गंगेशी जाऊन पोचलं. नाही! गंगा बेलगाम होती आणि सेन एखाद्या मत्स्यालयासारखी; सेनच्या सोबत कुणी आयुष्य घालवू शकलं नसतं. जगातलं सगळं पाणी सारखं नसतं. तिचं मन कॅथरीन ग्रँडपर्यंत जाऊन पोचलं, एके काळी तीही इथं अशीच उभी होती, अगदी नीलासारखीच. तीसुद्धा कोलकत्याहूनच आलेली होती. ती चंदननगरमधल्या एका फ्रेंच अधिकाऱ्याची मुलगी होती. कॅथरीन विलक्षण लावण्यवती

होती. कोलकत्याच्या तरुणाईची तिच्यामुळं झोप उडाली होती. अशा या लावण्यवतीचं लग्न फ्रान्सिस ग्रँड नावाच्या वयस्कर इंग्रज अधिकाऱ्याशी झालं. तेव्हा फ्रेंच राज्यक्रांती अद्याप भविष्यात होती. फिलीप नावाचा एक फ्रेंच तरुण तिच्या प्रेमात पागल झाला होता. एके रात्री तो भिंतीला शिडी लावून तिच्या शयनगृहात शिरला. ही गोष्ट सर्वांना समजली. फ्रान्सिसनं त्याच्याविरुद्ध फिर्याद दाखल केली आणि त्याला भक्कम भरपाई द्यायला लावली. हे मोठंच प्रकरण झालं आणि कॅथरीनला तिच्या फ्रेंच प्रेमिकाची रखेली व्हावं लागलं. ती दुसऱ्या पुरुषाच्या ताब्यात गेली. कोलकत्याहून लंडनला आणि नंतर त्याची रखेली म्हणून पॅरिसला आल्यानंतरही तिचं भाग्य उजळलं नाहीच. ती इथं आली तेव्हा ती नीलाच्याच वयाची असेल. ती 'ओतेल द वील' मध्ये राहायची. एके दिवशी ती याच पुलावर चालत आली होती आणि नीलासारखीच तिथं उभी होती. एका रासवट माणसानं तिचे कपडे खेचले तेव्हा काही माणसं दूर उभं राहून हसत होती. कॅथरीनच्या आयुष्यात पुन्हा पुन्हा नवे पुरुष येत गेले आणि अखेर ती टॅलीरॅन्ड यांच्या जीवनात त्यांची रखेल म्हणून विसावली. त्या वेळी टॅलीरॅन्ड परदेशी सचिव होते, पण परदेशी राजदूतांसोबतचा त्यांचा बराचसा व्यवहार कॅथरीनच चालवायची. पॅरिसमध्ये हे सुद्धा एक वादग्रस्त प्रकरणच झालं आणि अखेर नेपोलियननं त्यांना या पदावरून दूर केलं. त्यानंतर कॅथरीननं एक जाळं टाकलं. तिनं नेपोलियनला लवून अभिवादन केलं आणि आपल्या पोटात टॅलीरॅन्डचा गर्भ वाढत असल्याचं जाहीर केलं. त्या वेळी नेपोलियनला वारस हवा होता. त्या दरम्यान तो त्याची प्रिय पत्नी जोसेफाईनला घटस्फोट देऊन मारी लुईसबरोबर लग्न करण्याचा विचार करत होता. त्यानं ताबडतोब टॅलीरॅन्डला आपल्या या रखेलीशी विवाह करण्याचा हुकूम दिला आणि त्याचा हुकूम पाळणं अनिवार्यच होतं. अखेर, कोलकता शैलीच्या उच्चारांत फ्रेंच बोलणारी ती मुलगी, उतारवयात मंत्र्याची पत्नी बनली... अनेक वर्षं निरनिराळ्या पुरुषांची रखेल म्हणून राहिल्यानंतर. पण जर तिनं ही छोटीशी युक्ती केली नसती, तर तिला रखेल म्हणूनच जीवन संपवावं लागलं असतं. नीलाच्या मनात आलं, दोनशे वर्षांनंतर पुन्हा कॅथरीन आपल्यासोबत या पुलावर उभी आहे.

बेनॉयरच्या स्पर्शानं नीला भानावर आली.

तो म्हणाला, ''खराब हवामानाची चिन्हं दिसतायत, आपण घरी जाऊया.''

आभाळ गदगदून आलेलं पाहताच तिचं मन आनंदानं थुईथुई नाचू लागलं.

''हवा काय मस्त आहे! याला तू खराब हवामान का म्हणतोस? आपण पावसात मस्त भिजूया.''

नीलाला चिंबचिंब भिजायचं होतं, पण बेनॉयर धगधगत्या उष्ण उन्हाच्या प्रदेशात जन्मला नव्हता, त्यामुळं पाऊस म्हणजे त्याच्या लेखी स्वागत करण्याजोगा वर्षाव नव्हता. ते दोघं घरी परतले तेव्हा बेनॉयरला हवा होता प्रणय आणि नीलाला कविता. नीला बोदलेरचं 'फ्ल द्यू माल' घेऊन सोफ्यावर बसली.

"बोदलेरनं मलबारी स्त्रीविषयी का लिहिलंय?" तिनं बेनॉयरला विचारलं.

तिच्या हातातलं पुस्तक दूर करून, तिला आलिंगन देऊन, प्रेमभरानं तिच्या डोळ्यांत डोळे मिसळत बेनॉयर म्हणाला, "कारण बोदलेर तिच्या प्रेमात पडला होता. त्यानं तिला काय केलं होतं, माहीत आहे?"

नीलाच्या ओठांवर एक उष्ण चुंबन आदळलं.

बेनॉयरनं दक्षिणेतून ऊब आणली होती... सूर्याची सगळी उष्णता... तिला धगधगता स्पर्श देण्यासाठी.

नीलानं ते पुस्तक पुन्हा उचललं.

"पण बोदलेर तर कधीच मलबारला गेला नव्हता."

बेनॉयरनं ते पुस्तक पुन्हा हिसकावून बाजूला केलं. चेहऱ्यावर मधुर स्मित आणत तो म्हणाला,

"हे तुला कुणी सांगितलं?"

"तो तिथं गेला होता का?"

"हो," बेनॉयर मान डोलवत म्हणाला.

"नाही, तो गेला नव्हता. ९ जून १८४१ रोजी बोदलेरच्या सावत्र वडिलांनी त्याला भारतात जाणाऱ्या एका जहाजात सक्तीनं जायला लावलं होतं. हे जहाज मॉरिशसपाशी आल्यानंतर त्यानं जहाजातून उडी घेतली. त्याला भारतात जायचं नव्हतं. त्याच्या पुढच्या वर्षी फेब्रुवारी महिन्यात तो पॅरिसला परत आला. त्यानं कधी मलबारमध्ये पाऊलसुद्धा ठेवलं नाही."

"तुला बोदलेरबद्दल बरीच माहिती दिसतीय."

नीला तिचा काळा रेशमी केशसंभार पसरून आडवी झाली होती. तिच्या देहाच्या दरवळणाऱ्या गंधानं बेनॉयर खुळावला होता; त्याला बेचैन, बेफाम प्रेमकविता लिहायच्या होत्या... तिच्या आत, खोलवर. त्याच्या हातातून ते पुस्तक घेऊन, नीला पुस्तक चाळू लागली.

बेनॉयरनं विचारलं, "मलबार भारतात आहे?"

"मलबार कुठं आहे ते तुला माहिती नाही?"

"नाही." बेनॉयरच्या उत्तरात खेदाचा लवलेशही नव्हता, उलट आपल्याला माहीत नसल्याचा अभिमानच त्यातून डोकावत होता.

नीला म्हणाली, "विचित्रच आहे!"

''काय विचित्र आहे?''

''तुमच्या कवीनं ज्या मलबारविषयी लिहिलंय, ते स्थान कुठं असेल असं तुझ्या कधी मनात आलं नाही किंवा त्यानं ही मलबारी स्त्री मलबारमध्ये पाहिली की त्याच्या स्वप्नात आली असेल, असंही कधी तुझ्या नाही... म्हणून विचित्र!''

बेनॉयर उठून दुसऱ्या सोफ्यावर बसला. त्यानं या सगळ्याचा कधी विचार केला नव्हता कारण, त्याला विचार करण्यासाठी इतर बऱ्याच गोष्टी होत्या.

त्यावर नीलाच्या अगदी ओठावर आलं होतं, त्याला विचारावं, कुठल्या गोष्टी, पास्कल, जॅकलीन?

अचानक, कुठलाही संदर्भ नसताना बेनॉयरनं प्रश्न केला, ''नोत्र-दाम केव्हा बांधलं, तुला माहीत आहे?''

''तेराशे चौतीस साली.''

''नाही, त्याहीआधी बांधलं.''

''त्याचं काम बाराव्या शतकात सुरू झालं होतं आणि तेराशे चौतीसमध्ये ते बांधून पूर्ण झालं.''

''बाराव्या शतकात केव्हा?''

''मला माहिती नाही.''

बेनॉयरच्या चेहऱ्यावर स्मित झळकलं. तो म्हणाला, ''तुमच्याकडं फक्त तो एक ताजमहाल तेवढा आहे. मला भारतात खरंखुरं प्राचीन असं काहीही दिसलं नाही. कोलकत्यात 'व्हिक्टोरिया मेमोरियल' आहे, पण तेसुद्धा ब्रिटिशांनी बांधलं आहे.''

नीला उठून बसली.

''तू मोहेन्जोदडो आणि हडाप्पाबद्दल ऐकलं आहेस?'' तिनं विचारलं.

''ते काय असतं?''

''ती एक संस्कृती आहे. ही संस्कृती भारतात भरभराटीला आली होती, तुमच्या ख्रिस्ताच्या जन्माच्या आधी अडीच हजार वर्षांपूर्वी.''

बेनॉयरनं खांदे उडवले. हे सगळं त्याला माहीत असण्याचं काही कारणच नव्हतं.

नीला म्हणाली, ''याचा विचार करू नकोस कारण हे भारताविषयी आहे. तुला ते माहीत असायला नकोय. हा इतिहास आहे.''

''आणि मला इतिहास कशाला माहीत असायला हवाय?'' बेनॉयर सोफ्यावरून ताडकन उठला. जरा इकडंतिकडं करून, मोठा उसासा सोडून तो ओरडला, ''प्रत्येक माणसाला प्रत्येक गोष्ट माहिती असली पाहिजे, असं तुला वाटतं का? मला ज्या गोष्टींत रस वाटतो, त्याबद्दल मला माहीत असतं. तुला स्वत:ला

सगळं माहीत आहे असं वाटत असतं. नीला, तू दुसऱ्याला फार तुच्छ लेखणारी आहेस.''

नीला हसली. तिनं मृदूपणे विचारलं, ''ही वाईट गोष्ट आहे? आपल्याजवळ ज्ञान असेल, तर दबकून का राहायचं? उलट अभिमानानं म्हटलं पाहिजे, होय, मला माहीत आहे.''

बेनॉयनं तिला सोफ्यावरून खस्सकन ओढलं. पुस्तक जमिनीवर भिरकावून त्यानं तिला ओढून अभ्यासिकेत नेलं. कॉम्प्युटरवर थापट्या मारत तो म्हणाला, ''आता जग कॉम्प्युटरभोवती फिरतं. तुला तुझ्या ज्ञानाचा इतका गर्व आहे ना. मग टु व्हॅल्यू ऑफ टेन बेस टू टर्मिनेटर. काय ती मला सांग. तुला माहीत नाही ना? ती असते पाचशे ओहम्स. की बोर्डवर 'आय' आणि 'क्यू' किती असतात? तुला नाही सांगता येणार, पाच असतात. मॅक ॲड्रेसचे बाईटस् किती? तुला ते माहिती नाही, हे मला माहीत आहे; तुझं ज्ञान निरुपयोगी, कुचकामी आहे. सहा बाईटस् असतात.''

तिच्याभोवती मजबूत पकड ठेवून त्यानं तिला पुन्हा दिवाणखान्यात ओढत आणलं आणि पुन्हा सोफ्यावर आदळलं.

नीला हसली.

हसत हसत ती म्हणाली, ''प्लीज, तेवढं पुस्तक उचलून दे.''

बेनॉयरचा श्वास जड झाला होता. तो ते काम करणार नव्हता.

नीलानं विचारलं, ''ते फेकलं कुणी, मी का तू?''

बेनॉयर म्हणाला, ''मी.''

''मग शहाण्या मुलासारखं ते उचल. तू काही इकडंतिकडं वस्तू भिरकावण्याचा ईश्वरदत्त अधिकार असलेला वांड मुलगा नाहीस, का आहेस?'' नीला हसत होती.

''तू हसतीयस का?'' बेनॉयर किंचाळला.

''कारण मला हसण्याचा ईश्वरदत्त अधिकार आहे.'' नीला पुन्हा सोफ्यावर आधीसारखीच पसरली, केसांचा आणि परफ्यूमचा गंध पसरवत. बेनॉयर सोफ्यावर तिच्यामागं बसला. आवाजाची पट्टी खाली आणून तो म्हणाला, ''नीला, इकडं माझ्याकडं बघ. मला तुझ्याशी बोलायचं आहे; ते अतिशय निकडीचं आहे.''

नीला सावकाशीनं, सौम्यपणे म्हणाली, ''पहिल्यांदा, प्लीज मला ते पुस्तक उचलून दे. मला कविता वाचावीशी वाटतीय आणि ते अतिशय निकडीचं आहे.''

''मी काय म्हणतोय ते ऐकण्यापेक्षा जास्त निकडीचं?'' बेनॉयर आश्चर्यचकित झालेला दिसत होता.

नीला म्हणाली, ''होय, जास्त निकडीचं आहे.''

''तुला नुसतं प्रदर्शन करायचंय! हे असंच घडतं. आमच्या देशात लोक येतात आणि आमच्या कला व संस्कृतीनं झपाटले जातात.''

नीला बाहेरची आल्हाददायक संध्याकाळ निरखत म्हणाली, ''मी झपाटली गेलीय कारण, काव्य माझ्या रक्तात आहे.''

''तुझ्या रक्तात, हा, हा, हा,'' बेनॉयर विचित्र हसला.

''तुमचा फ्रान्स म्हणजे बर्फाच्छादित भूमी होती तेव्हासुद्धा आमच्याकडच्या कवींनी काव्यं रचली आहेत. कल्पना करून बघ, जेव्हा तुझे पूर्वज कच्च्या मांसाच्या एका तुकड्यासाठी भांडत होते, तेव्हा माझे वाडवडील मोठ्या तोऱ्यात कविता सादर करत होते.''

बेनॉयर विजेच्या वेगानं उठला. त्यानं ते पुस्तक उचलून खिडकीतून बाहेर भिरकावलं, ''तू, तुझं रक्त आणि तुझा गर्व. वाच, फडतूस सालं!''

तो निघून गेला. स्थिरचित्त स्त्रीनं गोड हसून डोळे मिटून घेतले. एक स्वप्नपक्षी उडत येऊन तिच्या डोळ्यांवर बसला. तिनं स्वत:लाच मलबार किनाऱ्यावर पाहिलं. वारा तिच्या केसांशी खेळत होता आणि तिच्या साडीशीसुद्धा. ती हसली... मावळतीचे सारे रंग तिच्या देहावर उतरले होते. अनवाणी पायांनी ती धावत होती... पाण्याशी लपाछपी खेळत होती... तिच्या देखण्या शरीराला पाण्याचा स्पर्श होत होता आणि वारा तिच्या कानात कुजबुजत होता, ''ओ मलबार वूमन...''

ऊबदार झुळूक अंगावर घेत ती तरंगतच जवळच्या पुस्तकांच्या दुकानात गेली. तिला 'फ्ल द्यू माल' हवं होतं. काचेच्या कपाटात बोदलेर, रिम्बॉद, पॉल एल्युअर्ड, पॉल व्हेलरी दिसत होते. तिनं पुढं झुकून ते कपाट उघडत प्रश्न केला,

''त्यांना आत का कोंडलंय?''

''हा काव्यसप्ताह आहे,'' दुकानदारानं उदासीनपणे सांगितलं.

''काव्यासाठी प्रत्येकच आठवडा, प्रत्येक दिवस खुला नसतो?''

तो हसून म्हणाला, ''काव्याचे दिवस ठरलेले असतात, मादम्वाझेल.''

कोलकत्यामध्ये नीलाला असं कधी जाणवलं नव्हतं. काव्यासाठी प्रत्येक दिवस, प्रत्येक मिनिट होतं. व्यासपीठावर प्रत्येकाचं लक्ष वेधून घेणारी व्यक्ती म्हणजे कवी असायची... त्याला रस्त्यावरचा प्रत्येक माणूस अभिवादन करायचा... त्याच्याकडं परत वळून पाहिलं जायचं. प्रत्येक तरुण कविता रचायचा... प्रेमात पडो अथवा न पडो... पाऊस पडो अथवा न पडो. एखाद्या दारुड्या रासवटालासुद्धा

त्याच्या सगळ्या अपराधांबद्दल क्षमा मिळायची, जर तो कवी असेल तर. काहीजण म्हणायचे की, कोलकत्यात कवींची संख्या कावळ्यांपेक्षा जास्त आहे. नीला सुशान्ताच्या प्रेमात पडली होती तेव्हा, तीसुद्धा कविता लिहायची. तिची समजूत होती की, फ्रान्स म्हणजे काव्याचं माहेरघर असेल, पण इथंतर त्यांनी काव्यासाठी एक खास सप्ताह जाहीर केला होता... कवितासंग्रह विकण्यासाठी आणि छापण्यासाठी. नीलानं च्यक् केलं. तिला या देशातल्या या गोष्टीनं वाईट वाटलं. ते पुस्तक हृदयाशी घट्ट धरून घरी परतताना तिला वाटत होतं, आता घरी गेल्यावर मोलिना दार उघडेल आणि आपल्याला बसवून आपल्या आवडीचे पदार्थ खाऊ घालेल. पंख्यानं हळुवार वारा घालत, ती आपल्या कपाळावरच्या बटा मागं सारत म्हणेल, "खा, किती बारीक झाली आहेस. माझ्या हातचं खाऊन तुला युगानुयुगं लोटली आहेत."

नीलाच्या तोंडाला पाणी सुटलं. अर्धवट गुंगीत असल्यासारखी ती घरी आली. तिनं घराचा दराजा ठोठावला. कुणीही तिची वाट पाहत नव्हतं. तिचं तिलाच दार उघडून आत जावं लागलं. ती हाका मारत होती, 'मां, मां.' स्वत:च्याच आवाजानं ती दचकली.

*

विलक्षण काळ

नीलाची गाढ तन्द्री लागली होती... ती मलबारमध्ये होती. तिची खोली मंद उजेडात न्हाऊन निघाली होती. सुस्नात सुशान्ता, त्याच्या अंगाला स्वच्छ गंध येत होता... विलासी पतीसारखा. तिच्या वक्षावर फुललेल्या कळ्यांना त्यानं स्पर्श केला. सुस्त सुखात डुंबणाऱ्या नीलानं त्यांच्या प्रणयाला निमूट संमती दिली होती. प्रणयसुखाचा अत्युच्च बिंदू गाठल्यानंतर सुशान्ता क्लान्त पडला होता.

ढग पांगले आणि नीलाचं भ्रामक स्वप्न चूर चूर झालं. भेदक नजरेच्या लांडग्यानं तिचे तुकडे तुकडे केले. नीलाचा थरकाप उडाला... ती थंडगार झाली. पायाशी असणारी चादर ओढून घ्यायचा प्रयत्न केला, पण ती त्या लांडग्यानं हिसकावून घेतली, एखाद्या वेड्यानं तिची बोटंच हिसकावून घ्यावीत तशी. नीला किंचाळली.

तिच्यासमोर सुनील होता.

“तू तापानं जोरात फणफणली आहेस; पांघरूण घेऊ नकोस.”

सावकाशपणे उशीत डोकं खुपसून ती शक्तीहीनपणे म्हणाली,

“तू इथं काय करतोयस?”

सुनीलचं परिचित हास्य आलं.

नीला मुटकुळं करून पडली होती, तणावात. तिच्या कानावर त्याचे शब्द पडत होते, “तुझा किशनशी काही संपर्क आहे का? त्याचं वकिलांशी घटस्फोटाबाबत बोलणं झालंय.”

सुनीलच्या मुखातून निघालेले आणखी बरेच शब्द मुटकुळ्यावर बरसत होते... त्याचं चैतालीशी पटत नव्हतं त्यामुळं तो सध्या फार अस्वस्थ होता. ते बिछान्यावर शेजारी शेजारी झोपायचे, पण परस्परांना स्पर्श जवळजवळ नव्हताच. हा काही माणसाच्या जगण्याचा मार्ग नाही हे चैतालीला समजत होतं. क्षणभर थांबून तो त्याच्या बारीक आवाजात पुन्हा बोलू लागला, “खरं तर तिच्याशी लग्न करणं हीच चूक होती; ती फार वेगळी आहे. मी तुझ्या या घराला जामीन राहिल्याचा तिला फार राग आलाय. मी तुझ्यासाठी नोकरी बघणंही तिला पसंत नाहीय. ती म्हणते की, “तू आमच्याकडं इतकं दुर्लक्ष करून तिच्याकडं इतकं लक्ष पुरवता कामा नये; दिवसभर ही सगळी वटवट वटवट सुरू असते... ...उफ्...”

तितक्यात दाराचा आवाज आला. सुनीलनं झटपट कपडे चढवले. मुटकुळ्यावर चादर टाकली आणि दार उघडलं. बेनॉयर आला होता. मुटकुळ्याला उबदार हातांचा स्पर्श झाला. दरम्यान सुनील “टाटा” करून सहजपणे निघून गेला. निखिलचं कोलकत्याहून आलेलं पत्र त्यानं टेबलावर ठेवलं होतं.

बेनॉयरनं तिच्यासाठी एक भेटवस्तू आणली होती, ती वेष्टनात गुंडाळलेली होती आणि एकुलतं गुलाबपुष्प.

दूर अंतरावरून नीलाचा आवाज आला, “त्या माणसानं माझ्यावर बलात्कार केला.”

बेनॉयरनं नीलाला जवळ घेतलं. तिच्या देहातली सगळी उष्णता त्यानं आपल्या काळजाशी घेतली. त्याला रडू कोसळलं. नीलानं त्याचे अश्रू पुसले.

“मला ठाऊक नाही, कदाचित मलाच ते हवं असेल... मी काही सरळ विचार करत नव्हते.”

“पण मला ठाऊक आहे, तू माझ्यावर फक्त रागावली होतीस.”

बेनॉयरचा स्वर भावनेनं ओथंबला होता,

“आता मी तुझ्याजवळ आहे. मी कुणालाही तुला स्पर्श करू देणार नाही.

मी तुला सगळं काही देईन, सगळं काही.''

''खरंच? नक्की?'' वाळूच्या वादळातून आल्यासारखी ती पिंजारलेली दिसत होती, मदतीची गरज असणारी, त्यासाठी भीक मागणारी.

बेनॉयरनं तिला कधी सोडून न जाण्याचं वचन दिलं.

भेटवस्तूवरची रिबिन सोडून तिनं वेष्टन उलगडलं. त्या पुडक्यात बोदलेरचे कवितासंग्रह होते. नीलाचे पापुद्रे निघालेले, उष्ण ओठ चुंबनांनी ओलेचिंब झाले. तिला बुडून जायचं होतं, खोलखोल पाणी सपासप कापायचं होतं, पण बेनॉयर म्हणाला, ''आधी बरी हो.''

नीलानं त्याचा हात स्वत:च्या कपाळावर ठेवला. तिला तो हात तिथंच राहावा असं वाटत होतं. 'तापानं किती फणफणली आहेस' असं त्यानं म्हणावं असं तिला वाटत होतं. नीलाला ताप आला की, मोलिना तिच्या कपाळावर थंड पोटीस ठेवायची, तिच्या मानेभोवती टॉवेल गुंडाळायची, तिला बिछान्याच्या कडेला आणून तिच्या डोक्यावर थंडगार पाणी ओतायची, तसं बेनॉयरनंही आपल्याकडं जरा जास्तच लक्ष पुरवावं असं तिला वाटत होतं. त्यानं द्राक्षांचा घड घेऊन आपल्या बिछान्यावर बसावं आणि एकेक द्राक्ष भरवावं, असं तिला वाटत होतं.

बेनॉयरनं तिच्या कपाळावरचा हात काढून घेत विचारलं, ''तुला बरं वाटत नाहीय?''

नीलानं 'बरं आहे' म्हणून सांगितलं. आपल्या इच्छा आतल्या आत दाबून तिनं विचारलं, ''मला ताप जास्त आहे का?''

''मला माहीत नाही? तुला बघायचाय का? मी तुझ्यासाठी थर्मामीटर आणतो.''

तो बाथरूममधून थर्मामीटर घेऊन तिच्याकडं आला. नीलानं स्वाभाविकपणे तोंड उघडलं. तो तिच्या उघड्या तोंडाकडं पाहतच राहिला. सुहास्य वदनानं ते थर्मामीटर तिच्या हातात देत तो म्हणाला, याबरोबर मी माझं आयुष्य तुझ्या पायाशी वाहतो. त्याचं हास्य पाहून, नीलानं थर्मामीटर तोंडात घातलं आणि तडातडा बाहेर फुटू पाहणाऱ्या मनातल्या इच्छा गिळून टाकल्या.

त्याच रात्री बेनॉयर घरी गेला. दोन सुटकेस भरून तो नीलाकडं परत आला. नीला त्याचं सर्वस्व होती... हा त्याचा अखेरचा निर्णय होता.

''दुसऱ्या नातेबंधाचं काय?''

त्यावर त्यानं 'मी हळूहळू तो संपवीन' असं सांगितलं.

'हळूहळू म्हणजे किती हळूहळू?' हे त्याला विचारावं असं तिला वाटत नव्हतं. बेनॉयरच्या तिच्याकडं येण्यामुळंच तिला कंप सुटला होता, तापामुळं

होत होतं त्यापेक्षाही जास्त; ती आनंदानं थरथरत होती. बेनॉयरचं तिच्यावर प्रेम होतं हे उघड होतं. आता तिला त्याला आणखी काहीही विचारायचं नव्हतं. त्याच्या छातीवर पडून नीलानं प्रचंड समाधानानं डोळे मिटले. या घरावर केलेला सगळा खर्च फिटला होता. तिनं बेनॉयरसोबत या घरात राहण्याचं स्वप्न पाहिलं होतं. आता ते स्वप्न पूर्ण होऊ पाहत होतं. तिच्या आयुष्यातले अनिश्चिततेनं घेरलेले दिवस संपले होते. नीला आता ताठ मानेनं चालू शकणार होती. किशनचा हलकटपणा, सुनीलची कीव... हे सगळं एका फटक्यात झटकून लावता येणार होतं. तिच्यापाशी बेनॉयर होता. तो तिचा होता... ती त्याची रखेली नव्हती. त्यानं तिला मोलिनासारखं न्हाऊ घातलं नाही अथवा तिला द्राक्षं भरवली नाहीत म्हणून काय झालं, त्याचं तिच्यावर प्रेम होतं... ही प्रेमाची पाश्चात्त्य रीत होती... तिच्यासाठी थर्मामीटर आणणं ही गोष्ट हे सगळं करण्यापेक्षा कमी नव्हतीच!

बेनॉयरनं कॅनमधलं मांस गरम करून ते बशीत ओतलं. बागेतच्या स्लाईस केल्या. चांदीच्या उपकरणांनी टेबल सजवलं. चांदीच्या ग्लासमध्ये वाईन ओतली... सगळी सज्जता झाल्यानंतर त्यानं नीलाला बोलावलं. मेणबत्तीच्या प्रकाशात ती त्याचं स्मितहास्य पाहत होती. तिला ते लॅम्ब मटन वाशाळ वाटलं आणि त्यामुळं तिला ते खावंसं वाटेना. बेनॉयर मात्र बोटं चाटत, ते मजेत खात होता. नीलानंही ते आवडल्याचं सांगून खायला सुरुवात केली... तिला या नव्या, गृहकृत्यदक्ष बेनॉयरला नाराज करायचं नव्हतं.

बेनॉयर त्याच्या बालपणाबद्दल सांगत होता. नीला त्या कहाण्यांत गुंगून गेली होती. सहा वर्षांचा असताना तो आईबाबांबरोबर रेल्वेनं इटलीला गेला होता. रोमच्या गजबजलेल्या रस्त्यांवर ते चालत होते. तिथं उत्सव होता. खांबाला टेकून उभा असलेला एक छोटा मुलगा बेनॉयरचा हात ओढत म्हणाला होता, ''चल, आपण आतषबाजी पाहायला जाऊया.''

बेनॉयर त्याच्याबरोबर गेला नव्हता, पण त्यानंतर त्याला आपण जायला हवं होतं असं नेहमी वाटत राहिलं होतं. त्यानं ती आतषबाजी लांबून पाहिली होती. आपण तिथं न गेल्याचं दुःख त्याला लागून राहिलं होतं.

दुसऱ्या दिवशी रात्री त्यानं तिला पुन्हा आपल्या बालपणाविषयी सांगितलं. त्यानं तिला त्याच कहाण्या पुन्हा ऐकवल्या.

एकत्र राहणं याचा अर्थ बरेचदा त्याच त्या कहाण्या पुनः पुन्हा ऐकणं असा असतो. या कहाण्यांनीसुद्धा तिला एक प्रकारचा आनंद दिला... त्याच्या बालपणीच्या, कुमारावस्थेतल्या दिवसांबद्दल ऐकताना. शाळेत असताना त्याचे शिक्षक त्याची कशी स्तुती करायचे याबद्दल त्यानं तिला सांगितलं. एकदा त्यानं एका मित्राच्या

नाकावर ठोसा लगावला होता, नंतर त्यानं ओर्लेयाँ मधल्या चर्चमध्ये धर्मगुरूंपुढं 'कन्फेस' केलं होतं. त्याची लहान बहीण व्हेलरी अभ्यासात त्याच्याइतकी चांगली नव्हती, त्यामुळं ती नेहमी त्याच्यावर जळत असायची. लहानपणी ती नेहमी त्याची पुस्तकं टरकावायची आणि ती जमिनीत पुरायची. अगदी आत्तासुद्धा ती त्याला पाण्यात पाहायची. आता तिचं लग्न झालं होतं. तिला एक मूल होतं. या मुलाला जॅकलीनपेक्षा चांगलं वळण आहे असा तिचा दावा होता.

रात्री बेनॉयर बिछान्याशी आला, पूर्ण विवस्त्र होऊन. त्यानं पूर्णवस्त्रांकित नीलाकडं नापसंतीचा कटाक्ष टाकला.

"इतके कपडे अंगावर घालून तुला कसं काय झोपता येतं?"

एकदम नीलाच्या लक्षात आलं, ही सूचना आहे. बेनॉयरला आपला विवस्त्र देह कुरवाळायचा आहे. बेनॉयरनं तिला जवळ ओढलं आणि तिला चांगली मध्यरात्र होईपर्यंत सेंट एक्झुपेरीच्या छोट्या राजपुत्राची गोष्ट सांगितली. त्याच्या निश्चल देहावर त्याचं 'ते' मरगळून पडलं होतं. दुसऱ्या दिवशी रात्री त्यानं तिला कोल्हा आणि वाघाच्या गोष्टी सांगितल्या. गोष्ट संपल्यानंतर तो उठून खिडकीशी जाऊन उभा राहिला.

नीलानं विचारलं, "काय झालं?"

"काही नाही."

"नक्की काहीतरी झालंय."

खिडकीतून नजर बाजूला न काढता बेनॉयर म्हणाला, "जॅकलीनला माझी फार आठवण होत असेल."

"उद्या तू घरी जाऊन तिला भेटत का नाहीस?"

बेनॉयर खिडकीतून मागं वळला. चमकदार डोळ्यांनी नीलाचं चुंबन घेत तो म्हणाला, "खरंच? मी जाऊ?"

"नक्कीच. जर तुला जावंसं वाटत असेल, तर तू का जाऊ नयेस?"

"खरं आहे," तो म्हणाला, "मी का जाऊ नये?"

रात्री नीला तापानं जोरात फणफणली. ती रात्रभर कण्हत होती. सकाळी तापाचा जोर कमी झाल्यानंतर तिनं बेनॉयरला जवळच्या एखाद्या औषधाच्या दुकानातून 'ॲमॉक्सिसिलीन' आणायला सांगितलं, पण नाही, डॉक्टरनी लिहून दिल्याशिवाय ते मिळणं शक्यच नव्हतं. बेनॉयर कामावर गेल्यानंतर नीला स्वयंपाकघरात गेली. बेनॉयरनं सगळं आवरून चकचकीत स्वच्छ केलं होतं. तिनं आख्खा दिवस घड्याळाकडं पाहत, त्याच्या घरी परतण्याची वाट पाहत काढला. ती प्रतीक्षा करत असतानाच डॅनियलचा फोन आला.

अंगात ताप असला तरी नीलाच्या मनात थरार मावत नव्हता. बेनॉयरच्या तिच्याकडं येण्याची सुवार्ता तिनं डॅनियलला दिली. नीला तिला पुन्हा पुन्हा सांगत होती, मी रखेली नाही.

"कधीतरी घरी ये, डॅनियल, मी किती सुखात आहे बघ."

नीलाच्या आनंदाची साक्ष व्हायला येण्यात डॅनियलला काडीचा रस नव्हता.

"निदान मला बरं नाही म्हणून तरी पाहायला ये. बहुधा टायफॉईड असणार."

"या देशात टायफॉईड नाही; हा दुसरा कशाचातरी ताप असणार. आत्ता तू आजारी असताना येण्यात काय अर्थ आहे? बरी हो, मग मी एखाद्या दिवशी तुझ्याशी गप्पा मारायला येईन."

नीला भानावर आली. आजारी आहे म्हणून लोकांनी भेटायला यायला हा भारत नव्हता. बरी हो, उत्साहानं रसरसून जा, जीवनरसानं ओथंबून वाहा, मग मी येऊन तुला थोडं पिऊन घेईन. आणि समजा तू आजारी पडलीस आणि मेलीस तर, मी तुझ्या अंत्यविधीला काळा पोशाख घालून येईन, तुझ्या नावानं थोडं पिईन, जरासं नाचीन. बस्स!

नीलानं 'आपुला संवाद आपल्यासी' संपवला आणि सुनीलनं दिलेला लखोटा उघडला. तिनं प्रथम अनिरबानचं पत्र वाचलं. 'किशननं मला सगळं काही सांगितलं, ते ऐकल्यावर मला काय वाटत असेल त्याचा तुला अंदाज असेल असं मी मानतो. त्या परदेशी भूमीत तुझं कल्पनारम्य काहीतरी सुरू असेल याची मला खात्री आहे, पण एक दिवस तू भानावर येशील, त्या वेळी फार फार उशीर झालेला असेल. तुझ्या अनेक देशबांधवांचं नशीब तुझ्याशी जोडलेलं आहे. त्यामुळं अजून वेळ गेलेली नाही, तोवर तुझा मार्ग बदल. तुला किशनशी जमवून घ्यायचं नसेल तर ताबडतोब घरी परत ये. तुझा मार्ग घडवायला अजून वेळ आहे, भारतात परत ये आणि लोकांनी बोटं दाखवू नयेत असं आयुष्य जग."

निखिलचं पत्रही अगदी असंच होतं.

संध्याकाळी सात वाजता बेनॉयरचा फोन आला. ऑफिसमधून तो परस्पर ऱ्यू द रेन्नला गेला होता हे सांगायला त्यानं फोन केला होता. तो पास्कल आणि जॅकलीनला घेऊन डिनरला जाणार होता. त्यानंतर पुन्हा त्यांना घरी सोडून, जॅकलीनला थोड्या गोष्टी सांगून, तिला झोपवून तो परत येणार होता.

प्रफुल्ल चेहऱ्यानं बेनॉयर परत आला. त्याच्याजवळ एक प्रसन्न, कुत्र्याचं इवलंसं पिल्लू होतं. ते कुत्रं कोलकत्यातल्या भटक्या कुत्र्याच्या पिल्लासारखं दिसत होतं. त्याच्या घरात दोन कुत्री होती. त्यातलं त्याचा अधिक लळा असलेलं कुत्रं त्यानं आणलं होतं. नीलाला पाहताच ते कुत्रं भुंकलं आणि त्यानं

बिछान्यावर उडी घेतली. त्यावर नीला हात उगारून म्हणाली, ''त्याला बिछान्यावरून बाजूला घे; माझा बिछाना खराब होतोय.''

बेनॉयर पळत आला, ''काय करतीयस?''

त्यानं वान्डाला कुशीत घेतलं. तिचा एक पंजा नीलाच्या दिशेनं धरत तो म्हणाला, ''वान्डा, माझ्या प्रियतमेला शेकहॅन्ड कर.''

नीलानं तिच्या घरातल्या तिसऱ्या सदस्याचं स्वागत केलं.

वान्डा पिल्लू नव्हती. तिचा आकारच छोटा होता. ही कुत्री मोठ्या आकाराच्या कुत्र्यांपेक्षा महागडी असतात. बेनॉयर कपडे उतरवून नित्याप्रमाणे बिछान्याशी आला. वान्डाला खायला काय आवडतं, ती केव्हा बाहेर जाते, तिला काय करायला आवडतं, ती कधी उठते हे सगळं बेनॉयरनं तिला तपशीलवार सांगितलं.

तिचं चुंबन घेत तो म्हणाला, ''जॅकलीन मला जाऊ देत नव्हती. मी तिला तुझ्याबद्दल सांगितलंय. तिला तुला भेटायचंय.''

बेनॉयरनं तिचं पुन्हा चुंबन घेतलं. त्याच्या चेहऱ्यावर स्मित होतं. ''ती आणखी काय म्हणाली माहीत आहे?''

''काय?''

''ती म्हणाली, मला भाऊ हवाय.''

बेनॉयरचे डोळे भावनेने ओथंबून लुकलुकत होते.

''तू तिला देणार नाहीस?''

आपल्या उधाणलेल्या तुफानावर तिचा हात ठेवत तो म्हणाला, ''आज आपल्या स्वप्नाची बीजं रुजवूया.''

नीलाच्या ओठावर आलं होतं– ''कुणाची स्वप्नं? तुझी? माझी? का जॅकलीनची?''

पण तिनं एक शब्दही उच्चारला नाही कारण तिला भीती वाटत होती की, तो म्हणणार, ''किती शरमेची गोष्ट आहे नीला; तू किती कूपमंडूक वृत्तीची आहेस. तुला सहा वर्षांच्या मुलीचा मत्सर वाटतोय?''

तिनं त्या उधाणलेल्या तुफानाला स्पर्श केला, पण तिला हवीहवीशी लहर जाणवली नाही. तिच्या प्रियतमाच्या स्पर्शानं अथवा त्याच्या चुंबनांनी तिच्या छातीवरच्या जुईकळ्या उमलल्या नाहीत. बेनॉयर म्हणाला, ''बरी हो, मग आपण करू.''

बेनॉयरला अतृप्त ठेवण्याची नीलाला भीती वाटत होती. तिचं शरीर हे त्याच्या दृष्टीनं एकमात्र आकर्षण असेल तर, त्यानं तिच्या देहाचा उपभोग घ्यावा आणि तिच्यावर प्रेमही करावं असं तिला वाटत होतं. नीलानं तिचा देह त्याच्या संतुष्टीसाठी सज्ज केला. त्यानं तिच्या देहात जॅकलीनच्या स्वप्नांची बीजं पेरली.

वान्डा उडी मारून बिछान्यावर आली होती. तिच्या मालकाला वंशवृद्धी करताना पाहत होती.

नीलाच्या वक्षांत चेहरा लपवून बेनॉयर म्हणाला,

"माफ कर, माझं लवकर झालं."

"नाही, ठीक आहे."

"तू चिडली नाहीस?"

"का?"

"तुझं झालं नाही म्हणून?"

नीला गोड हसून म्हणाली, "एखादा दिवस व्हायचं, असू दे."

रात्री उशिरापर्यंत बेनॉयर अपराधी चेहऱ्यानं बसला होता... नीलाला प्रणयसुखातला उत्कट बिंदू गाठता आला नव्हता म्हणून. तो पुन्हा पुन्हा स्पष्टीकरण देत होता, "खरं तर मला ऑफिसमध्ये आठवडाभर खूप ताण होता; बहुधा तेच कारण असावं किंवा बराच काळ न केल्यामुळं असेल."

त्याच्या बोलण्यातल्या शेवटच्या वाक्यानं नीलाला हुश्श झालं. तिच्या मनात आलं, जॅकलीनला झोपवल्यानंतर यानं पास्कलशी प्रणय केलेला नाहीय म्हणायचा! आपल्या जोडीदाराच्या कामतृप्तीसाठी इतका जागरुक असणारा पुरुष पाहून नीला थक्क झाली. भारतात तिनं अशी सजगता कधी ऐकली नव्हती. सुशान्ताबरोबर तिनं पहिलावहिला प्रणय अनुभवला तेव्हा त्यानं तिला चुकूनही विचारलं नव्हतं की, प्रणयात जे थरारक रोमांच मी अनुभवले तेच तूही अनुभवलेस का? भारतातल्या बहुतांशी लोकांची समजूत होती की, सेक्स मुख्यत्वे पुरुषासाठी असतो आणि बाईला त्यातून मिळतं ते म्हणजे मुलं.

तीन दिवस तापानं फणफणल्यानंतर बेनॉयरनं तिला डॉक्टरांकडं नेलं. त्यांनी तिच्यासाठी औषधं लिहून दिली. ती औषधं घेऊन घरी आल्यावर नीलानं पाहिलं, औषधाच्या बाटलीवर झाडं-रोपं कोरली होती. ती वनौषधी असल्याचं बेनॉयरनं सांगितलं. सध्या, फक्त मूर्खांचा अपवाद वगळता, इतर कुणी रासायनिक औषधं अजिबात घेत नव्हतं. लोक नेहमी वनौषधीच घेत होते. नीलाच्या डोक्यात घण पडू लागले, तापामुळं नव्हे, तर या गौप्यस्फोटामुळं. कोलकत्यामध्ये तिनं अशिक्षित, अडाणी लोकांना असली औषधं घेताना पाहिलं होतं. ही माणसं वैदूंकडं जात असत, फसत असत आणि वेदनादायी मृत्यूच्या विळख्यात जात असत. तर्कशास्त्र आणि कारणमीमांसेत पारंगत नीला या पाश्चात्त्य जगातल्या माणसांना संकटात मदत मिळण्यासाठी इकडंतिकडं पाहताना पाहून थक्क झाली. सुशिक्षित उच्चवर्गीयांचे डोळे काळ्याकुट्ट अयोग्य मार्गाकडं वळले होते.

बेनॉयरचं लक्ष नाही असं पाहून तिनं त्या बाटल्या फेकून दिल्या. सात दिवसांत तिचा ताप आपोआप आटोक्यात आला.

बरं वाटू लागल्यानंतर नीलानं तिच्या नव्या घराकडं लक्ष वळवलं. दिवसभर खपून स्वयंपाक करून, आंघोळ करून, तयार होऊन ती बेनॉयरची वाट पाहत होती. तिचे डोळे आणि मन घड्याळाला चिकटलेलं होतं. त्यानंतर बेनॉयरचा तिला हे सांगायला फोन आला की, पास्कलनं मला बोलवलंय– रात्री मी तिच्याकडं जेवायला जाणार आहे. तू माझी वाट पाहू नकोस.

''पण मी तुझ्यासाठी बरंच काय काय बनवलंय.''

''हे तू मला आधीच का सांगितलं नाहीस? आता मी पास्कलला कबूल केलंय, मला गेलं पाहिजे.''

नीलाला कबूल व्हावंच लागलं. अखेर, पास्कल त्याची पत्नी होती, तिचा त्याच्या वेळावर नीलापेक्षा जास्त हक्क होता.

नीला घरात निरुद्देश फिरत राहिली, एकटीच. बेनॉयरनं कॉम्प्युटर टेबल स्वत:च्या आवडीनुसार सजवलं होतं. त्यावर काही फायली आणि पास्कल व जॅकलीनच्या फोटोंच्या दोन फ्रेम्स होत्या. नीलानं पास्कलचा फोटो उचलून अगदी जवळून निरखला. ती तिला कुठल्याच कोनातून अजिबात सपाट वाटली नाही. तांबडे केस, नेटक्या आकाराचे गुलाबी ओठ, धारदार नाक, गालांचे उंचवटे, हिरवे डोळे... या देखण्या स्त्रीवर बेनॉयरनं प्रेम न करण्याचं कुठलंच कारण नीलाला दिसलं नाही.

दिवसभर वान्डानं किंचाळून किंचाळून घर डोक्यावर घेतलं. रात्री उशिरा तिचा मालक घरी आला. तिला उचलून घेत तो गुणगुणू लागला, ''अरे माज्या सोन्या, माज्या पिल्ला.''

नीलाला झोप लागली नव्हती पण, तिनं झोप लागल्याचं ढोंग केलं होतं.

''ओह, तू झोपलीयस होय. बरं, मी तुला त्रास देत नाही.'' आत्ताच जाग आली– अशा आविर्भावात नीला म्हणाली,

''तू आला आहेस होय! आत्ताच आलास?''

''थोडा वेळ झाला. तुला झोप लागली होती म्हणून तुला उठवलं नाही.''

नीलानं घड्याळाकडं नजर टाकत जांभई दिली.

''खूप उशीर झाला, मला आणखी वाट बघणं शक्य झालं नाही...''

बेनॉयरचा आवाज टवटवीत होता, ''घरात बरीच बिलं आली होती, त्यांकडं बघायचं होतं.''

नीला झोपाळू आवाजात म्हणाली, ''तू तिथंच राहू शकला असतास.''

बूट काढता-काढता बेनॉयर म्हणाला, ''मलाही तसंच वाटत होतं, पण

पास्कल म्हणाली, ''तू जा. नीला तुझी वाट बघत असेल.''

आता नीलाच्या डोळ्यावरची झोप उडाली होती.

''तिनं तुला दुसऱ्या स्त्रीकडं का पाठवलं? तिचं तुझ्यावर प्रेम आहे की नाही?''

''अर्थातच आहे.''

''मग, तू माझ्यासोबत राहतोस या गोष्टीचा तिला त्रास होत नाही? तू तुझ्या दुसऱ्या प्रियेकडं जा असं म्हणणं मला शक्य झालं नसतं. तिला हे कसं जमतं?''

''नीला, ती फार चांगली मुलगी आहे,'' बेनॉयर ठामपणे म्हणाला, ''मी आख्ख्या जगात तिच्यापेक्षा चांगली स्त्री पाहिली नाही.''

''मग तू तिला सोडलंस का?''

''का ते तुला माहीत आहे. नाही माहीत? तुझ्यासाठी.''

''आणि तुला काय वाटतं? तुला कुठं राहावंसं वाटतं आणि कुणाबरोबर?''

''मला जे करावंसं वाटतंय ते मी करतोय.''

बेनॉयर खुर्चीवर बसला. त्यानं नीलाच्या डोळ्यांत पाहिलं. त्याच्यावर अंधार होता. बिछान्यालगतच्या दिव्याचा उजेड नीलावर होता.

नीला म्हणाली, ''मला वाटतं, आपल्याला काय हवंय या बाबतीत तू अजून अनिश्चित आहेस.''

''मला काय हवंय ते मी तुला कितीतरी वेळा सांगितलंय. मी तुझ्यावाचून जगू शकत नाही, हे मी तुला सांगितलंय.'' बेनॉयरचा स्वर कोमल होता.

''का जगू शकणार नाहीस? तू खाणं, झोपणं, पिणं किंवा काम करणं थांबवणार आहेस? तुझ्या आयुष्यातलं काय थांबणार आहे?''

''कदाचित, मी सगळ्या गोष्टी करीन, पण त्या अशा असणार नाहीत, वेगळ्या असतील. मी जणू जिवंत प्रेत होईन. तुझा माझ्यावर विश्वास नाहीय का? माझं तुझ्यावर किती प्रेम आहे तुला ठाऊक नाहीय? सुखी संसार सोडून असं निघून यायला किती प्रेम पाहिजे? माझं पास्कलशी कधीही भांडण झालं नाही. मी तिला तुझ्याबद्दल सगळं सांगितलं. तिनं ते स्वीकारलं. मी तिच्यापासून काहीही लपवलं नाही. नीला, ती माझी सर्वात चांगली दोस्त आहे. तिचं माझ्यावर खूप प्रेम आहे आणि त्यामुळंच मला जे करावंसं वाटतं, ते ती मला करू देते. तू आपल्या प्रिय व्यक्तीसाठी केलेला याहून महान त्याग पाहिला आहेस? फक्त पास्कलच हे करू जाणे. माझं तिच्यावर प्रेम आहे. मला तिच्याविषयी आदर आहे. माझं ज्यांच्यावर सर्वाधिक प्रेम होतं त्यांना मी सोडलंय, माझ्या पास्कलला आणि माझ्या जॅकलीनला... हे सगळं तुझ्यासाठी आणि

तरीही तू सुखी नाहीस?''

नीलानं डोळ्यांपुढं पुस्तक धरलं. बेनॉयरनं तिला कठोर स्वरात सांगितलं, ''ते पुस्तक बाजूला ठेव. मला तुझे डोळे दिसत नाहीत.''

''तुला माझे डोळे कशाला बघायचेत?''

''मी तुझ्याशी बोलतोय. माझ्या प्रश्नाचं उत्तर दे. मी पत्नी आणि मुलीला सोडून तुझ्याकडं आलो त्याचं तुला समाधान नाही? सांग मला.''

नीला ते पुस्तक चेहऱ्यापुढं धरत म्हणाली, ''मी त्यांना सोडलंय असं तू का म्हणतोस? तू त्यांना सोडलेलं नाहीस. रोज तू तिच्याशी फोनवर बोलतोस, वरचेवर तिच्याकडं जातोस. हे काही 'सोडणं' नाहीय. तुमच्या प्रेमाचं प्रतीक असणारी अंगठी अजून तुझ्या बोटात आहे, तिचा फोटो तुझ्या डेस्कवर आहे.''

बेनॉयर उठला. नीलाच्या समोर बसला. तिच्या हातातलं पुस्तक त्यानं डाव्या हातानं हिसकावून घेतलं.

''तुला काय हवंय, मला सांग! मी तिथं परत जाऊ का? तुला तसं हवंय का?''

''तुला जायचं असेल तर जरूर जा. मी तुला थांबवणार नाही. तू इथं ये– असं मी तुला सांगितलं नव्हतं. तू त्या घरात होतास तेव्हाही आपले संबंध काही वाईट नव्हते. मग काय फरक पडतो?''

बेनॉयरनं एक उसासा सोडला.

''माझ्या जागी कुणी दुसरा माणूस असता तर त्यानं सांगितलं असतं की, मला कामाचं खूप ओझं होतं, मिटिंग होती किंवा कामासंबंधी एका डिनरला जायचं होतं, म्हणून उशीर झाला, पण मी काहीही लपवत नाही. तुला खरं काय ते सांगतो. याचं तू हे बक्षीस देणार? नीला, तू इतक्या संकुचित वृत्तीची का आहेस, मला समजत नाही.''

नीला शांतपणे म्हणाली, ''माझी वृत्ती संकुचित नाही, ती अगदी उदार आहे आणि म्हणूनच मी तुला पास्कलकडं जाऊन राहायला सांगतेय. तू तिला सोडलेलं नाहीस. तू तिला कधी सोडणारही नाहीस. कारण सांगू? कारण तुझं तिच्यावर प्रेम आहे.''

बेनॉयर गुडघ्यावर कोपरं टेकून हातावर मस्तक झुकवून बसला.

नीला त्याच्या खांद्यावर हात ठेवत म्हणाली,

''तू मला खरं काय ते सांगतोस हे मला माहीत आहे आणि मला पास्कलविषयीही वाटतं. समजा तू माझा नवरा असतास आणि दुसऱ्या स्त्रीसाठी मला सोडलं असतंस तर मला किती यातना झाल्या असत्या, त्याची मी कल्पना करू शकते. तिला आणखी सोसायला लावू नकोस. स्वत:लाही तू इतके क्लेष देऊ नकोस.

तू गेलास की, मला यातना होतील, पण मला त्याची सवय आहे. माझ्या आईलाही वेदनेच्या कळा सोसायची सवय होती.''

बेनॉयर उठला. त्यानं खोलीतले झगझगीत दिवे सुरू केले. नीलाच्या काळजात ठक्‌ठक् ठोके पडू लागले; आता कोणत्याही क्षणी तो बॅगा भरायला लागणार. आता कोणत्याही क्षणी तिचा संकटहर्ता बाहेर पडणार होता... ... तिला एकटं सोडून. बिछान्यावर नीलाच्या समोर बसत बेनॉयरनं विचारलं, ''मला प्रामाणिकपणे सांग, आत्ता तू जे बोललीस, तसं तुला खरंच वाटतंय? तुला मी जावं असं खरंच वाटतंय?''

त्यावर नीला काहीच बोलली नाही.

बेनॉयर हसला.

''तुला तसं वाटत नाही, मला माहीत आहे. तुला तसं वाटणारच नाही. तुझं माझ्यावर प्रेम आहे, तुला, मला गमवायचं नाहीय.''

दु:खाचा आवंढा नीलाच्या घशात दाटला. ओठ चावून तिनं तो आवंढा गिळायचा प्रयत्न केला. बेनॉयर तिला आलिंगन देऊन झोके घेऊ लागला... डावीकडं... मग उजवीकडं... ''ज तेम ज तेम ज तेम,'' तो म्हणत होता.

एकटं राहणं म्हणजे काय ते नीला जाणून होती. बेनॉयर सोडून गेला तर या घरात आपल्याला स्वत:च्याच सावलीवर धडकत राहावं लागणार होतं. तिला कुणीही आलिंगन देणार नव्हतं, तिला जवळ घेणार नव्हतं किंवा 'ज तेम' म्हणणार नव्हतं. तिचा प्रियतम स्वत:ला तिच्यासाठी झोकून देत होता... तिच्यात त्याला बाजूला ढकलायची शक्ती किंवा धैर्य तरी नव्हतं.

बेनॉयर म्हणाला, ''तुझं पुस्तक भिरकावून देऊन मी निघून गेलो, त्या दिवशी मला वाटलं होतं की, आपलं नातं तुटलं. मी पास्कलची माफीसुद्धा मागितली. पण प्रत्येक वेळी, तुझ्याविना माझ्या आयुष्याची कल्पना करून पाहिली की, मला घुसमटल्यासारखं वाटायचं. नीला, तू माझं जीवन आहेस, हे माझ्या लक्षात आलं. आपण परस्परांसाठी जन्माला आलो आहोत. मला स्वत:लाच ठार करावंसं वाटत होतं. मी चाकूसुद्धा हातात घेतला होता. मग, मला पास्कल डॉक्टरांकडं घेऊन गेली.''

''कसले डॉक्टर?''

''मानसोपचारतज्ज्ञ.''

नीला भयचकित झाली. त्याच्या मिठीतून स्वत:ला हळुवारपणे सोडवून घेऊन, त्याच्या झुकल्या नेत्रांत पाहत तिनं विचारलं, ''बोदलेरची पुस्तकं आणि एक गुलाबाचं फूल घेऊन इथं येण्याचा सल्ला तुला डॉक्टरांनी दिला?''

बेनॉयर कडवट हसला...

“मला इथं यायचंच नव्हतं.... मी इथं आलो ते डॉक्टरांनी सांगितलं म्हणून, असं तुला वाटतंय का?”

नीलाच्या मनात आलं, एखाद दिवशी डॉक्टर याला सांगायचे, “जा, पास्कलसोबत सुखानं संसार कर,” आणि तोही नेमकं त्याबरहुकूम वागायचा.

बेनॉयरनं विचारलं, “काय झालं? तुला मी पुरेसा स्थिरावलेलो नाहीय असं वाटतंय का?”

नीला हसली.

“नाही, तसं अजिबात नाही. मला वाटतं, मलाच वेड लागलंय. मीच लवकरात लवकर डॉक्टरांकडं जायची गरज आहे.”

“का? तुला काय होतंय?”

नीला म्हणाली, “मला वरचेवर श्वास कमी पडतोय.”

बेनॉयर सावकाश नीलाकडं आला. तिच्या कानात कुजबुजत म्हणाला, “तुला माझ्याबरोबर कुठं बाहेर यायचंय?”

“कुठं?”

“आधी तुला बाहेर जायचंय का, ते सांग.”

“रात्री, या वेळी?”

“हो. तुला यायचं असेल तर मी तुला तिथं नेईन.”

“ठीक आहे. आता मला सांग, कुठं जायचं?”

“सातव्या स्वर्गात.”

बेनॉयरनं तिला सातव्या स्वर्गात नेलं; ती पिसासारखी तरंगत होती. बेनॉयरनं आपल्याला दिलंय तसं सुख देणं कुणालाच देणं शक्य होणार नाही, तिच्या मनात आलं.

तिच्या मनात बेनॉयरच्या अंत:पुरातल्या स्वत:च्या भविष्यकाळाचं चित्र उभं राहिलं... तिला खूप समाधान वाटलं.

‘सातव्या स्वर्गाची’ सफर संपली... आणि रात्रही. नीलाचा शिणलेला देह झोपेच्या कुशीत शिरतोय तितक्यात बेनॉयरच्या गजराच्या घड्याळानं त्यांना झोपेतून ओढून काढलं. वान्डा नीलाच्या अंगावर उडी मारून आली, त्याबरोबर नीला बिछान्यातून चटकन बाहेर आली. कुत्र्याचा असह्य वास, कानाशी कर्कश रेडिओ... नीला एका क्षणात ‘चौदाव्या स्वर्गात’ पोचली. तिनं बेनॉयरसाठी कॉफी केली. टेबलावर ब्रेड, लोणी, जाम मांडलं. तो फक्त कॉफी पिऊन घाईनं

निघाला.

''काय गडबड आहे?''

''मला मेट्रो पकडायची आहे.''

''का? गाडी कुठं आहे?''

''ओह, तुला सांगितलंच नाही. मी पास्कलला गाडी दिली; ती गाडी वापरेल,'' बेनॉयरचा स्वर शांत, अविचल होता.

नीलानं स्वत:च्या चहासाठी आधण ठेवलं.

''मग तू काय वापरणार?''

''सध्या तरी मेट्रो आणि बसेस.''

''आणि पुढे?''

''खरं तर, नीला, मला मेट्रो आणि बसेसच अधिक बऱ्या वाटतात. पॅरिसमध्ये कार बाळगणं किती अवघड आहे, ते तुला माहीत आहे. पार्किंग म्हणजे भयानक प्रकार असतो आणि प्रत्येक बारीकसारीक गोष्टीसाठी तिकिट घ्यावं लागतं.''

नीलानं मान डोलावली. खरी अडचण कुठं आहे ते तिला माहीत होतं. 'च्यॅक्' करून ती म्हणाली, ''म्हणजे आता पास्कलला गाडीमुळं त्रास होणार.''

''माझ्यापेक्षा तिलाच गाडीची अधिक गरज आहे. तिला जॅकलीनला शाळेत सोडणं, पुन्हा आणणं, हे करावं लागतं.''

''ओह!''

बेनॉयर तिच्याकडं भेदक नजर टाकत म्हणाला,

''मला वाटतं, हे तुला आवडलेलं नाही.''

''तू मला सांगितलंस आणि मी ते ऐकलं. संपला विषय. त्यात आवडण्याचा आणि न आवडण्याचा प्रश्नच नाही.''

बेनॉयरनं निळ्या जीन्सवर टी-शर्ट घातला. तो टाय किंवा शर्टच क्वचितच वापरायचा. तू दिलेले शर्ट आपण कुठं बाहेर जाऊ तेव्हा मी घालीन, असं त्यानं तिला सांगितलं होतं. टाय तसेच विनावापर पडून होते, तसंच यू डी कोलनसुद्धा. तीन 'मस्केटियर्स'पैकी एकाचं नाव दिलेलं असल्यामुळं त्यानं 'अॅरामिस' तेवढं अंगात घातलं.

परफ्यूम माखून तो नीलासमोर उभा राहिला. ''नीट ऐक, मी तुला पूर्वीच सांगितलंय, जरी मी पास्कलला सोडलं असलं, तरी मला तिचे खर्च चालवावे लागणार आहेत. तिच्या नोकरीमुळं तिला जॅकलीनसाठी पुरेसा वेळ देता येत नव्हता, त्यामुळं मी तिला स्ट्रासबर्गमधली नोकरी सोडायला सांगितलं होतं. त्यानुसार तिनं नोकरी सोडलीय. त्यामुळं आता मला ठरल्यानुसार तिचे खर्च

चालवावे लागणार आहेत. पास्कल आणि जॅकलीन ही संपूर्ण माझी जबाबदारी आहे. समजलं?''

तिला समजलं होतं.

तिला म्हणावंसं वाटत होतं, ''मीसुद्धा नोकरी करत नाही, मग माझी जबाबदारी कुणावर?''

पण तिनं या वेळीही आपल्या शब्दांना लगाम घातला.

बेनॉयर गेल्यानंतर नीला अभ्यासिकेत गेली. तिनं जे. एम. कोट्झीचं 'डिसग्रेस' वाचायला घेतलं. या पुस्तकाच्या शीर्षकानं तिला खेचून घेतलं. तिनं या लेखकाचं यापूर्वी काहीही वाचलं नव्हतं. वाचताना तिची नजर पुन्हा पुन्हा पास्कलच्या फोटोवर वळत होती. तिनं पुस्तकावर नजर खिळवली, त्यातल्या प्रत्येक अक्षरावर. जवळजवळ निम्मं-अर्धं पुस्तक वाचून झाल्यावर तिच्या लक्षात आलं की, आपलं लक्ष पास्कलकडं आहे, पुस्तकात नाही. बाल्कनीत जाऊन तिनं दीर्घ उसासे सोडले. ती एकट्या बेनॉयरबरोबर राहत नव्हती, ती त्याच्या आख्ख्या कुटुंबाबरोबर राहात होती; या कुटुंबात फारच दाटीवाटी झालेली होती.

बेनॉयरनं फोन करून विचारलं, ''वान्डाला खाऊ घातलंस?''

''नाही.''

''का?''

''माझ्या डोक्यातच राहिलं नाही.''

''सध्या तुझ्या डोक्यात काय असतं म्हणा! असो. मी तुला सांगितलंय, त्याप्रमाणे तिला खायला घाल... ती छोटी कुत्री आहे त्यामुळं...''

''त्यामुळं काय? मी तिच्यावरही जळतीय?''

''नाही. मला वाटतं, ती तळमळत असेल.''

नीलानं फोन ठेवला. संताप मनातल्या मनात दाबून, तिनं तीन कॅन्समधले खाद्यप्रकार बाऊलमध्ये ओतले आणि ते बाऊल वान्डापुढे ठेवलं. तिचा पाण्याचा कपही भरून ठेवला.

पुन्हा बाल्कनीत जाऊन तिनं खोल श्वास घेतला. थोड्या वेळानं बेनॉयरचा पुन्हा फोन आला,

''तिला खाऊ घातलंस?''

''नाही,'' नीला थंड स्वरात म्हणाली.

बेनॉयर चिडलेला दिसत होता.

''का?'' त्यानं विचारलं.

''नाही घातलं कारण, तिचं सगळं खाणं मी खाल्लं.'' नीलाचा स्वर शांत,

नेहमीसारखाच होता.

"काय बोलतीयस?"

"मी तुला खरं काय ते सांगतीय. मी गरीब देशातून आलेय, त्यामुळं पाळीव प्राण्यांना इतकं चांगलं अन्न द्यायची मला सवय नाहीय; असे पदार्थ आम्ही स्वत:सुद्धा खात नाही. मला अगदी राहवेना. त्यामुळं मी ते खाऊन टाकलं."

नीलानं फोन ठेवला.

तितक्यात ग्लास फुटल्याचा आवाज घुमला. कशाचा आवाज आला ते पहायला नीला आत गेली. वान्डा डेस्कवर शेपूट हलवत उभी होती आणि पास्कलच्या फोटोफ्रेमच्या ठिकऱ्या ठिकऱ्या जमिनीवर विखुरल्या होत्या. नीलानं त्या उचलल्या नाहीत. त्या काचा तशाच ठेवून ती घराबाहेर पडली. बाहेर तिला पोलिस दिसले. ते एक मृतदेह नेत होते. तो मृतदेह होता शेजारच्या फ्लॅटमध्ये राहणाऱ्या मादाम सुझान ड्युगेट यांचा. नीला आणि त्या कधी जिन्यात भेटल्या तर एकमेकींना 'बाँजूर' (हॅलो) करत असत. एकदा सुझानबाईंनी संभाषण वाढवत नीलाला विचारलं होतं की, मी रात्री उशिरापर्यंत संगीत ऐकते त्याचा तुला त्रास तर होत नाही ना? त्यावर नीलानं त्यांना अजिबात त्रास होत नसल्याचं सांगितलं होतं. मादाम ड्यूगेट तिला म्हणाल्या होत्या की, संगीताची सोबत नसेल तर माझा वेळ जाणं अशक्य आहे.

नीलानं पोलिसांकडं चौकशी केली, त्यांच्याकडून तिला समजलं की, सुझानबाई तिथं मृतावस्थेत काही दिवसांपासून पडून होत्या. सफाई करणाऱ्या बाईला कॉरिडॉर स्वच्छ करत असताना दुर्गंधी आली म्हणून तिनं पोलिसांना बोलावलं होतं. पोलिसांनी कुलूप तोडून घरात प्रवेश केला असता, त्यांना सुझानबाईंचा कुजलेल्या, सुजलेल्या अवस्थेतला मृतदेह मिळाला होता. सुझानबाईंचा विरूप चेहरा पाहून नीला शहारली. डोळे मिटून घेऊन कितीतरी वेळ ती भिंतीला टेकून उभी होती. त्यानंतर ती सरोवराकाठच्या जॉर्ज ब्रासिन पार्कमध्ये कितीतरी वेळ गवतात तोंड खुपसून बसली होती.

काही तासांनी शहरात जाऊन तिथं ती निरुद्देश भटकत राहिली. संध्याकाळी नवी फोटोफ्रेम घेऊन ती घरी परतली. त्या नव्या फ्रेममध्ये पास्कलचा फोटो बसवून, तिनं काचेचे तुकडे भरून केरात टाकले आणि बदकाचा एक पदार्थ केला... बेनॉयरला बदक फार आवडत असे.

संध्याकाळी कामावरून घरी परतल्यानंतर बेनॉयरनं सांगितलं की, आज माझं आईशी बोलणं झालं. नीलाला त्यांना भेटवायला आणण्याचं त्यानं कबूल केलं होतं; शक्य असेल तर आजच.

नीलाच्या मनात आलं, आपण निवडलेल्या वधूवर त्यांच्या परवानगीचा शिक्का मिळवण्यासाठी तो तिथं जातोय. तिनं प्रसंगानुरूप पोशाख केला. केशभूषा, चेहऱ्याची रंगरंगोटी करून, उंच टाचांची पादत्राणं घालून, काळ्या पोशाखातल्या नीलानं बेनॉयरचा हात धरून प्रस्थान केलं.

गार दोस्तेर्लित्ज ते ओर्लेयाँ ह्या तासाभराच्या प्रवासात बेनॉयर अखंड बोलत होता. तुझ्याबाबत मी गंभीर नसतो, तर मी तुला माझ्या आईला भेटायला नेलं नसतं, हे त्यानं तिला ऐकवलं. पूर्वी सांगितलेलंच त्यानं तिला पुन्हा एकदा सांगितलं की... तिला भेटण्यापूर्वी तो त्याच्या संसारात दुःखी नव्हता, उलट त्यांचं कुटुंब फार फार सुखी होतं. त्याचे मित्र त्याला नेहमी सांगायचे की, आम्ही इतकं अनुरूप जोडपं कधी पाहिलं नाही. पास्कल त्याला कधीही विरोध करायची नाही. ती त्याच्यावर कर्तव्यदक्ष पत्नीसारखं प्रेम करायची, त्याला सुखी ठेवण्यासाठी सर्व काही करायची, त्यामुळं पत्नीच्या बाबतीत असमाधानी असल्यामुळं तो दुसऱ्या स्त्रीकडं गेला, असा विचार करायचंही काही कारण नव्हतं. बेनॉयरची कथा इतर लोकांसारखी नव्हती, ती सर्वस्वी निराळी होती.

लख्खकन् वीज चमकावी तसं बेनॉयरच्या जीवनात नीलाच्या अकस्मात येण्यानं सारं काही बदललं होतं; पण बेनॉयर पास्कलला पूर्ण सोडून देण्याइतका पाषाणहृदयी नव्हता. त्याच्या ऑफिसमधून त्याचा संपूर्ण महिन्याचा पगार थेट पास्कलच्या खात्यावर जमा होणार होता; त्याच्या स्वतःच्या खर्चासाठी तो फक्त थोडेसेच पैसे ठेवून घेणार होता. तो हा त्याग नीलासाठी करत होता. पुढल्या आठवड्यात वीकेंडला तो ऱ्यू द रेन्नमध्ये राहायला जाणार होता. कारण, पास्कल व जॅकलीनची तशी इच्छा होती.

नीलानं उसासा सोडला.

''मी समजून घ्यायचा प्रयत्न करतीय.''

तिनं फुफ्फुसात पुरेसा श्वास भरून घेतला होता. आता तिला उसासे सोडता येणार होते.

बेनॉयरचे वडील स्टेशनवर गाडी घेऊन आले होते. त्या दोघांना घेऊन ते घरी गेले. घरी गेल्यावर बेनॉयरच्या आईनं त्यांचं आणि त्याच्या प्रियेचं स्वागत केलं– दोन्ही गालांवर चुंबनं उमटवून. नीला तिला सासू समजून 'मा' असं म्हणालीच होती; तितक्यात तिनं त्याचं 'मादाम ड्यूपॉन्ट' करून सावरून घेतलं.

मादाम कॉरीन ड्यूपॉन्ट गुबगुबीत, लठ्ठ, आनंदी, मध्यमवयीन होत्या. त्या कारखान्यात काम करत असत, आता त्या निवृत्त झाल्या होत्या. मसिय ड्यूपॉन्टनी नीलाला समोर बसवून आपली जीवनकहाणी ऐकवली. चाळीसच्या दशकात भरमसाठ मुलं जन्मली,... दुसऱ्या जागतिक महायुद्धाहून परतल्यानंतर सैनिकांनी

युरोपात आपापल्या बायकांशी जे काही केलं, त्याचं ते फळ होतं. मासिय ड्यूपॉन्टही अशाच मुलांपैकी एक होते. वयाच्या पंधराव्या वर्षी तेसुद्धा कॉरीनप्रमाणेच कारखान्यात कामाला लागले. ते काम त्यांना आवडलं नाही, म्हणून ती नोकरी सोडून ते मार्सिलीजला गेले. तिथं त्यांनी दोन वर्षं जहाजावर नोकरी केली. काही काळ त्यांनी टॅक्सी चालवली. त्यानंतर त्यांनी अल्साकीमध्ये द्राक्षं पिकवली आणि अखेर ते पोलिसदलात दाखल झाले होते. आता त्यांनी निवृत्ती पत्करली होती. कारण त्यांना वरचेवर पाठदुखी सतावत होती. खाणं, झोपणं, कॉम्प्युटरवर 'सॉलीटेअर' खेळणं, पाईप ओढणं आणि 'पोर्श' विकत घेण्याची स्वप्नं पाहणं, या दिनक्रमात ते संतुष्ट होते. चार ग्लासांत वाईन ओतून, ते जुन्या फोटोंनी भरलेलं बूटांचं खोकं घेऊन आले. त्यांनी तिला त्यांच्या आजोबांचे, पणजोबांचे, नातेवाइकांचे फोटो दाखवले आणि शेवटी बेनॉयरच्या बालपणीचे. बेनॉयर अडीच वर्षांनी घरी येत होता. तेराव्या वर्षी त्यानं घर सोडलं होतं. कॅथॉलिक स्कूलमध्ये त्याचं शिक्षण झालं होतं. त्यानंतर तो 'बाकालोरेआ' (हायस्कूल परीक्षा) पास झाला होता. तेव्हापासून सरकारनं त्याच्या शिक्षणाचा खर्च केला होता. त्याचा आपल्या मात्यापित्यांशी प्रामुख्यानं पत्रातूनच संपर्क होता. पास्कल मनात भरल्यानंतर तो घरी आला होता. त्याच्या आईवडिलांना ती फार आवडली होती. त्यानंतर ते जॅकलीनच्या जन्मानंतर एकदा घरी आले होते आणि आत्ता नीलाला घेऊन. पॅरिस ते घर हा अवघ्या तासाभराचा प्रवास असूनही बेनॉयरला आपल्या मातापित्यांकडं यायला वेळ नसायचा, अगदी सुट्टीमध्येसुद्धा.

आयुष्य अतिशय धोरणी होतं. कुणालाच भूतकाळात रेंगाळायचं नव्हतं. मसिय आणि मादाम ड्यूपॉन्टना आपापलं जीवन होतं; त्यांची मुलं मोठी झाली होती, आता त्यांचं कर्तव्य संपलं होतं. मूल जर शारीरिक आणि मानसिकदृष्ट्या निरोगी असेल, तुम्ही फारशी काळजी न करणं गृहित होतं. जर काही सुवार्ता असेल तर ती फोनवरून किंवा पत्रातून समजण्यानं ते आनंदी होत होते. बेनॉयरचं नूतन प्रेम ही सुद्धा त्यांच्या लेखी सुवार्ताच होती. बेनॉयरनं ही वार्ता त्यांच्याकडं प्रत्यक्षच आणली होती. नीला कशी दिसते किंवा कशी वागते, हे पारखायला ते इथं आले नव्हते. ती कशीही असली तरी, त्यांचा मुलगा तिच्यासोबत सुखात आहे ना, त्यांना तेवढं पुरे होतं. ते इतरांच्या आयुष्यात नाक खुपसत नव्हते, बंगाल्यांसारखं. त्याच्या आईवडिलांनी तिला बेनॉयरच्या बालपणीच्या गोष्टी सांगितल्या. त्या नादात त्यांची पॅरिसची शेवटची ट्रेन चुकली. त्यामुळं त्यांना तिथंच राहावं लागलं. बेनॉयरच्या पूर्वीच्या खोलीतला बिछाना छोटा होता, टेबल आणि कपाटही लहानच होतं. त्या छोट्या कपाटात बेनॉयरचे छोटे-छोटे कपडे अजूनही व्यवस्थित हँगरला टांगून ठेवलेले होते. रात्री बेनॉयर नीलासोबत त्या बिछान्यावर झोपला.

आठवणींचे पक्षी बोलवत... आणि प्रणयात डुंबत.

नीलाला वाटत होतं की, प्रणयसुखाच्या अत्युच्च बिंदूवर पोचल्यानंतर आपल्या दोघांच्या तोंडून निघणाऱ्या चीत्कारांचा घरातल्या इतर दोन माणसांना त्रास होणार, पण बेनॉयरला त्याची फिकीर नव्हती.

दुसऱ्या दिवशी सकाळी त्यांनी ओर्लेयाँ सोडलं. ओर्लेयाँ– जोन्न दार्कच्या स्मृतींचं आणि उत्साहानं रसरसलेल्या ड्यूपॉन्ट दांपत्याचं शहर. ट्रेनमधून जाताना नीला खिडकीबाहेर पाहात होती... अतिशय व्यवस्थित आखलेली खेडी, शिवारं, शेतातली घरं आणि सुदृढ दिसणाऱ्या गायी. शेजारून वेगवान गाड्यांमधून हातात बियरचा कॅन घेतलेले आनंदी, उत्साही शेतकरी जाताना दिसत होते. कुणीही गुरं चरायला नेत नव्हतं. बियाणं पेरणं, पीक कापणं, ते गोळा करणं सगळं यंत्रांमार्फत होत होतं. कोलकता सोडताना नीलानं पाहिलेलं दृश्य म्हणजे रोडावलेल्या शेतकऱ्यांनी जुंपलेले रोडावलेले बैल. हे शेतकरी हातानं पेरणी करायचे आणि सुगीच्या वेळी हातानंच पिकाची कापणी करायचे. वर्षभर ढोर मेहनत करूनही त्यांना दोन वेळचं जेवण क्वचितच लाभत होतं आणि इथं मात्र सरकार शेतकऱ्यांना पैसे देत होतं ते शेती 'न' करण्यासाठी, गुरं, मेंढ्या किंवा डुकरांची पैदास 'न' करण्यासाठी. त्यांच्याकडं इतकी समृद्धी होती की, बाजारपेठा ओसंडून वाहात होत्या. या देशात स्वत:चं एखादं उत्पादन घेण्यापेक्षा, इतर देशातली उत्पादनं विकत घेणं स्वस्त होतं.

समजा इथला शेतकरी मिशांना पीळ भरत म्हणाला की, माझ्या जमिनीत मी शेती केली तर मला अमुक इतके पैसे मिळतील, तर सरकारं त्याला सांगेल की, तू शेती केली नाहीस, तर आम्ही तुला दुप्पट पैसे देऊ.

अचानक नीलाला हसू फुटलं.

''हसायला काय झालं?''

''कधीकधी मला हे फार गमतीचं वाटतं, बेनॉयर. जगाच्या दोन भागांतल्या लोकांसमोर असणारी परिस्थिती किती वेगळी असू शकते. इथं समृद्धी उतू चाललीय आणि तिकडं संपूर्ण खडखडाट. कुणी झगडतोय तर बाकीचे मजा मारतायत. हे सगळं म्हणजे विनोदच आहे.''

नीला विचारात हरवली होती.

विचारात गढलेल्या नीलाला कोपरानं ढोसत बेनॉयरनं विचारलं, ''तू कसला विचार करतीयस?''

''काही विशेष नाही.,''

''मला सांग.''

''सांगण्यासारखं काही नाही.''

"तरी..."

बेनॉयरचा स्वर मागणीचा होता... प्रेमिकाच्या मागण्या. त्याची प्रिया होणं म्हणजे त्याच्याशी विचार 'शेअर' करणं... देह त्याच्या स्वाधीन करण्यासारखंच.

"मला सार्त्रची आठवण झाली," नीला म्हणाली.

"आमचा जीन पॉल सार्त्र?"

"हो, तुमचा जीन पॉल सार्त्र."

बेनॉयर हसून म्हणाला, "आणि मला वाटलं, तू तुमच्या गरीब शेतकऱ्यांचा विचार करतीयस."

नीला गप्प बसली. थोड्या वेळानं ती म्हणाली, "सार्त्रनं म्हटलंय की, आयुष्य अर्थशून्य असतं पण, ते आपण अर्थपूर्ण घडवावं लागतं. ते कसं घडवता येईल? एखादा मुलगा किंवा मुलगी गरीब कुटुंबात जन्माला आला; त्याला शिक्षण मिळत नाही, उपासमार सोसावी लागते, दोन वेळा पोटाला मिळवण्यासाठी त्याला संपूर्ण दिवस मर-मर काम करावं लागतं. कदाचित त्याच्यात महान शास्त्रज्ञ किंवा थोर लेखक अथवा तत्त्वज्ञानी होण्याइतकी बुद्धिमत्ता असेलही. अशा परिस्थितीत त्यानं या बुद्धीचा उपयोग कसा करायचा? आयुष्य अर्थपूर्ण बनवायला त्याला संधीच कुठं आहे? त्याला खायला अन्न किंवा ल्यायला वस्त्र नसेल, तर आयुष्य म्हणजे वेदनांची मालिका असणार, नाहीतर काय असणार?"

नीलाला मोलिनाची आठवण झाली. आपलं आयुष्य अधिक अर्थपूर्ण करण्याची क्षमता मोलीनात होती का? नवऱ्याच्या घरात ती कैदेत होती; तिचं मन आणि देह अदृश्य साखळदंडात बांधलेलं होतं.... सामाजिक साखळदंडांत. या बेड्या झुगारून कसं मुक्त व्हायचं, ते तिला ठाऊक नव्हतं. जगभरात अशा लक्षावधी मोलिना होत्या... बेड्या झुगारून कसं मुक्त व्हायचं ते ठाऊक नसलेल्या.

बेनॉयर पुन्हा हसला.

"काहीतरी मूर्खपणा आहे झालं! प्रत्येकजण आपापलं आयुष्य एकाच पद्धतीनं अर्थपूर्ण बनवत नाही. माझं आयुष्य जॅकलीनच्या दृष्टीनं चांगलं आहे, पण माझे आईवडील श्रीमंत नव्हते, त्यांनी खूप संघर्ष केला, त्यांच्या आयुष्यात मी अर्थ आणला... मी संपत्ती मिळवली. शिवाय एखाद्याला या जन्मातली फळं पुढल्या जन्मात मिळू शकतात. मग आयुष्य अर्थशून्य का असावं?"

नीला मोठ्यानं हसली.

"तुला हसायला काय झालं?"

नीला हसत हसतच म्हणाली, "तुझा पुनर्जन्मावर विश्वास आहे?"

"अर्थातच. तुझा नाही?"

"नाही?"

"पण का? तुमच्या धर्मातसुद्धा स्वर्ग, नरक आहे," बेनॉयर म्हणाला.

नीला हसून म्हणाली, "खूप वर्षांपूर्वी एका बंगाली लेखकानं म्हणून ठेवलंय, 'कुठं आहे स्वर्ग आणि कुठं नरक– ते खूप दूर आहेत, असं कोण म्हणतं? स्वर्ग आणि नरक, दोन्हीही माणसाच्या ठायी असतं.' "

बेनॉयरनं ताठ बसत गंभीरपणे विचारलं, "तुझा देवावर विश्वास नाही?"

"नाही."

नीला ठाम होती.

बेनॉयर मागं झुकला.

"विचित्र आहे."

"भारत अध्यात्मासाठी प्रसिद्ध म्हणून मला सदैव माहीत होता," बेनॉयर म्हणाला, "इथला आध्यात्मिक वारसा या देशाइतकाच प्राचीन आहे."

नीला म्हणाली, "तुमच्या पुस्तकांत भारतीय चार्वक तत्त्वज्ञान शाळेबद्दल वाचलं आहेस का? त्या काळातलं सर्वांत लोकप्रिय तत्त्वज्ञान होतं लोकायत. या लोकायती मंडळींचा आत्मा किंवा देव किंवा स्वर्ग-नरक यांवर विश्वास नव्हता. भारतावर ब्रिटिशांनी कित्येक वर्षं राज्य केलं. त्यांना आम्ही अशा भ्रमात राहायला हवं होतं की, आम्ही अतिशय सुमार आहोत, ज्ञान, आधुनिकता किंवा इतर कोणत्याही बाबतीत आम्ही त्यांच्या बरोबरीचे नाही आणि आम्ही फक्त गुलाम व्हायलाच योग्य आहोत. हे अर्थातच खरं नव्हतं. हे फक्त भारतातल्या लोकांना मूर्ख बनवण्यासाठी म्हटलं गेलं. त्यामुळं जेव्हा स्वातंत्र्य चळवळ सुरू झाली, तेव्हा काही मूलतत्त्ववादी पंडितांना भारताच्या भूतकाळाचं उदात्तीकरण करायचं होतं. आम्ही किती महान होतो, हे सिद्ध करण्यासाठी त्यांनी भारतीय इतिहास उकरून काढला. पाश्चिमात्त्य बुद्धिप्रामाण्यवादाला किंवा आधिभौतिकवादाला विरोध करण्यासाठी त्यांनी आयुष्य कालबाधित आहे, आयुष्य म्हणजे मोहजाल, आयुष्य म्हणजे माया असं प्राचीन कथांत सांगितल्याचा दावा करायला सुरुवात केली. आमची तयार झालेली प्रतिमा पुसून आदराची प्रतिमा निर्माण करण्यासाठी हे सगळं होतं आणि पाश्चात्त्यांनी ही भारताची खरी प्रतिमा मानली."

नीलाला वाटलं, की आता बेनॉयर विचारणार, "भारताचा खरोखर आधिभौतिकवादावर विश्वास आहे, तर मग हा देश अजून गरीब का आहे? बहुतांश लोक दारिद्र्यरेषेखाली का आहेत?"

या संभाव्य प्रश्नाचं उत्तर नीलानं मनाशी जुळवून ठेवलं होतं– "कारण अडीचशे वर्षं ब्रिटिशांच्या जोखडाखाली असल्यामुळं आमची अर्थव्यवस्था दुर्बल झालेली आहे."

प्रश्न– “ते तर पन्नास वर्षांपूर्वीच गेले.”

उत्तर– “एखादा देश उभारण्याच्या दृष्टीनं पन्नास वर्षं हा पुरेसा काळ नाही.”

त्यावर बेनॉयर म्हणणार की, दुसऱ्या जागतिक महायुद्धानंतर जर्मनीसुद्धा संपल्यातच जमा होता. पन्नास वर्षांत हा देश युरोपातला सर्वांत श्रीमंत देश बनला आहे. त्यावर नीला अमेरिकेच्या ‘मार्शल प्लॅन’बद्दल प्रश्न उपस्थित करणार.

नीलाचं डोकं गरगरू लागलं. बेनॉयरच्या प्रश्नांचं भय तिच्या डोक्यात दबा धरून बसलं होतं. कुठंतरी काहीतरी चुकतंय, तिच्या मनात आलं. तिचा देश तिथं एकटा पडला होता. मोलिनाच्या आजारी, निस्तेज देहासारखा. त्याच्या शुश्रूषेला कुणीही नव्हतं. नीला पक्षी बनून तिथं उडत उडत गेली. उन्हानं करपलेल्या, अनावृष्टीचा तडाखा बसलेल्या भूमीवर ती पर्जन्य बनून बरसली. नीलाला वाटू लागलं की, आपणसुद्धा साखळदंडात बद्ध आहोत. स्वत:ला या शृंखलांतून मुक्त केलं तरच आपण आपल्या देशाला लवून मुजरा करू शकू! आपण या निष्ठुर परदेशी भूमीत का राहतोय, तिचं तिलाच समजत नव्हतं. जसजसा हा देश पाहावा तसतसा तो अधिकच विचित्र भासत होता. या देशानं तिला काय द्यावं? सुरक्षितता? कसली? सुखाची की आयुष्याची? कधीकधी नीलाला वाटायचं, जगण्यातच काही अर्थ नाही! सुखातही काही अर्थ नाही.

बेनॉयर तिच्या बोटाला स्पर्श करत म्हणाला, “मग देवानं आपल्याला परस्परांसाठी बनवलंय, यावर तुझा विश्वास नाही, असं तुला म्हणायचंय?”

खिडकीतून नजर बाजूला न काढता नीला म्हणाली, “नाही.”

*

पूर्णविराम.... अद्याप नाही

त्यानंतरचा आठवडा नीलाच्या दृष्टीनं एखाद्या सामान्य गृहिणीसारखा गेला. सकाळी सात वाजता बेनॉयरचं गजराचं घड्याळ दोघांनाही उठवायचं. एकदा ती त्याला म्हणाली, “हा रेडिओ एखाद्या बॉम्बसारखा दाणकन् फुटतो आणि मी खाडकन् उठते. माझी झोपसुद्धा नीट पूर्ण होत नाही.”

त्यावर तो म्हणाला, “तू फार झोपतेस. हे चांगलं नाही. त्यामुळं तू लठ्ठ होशील.”

नीलाला लठ्ठ होण्याची भीती होती त्यामुळं ती रोज सकाळी रेडिओच्या तालावर उठून स्वयंपाकघरात जात होती. दररोज ती निरनिराळी न्याहारी बनवत होती. तेच तेच खाऊन त्याला कंटाळा येऊ नये म्हणून. तिच्या ओठांचं चुंबन घेऊन एकदा का तो कामावर गेला की, ती घराची साफसफाई करत होती, जवळच्या दुकानातून त्याच्या आवडीचे पदार्थ आणून ते रांधत होती, घड्याळ बघत होती आणि फोनची रिंग वाजली की टुणकन् उडी मारून धावत होती. दिवसभर काय केलंस, बेनॉयर तिला फोनवर विचारत असे. त्यावर ती सगळा दिनक्रम त्याला अगदी तपशीलवार सांगत असे. अखेर तो तिला विचारत असे, 'तुझं माझ्यावर प्रेम आहे का?' त्यावर ती 'होय' म्हणत असे. बेनॉयर दिवसभरात काहीवेळा तरी अशी खात्री पटवून घेत असे. संध्याकाळी कामावरून परत आल्यावर, तो तिचं चुंबन घेत असे. टीव्हीपुढं बसत असे आणि तिनं जेवायला बोलावलं की, टेबलापाशी येत असे. एके दिवशी टीव्हीवर भारताविषयी डॉक्युमेंटरी सुरू होती. बेनॉयरनं उडीच मारली, ''लवकर ये, भारत आहे बघ.''

नीलाला सोनागाचीमधल्या वेश्यांची मिरवणूक पाहावी लागली. तो माहितीपट मुख्यत्वे त्यांच्या हक्कांसाठीच्या लढ्यावर आधारलेला होता. तो पाहून बेनॉयर म्हणाला, ''बापरे! तुझ्या देशात इतक्या वेश्या आहेत?''

नीलानं त्याचं लक्ष दुसरीकडं वळवण्याचा प्रयत्न केला. ''आज मी तुझ्यासाठी 'मसेल' आणलंय.''

बेनॉयर म्हणाला, ''मंऽऽ, मंऽऽ,'' ते पाहण्याआधीच.

बेनॉयरला भारतीय शास्त्रीय संगीतानं आश्चर्यचकित करून सोडण्याच्या प्रयत्नात नीलानं हरिप्रसाद चौरसियांचा अल्बम लावला; पण तो म्हणाला, ''नीला, राग मानू नकोस, पण मी हे बदलतोय.''

त्याऐवजी त्यानं फ्रेंच संगीताची सीडी लावली.

''तुला चौरसिया आवडले नाहीत?''

''हे बघ नीला, तो माझ्या आवडीचा प्रांत नाही– इट्स नॉट माय कप ऑफ टी.''

अर्थातच त्यानं त्याचा 'फ्रेंच कप ऑफ टी' एकट्यानं प्यायला. एके दिवशी त्यानं नीलाला हातानं जेवताना पाहिलं, तेव्हा त्याचे डोळे आश्चर्यानं बटाट्यासारखे झाले, जणू त्यानं कुणी रानटी स्त्री पाहिली असावी. शरमलेल्या नीलानं चटकन हात धुतले आणि सुरी-काटा उचलला. त्यावर बेनॉयर तिचं सांत्वन करत म्हणाला,

''ओह, तुझं चालू दे, लाजू नकोस. आम्हीसुद्धा काटा अगदी अलीकडं उचललाय. आमचे पूर्वज हातानंच जेवायचे, तुझ्यासारखंच. सुमारे हजार वर्षांपूर्वी

चांदीची उपकरणं नव्हती.''

रोज रात्री नीला बेनॉयरच्या आवडत्या पदार्थांनी टेबल सजवायची आणि तो त्यांचं कौतुक करायचा. एकदा रात्री नीलानं मटण रस्सा केला होता. तो बेनॉयरला आवडल्यामुळं तिनं तो पदार्थ पुन्हा केला. बिछान्यामध्ये नीलाच्या देहात बुडून बेनॉयरनं एक नवा खेळ सुरू केला. त्यांच्या प्रणयकालात नीलाला बंगालीत बोलावं लागायचं, माझं तुझ्यावर प्रेम आहे, तू मला हवाहवासा आहेस... माझ्या आत आत खोलवर आणि असेच कितीतरी प्रणयरम्य अप्रत्यक्ष उल्लेख. त्याला त्यातलं अवाक्षरही कळायचं नाही, पण ते ऐकायला निराळं वाटायचं. त्यामुळं त्याला त्यात मजा वाटायची. त्याला खूष करण्यासाठी नीलानं बंगालीत असं बोलायला सुरुवात केली, पण आपला स्वत:चाच आवाज तिला विचित्र वाटू लागला कारण, अशा गोष्टी बंगालीत बोलायची तिला सवय नव्हती. असं हास्यास्पद वाटण्यावर मात करण्याचा तिनं प्रयत्न केला आणि साफसफाई करताना, स्वयंपाक करताना अथवा खिडक्या पुसताना तिनं असं बोलण्याचा सराव केला. बेनॉयर नेहमी म्हणायचा की, भारतीय स्त्रीचं शरीर अधिक अनाकलनीय असतं; तिच्या शरीराचा एक निराळाच स्पर्श असतो आणि याच निराळेपणानं त्याला पास्कलकडून कधीही न मिळू शकलेलं सुख दिलं होतं. आपण त्याला निदान निराळी चव देऊ शकलो... जी पास्कल देऊ शकली नाही, हे ऐकून नीलाला आनंद झाला होता. त्यांच्या झंझावाती प्रणयानंतर बेनॉयर तिला 'गुडनाईट' चुंबन द्यायचा. पहाटे रेडिओच्या कर्कश जागं करण्यासोबत आणखी एक चुंबन लाभायचं. दिवसाच्या निरनिराळ्या प्रहरांसाठी निरनिराळ्या प्रकारची चुंबनं शिकायला नीलाला थोडा वेळ लागला. फ्रेंच प्रियतम असणाऱ्या व्यक्तीला कमीत कमी एवढी तरी गोष्ट करता यायला हवी.

एकदा संध्याकाळी ते पिकासो म्युझियम आणि पॉम्पीदूर पाहायला गेले. पिकासोची कला पाहून नीलानं अजिबात थरार दर्शवला नाही. बेनॉयरनं तिला विचारलं तेव्हा ती म्हणाली की, समुद्रकिनाऱ्यावरून पळत जाणाऱ्या दोन मुलींचं चित्र वगळता इतर कोणतंही चित्र मला आवडलं नाही. त्यावर बेनॉयर म्हणाला की, ती कळायची अक्कल पाहिजे. नीलाजवळ ती अक्कल नसल्यामुळं ती पिकासोच्या कलेकडं नुसती आ वासून पाहात होती.

''केवढा महान कलावंत, थोर माणूस, पिकासो...''

नीला म्हणाली, ''तो प्रसिद्ध असेल, पण माणूस म्हणून तो अजिबात महान नव्हता. त्याचं आयुष्य कसं होतं, त्याबद्दल फ्रॉंस्वानं लिहिलं आहे. स्पेनच्या यादवी युद्धाविरुद्ध त्यानं बंड केलं. मात्र त्याचा स्वत:चा संघर्ष सुरू होताच. ओल्गा, मारी तेरेझ, फ्रॉंस्वा, जॅकलीन... त्यानं या सगळ्यांना फसवलं.''

"तुला आमच्या पिकासोबद्दल बरंच काही ठाऊक दिसतंय."

"तो तुमचा नाही, स्पेनचा आहे."

"ओह, म्हणजे तेच; म्हणजे पाश्चात्त्यच."

नीलाला कळून चुकलं की, आपण पौर्वात्य... पश्चिमेच्या नेमक्या विरुद्ध टोकाचे. पॉम्पीदूरमधली आधुनिक कला पाहिल्यानंतर तर, याला कलाकृती म्हणतात यावर नीलाचा विश्वासच बसेना. तिनं पाहिलेली पहिली कलाकृती होती गोमांसाचा पोशाख. मांसाचे अतिशय पातळ काप करून, त्याचा पोशाख शिवलेला होता. तो पोशाख परिधान केलेल्या एका मुलीचा फोटोसुद्धा तिथं होता. तिथं एक कागदाचा फाटका तुकडा, त्यावर काहीतरी खरडलेलं होतं, फ्रेम करून टांगला होता... कलाकृती म्हणून. जुने, फाटके कपडे, मोडके रेडिओ, फाटक्या टायर्स, सिगरेटची रिकामी पाकिटं आणि कचऱ्याच्या कोंडाळ्यातून उचलून आणलेल्या कितीतरी वस्तू तिथं गोळा करून, त्यांना 'कला' म्हटलं जात होतं. नीला एका निळ्या कॅनव्हाससमोर उभी राहून पाहत होती. त्या चित्रात कुठं ब्रशचा एखादा फटकारा, निदान एखादा ठिपका तरी आहे का, ते पाहत होती. पण तिथं कशाचाच पत्ता नव्हता. पण ती 'कला' होती. तिनं बेनॉयरला विचारलं, कॅनव्हासवर तर काहीच नाहीय, मग ही कलाकृती कशी काय असू शकते. त्यावर बेनॉयर म्हणाला की, ही कलाकृती असणारच, नाहीतर तिला इथं स्थान मिळालं नसतं. नीलाला याचा अर्थ कळला नाही. तिचा आधुनिक कलेवरचा विश्वासच उडाला. तिला 'लूव्र' मध्ये पुन्हा जाऊन आणखी श्रेष्ठ कलाकृती पाहाव्यात असं वाटू लागलं. दुसऱ्या दिवशी लूव्रमध्ये जाऊन इजिप्त, ग्रीस व आफ्रिकेतील कला पाहण्याचं सुख अनुभवलं.

नीला म्हणाली, "आता वसाहतवादाचा काळ नाहीय. आता ते या मौल्यवान कलाकृती त्या त्या देशांना का परत करत नाहीत?"

बेनॉयर म्हणाला, "या गोष्टी टिकून राहिल्या आहेत कारण आम्ही त्या जपल्या आहेत. त्यांच्या त्यांच्या देशात त्या केव्हाच नष्ट झाल्या असत्या."

नीला म्हणाली, "मग काय बिघडलं असतं?" तिच्या मनात आलं, या लोकांनी पिरॅमिडसुद्धा खोदून काढून ती इथं आणली असती.

एका संध्याकाळी नीला आणि बेनॉयर मॉरोनिसकडं डिनरला गेले. ती आवन्यू द पेझीदाँ वील्सन या झकपक भागात राहत होती. हे घर तिला तिच्या फ्रेंच वडिलांनी भेट दिलं होतं.

तिच्याकडून घरी परतताना बेनॉयर म्हणाला, "मॉरोनिसचं नशीब फार चांगलं आहे."

नीला म्हणाली, "सगळं काही नशिबावरच नसतं. ती हुशार आहे म्हणून हे

तिला जमलं.''

रोज संध्याकाळी पास्कलचा फोन यायचा. नीलानं फोन उचलला की ती म्हणायची, ''मी पास्कल बोलतीय. बेनॉयरला फोन देशील?''

नीला बेनॉयरला फोन द्यायची. गुरुवारी संध्याकाळी तिचा फोन येऊन गेल्यानंतर बेनॉयर ऱ्यू द रेन्न ला गेला आणि रात्री तिथंच राहणार असल्याचं नीलाला फोनवरून कळवलं.

दुसऱ्या दिवशी तो परत आला. त्यानंतर थोड्याफार असंबद्ध संभाषणानंतर नीलानं विचारलं, ''काल रात्री तू पास्कलबरोबर झोपला नाहीस?''

''नाही.''

''का?''

''का म्हणजे, तुला काय म्हणायचंय?''

''तुझं तिच्यावर प्रेम आहे. तू तिच्याबरोबर का झोपत नाहीस?''

''तुझ्या प्रेमात पडल्या दिवसापासून मी फक्त तुझ्याबरोबर झोपलोय, तिच्याबरोबर नाही. आम्ही रिव्हिएराहून परतल्यापासून मी तिला स्पर्शसुद्धा केलेला नाहीय.''

''पण तू तिकडं गेला होतास तेव्हासुद्धा तुझं माझ्यावर प्रेम आहे असं म्हणाला होतास.''

''नीला, तू प्रत्येक गोष्ट गुंतागुंतीची का करतीयस? मी जॅकलीनशी काही एक संबंध ठेवायचा नाही, असं तुझं म्हणणं आहे का?''

''अर्थातच नाही. मला फक्त एवढंच जाणून घ्यायचंय की, दोन स्त्रियांशी कामसंबंध ठेवण्यात तुला काय अडचण आहे? तुमचं कुणावर प्रेम असलं तर त्याच्याशी सेक्स करावा असं तुझं मत आहे, म्हणूनच तू माझ्याबरोबर झोपलास.''

''मी पास्कलबरोबर झोपलो नाही कारण तुला ते आवडणार नाही.''

''तू मला आवडणार नाही म्हणून तुझ्या इच्छेवर ताबा ठेवलास?'' नीलानं सहानुभूतीयुक्त स्वरात 'च्यक् च्यक्' केलं.

''शिवाय, पास्कललाही माझ्याबरोबर झोपायचं नव्हतं.''

''हे तुला कसं कळलं? तू तिला विचारलंस? तुला हवंच होतं आणि ती नाही म्हणाली, असंच ना?''

''नीला, तू फार बोलतीस.''

''फार नाही बोलत. माझ्या प्रश्नाचं उत्तर दे. ती जर 'बरं' म्हणाली असती तर तू काय केलं असतंस? तू मागं फिरलास कारण ती नाही म्हणाली, पण जर तिला हवं असतं तर तू तिच्याशी प्रणय केला असतास, केला नसतास?''

''नाही, नसता केला. कारण मी तिच्याबरोबर झोपणं तुला आवडणार

नाही, हे मला माहीत आहे.''

''समजा, मला आवडत असलं तर?''

''काय?''

''समजा, आज रात्री तू पास्कलबरोबर झोपलास, तिच्याशी प्रणय केलास तर ते मला आवडेल.''

''अचानक हे काय तुझ्या डोक्यात आलंय? तुला ती सहन होत नाही. तू तिच्यावर फार जळतीयस.''

''मी तिच्यावर जळतीय असं मानून तू खूप सोसलंस. आजवर मी तुझ्यालेखी तुझ्या स्वप्नातील शांत-संयमी, सहनशील, कार्यक्षम आणि क्षमाशील भारतीय स्त्री आहे.''

दुर्मुखलेला बेनॉयर काही वेळ तिथं बसला आणि नंतर शांतपणे आत गेला. तिथून परत येताना त्याच्या हातात वाईनच्या दोन बाटल्या आणि गुलाबांचा गुच्छ होता. नीलाच्या हातात ती गुलाबपुष्पं देत तो हळुवारपणे म्हणाला, ''माझं तुझ्यावर प्रेम आहे आणि हे सर्वात मोठं सत्य आहे.''

नीला फुलांचा गंध घेत म्हणाली, ''या देशात फुलांना गंध नसतो, ती फक्त सुंदर दिसतात. भारतात गुलाबांचा गंध नुसता घमघमता असतो.''

''हे संकरित प्रकार आहेत. प्रक्रियेमध्ये त्यांचा सगळा गंध विरतो.''

बेनॉयर तिच्या केसांत बोटं फिरवत म्हणाला,

''तुझं सारं काही उत्स्फूर्त असतं. त्यामुळंच माझं दर दिवसागणिक तुझ्यावरचं प्रेम वाढतंय.''

त्यानं नीलाला शेजारी बसवून घेतलं आणि आदल्या रात्री पास्कलशी झालेलं संभाषण सावकाश सांगायला सुरुवात केली.

त्यानं पास्कलला सांगितलं होतं की, बराच विचार केल्यानंतर माझ्या लक्षात आलंय की, माझं तुझ्यावरचं प्रेम मैत्रिणीवरच्या प्रेमासारखं आहे... माझं कायमचं प्रेम आहे नीला. आपण ती रात्र तिथं घालवायला नको होती असं त्याला वाटत होतं. त्याला तिला मुळीच दुखवायचं नव्हतं. पास्कलनं त्याला सांगितलं होतं की, उगीचच वेळ दवडू नकोस, दोन्ही नातेबंधापैकी एक निवड. व्यवस्थित चाललेला चांगला सुखी संसार सोडणं हा फार कठीण निर्णय होता, पण बेनॉयरनं पर्याय निवडला होता... त्यानं नीलाला निवडलं होतं. आता त्याला पास्कलशी परस्परसहमतीनं घटस्फोट घ्यावा लागणार होता. या देशात घटस्फोट मिळायला काही वेळ लागतो आणि उभयपक्षांच्या वकिलांना तपशील ठरवावे लागतात. आपल्या मालकीच्या गोष्टींची वाटणी करण्याचा मुद्दा ते अगदी सहज सोडवू शकणार होते. काही वेळा बेनॉयर आणि पास्कलला जॅकलीनसाठी

परस्परसंपर्क ठेवावा लागणार होता. पास्कलनं त्याला सांगितलं होतं की, मी नोकरी शोधेन, तोवर मला तुझ्यावर अवलंबून राहावं लागेल, माझ्या अजिबात मनात नाहीय, तरीही. त्याला पिता या नात्यानं जॅकलीनची जबाबदारी घ्यावी लागणार होती कारण, तसा या देशातला कायदाच होता. पण, लवकरच ती मोठी होईल, एकदा का ती पंधरा वर्षाची झाली की, घर सोडून, तिची ती स्वतंत्र होईल.

बेनॉयर एवढ्यावरच थांबला नाही. त्यानं डेस्कमधून पास्कलचा फोटो उचलून रिकाम्या सुटकेसमध्ये टाकला आणि हा फोटो ज्याचा आहे त्याला लगेच देऊन टाकीन असं सांगितलं.

त्याच आठवड्यात, शुक्रवारी नीलाला किशनलालचं पत्र आलं, रजिस्टर पोस्टानं : ती घटस्फोट प्रक्रिया सुरू झाल्याचं कळवणारी कायदेशीर नोटीस होती. ते पत्र हातात धरून ती आपल्या काळजाचे ठाक् ठाक् ठोके कितीतरी वेळ ऐकत होती. क्षणभर तिच्या डोळ्यांसमोर काजवे चमकले. बेनॉयर तिला शांत करत म्हणाला, ''तुझा माझ्यावर विश्वास नाही का?''

नीलाचे हात हातात घेत बेनॉयर म्हणाला, ''नीला, मी तुझ्यावर जसं प्रेम करतो तसं कुणीच करणार नाही, कुणी नाही.''

बेनॉयरच्या हातांच्या तुलनेत नीलाचे हात काळे-काळेकुट्ट दिसत होते.

''मी तुला सगळं काही दिलंय, नीला, माझ्या स्वत:सहित. तुला आणखी काय हवंय!'' बेनॉयरचे निळे डोळे अथांग महासागरासारखे भासत होते.

नीलाच्या हृदयाची धडधड थांबली. बेनॉयरनं तिचा चेहरा स्वत:कडं वळवून घेतला... गवताचं कस्पटासमान पातं भरभक्कम झाडाकडं धाक बसल्यासारखं पाहू लागलं.

ते पत्र मिळाल्याच्या रात्री नीलानं कलकत्त्याला फोन केला, घर सोडल्यापासून पहिल्यांदाच. तिला त्यांना घटस्फोटाविषयी सांगायचं होतं, अनिरबान व निखिलच्या पत्रांची पोच द्यायची होती आणि ती जिवंत आहे व ठीक आहे, हे त्यांना सांगायचं होतं.

''तू? आज सूर्य पश्चिमेला उगवला काय?'' तिचा आवाज ऐकल्यावर निखिल चीत्कारला.

नीला म्हणाली, ''सूर्य पूर्व किंवा पश्चिम कुठूनच उगवत नाही. तो एका जागी असतो आणि तो बाकी सगळ्यांना आपल्या तालावर नाचायला लावतो.''

''बरं, मला सांग, तू कशी आहेस? तू एका परदेशी माणसाबरोबर राहतीयस असं मी ऐकलं.''

''सुनीलनं सांगितलं का? तुम्हाला माझा फोन नंबर आणि पत्ता त्यानं दिला

ना?''

किशनलाल आणि तिच्या घटस्फोटाची कागदोपत्री प्रक्रिया सुरू झाली असल्याची माहिती तिनं त्याला पुरवली. परदेशी माणसाबरोबर आपण खूष असून लवकरच त्याच्याशी विवाहबद्ध होणार असल्याचंही तिनं त्याला सांगितलं. हो, उगाच नीला वाईट चालीची स्त्री आहे अशी अफवा कोलकत्यात पसरायला नको!

''दादा, तू कसा आहेस? लवकर लग्न करतोयस ना?''

''आम्ही काही मुली पाहतोय. मागच्या महिन्यात पाच पाहिल्या.''

''तुला कुणी आवडली का?''

''छे! अजिबात नाही.''

''का?''

''पाचीजणी काळ्या होत्या, नशीब माझं!''

नीला म्हणाली, ''पण तू काळा आहेस.''

''पुरुष काळा असला तरी चालतं.''

नीला स्वत:शीच म्हणाली, ''खरं आहे हे! पुरुष काळा, कुरूप, विचित्रप्राणी, भ्रष्टाचारी, रासवट, हरामखोर, राक्षसी किंवा बिघडलेला असला, तरी चालतं.''

*

महत्त्वाचा दिवस

नीलाला बेनॉयरचा सव्वीसावा वाढदिवस मोठ्या दिमाखात साजरा करायचा होता. वाढदिवसाच्या मेजवानासाठी तिनं निमंत्रितांची यादी केली होती.

१)मॉरोनिस
२)फ्रेडरिक
३)डॅनियल
४)नताली
५)निकोल
६)मिशेल
७)रीटा
८)मोजम्मल
९)मोजम्मलचे मित्र (३ किंवा ४)

१०) सानल एडमारकू
११) बाबू गोगिनी
१२) बाबू गोगिनीची बायको
१३) तारिक
१४) ओडिल
१५) चैताली
१६) सुनील

मॉरोनिस आणि फ्रेडरिकनं आम्ही येऊ म्हणून सांगितलं. मंगळवारी संध्याकाळी मला शाळेत जायचं असतं, म्हणून मला येणं जमणार नाही, असं डॅनियलनं सांगितलं. डॅनियलनं नुकतीच एका नव्या शाळेत नोकरी धरली होती. तिथं तिला आठवड्यातून तीन दिवस वर्ग घ्यावे लागत होते. तिथं ती 'लेखक कसं व्हावं' या विषयावर धडे देत होती. नतालीला 'सोलॅरियम' मध्ये जायचं होतं, त्यामुळं तिलाही वेळ नव्हता.

'सोलॅरियम' हे काय प्रकरण होतं? शरीर उन्हात रापवण्यासाठी कृत्रिम किरण अंगावर घेण्याची सोय असलेलं ठिकाण म्हणजे सोलॅरियम. निकोल, मिशेल आणि रीटा या तिघींपैकी पहिल्या दोघीजणी पॅरिसमध्ये नव्हत्या आणि तिसरी रीटा, त्याच दिवशी एका मित्राबरोबर कॉफीपानासाठी जाणार होती. ही त्यांची भेट चार महिन्यांपूर्वीच ठरली होती. त्यामुळं ती रद्द करणं शक्य नव्हतं. निमंत्रण मिळाल्यावर मोजम्मलनं उडीच मारली, ''दीदी, इतके दिवस तुम्ही कुठं होतात? आम्हाला तुमची किती आठवण झाली! मी तर तुम्हाला बॉक्स-फॅक्टरीतसुद्धा पाहून आलो.'' नीलानं त्याच्या मित्रांनाही निमंत्रण दिल्यावर, तो आणखीनच खूष झाला. बाबू गोगिनी आणि त्याची बायको हैद्राबादला गेल्याची माहितीही त्यानं पुरवली. तारिकचा फोन नंबरही तिनं मिळवला. तारिक आणि ओडिलकडून 'यायचा प्रयत्न करू' असा प्रतिसाद मिळाला. आधी तिच्या मनात सुनील आणि चैतालीला सांगावं असं होतं, पण नंतर विचार केल्यावर तिनं ही दोन्ही नावं रद्द केली. आता तिचे पाहुणे सगळे मिळून झाले सात. तुझ्या कुणा मित्रांना किंवा नातेवाइकांना तुला बोलवायचंय का, असं तिनं बेनॉयरला विचारलं, पण त्यातलं कुणीही ऑगस्टमध्ये पॅरिसमध्ये नाही, असं त्यानं सांगितलं. पॅरिस सुनं सुनं होतं. पास्कल कॅनरी आयलंडस्‌ला जाणार होती. बेनॉयरलाही तिथं जायचं होतं, पण या खेपेला तो नीलामुळं तिकडं जाणार नव्हता.

पार्टीच्या संयोजनात ती चांगलीच बुडून गेली. मोजम्मलनं तिला फोन करून मदत करायची तयारी दर्शवली. बाजारहाटात काही मदत हवी असेल तर

आणि स्वयंपाकात मदत करायला थोडं लवकर यायची त्याची तयारी होती. नीलानं त्याचं सहाय्य घ्यायचं मान्य केलं.

वाढदिवसाच्या त्या महत्त्वपूर्ण दिवशी, मोजम्मल आणि जेवेल दुपारीच आले. नीलानं जेवेलला किशनच्या उपाहारगृहात पाहिलं होतं. जेवेलचा चेहरा अगदी लहान मुलासारखा होता. जेवेलनं कांदा चिरायला घेतला. घरात आलं नव्हतं, त्यामुळं मोजम्मल आलं आणायला पळाला. तो आलं घेऊन आला, त्या वेळी त्यानं बेनॉयरसाठी भेटवस्तूही आणली होती. जेवेल लहान चणीचा, गोरा आणि बालीश होता. तो कांदे, लसूण अगदी मेहनतीनं चिरत होता. त्यानंतर मटण शिजायला घालू का, असं त्यानं विचारलं. जेवेल उपाहारगृहात काम करत होता, त्याला स्वयंपाक कसा करायचा, ते ठाऊक होतं. नीलानं मासे तळून घेतले. तिनं मेजवानीचा बेत मोठा जंगी आखला होता. या तिन्ही बंगाली माणसांनी स्वयंपाकघरात काम करण्याची मजा अनुभवली, जणू ते एखादी पिकनिक साजरी करत असावेत. स्वयंपाक करता करता ते रबींद्रसंगीताच्या ठेक्यावर लहरत होते. वेळ केव्हाच पंख लावून उडून गेला. संध्याकाळ होत आली होती. तितक्यात तारिकचा फोन आला. त्याच्या मुलाच्या स्किझोफ्रेनिक फिटस् वाढल्यामुळं यावंसं वाटत नाहीय, असं त्यानं सांगितलं.

"स्वयंपाक जास्त होणार,"

नीलानं फोन ठेवला.

मोदिबो नावाच्या एका मुलाची अलिकडंच ओळख झाल्याचं सांगून, मोजम्मलनं त्याला बोलवू का, असं नीलाला विचारलं.

मोजम्मल डोकं खाजवत म्हणाला, "पण तो काळा आहे."

मोदिबो नुकताच मालीहून आला होता. गरीब बिचारा मोदिबो पोलिसांच्या भीतीनं लपत छपत दिवस काढत होता. बरेचदा त्याला पुरेसं चांगलं खायलासुद्धा मिळायचं नाही.

नीला उदार मूडमध्ये होती.

"मोदिबोलाच का, जोदिबो, सोदिबो, कोण असतील त्या सगळ्यांना बोलव."

बेनॉयर वेळेवर आवरून तयार झाला. त्यानं नीलानं भेट दिलेला नवा शर्ट आणि टाय घातला होता. नीलानं बालुचरी साडी नेसली होती. पाहुण्यांचं आगमन झाल्यानंतर शॅम्पेनचा फेसाळता पूर वाहू लागला, जोडीला ट्रेसी चॅपमनच्या 'रिव्होल्यूशन'चे सूर साथीला होते. बेनॉयर उत्सवमूर्ती होता. इथं आलेल्या भेटी, ताबडतोब उघडून बघायचा रिवाज होता. सानलनं त्याला भारतातल्या अजिंठा-वेरुळच्या शिल्पांच्या धर्तीवरचं एक प्रणयमुद्रेतलं छोटं शिल्प भेट दिलं. मोजम्मलच्या

पुडक्यातून ब्रूट बाहेर पडलं. प्रत्येकानं आणलेली भेट पाहून बेनॉयर आनंदानं चीत्कारत होता आणि प्रत्येकाचे आभार मानत होता. इकडं नीलाच्या मात्र मनात येत होतं की, ब्रूट म्हणजे ओ द त्वालेत हे काही बेनॉयरच्या उपयोगाचं नाही. नीलाची भेट सर्वांत छोटी होती, लाल कागदात गुंडाळलेली. ती भेट आत्ता लगेच उघडून पाहू नकोस, असं तिनं त्याला सांगितलं. त्याबरोबर खोलीत हास्याचा मोठा स्फोट झाला. सानलनं डोळे मिचकावले. नीलानं त्याला शुष्क चुंबन दिलं, फ्रेंच नव्हे बंगाली आणि ती म्हणाली, ''या चुंबनात लाळटपकूपणा आणि वासना जराशी कमी आहे.''

सानलनं 'वाढदिवस' या विषयावरचं आपलं मत व्यक्त केलं.

''हा फार दुःखद दिवस असतो कारण आपण मृत्यूच्या एक वर्षानं जवळ गेलोय, याची हा दिवस आठवण करून देतो.''

स्वतःच्या वाढदिवशी सानल शोकमग्न असायचा, वाढदिवसाचा निमंत्रित असायचा तो एकटा आणि त्या दिवशी तो सगळी दारं-खिडक्या बंद करून खोलीत एकटा बसायचा. आनंदोत्सव साजरा करण्याचे नियम म्हणजे, दिवसभर उपाशी राहायचं, फोनचा रिसिव्हर बाजूला काढून ठेवायचा आणि टीव्हीचा रिमोट दूर ठेवायचा.

मोठ्या मोठ्या काळ्याभोर, बेकायदेशीरपणाची छटा असणाऱ्या, स्थलांतरित डोळ्यांचा, गोल नाकाचा मोदिबो मागं-मागंच होता, ट्रेसी चॅपमनच्या सुरांसारखा. त्याच्या हातात ग्लास होता. शॅम्पेन संपली तरी त्याचं तोंड मिटलेलंच होतं. नीला मोदिबोला बारकाईनं निरखत होती.

सानल हिंदीत खुसखुसला, ''या माकडाला इथं कुणी बोलावलंय?''

त्याच्या या वाग्बाणावर मोजम्मल आणि जेवेलपासून सगळेचजण सातमजली हसले.

मोदिबोच्या ग्लासात आणखी शॅम्पेन ओतत नीला म्हणाली, ''मी बोलवलंय.''

बंगाली स्वयंपाकाबरोबर बोरदो वाईनची मजा औरच असते, असा बेनॉयरचा दावा होता. एकामागोमाग एक बाटल्या रित्या होत होत्या. संध्याकाळ आनंदाच्या लाटेवर झुलत होती. जवळपास मध्यरात्री, मॉरोनिस-फ्रेडरिक आणि सानल निघाले. निघण्याआधी सानलनं फ्रेंच बरंच येऊ लागल्याबद्दल नीलाचं अभिनंदन केलं. उत्तरादाखल नीलानं 'मेर्सी बोकू' (शतशः आभार) म्हटलं.

सर्व उपस्थितांनी टाळ्यांचा गजर केला.

बेनॉयर झोपायला गेल्यानंतरसुद्धा नीला मोजम्मल, जेवेल आणि मोदिबोबरोबर थांबून यजमानपदाची जबाबदारी सांभाळत होती. मोजम्मलनं तिला बच्चू आचाऱ्याबद्दल सांगितलं. त्याला फ्रान्समध्ये कागदपत्रं मिळाली नाहीत म्हणून तो इटलीला गेला

होता. इटलीत कागदपत्रं मिळवण्यासाठी त्याला दलालाला भलीमोठी रक्कम द्यावी लागली होती. त्या दलालानंच त्याला काय करायचं, कधी पळायला सुरुवात करायची, केव्हा उडी घ्यायची हे सांगितलं होतं. इटलीमध्ये प्रवेश करण्याआधी बच्चूनं अंधारात ट्रेनमधून उडी मारली होती... तसा नियमच ठरला होता. एकदा ट्रेन गेली की, त्यानं रुळावरून पळायचं, तितक्यात दुसरी ट्रेन आलीच, तर झुडपांत लपून राहायचं. हे सगळं दिव्य पार करून त्यानं काही अंतरही पार केलं, पण मागून येणाऱ्या दुसऱ्या एका ट्रेननं त्याला ठोकरलं आणि त्याचा अंत झाला.

नीलाच्या मणक्यातून भीतीची लहर सरसरत गेली.

जेवेलची या देशात येण्याची कहाणी ऐकताना तिनं ग्लासमध्ये आणखी वाईन भरली. तो ढाक्याहून मॉस्कोला गेला होता. तिथून रुमानियातल्या एका शहरात जाणाऱ्या, भाज्यांची वाहतूक करणाऱ्या एका ट्रकमध्ये लपून तो गेला, तिथून त्यानं झेक प्रजासत्ताक राष्ट्राची सीमा पार केली, त्यानंतर बर्फिल्या पर्वतांवरून ते जर्मनीत निघाले. जेवेलचा भाऊ रुबेलसुद्धा त्याच्याबरोबर होता. त्या दोघांपैकी कुणीही आयुष्यात कधीच बर्फ पाहिलं नव्हतं. बूट काढल्यावर आपल्याला जलद पळता येईल अशा विचारानं रुबेलनं आपल्या पायातले बूट काढले... पण, तो बर्फात पडला आणि खेळ खलास...

बेनॉयरची हाक ऐकल्यावर नीला भानावर आली आणि वास्तवात परत आली. बेनॉयर शयनगृहात पडला होता, त्याच्या भुवया आक्रसल्या होत्या.

''कोण आहेत ही माणसं? तू त्यांच्याशी इतका वेळ का बोलत बसलीयस? मी इथं एकटा पडलोय, हे दिसत नाही तुला?''

वान्डा त्याच्या छातीवर बसली होती.

नीला म्हणाली, ''तू एकटा नाहीयस, तुला सोबतीला वान्डा आहे.''

बेनॉयरच्या नजरेत चीड होती.

नीला म्हणाली, ''चल, त्या खोलीत चल.''

''मी तिथं येऊन काय करू? तुम्ही विचित्र भाषेत बोलताय.''

''बंगाली. मला बंगाली बोलून युगं लोटली आहेत, त्या भाषेच्या चवीची मजा मी अनुभवतीय.''

''पण मी तुला बंगालीत बोल म्हणतो, तेव्हा तू बंगाली बोलत नाहीस.''

''तुला बंगाली समजत नाही, बेनॉयर. तू बंगाली नाहीस.''

''मग तू मला हे आधीच सांगायचंस की, मी बंगाली गप्पांची मैफल आयोजित केलीय म्हणून.''

जर तसं असतं तर नीलानं फ्रेडरिक, सानल यांना कशाला आमंत्रण दिलं असतं? मोदिबोचं एक सोडा, कारण त्याला बंगाली नामक कुठली भाषा या जगात आहे, हेच ठाऊक नव्हतं. बेनॉयरच्या बोलण्याला काहीच प्रत्युत्तर न देता, नीला रुबेलची कहाणी ऐकायला दुसऱ्या खोलीत निघून गेली...

... पोलिस आले, त्यांनी रुबेलला उचलून नेलं. त्याच्या पायातलं रक्ताभिसरण थांबल्यामुळं त्याचे दोन्ही पाय कापून काढावे लागले, त्याच्या पायांना गँगरिन झालं होतं. जर्मन सरकारनं त्याच्यावर उपचार करून, त्याला घरी पाठवलं. जमीन विकून, लाखो रुपये गोळा करून त्यानं भविष्याची सोनेरी स्वप्नं रंगवत ढाक्का सोडलं होतं, पण त्याला पुन्हा तिथंच जावं लागलं... शारीरिकदृष्ट्या, आर्थिकदृष्ट्या आणि मानसिकदृष्ट्याही अपंग होऊन.

“रुबेल वीस वर्षांचा होता,” मोजम्मल म्हणाला.

जेवल पायात बूट घालूनच पळाला, त्यामुळं बर्फदंशातून आणि पोलिसांच्या तावडीतून त्याची सुटका झाली. जर्मनीतून तो फ्रान्समध्ये निसटला. पोलिस कुठल्याही क्षणी झडप घालून हद्दपार करतील याची टांगती तलवार सदैव त्याच्या मानेवर होती. त्याच्या जीवनात सर्वाधिक असुरक्षितता होती. आता परत जावं लागलंच, तर अपंगत्व घेऊन जावं लागू नये, एवढी एकमेव इच्छा त्याच्या मनात होती.

मोदिबोसुद्धा तिथं भविष्य घडवण्यासाठी आला होता. टिंबक्टूत नायगर नदीकिनारी तो लहानाचा मोठा झाला होता. तो एका अंधाऱ्या, उपेक्षित घरात राहत होता, चर्चमधून वाटल्या जाणाऱ्या अन्नावर जगत होता आणि प्रत्येक क्षणी पोलिसांच्या भीती त्याच्या मानगुटीवर होती. त्याच्यात भरपूर शक्ती आणि मनोधैर्य होतं, पण दर दिवसागणिक ते आणखी खचत चाललं होतं.

त्याच वेळी बेनॉयर अचानक घरातून तरातरा बाहेर निघून गेला. ते पाहून सगळेजण आश्चर्यचकित झाले. नीला त्याच्या मागं धावली.

“इतक्या रात्री कुठं निघाला आहेस?”

पण त्याला गाठण्याआधीच विजेच्या वेगानं तो दिसेनासा झाला.

मोदिबोला आपली कथा लवकर आवरती घ्यावी लागली आणि त्यांना तिथून निघावं लागलं. बेनॉयरच्या अशा धाडकन निघून जाण्यामुळं वातावरण एकदम अवघडल्यासारखं झालं होतं, त्याचा परिणाम सगळ्यांवरच झाला होता.

पंधरा मिनिटांनी बेनॉयरचा ‘ती मंडळी गेली का’ विचारायला फोन आला. त्यानंतर तो घरी आला.

“त्यांचा काय रात्रभर इथंच राहायचा बेत होता काय? तुमचं गप्पाष्टक

संपायची काही चिन्हं नव्हती. सगळा दिवस खराब झाला. पास्कलला मला डिनर द्यायचं होतं, पण मी ते नाकारलं, तुझ्यासाठी. माझ्या वाढदिवशी मी त्यांच्याजवळ नाही असं जॅकलीननं प्रथमच पाहिलं. आज दिवसभर पास्कल माझ्या आठवणीनं अश्रू ढाळत होती आणि मी... तू माझा मामा केलास...

नीला म्हणाली, ''तू त्यांच्याकडं जाऊ नकोस असं मी तुला सांगितलं नव्हतं.''

''तू तसं सांगितलं नव्हतंस, पण माझं तिथं जाणं नाहीतरी तुला आवडत नाहीच. मी तिथं गेलो तर, तू मला पास्कलबरोबर झोपला होतास का म्हणून विचारणार. तुझ्या डोक्यात हे असलं सगळं असतं.''

बेनॉयरनं ग्लासात वाईन ओतली आणि बिछान्यासमोरच्या सोफ्यावर बसून तो घुटके घेऊ लागला.

''आणि कधीकधी मला तुझं वागणंच समजत नाही. तू हे मला काय दिलंयस? ही किल्ली कसली?'' बेनॉयरनं ती किल्ली नीलाच्या दिशेनं भिरकावली.

विक्रेत्यानं दिलेला कागद नीलानं त्याच्या हातात दिला. त्यावर लिहिलं होतं, 'रेनो, मॉडेल ऑथेन्टिक १४, १३९ उ/ख्स, पाच दरवाजे.'

ती म्हणाली, ''उद्या कधीही जाऊन गाडी घेऊन ये.''

नीला बिछान्यात आडवी झाली. ती फार दमली होती.

*

मनस्ताप

''तुला गाड्यांमधलं काय कळतं? तुझी तू स्वत:ची स्वत: जाऊन ती का आणलीस? तू मला सांगायचंस,'' बेनॉयर दिवसभर तिच्यावर ओरडत होता.

''का? गाडीत काही दोष आहे का? गाडी पळत नाहीय का?''

''एवढ्या किंमतीत तुला आणखी चांगली गाडी विकत घेता आली असती. तुझी फसवणूक झालीय.''

नीला हसून म्हणाली, ''बेनॉयर, आयुष्यभर माझी फसवणूकच झालीय. मला त्याची सवय आहे.''

ती त्याला मिठी मारत म्हणाली, ''तुला आनंद झाला नाही?''

तिच्या बाहुपाशातून स्वत:ला सोडवून घेत तो अंतरावर जाऊन बसला.

''हे बघ, पुन्हा असं कधी करू नकोस, मला आधी विचारल्याशिवाय

अनोळखी माणसांना घरी बोलावत जाऊ नकोस. पॅरिस आता पूर्वीसारखं राहिलेलं नाही.''

बेनॉयर दहा दिवस रजेवर होता. या मोकळ्या वेळात काय करावं हे त्याला समजत नव्हतं. दिवसातून दोनदा फोन करून तो बायकोची आणि मुलीची चौकशी करत होता. त्या आयलंडस्‌वर पोचल्या होत्या. समुद्रात जलविहार, चांगल्या हॉटेलमध्ये वास्तव्य असा त्यांचा कार्यक्रम सुरू होता.

पॅरिस वैराण झालं होतं... तसंच बेनॉयरचं मनही. ऑगस्टमधली सुटी त्यानं आजवर कधीच पॅरिसमध्ये घालवली नव्हती.

नीला म्हणाली, ''आपण म्यूत्यूआलीतेला जाऊया, तिथं एक कार्यक्रम आहे.''

''ओह, नको, बायकी कार्यक्रम. गुळगुळीत, मुलायम आवाजात त्या नुसती टिवटिव करणार... आम्हाला हे हवंय, आम्हाला ते हवंय; त्यांचं कधीही समाधान होणं शक्य नाही. समलिंगी आणि कुरूप बायकांचा एकत्र जमलेला घोळका नुसता.''

त्या दिवशीच्या कार्यक्रमाचा विषय होता, जाहिरातीतून घडणारं स्त्री देहाचं दर्शन लैंगिक उद्देशानं नसावं आणि कोणत्याही जाहिरात संस्थेनं आपल्या जाहिरातींतून अशा प्रकारे लोकांचं स्वप्नरंजन खुलवता कामा नये... आणि याचं उल्लंघन करणाऱ्या संस्थांवर आणि उत्पादनांवर कार्यक्रमाला उपस्थित असणाऱ्यांनी बहिष्कार घालायचा. नीलाला एकूणच सगळी लैंगिकता अजिबात अनाकर्षक वाटत नव्हती. इथं लैंगिक स्वातंत्र्य अधिक असल्यामुळं लैंगिक गुन्ह्यांची संख्या इथं कमी असणार असं नीलाला वाटत होतं. इथं ज्या सहजतेनं बायका फिरू शकत होत्या, ते दृश्य भारतात अशक्य कोटीतलं होतं. नीला स्वतःच्या मर्जीची वेशभूषा करू शकत होती. तिला स्वतःला विवस्त्रावस्थेत हिंडायचं असलं तर तिला ते स्वातंत्र्य का नसावं? आणि बायकांनी समजा स्वतःला नखशिखान्त झाकून घेतलं, जाहिरातींमधून लैंगिकता अगदी संपूर्ण काढून टाकली तरी पुरुषांच्या भावना चेतणार त्या चेतणारच. माणसांनी परस्परांचा आदर राखणं हे जास्त महत्त्वाचं. नीलाच्या मनात आलं, आज म्यूत्यूआलितेमध्ये मिठूचा निर्जीव देह आणून ठेवता आला तर, इथल्या श्रोत्यांना मोलिनाची जीवनकथा ऐकवता आली तर! मोलिना किंवा मिठूला कुणीही 'सेक्स ऑब्जेक्ट' मानलं नव्हतं. कामवासनेनंसुद्धा त्यांच्याजवळ कुणी आलं नव्हतं! आणि तरीही त्या दोघींच्या आयुष्यातला क्षणन् क्षण शब्दांपलीकडल्या वेदनेनं झाकोळलेला होता. कामुकता ही एक जमेची बाजू आहे, असं नीलाच्या मनात आलं. कामुकता होती म्हणून तर ती बेनॉयरला आकंठ तृप्त करू शकत होती... त्यामुळं तर तो तिच्यावर प्रेम

करत होता. हे जर वजा केलं, तर नीलालाही मोलिनासारखंच एकटेपणाच्या पोकळीत आयुष्य ढकलावं लागलं असतं किंवा आयुष्याला पूर्णविराम द्यावा लागला असता... मिठूसारखा. वान्डा आणि नीला... या दोघींपैकी दुसरीला जर वक्ष आणि मांड्या नसत्या, समजा दुसरीच्या ओटीपोटाच्या वर्तुळाकार प्रदेशात त्याला भरभरून मजा लुटता येत नसती तर, बेनॉयरनं नीलापेक्षा वान्डालाच अधिक कुरवाळलं असतं. नीला प्रेमाची भुकेली होती आणि ते प्रेम मिळवायचं तर कामुकता महत्त्वाची होती. अचानक, तिच्या मन:चक्षूंसमोर सुनीलचा चेहरा तरळला आणि तिला मळमळून आलं... भाडकन ओकावं अशी भावना झाली.

"मला या मिटिंगला जावंसं वाटतंय. तू येणार नसशील तर मी एकटी जाईन."

"तुला एकटीनं जायचंय? आणि मी घरात एकटा बसून राहून रजा वाया घालवू?"

नीला म्यूत्यूआलीतेला गेली नाही.

तो दिवस प्रचंड शांत गेला. दुसराही दिवस काही वेगळा नव्हता. त्यानंतर तिसऱ्या दिवशी बेनॉयर ऱ्यू द रेन्स मधल्या त्याच्या घरी गेला, काही कागदपत्रं आणायचीत असं सांगून. घरात नीलाला एकटं एकटं वाटू लागलं म्हणून ती बाहेर पडली. इकडंतिकडं भटकून ती कॅटॅकोम्बमध्ये गेली.

बेनॉयर घरी परतला. त्याचा दुर्मुखलेला चेहरा पाहून ती म्हणाली, "आपण इटलीला जाऊया."

त्यावर बेनॉयरनं परदेशी जायला जवळ पैसे नाहीत असं सांगितलं. बायकोला आणि मुलीला कॅनरीजला पाठवण्यात त्याचा बराच खर्च झाला होता.

"काही प्रश्न नाही. माझ्याकडं पैसे आहेत."

"मग तू जा इटलीला."

"मी एकटी जाईन असं तुला वाटलंच कसं?"

"माझ्याकडं पैसे असतील, तेव्हा मी जाईन," बेनॉयरचा स्वर विषण्ण होता.

"पण, आत्ता आपण एकमेकांसोबत जाणं आणि तेव्हाचं निराळं..."

"नीला, माझं स्वप्न आहे... आपण कुठंतरी दूर दूर जाऊ आणि स्वत:ला विसरून जाऊ... फक्त तू अन् मी ... एकही ओळखीचा चेहरा जवळपास असणार नाही. रात्रंदिवस आपण एकमेकांत हरवून जाऊ. यापेक्षा मला आणखी काही नकोय... पण स्वप्नं कधी सत्यात उतरतात थोडीच!"

त्याच्या स्वप्नाळू डोळ्यांत डोकावत नीलानं विचारलं, "मी तुला जवळची वाटत नाही? माझे पैसे आणि तुझे पैसे यात तू फरक का करतोस? मी नाही

करत. माझ्या मनात कधी असला विचारसुद्धा येत नाही.''

बेनॉयर कसनुसं हसला.

''ठीक आहे, तुझा इतका आग्रहच आहे तर आपण जाऊया.''

मग त्यांनी मासिकात 'डॉग सिटर्स' च्या जाहिराती पाहिल्या आणि त्यातल्या एका डॉग सिटरकडं प्रतिदिन पन्नास फ्रँक्स इतक्या दरानं वान्डाची रवानगी केली. हा सबंध महिनाभर डॉग आणि कॅट सिटर्सची चलती होती.

नीलाकडं 'कार्त् ब्ल' (क्रेडीट कार्ड) होतं.

पॅरिस, रोम, फ्लोरेन्स आणि व्हेनिसची दोन-दोन तिकिटं हातात पडली, तेव्हा बेनॉयरचं पिवळं हास्य चांगलं रुंद पसरलं.

''इटली, इटली ब्ल, ब्ल. ओह नीला. खरंच, तुझं माझ्यावर खूप प्रेम आहे! तुझं प्रेम लाभणारा मीही खरोखर भाग्यवान आहे.''

फ्रेंच चुंबनांच्या प्रपातात नीला घोंघावत गेली.

विमानतळावरून ते थेट जुन्या रोममधल्या गॅलिओ या पंचतारांकित हॉटेलमधल्या स्वीटमध्ये गेले. ते दोघे कुसिनो इटालियनोमध्ये जेवले, कोलोस्सिअमला भेट देऊन आले, रोमन संस्कृतीच्या किंवा असंस्कृतपणाच्या खुणा पाहिल्या, फॉन्टाना डी ट्रेवीमध्ये नाणी टाकली. बेनॉयर स्पॅनिश स्टेअर्सच्या जिन्यावर उभा होता. आपण बालपणी इथं आलो असतो तर, असं त्याला वाटत होतं.

व्हॅटिकन चर्चमध्ये बेनॉयरनं मस्तक झुकवून 'क्रॉस' केलं. सिस्टिन चॅपेलमधून त्यानं नीलाला रोमभरातले आणखी भग्नावशेष दाखवण्यासाठी ओढून बाहेर आणलं. ते दोघं हॉटेलमध्ये परत आल्यानंतर, बेनॉयर शातो मार्गोचा आस्वाद घेत बसला होता. त्याच वेळी त्याची नजर नुकत्याच न्हाऊन आलेल्या नीलाकडं होती.

''तू स्वर्गीय कौमार्याचं मूर्तिमंत लावण्य दिसतीयस.''

नीला म्हणाली, ''मी या पृथ्वीवरची अ-कुमारी, अ-सुंदरी आहे.''

बेनॉयर तिला आपल्या मांडीवर ओढत म्हणाला,

''ओह, दिमाखदार कुमारिके, तू या स्वर्गीय पेयाची चव चाखणार नाहीस? याची चव चाखून पाहिल्याशिवाय तुला आपण कशाला मुकतोय ते कळणार नाही.''

त्याचे मदहोश निळे डोळे पिऊन घेत नीला म्हणाली, ''मी तुला मुकत नाही तोवर मला शातो मार्गो ला मुकण्याची पर्वा नाही.''

बेनॉयरनं तिच्या ओठांचं, तिच्या हनुवटीचं, वक्षांचं, वक्षांवरच्या कळ्यांचं चुंबन घेतलं. एका हातात शातो मार्गो आणि दुसऱ्या बाजूला नीला... बेनॉयर

हर्षवायू झाल्यासारखा दिसत होता.

फ्लोरेन्सला गेल्यावर नीला अत्यंत रोमांचित झाली. तिला तिच्या स्वप्नातला 'डेव्हिड' डोळे भरून मनसोक्त पाहता आला.

ऊफिजी आटोपल्यानंतर नीला मायकेलोएन्जोलेचा 'डेव्हिड' पाहायला गेली. त्याच्याकडं पाहत तिचे तास न् तास कुठल्याकुठं गेले. बेनॉयर तिला घाई करत म्हणाला,

''इतका वेळ का काढतीयस? चल, जाऊया.''

''तुझ्या लक्षात आलंय का... डेव्हिड निर्दोष नाहीय. त्याचा उजवा हात बघ, किती मोठा आहे,''

नीला डेव्हिडवरची नजर न काढता म्हणाली.

बेनॉयर म्हणाला, ''असं होतं. माझं 'ते' सुद्धा तुलनात्मक पाहिलं तर खूपच मोठं आहे. तुला माझं 'ते' खरोखर आवडतं असं तूच म्हणाली होतीस.''

नीला हसून म्हणाली,

''म्हणूनच म्हणाले होते.''

म्युझियममधून बाहेर पडल्यानंतर बेनॉयर म्हणाला,

''तू आख्खा दिवस इथं फुकट घालवलास.''

भाड्यानं घेतलेल्या गाडीत ड्रायव्हरच्या सीटवर बसून दीर्घ सुस्कारा सोडत बेनॉयरनं विचारलं, ''मग, आता मादामची कुठं जायची इच्छा आहे?''

''तुझी जिथं जायची आहे, तिथं.''

''माझ्या इच्छेनं कधी काय फरक पडतो. तुला कुठं जायचंय तेवढं सांग.''

''तुझ्या इच्छेनं फरक पडत नाही? तुला म्युझियममध्ये यायचं नव्हतं?''

''मला ही सगळी म्युझियम्स अजिबात आवडत नाहीत. तुला आवडतात म्हणून मी तिथं आलो.''

''मग तुला जिथं आवडेल तिथं आपण जाऊया.''

''नको, वेळ नाहीय.''

''समजा आपल्याला वेळ असता, तर तू कुठं गेला असतास?''

''त्याबद्दल बोलण्यात काय अर्थ आहे? मला सांग, तू गाडी का चालवत नाहीस?''

''मला गाडी चालवता येत नाही.''

''पण कोलकत्यात तुमच्याकडं गाडी आहे असं तू म्हणत होतीस.''

''आमच्याकडं गाडी आहे, ती ड्रायव्हर चालवतो.''

''तुम्ही खूप श्रीमंत आहात ना?''

''तो गरीब देश आहे. ज्यांच्याकडं गाडी आहे, ती माणसं पगारी ड्रायव्हर ठेवतात. त्याचा खर्च काही फार नसतो.''

''तुमच्या घरात नोकर-चाकर आहेत असं म्हणत होतीस. तुम्ही गबर श्रीमंत असला पाहिजेत.''

''त्या बाबतीतही तसंच आहे... मोलकरणींनाही फार पैसे मोजावे लागत नाहीत. तिथं जवळ जवळ सगळ्याच गोष्टी फार स्वस्त असतात.''

''बहुधा माणसंसुद्धा. तुमच्याकडं गुलाम ठेवायची पद्धत आहे?''

''नाही.''

''म्हणजे, तू मला तुझा ड्रायव्हर म्हणून पगारी नेमलंयस. तुला कुठं जायचंय तेवढं सांग, मी तुला तिथं नेतो. नकाशा आहे, त्यावरून आपण इथला कुठलाही पत्ता शोधू शकतो.''

नीला काहीच बोलली नाही.

बेनॉयर निरुद्देश गाडी हाकत राहिला.

''नीला, तुला पैशानं प्रेम विकत घ्यायचं होतं.''

''मला ठाऊक नाही. बहुधा मी तुला 'गिगोलो' समजते.''

''काहीतरी पाचकळपणा करू नकोस.''

''मी तुझ्यावर प्रेम करते म्हणून मी पैसे खर्च केले. त्याच्याबदल्यात आपल्यालाही काही परतफेड करावी लागेल, अशी तुला भीती वाटतेय का? अजिबात घाबरू नकोस. तुला काहीही परतफेड करावी लागणार नाही.''

बेनॉयर दातओठ खात म्हणाला, ''तू फार स्वार्थी आहेस. तू इटलीत सुट्टी घालवायला आलीयस आणि तुला इकडं-तिकडं फिरवायला मला ड्रायव्हर म्हणून तू बरोबर आणलंयस. तुझं माझ्यावर प्रेम नाहीय, नीला, तू मला वापरून घेतीयस. मीच आपला तुझ्यावर वेड्यासारखा झपाटून प्रेम करतोय.''

फ्लॉरेन्समधले त्यांचे पुढचे दोन दिवस अस्वस्थ शांततेत गेले. त्यानंतर ते व्हेनिसला गेले. तिथं नीलानं भाड्यानं गाडी घेतली नाही. तिथं गाडीची आवश्यकताच नव्हती. तिथं पाणीच पाणी चहूकडे अशी अवस्था होती. आता निदान बेनॉरयला ड्रायव्हर असण्याची अपमानास्पद जाणीव टोचणार नाही, या विचारानं नीलाला सुटल्यासारखं झालं. आता काय? आपण गोंडोला घेऊ या. गोंडोल्यातून जाऊन त्यांनी व्हेनेटियन प्रासाद, उद्ध्वस्त इमारती, तुरुंग....सारं काही पाहिलं. व्हेनिसमध्ये व्हेनेटियन्स नव्हते. ते सगळेजण पॅडोवात किंवा जवळपासच्या खेड्यात गेले होते. व्हेनिसमधल्या उत्तरोत्तर वाढत निघालेल्या किंमतींनी त्यांना जीवन कंठणं अवघड झालं होतं. अमेरिकन लोकांनी आणि जपानमधल्या श्रीमंत माणसांनी

व्हेनिसमधली बरीचशी घरं विकत घेतली होती. ही घरं वर्षभर बंदच असायची. वर्षातले फक्त काही महिने....जेव्हा या मंडळींना गोंडोल्यात बसून तरंगायचं असायचं, तेव्हा ही घरं उघडली जायची.

नीला 'ब्रीज ऑफ सायज' वर थबकली.

"तुला माहीत आहे, वर्डस्वर्थनं या ब्रीज ऑफ सायज्'वर कविता लिहिलीय. कैद्यांना प्रासादातून तुरुंगात नेण्यात यायचं तेव्हा ते कैदी या पुलावर उसासे सोडायचे, ते या निळ्या पाण्याकडं अखेरचं पाहून घ्यायचे."

प्रासादाच्या पाठीमागच्या चौरसावर कबुतरांमध्ये उभी राहून नीला चीत्कारली, त्याबरोबर शेकडो कबुतरं आभाळात उडाली.

"तू त्यांना का हाकलतीयस?, त्यांना खाऊ दे."

"मी त्यांना हाकलतीय. कारण मला मत्सर वाटतोय."

"तुला कबुतरांचासुद्धा मत्सर वाटतो?"

"हो. वाटतो."

"का?"

"कारण, मला त्यांच्यासारखं उडता येत नाही."

बेनॉयर कॅफेच्या दिशेनं निघाला, एकटाच. नीला तिथंच उभी होती. पुन्हा धरतीवर उतरणाऱ्या कबूतरांच्या थव्यामध्ये, एकटीच.

त्या रात्री, हॉटेलच्या खोलीत पडल्यापडल्या नीलानं 'अभिमान' या बंगाली शब्दाचा अर्थ समजावून सांगितला. अभिमान....इतर कोणत्याही भाषेत अनुवाद न करता येणारा शब्द. या शब्दाशी साधर्म्य असणारा शब्द फ्रेंचमध्ये आहे?

बेनॉरयला काही उत्तर द्यायची संधीच मिळाली नाही. तितक्यात त्याचा मोबाईल वाजला. पास्कलचा फोन होता.

फोनवर बोलून झाल्यानंतर तो नीलाजवळ आला. ती जवळजवळ झोपलीच होती. त्यानंतर त्यानं निराळ्या ब्रँडचं मद्य, निराळा देह, निराळा रंग, निराळ्या भावमुद्रा, निराळ्या लाटा मनसोक्त पिऊन घेतल्या.

आपल्या देहाखाली नीलाचा देह झाकून टाकत त्यानं लपाछपी खेळली आणि अकस्मात उधाळल्या आवेगानं तो झुलू लागला....खोलवर.....नीलाच्या अनाकलनीय निराळेपणात....खोल खोल.

नीलाच्या तोंडाच्या अगदी जवळ तोंड आणत बेनॉयर म्हणाला, "माझ्यावर तुझं प्रेम आहे, असं म्हण, म्हण, म्हण, माझ्यावर तुझं खूप प्रेम आहे. अगदी वेड्यासारखं प्रेम आहे, असं म्हण. तू माझ्याविना जगू शकत नाहीस, असं म्हण. तू दुसऱ्या कुणावर कध्धी कध्धी प्रेम करणार नाहीस, असं म्हण. म्हण,

नीला, म्हण.''

नीलानं तोंड फिरवलं. बेनॉयरच्या तोंडाला मेलेल्या उंदराचा वास मारत होता. त्याच्या तोंडाला असला वास बरेचदा येत असायचा. फक्त नीलाला तो याआधी कधी इतका किळसवाणा वाटला नव्हता. किंवा कदाचित.....कधी काळी आपल्याला हा वास आवडलासुद्धा असेल, तिच्या मनात आलं.

*

पूर्णविराम

त्या महिन्यात पाळी चुकल्यामुळं नीला डॉक्टरकडं गेली होती. डॉक्टरांनी तिला तपासून, ती गर्भवती असल्याचं सांगितलं. त्यांनी डीएनए चाचणीसुद्धा केली आणि बेनॉयर ड्यूपॉन्ट तिच्या बाळाचा पिता असल्याचं तिला सांगितलं.

बेनॉयर आनंदाने वेडापिसा झाला. त्यानं नीलाला घट्ट मिठी मारली आणि हॉस्पिटलच्या कॉरीडॉरमध्ये शेकडो लोकांच्या समोर त्यानं तिच्यावर चुंबनांचा वर्षाव केला. घरी परत येताना रस्ताभर तो तिची चुंबनं घेत म्हणत होता, ''माझं आयुष्य परिपूर्ण झालं. माझी स्वप्नं सत्यात उतरली.''

घरी आल्यानंतर त्यानं तिला उचलून घेऊन मागं-पुढं झोके देत जोजवलं. तिला जवळ घेऊन तो अतिशय भावनाविवश होऊन म्हणत होता, ''ज तेम, ज तेम, ज तेम, ज तेम,... आ ला फोली. माझं तुझ्यावर प्रेम आहे, वेड्यासारखं प्रेम आहे. या पृथ्वीतलावर माझ्यासारखा सुखी, माझ्यासारखा नशीबवान दुसरा कुणी नसेल.''

नीलाची अलिप्त नजर खिडकीवर खिळली होती.

तिचा दुःखी चेहरा आपल्याकडं वळवत बेनॉयरनं विचारलं, ''कसला विचार करतीयस? आपल्या मुलाचं नाव काय ठेवायचं याचा? तुला त्याचं नाव बंगाली भाषेतलं ठेवायचंय, हो ना?''

नीला म्हणाली, ''आता मला नोकरी शोधायची गरज आहे, याचा मी विचार करत होते. माझ्याकडचे सगळे पैसे आता संपलेत.''

''त्याची अजिबात काळजी करू नकोस. ते मी पाहीन,'' तिच्या पोटाच्या सावळ्या त्वचेचं चुंबन घेत बेनॉयर म्हणाला,

''आता मला हे घर परवडणार नाही. पुढच्या महिन्यात मला हे घर सोडायला लागेल.''

''तुला सांगू का? मी तुला माझ्या घरी राहायला नेईन. पास्कल दुसरीकडं कुठंतरी भाड्यानं जागा घेऊ शकेल. मग छान होईल ना?''

त्याच्या डोळ्यांवर आलेल्या सोनेरी बटा बाजूला करत नीला म्हणाली, ''तू त्या घरात पास्कलसोबत राहशील.''

बेनॉयर बिछान्यावर उडालाच.

''काय बोलतीयस तू? माझं तुझ्यापेक्षा पास्कलवर अधिक प्रेम आहे, असं तुला वाटतंय का?''

''नाही, मला तसं नाही वाटत,'' नीला म्हणाली.

''मग, मी तुझ्यावर किती वेड्यासारखं, उत्कट प्रेम करतो, ते तुला माहित आहे.''

नीलाच्या स्वरात विचित्र शांतता होती.

''नाही, बेनॉयर. तुझं माझ्यावर प्रेम नाही.''

उताण्या अवस्थेत झोपलेल्या नीलाला खस्सकन उठवून बसवत बेनॉयर म्हणाला, ''तुला काय म्हणायचंय?''

त्याचे हात बाजूला झटकत नीला म्हणाली, ''मी काय बोलतीय ते मला समजतंय.''

''म्हणजे अजून तुला मत्सर वाटतोय. दोन मिनिटं मी पास्कलशी बोललो, तर ते तुला सहन होत नाही. माझं तिच्यावर अजूनही प्रेम आहे, असं तुला वाटतं.''

नीला आपले गहिरे, काळेशार डोळे त्याच्या डोळ्यांना भिडवत म्हणाली, ''बेनॉयर, तुझं पास्कलवर प्रेम नाहीय.''

बेनॉरयचे डोळे, त्याच्या पापण्या थरथरल्या.

''मग, माझं कुणावर प्रेम आहे?''

''तुझं स्वतःवर प्रेम आहे, बेनॉयर, तुझ्या स्वतःवर. बाकी कुणावरही नाहीय.''

''मतीमंदासारखं बडबडू नकोस.'' बेनॉयर गरजला.

नीला हसली.

''सत्य झोंबलं ना? तुला सांगू बेनॉयर? आतापर्यंत मला एक गोष्ट कळून चुकलीय. माझे वडील अनिरबान, माझा प्रेमी सुशान्ता, माझा नवरा किशनलाल आणि तो सुनील, यांच्याहून तू कुणी वेगळा नाहीयस. अर्थात, तू त्यांच्यापेक्षा वेगळं असल्याचं वरकरणी वाटतं, तू प्रेमाचे मधुर बोल बोलतोस, जाता-येता माझी चुंबनं घेतोस, 'लेडिज फर्स्ट' म्हणून तू स्त्रियांना आधी वाट देतोस किंवा त्यांना एखादं-दुसरं फूल देतोस. स्वयंपाकघरात मदत करतोस, रस्त्यावर बाबागाडी

ढकलतोस; पण तुझ्या आत....खोलवर पाहिलं, तर मात्र तुम्हा सर्वांच्यात काही गोष्टी अगदी समान आहेत.''

बेनॉयर तिला जवळ ओढून काळजाशी धरत म्हणाला, ''नीला, तुझ्या पोटात माझा गर्भ वाढतोय. यामुळं मी किती आनंदलोय ते तुला दिसत नाही?''

नीला त्याच्या बाहूंच्या विळख्यातून स्वतःला सोडवत म्हणाली, ''तुला मादाम बटरफ्लाय हवीय, बेनॉयर, होय ना? तसं व्हायची माझी इच्छा नाही.''

''का असं बोलतीयस?'' बेनॉयर संतापानं थरथरत होता. ते थरथरणं भीतीचं होतं की संतापाचं, ते नीलाला समजत नव्हतं.

''मी तुला कितीतरी काळ निराळी चव दिली आहे. तुला हवीहवीशी विदेशी स्पर्शाची अनुभूती तुला मिळालीय, खरं तर भरपूर मिळालीय. माझ्याजवळ आत्मसन्मान अथवा आत्मविश्वास नव्हता. त्यामुळंच मी तुझ्या प्रेमाखातर इथंवर आले. आता तू मला जाऊ द्यायला हवंस. मी माझं उर्वरित आयुष्य अश्रूंच्या छायेत घालवू शकत नाही. निदान मी तुला तो आनंद तरी उपभोगू देणार नाही! तुला माझी गंमत पाहायला आवडते. एका मूर्ख पौर्वात्य बाईचं प्रेम आणि शोकान्तिक दुःख. अखेर आत्महत्या! नाही, माझी त्याला तयारी नाही.''

बेनॉयरच्या श्वासोच्छ्वासाची गती वाढली होती.

''नीला, मी तुझ्याशी लग्न करीन. तू माझी पत्नी होशील. उद्या मी पास्कलला घटस्फोट देईन, चल. आपण लग्न करू या. प्लीज, माझ्यावर विश्वास ठेव. मी तुझ्याशी लग्न करतोय. दुसऱ्या कुणाशीही नाही, फक्त तुझ्याशी.''

त्याची थरथर थांबवण्यासाठी नीलानं त्याच्या खांद्यावर हात ठेवले.

''माझी खात्री आहे. तू माझ्याशी लग्न करशील, पण, मी तुझ्याशी लग्न करणार नाही.''

''नीला, तू गरोदर आहेस. आपण एकत्र राहू... आपण दोघं आणि आपला मुलगा... आपलं आनंदी कुटुंब असेल... सदैव आनंदी कुटुंब.''

''नाही, हे मूल जन्माला येणार नाहीय.''

''काय?''

''हे मूल जन्माला येणार नाही. मी गर्भपात करून घेणार आहे.''

बेनॉयरला रडू कोसळलं. तो गुडघे टेकून खाली बसला आणि रडू लागला. नीलाची पावलं त्याच्या अश्रूंनी ओलीचिंब झाली. बेनॉयर तुटक तुटक पुटपुटत होता, ''प्लीज, मला सोडू नकोस. अशी पाषाणहृदयी बनू नकोस.''

त्याचा विलाप मोठ्यानं सुरू होता. त्यानं भिंतीवर डोकं बडवून घ्यायला सुरुवात केली, एकदा... दोनदा... तीनदा. त्याचं कपाळ फुटून त्यातून रक्ताचा

पाट उसळला.

तो किंचाळला ''प्लीज, तुझे शब्द मागं घे.''

फुटलेली भुवई जमिनीवर आपटत तो म्हणाला,

''नीला, मी तुझ्याशिवाय जगू शकत नाही. तुला हे क्रौर्य शोभत नाही.''

''हे तुला शोभतं?''

नीलानं त्याला जमिनीवर उठवून बिछान्यावर बसवलं.

''असा वेड्यासारखा वागू नकोस, ते निरर्थक आहे.''

बेनॉयरनं तिला मिठी मारली.

''तू माझी आहेस, फक्त माझी. तू मला सोडू शकत नाहीस. मी माझं सर्वस्व तुला बहाल केलंय... माझ्याजवळचं सगळं प्रेम मी तुला दिलंय. तुझ्यावर प्रेम केल्यानंतर मला खऱ्या प्रेमाचा, सच्च्या भावनेचा अर्थ उमगलाय. इतकं आत्यंतिक प्रेम मी कुणावरच कधी केलं नाहीय, प्लीज, मला यातना देऊ नकोस. तू मला वाईट ठरवतीयस. तू जर मला सोडून दिलंस तर, माझ्या आयुष्यातला सगळा अर्थच संपून जाईल, मी स्वत:ला संपवेन. मी खूप स्त्रिया पाहिल्यात, पण तुझ्यासारखी कुणी कधी नाही पाहिली. तुझ्याइतकी चांगली, प्रामाणिक, उदार, प्रेमळ, संयमी आणि नि:स्वार्थी कुणी सापडणार नाही. तू पृथ्वीतलावरची सर्वात महान स्त्री आहेस. तुझ्यासारखं कुणी असूच शकत नाही. तू अतुलनीय स्त्री आहेस. आपण किती महान आहोत, उदात्त आहोत, हे तुला ठाऊक नाहीय, पण मला माहीत आहे. माझ्या साध्या, ऐहिक जीवनात तू प्रकाश आणला आहेस, तुला गमावणं मला परवडणारं नाही. माझं प्रेम आहे ते तुझ्यावर, दुसऱ्या कुणावरही नाही. मला तुझ्या पायाशी जागा दे, पण मला सोडू नकोस.''

नीला मोठ्यानं हसली.

''बेनॉयर, तुझं डोकं फिरलंय. तू निव्वळ मूर्खासारखं बोलतोयस.''

बेनॉयर ताडकन उठला. तीव्रपणे बोटातून अंगठी काढून, त्यानं ती खिडकीतून बाहेर फेकली.

''तू माझी पत्नी होशील, नीला, सांग मला, माझ्याशी लग्नाला तयार आहेस म्हणून.''

नीलानं मान हलवली... लग्नाला तयार नाही... अशा अर्थानं.

''तू मला समजून का घेत नाहीस? मी काय केलं? माझं कुठं चुकलं? सांग मला, मी दुरुस्त करीन. माझ्या हातून तुझ्यावर अन्याय झाला असेल तर कृपया मला क्षमा कर.''

ती म्हणाली, क्षमा करण्यासारखं, दुरुस्त करून घेण्यासारखं काही नाहीच.''

"मग का?" बेनॉयर बोटं मोजत म्हणाला, "अगदी पहिल्या दिवसापासून मी तुझ्यासाठी करत आलोय. त्या दिवशी मी तुला माझ्या स्वत:च्या गाडीतनं गार द्यू नॉर ला नेऊन सोडलं. पॅरिसमधल्या निरनिराळ्या ठिकाणी मी तुला घेऊन गेलोय. जेव्हा जेव्हा तू मला बोलवलंस तेव्हा तेव्हा मी हातातलं काम सोडून आलोय. मी तुझ्यावर इतका विश्वास ठेवला की, तुझ्याबरोबर असताना मी कधी कॉन्डोमसुद्धा वापरलं नाही. मी तुला डॉक्टरकडं घेऊन गेलो. मी तुझ्यासाठी रांधलंय, तुला वाढलंय, घराची स्वच्छता केलीय, तुला पाणी आणून दिलंय, तुला चहा करून दिलाय. तुझ्या त्या बंगाली मित्रानं तुझ्यावर बलात्कार केला, त्या वेळी मी तुला सुरक्षेचं कवच दिलं, पाठलाग करणाऱ्या राक्षसांना पळवून लावण्यात मी तुला सहाय्य केलंय."

नीला त्याचं बोलणं अर्ध्यावर तोडत म्हणाली, "तू बोटं मोजू नकोस; ही तुला विचित्र सवय आहे. तू इतका व्यवहारी आहेस, तरी तुला ही साधी वस्तुस्थिती ठाऊक नाहीय?"

नीला आपले हात त्याच्यासमोर धरून म्हणाली, "तू तुझी बोटं मोजलीस तर तुला फक्त दहाच आकडे मोजता येतील, पण बोटांची पेरंही मोजलीस तर तुला दोन्ही हातांचे मिळून तीस आकडे मिळतील."

"मी तुला माझ्या आईवडिलांना भेटायला नेलं. मी तुझ्यासाठी माझ्या पास्कलला आणि माझ्या लाडक्या मुलीला सोडून तुझ्याबरोबर राहायला लागलो. पास्कलला घटस्फोट देऊन तुझ्याशी लग्न करायचा मी निर्णय घेतला. मी पास्कलला दुखावलं, जॅकलीनला पितृसहवासाला पारखं केलं. तुला इटलीला जायचं होतं, आपण तिथं गेलो. तुला जिथं जायचं असेल तिथं मी तुला घेऊन गेलोय," बेनॉयर वस्सकन म्हणाला.

नीला म्हणाली, "बेनॉयर, ते मी जाणते, तू माझ्यासाठी खूप काही केलंयस."

"मग, माझं तुझ्यावर प्रेम आहे ही गोष्ट तू का मान्य करत नाहीयस?"

नीला हसली.

"तू दुसऱ्या कुणाच्या प्रेमात पडली आहेस का?"

त्यावर नीला पुन्हा हसली.

"त्या रात्री, तू अर्धी रात्र त्या माणसांबरोबर गप्पा मारत होतीस, त्या वेळी काही घडलं का? त्यांच्यापैकी कुणाच्या तू प्रेमात पडलीयस का?"

नीला हसून म्हणाली, "होय, मला तो मोदिबो फार आवडलाय."

"ओह, काळ्या माणसांची लिंगं मोठी असतात असं तुला वाटतंय, त्यामुळं तुझ्या तोंडाला आणखी पाणी सुटलंय. तू त्याच्या 'त्या'ला स्पर्श केलायस?"

तिचा हात ओढून आपल्या दोन्ही मांड्यांच्यामध्ये ठेवत बेनॉयरनं विचारलं,

''यापेक्षा 'ते' मोठं आहे का? माझ्यापेक्षा मोठं? माझं दहा इंच लांब आणि आठ इंच रुंद आहे, हे मोठं आहे ना? तो जंगलातला रानटी प्राणी तुला माझ्यापेक्षा अधिक सुख देणार आहे का? त्याच्याकडून काही खास सुखद जाणीव मिळते का?''

बेनॉयरच्या बळकट पाशातून नीलानं स्वतःचा हात सोडवून घेतला.

तिनं त्याला थंड स्वरात सांगितलं, ''बेनॉयर, प्लीज तुझं सगळं सामानसुमान इथून उचल आणि ताबडतोब चालायला लाग.''

''हे तू खरं बोलतीयस?''

''हो, मी खरंच सांगतीय.''

''तू फार मोठी घोडचूक करतीयस हे तुला कळतंय?''

''नाही, मी काहीही चूक करत नाहीय.''

''तुझं माझ्यावर प्रेम नाही?''

''नाही.''

''आपण काय बोलतोय ते तुला समजतंय?''

''हो.''

''आज तू आपले संबंध कायमचे संपवतीयस?''

''हो, संपवतीय.''

बेनॉयर उठून उभा राहिला.. त्याच्या नजरेत तिरस्कार मावत नव्हता.

नीला दोन उशांना टेकून गुडघे वर करून बसली.

''नीला, इतके दिवस तू माझ्याशी खेळलीस. माझ्या खर्चानं तू मजा लुटलीस. तू मला मूर्ख बनवलंस. तू हावरी, स्वार्थी, असह्य, हलकट, कुजकी बाई आहेस. तू पास्कलबद्दल बोलतीस, पण तिच्याजवळ जायचीसुद्धा तुझी लायकी नाही. तुझ्यात काही अर्थ नाही, अक्कलशून्य प्राणी आहेस. मी इतकी माणसं पाहिलीत, पण तुझ्यासारखं कुणी कधी नाही पाहिलेलं. तू मला शोषून शुष्क केलंयस, मला जिवंत जाळलंस, माझ्यावर अन्याय केलास, माझ्या कुटुंबावर अन्याय केलास. तुझ्यासारखी किळसवाणी बाई आवडणारा मीच गाढव होतो. किळसवाण्या बायकांतल्या आत्यंतिक किळसवाण्या प्रकारापेक्षासुद्धा तू जास्त घाणेरडी आहेस. तुझ्याकडं नुसती नजर टाकली तरी माझ्या अंगावर शहारा येतो. तू कुरूप, गलिच्छ आहेस, तुझ्याकडं पाहिलं तरी चीड येते. तुझ्यावर प्रेम करणं हे माझं सर्वांत मोठं पाप आहे. त्याबद्दल माझा मलाच तिरस्कार वाटतोय. एका निष्पाप जीवाचा तू बळी घ्यायला उठलीयस, तू खुनी आहेस. तुझ्यासारखा खुनी मी कधी बघितला नाहीय.''

बेनॉयर नीलावर थुंकला.

नीला हसून म्हणाली, ''मी तुला पुन्हा सांगतीय, तुझ्या बोटांची मधली पेरंसुद्धा मोज, त्याचं तुला सहाय्य होईल, कारण तुझी यादी भलीमोठी आहे.''

बेनॉयर पुन्हा बोलू लागला.

''तू स्वत:ला काय समजतेस? आपण कुणीतरी महान आहोत असं तुला वाटतं, पण तुला काहीही कळत नाही, अक्षरश: ओ का ठो कळत नाही, मग तुला इतका गर्व कशाचा आहे? अभिमान वाटावा असं तुझ्याजवळ काहीच नाहीय. अगदी माझ्या जॅकलीनलासुद्धा तुझ्यापेक्षा जास्त माहिती आहे. काही नाही, तुझ्या डोक्यात गाडीभर गू भरलेला आहे. मी तुझ्यावर दया केली, दुसऱ्या कुणी तुझ्याकडं पुन्हा पाहिलंसुद्धा नसतं. आपण प्रणयात फार निपूण आहोत असं तुला वाटतं. हा! तुला त्या बाबतीतलंसुद्धा काही म्हणजे काही कळत नाही. तू निर्जीव ओंडक्यासारखी आहेस. तू हास्यास्पद प्राणी आहेस, नीला, अक्षरश: हास्यास्पद. तू समलिंगी आहेस, बदचलन. तुझ्याशी कुणीच संसार करू शकणार नाही. तुझ्या नवऱ्यानं तुला टाकलं कारण, तू त्याच्याबरोबर राहायला योग्य नव्हतीसच. सुनीलनं तुझ्यावर बलात्कार केला? खोटं. तू सुनीलबरोबर झोपलीस आणि माझ्याशी खोटं बोललीस. मी इतका पागल झालो होतो की, मला तुझं खरं रूप दिसलं नाही. बेंबीखाली तीन इंच... तिथंच तुझं अवघं विश्व सीमित आहे. तुला फक्त तेवढंच ठाऊक आहे. तू हिडीस आहेस. तू माझ्या बाबतीत आणखी काय काय केलंयस कोण जाणे... कदाचित मला तुझ्यापासून एडस्‌ची बाधा सुद्धा झाली असेल... कुणी सांगावं! मला सांग, किती पुरुषांना तू तुझ्या लैंगिक आजाराचा प्रसाद दिला आहेस? तुझ्याशी लग्न करून तुला मला मूर्ख बनवायचं होतं! गोष्टी तिथवर पोचण्याआधीच मी तुझा बुरखा फाडू शकलो, हे नशीब!''

नीलानं एक शब्दही उच्चारला नाही. बेनॉयरनं त्याचे कपडे, बूट, फोटो फ्रेम, भेटी, ॲरामिस (त्याचा प्रांत), ब्रूट (त्याचा नसलेला प्रांत) या सगळ्या गोष्टी त्याच्या सूटकेसमध्ये भरल्या. त्याला दाराच्या दिशेनं जाताना पाहून नीला म्हणाली, ''किल्ल्या ठेवून जा.''

बेनॉयर मागं वळून म्हणाला, ''तुला माझ्यापासून सुटका मिळवून, सुखात राहायचंय ना?''

त्यानं सुटकेस खाली ठेवली आणि खोलीतल्या वस्तू इतस्तत: भिरकावायला सुरुवात केली. त्यानं बुटाखाली सीडीज चिरडून फोडून टाकल्या, त्यानंतर त्यानं टेप डेक धाडकन जमिनीवर आदळला, फुलदाण्या जमिनीवर आपटून त्यांचे तुकडे तुकडे केले, टीव्हीला लाथ मारून तो फोडून टाकला, त्यानंतर तो हातोडा घेऊन कॉम्प्युटरकडं गेला आणि हातोड्यानं कॉम्प्युटरचे तुकडे तुकडे

केले. पुस्तकांच्या शेल्फमधली पुस्तकं टरकावून त्यानं ती खिडकीतून बाहेर भिरकावली. स्वयंपाकघरात धावत जाऊन त्यानं चाकू आणला आणि तो सोफ्यावर, बिछान्यावर वार करत सुटला. कपाट उघडून त्यानं नीलाच्या कपड्यांवरही सपासप चाकू चालवला. त्या खोलीत वादळी धुमश्चक्री सुरू होती. नीला ते दृश्य शांतपणे पाहत होती.

त्यानंतर बेनॉयरनं तिचा गळा धरला, ''हलकट चांडाळणी, मी तुला ठार करीन.''

नीलाचा श्वास कोंडला. त्याच्या बोटांची पकड सैल करण्यासाठी तिनं सगळी शक्ती पणाला लावली. बेनॉयरनं तिला जमिनीवर पाडलं. ती तोंडावर पडली. बेनॉयरनं तिला कडक बूटांच्या लाथा घातल्या. मटण कापायचा चाकू उचलून त्यानं तिच्या छातीशी लावला. नीलाचा भीतीनं थरकाप उडाला. डोळे मिटून घेऊन ती स्वत:च्याच काळजाची ठकठक ऐकत राहिली. चाकू तिच्या पाठीशी पडला.

''तुझ्यासारख्या किडामुंगीला मारून मला माझे हात मलीन करून घ्यायचे नाहीत. इथं तुझी तूच सडत राहा.''

बेनॉयर बाहेर गेला. नीलाचा फ्रेंच प्रियतम निघून गेला... निळ्या डोळ्यांचा, तपकिरी केसांचा तिचा देखणा प्रेमी निघून गेला. ती कितीतरी वेळ जमिनीवर पडून राहिली. तिला काहीही ऐकू येत नव्हतं... ऐकू येत होती फक्त स्वत:च्याच काळजाची धडधड. तिचं सर्वांग दुखत होतं. तिथून उठल्यावर तिनं चार गोष्टी केल्या.

पहिली, तिनं शुद्ध हवेत खोल श्वास भरून घेतला. खिडकीशी उभं राहून ती निसर्गाच्या हिरव्या, लाल आणि पिवळ्या रंगछटा निरखत राहिली... निळ्या आभाळाखालचा पुष्पोत्सव... आणि सफेद ढग. नीलानं शरद ऋतूचं इतकं विलोभनीय रूप कधीच पाहिलं नव्हतं, इतक्या भपकेदार वस्त्रप्रावरणांत लपेटलेला निसर्ग ती प्रथमच पाहत होती. हा देश आपला स्वत:चा आहे? इतक्या देखण्या शरद ऋतूनं श्रृंगारलेली ही भूमी तिच्या ओळखीची होती, पण ही तिची मायभूमी नव्हती.

दुसरं, तिनं डॅनियलला फोन करून गर्भपात करून घ्यायचा असल्याबद्दल सांगितलं आणि या विषयात काही मदत करणार का, हेही विचारलं. डॅनियल म्हणाली, ''नक्कीच करीन. का, काय झालं?''

''विशेष काही नाही. मी प्रेमजालात सापडले होते, आता माझी मी यातून बाहेर आलीय.''

''मला ठाऊक होतंच,'' 'मी तुला आधीच सांगितलं होतं,' अशा स्वरात

डॅनियल म्हणाली, "मी तुला आधीच सावध केलं होतं. या माणसाच्या पायात वेळ फुकट घालवू नकोस. हे मी तुला सांगितलं होतं."

नीला म्हणाली, "डॅनियल, वेळ कधीही फुकट जात नाही. हा वेळ शहाणपण शिकण्यात खर्ची पडला आणि मला असं घडण्याची गरज होतीच. नाहीतर मी एका चुकीच्या कल्पनेत मश्गुल राहत पुरं आयुष्य घालवलं असतं. मला वाटतं सगळे पुरुष... कुठल्याही देशातले, कोणत्याही समाजातले सारखेच असतात."

डॅनियलच्या स्वरातून औत्सुक्य ओसंडून वाहत होतं.

"मग तुझ्या योजना काय आहेत? तू परत जातीयस?"

"कुठं?" नीलानं प्रश्न केला.

"आणखी कुठं? तुझ्या स्वतःच्या भूमीत?"

"मला स्वभूमी आहे? तुमच्या भूमीत जर मला निवारा, सुरक्षितता, शांतता आणि आनंद मिळत असेल, तर भारत माझी मायभूमी नाही."

डॅनियल म्हणाली, "मग इथं राहा. तूच एकदा म्हणाली होतीस ना, की प्रत्येकाला दोन मायभूमी असतात... एक स्वतःचा देश आणि दुसरं फ्रान्स?"

"डॅनियल, बायकांना स्वभूमी किंवा मायभूमी कधी असते का? मला खरोखर तसं वाटत नाही."

सीमोन द ब्बोव्वारनं पन्नासच्या दशकात गर्भपातासाठी लढा दिला, तो पॅरिसमध्येच. सिक्स्थ आरोंदीसमाँमध्ये तिनं एक छोटं घर भाड्यानं घेतलं होतं. तिथं ती बेकायदेशीर गर्भपात करून बायकांना सहाय्य करत होती. तिच्या या संघर्षाची परिणती गर्भपाताला कायदेशीर मान्यता मिळण्यात झाली. याच शहरात नीलाला त्या क्रांतीची फळं चाखायला मिळणार होती, त्याचा तिला आनंद वाटत होता.

तिसरं, तिनं मोजम्मलला फोन केला आणि मोदिबोचं काय चाललंय याची चौकशी केली, त्याचा काही फोन नंबर आहे का, तो कुठं राहतो याचीही चौकशी केली. मोदिबोची फारशी खबरबात नसल्याचं मोजम्मलनं सांगितलं. अखेर त्यानं सांगितलं की, मोदिबो एका फ्रेंच स्त्रीला प्रेमजालात ओढण्यासाठी तिच्या खूप मागं लागलाय. ती प्रेमात पडली आणि लग्नाला तयार झाली की, त्याला इथं राहायची परवानगी मिळू शकणार होती. मोदिबोनं फ्रेंच मुलगी शोधली ही सुवार्ता होती.

जवळजवळ चार हजार वर्षांपूर्वी गोरे आर्य लोक मध्य आशियातून आले आणि त्यांनी काळ्या द्रविडी लोकांना भारताच्या दक्षिणेला हाकललं. त्यांनी

गोरेपणाचे गोडवे गायले, ... गोरे चांगले, काळे वाईट... गोरे मालक आणि काळे गुलाम, गोरे उच्चवर्णीय, महान, हा समाज आपला आहे अशी त्यांची श्रद्धा होती. अशी धारणा त्यांच्या रक्तात खोलवर भिनली होती. दोनशे वर्षांच्या ब्रिटिश राजवटीनं तर त्यांचा हा विश्वास दृढ झाला होता... गोरे चांगले, अधिक विद्वान, मालक. नीलाच्या रक्तातसुद्धा हीच समजूत वाहत आली होती, मेंदूतल्या प्रत्येक पेशीला ही जाणीव होती आणि हे सगळं झटकून लावायचा प्रयत्न केला तरी कुठंतरी बारीकसा अंश राहून जात होता. तो बारीकसा अंशसुद्धा संपूर्ण झटकणं सोपं नाही हे ती ओळखून होती, पण अखेर ते साध्य झाल्याचा तिला आनंद होता.

चौथं, तिनं मॉरौनिसला फोन लावला आणि घर पुन्हा व्यवस्थित लावायला कुणाला पाठवू शकशील का, म्हणून विचारलं.

त्याच दिवशी संध्याकाळी मारिलू ही फिलिपिनी मुलगी तिच्या घरी आली. तिचा कामाचा दर ताशी पन्नास फ्रँक्स होता. तिनं सगळं फुटकं भंगार मोठमोठ्या पिशव्यांत भरून बाहेर कचऱ्यात फेकलं. सगळं काम पूर्ण करायला तिला तीन तास लागले.

त्यानंतर नीलानं मारिलूला बसवून घेऊन तिची जीवनकहाणी ऐकली.

मारिलू सहा वर्षांपूर्वी फिलिपाईन्सहून या शहरात आली होती. या शहरात तिचे काही नातेवाईक होते, केवळ त्यांच्याच मदतीनं ती इथं येऊ शकली होती. ती मनिला विद्यापीठाची विद्यार्थिनी होती. तिचा विषय होता समाजशास्त्र. अभ्यास सोडून, मायदेश सोडून ती फ्रान्समध्ये आली होती. तेव्हापासून ती कामवाली म्हणून साफसफाईची कामं करून पैसे मिळवत होती. तिचे बरेचसे नातेवाईक कपड्यांच्या कारखान्यात काम करत होते. मारिलू तिच्या एका नातेवाइकाच्या घरी, सांदानीमध्ये शिवणकाम शिकत होती. लवकरच तीसुद्धा कारखान्यांत कामाला जाणार होती.

नीलानं विचारलं, ''मला सांदानीत एखादी छोटी, स्वस्तातली खोली मिळू शकेल?''

''नक्की.''

पण मारिलूनं तिला सांदानी ही चांगली वस्ती नसल्याचाही इशारा दिला.

''ती कशी काय वाईट असेल?''

''माणसं बेकार आहेत, तिथं दरोडे, चोऱ्या, अमली पदार्थ, खून... असे प्रकार असतात... ती वस्ती काळ्या माणसांनी गच्च भरलीय.''

''माझी त्वचा बघ... फार गोरी आहे? खरं तर ही काळीच आहे. फक्त

बेकार माणसंच चोऱ्या-दरोडे घालतात असं कुठाय? आणि ही वस्ती कृष्णवर्णीय माणसांनी भरलेली असली म्हणून काय झालं? गोरी माणसं अमली पदार्थांचं सेवन करत नाहीत? खून पाडत नाहीत? या पृथ्वीवर कुठं चांगली जागा आहे का? सांग मला. संपूर्ण सुरक्षितता आहे असं तुम्ही कोणत्या ठिकाणाबद्दल म्हणू शकता? मनिलात व्यसनाधीन माणसं नाहीत? लुटारू, खुनी नाहीत? तिथंही इथल्यासारखंच दारिद्र्य, दुःख, वेडगळ समजुती आहेत. या देशात वर्णविद्वेष आहे, तसाच तो भारतातही आहे. कोलकत्यात स्त्रियांवर बलात्कार होतो आणि इथंही तीच परिस्थिती आहे. या ऱ्यू द वूयेर या फक्त गोऱ्यांच्या लोकवस्तीत कधीही मुडदे पडत नाहीत असं तुला वाटतं? अर्थातच पडतात. एक तर अगदी आजसुद्धा पडला असता!''

*

आमार मेयेबेला
(माझं कुवारपण)

मूळ लेखिका **तसलिमा नासरिन**

अनुवाद **मृणालिनी गडकरी**

तसलिमा नासरिन या बांगलादेशीय लेखिकेनं शब्दांत बांधलेलं हे तिचं लहानपण आहे.

बांगलादेशात मुक्तिवाहिनीनं स्वातंत्र्यासाठी जो निर्वाणीचा लढा दिला, त्यावेळी तसलिमाचं वय होतं फक्त नऊ वर्षांचं; पण त्याही वेळी ती आताएवढीच चिंतनशील आणि संवेदनशील होती. तिची दृष्टी अतिशय तीक्ष्ण आणि शोधक होती. तिची स्मरणशक्ती तल्लख होती.

स्वतंत्र प्रज्ञा असलेल्या बुद्धिवादी वडिलांचं स्खलन, ममताळू आणि धार्मिक आईचं धर्माच्या सोपानावरून हळूहळू अंधाऱ्या खाईत उतरणं, दादाचं प्रेम, प्रौढ नातेवाइकाकडून तिचा झालेला लैंगिक छळ व त्यामुळं वाटणारी लाज आणि अपमान, धर्म आणि शास्त्र यांच्या नावांवर पीर अमीरुल्लाहांनी चालवलेला अत्याचार याचं तिनं धीट आणि थेट चित्रण या आत्मपर आणि कथात्म लेखनात केलं आहे.

या अतिशय संवेदनशील आणि बंडखोर लेखिकेची आम्ही आतापर्यंत

लज्जा (कादंबरी), फेरा (कादंबरी), निर्बाचित कलाम (लेखसंग्रह), निर्बाचित कविता (काव्य), नष्ट मेयेर नष्ट गद्य (लेखसंग्रह) अशी वेगवेगळ्या साहित्यप्रकारांतील पाच पुस्तकं प्रसिद्ध केली आहेत. यांतून तिचं समग्र व्यक्तिमत्त्व प्रक्षेपित झालं आहे.

या नव्या पुस्तकातील तिनं निवेदन केलेली एकही घटना खोटी नाही. कुठलंही पात्र काल्पनिक नाही. असं प्रामाणिक, स्पष्ट आत्मवृत्त बंगालीत अजून कोणी लिहिलेलं नाही. धारदार-तेजस्वी भाषा, जिवंत व्यक्तिचित्रण आणि लेखणीच्या जादूच्या स्पर्शानं गद्याला आलेलं काव्याचं सौंदर्य ह्यांमुळं ह्या आत्मचरित्राचं वाचन हा वाचकाच्या दृष्टीनं एक आश्चर्यकारक अनुभव ठरणार आहे.

Contact : ✆ 020-24476924 / 24460313
Website : www.mehtapublishinghouse.com
info@mehtapublishinghouse.com
production@mehtapublishinghouse.com
sales@mehtapublishinghouse.com